ജോമോൻ ജോസ്

എറണാകുളം സ്വദേശി, പിതാവ് സി ജെ വർഗീസ്. മാതാവ് ട്രീസ. സെന്റ് തോമസ് ജി എച്ച് എസ് പെരുമാനൂർ, സേക്രഡ് ഹാർട്ട് ഹൈസ്കൂൾ തേവര, സേക്രഡ് ഹാർട്ട് കോളേജ് തേവര, എറണാകുളം മഹാരാജാസ് എന്നിവിടങ്ങളിൽ പഠനം. ഇപ്പോൾ തൃപ്പൂണിത്തുറയിൽ കണ്ടനാട് താമസം. ഭാര്യ അനു. മക്കൾ ജോഹാൻ, ജോർദാൻ.

E-mail: jomonbharatham@gmail.com
Mobile: 0091-7025884359

Published by Booksthakam
Booksthakam India, 4B Muthoot Rainbow, AKG Nagar, Peroorkada
Thiruvananthapuram, Kerala 695005, India
Booksthakam USA, 5675 Pipsissewa drive, Flowery Branch, Georgia - 30542, USA
info@booksthakam.com
www.booksthakam.com
A Booksthakam Book / published by arrangement with the author.

ISBN-13: 978-93-918501-4-2

Cover design by: Ajeesh Kumar G
Printed in India

വൃക്ഷശിരസ്സ്

നോവൽ

ജോമോൻ ജോസ്

BOOKSTHAKAM
TRANSCENDING BOUNDARIES

സമർപ്പണം

അക്ഷരം ദൈവമാണെന്ന് പഠിപ്പിച്ച അങ്കിൾ
ശ്രീ. കെ. എക്സ് ലോനന്

ആമുഖം

ആരെയും പേരെടുത്തു പറയുന്നില്ല. എന്റെ ജന്മത്തിന് കാരണഭൂതരായ മാതാപിതാക്കൾ മുതൽ കഴിഞ്ഞ നിമിഷം പരിചയപ്പെട്ട വ്യക്തി വരെ. നന്ദി പറയേണ്ടവരുടെ നാമാവലി അനന്തമായി നീണ്ടു പോകുന്നു. അനുസ്യൂതമായി തുടരുകയും ചെയ്യുന്നു. ഗുരുകാരണവൻമാരുടെ അളവില്ലാത്ത കൃപയുടെ പ്രകാശം നെറുകയിൽ സ്പർശിക്കുന്നത് ഞാനറിയുന്നു.

എന്റെ ഉണങ്ങിയ ചില്ലയിൽ വസന്തം വിരിയിച്ച കാലമേ, പാടിയ കിളികളേ, ഊട്ടിയ വിരലുകളേ, താങ്ങിയ കരങ്ങളേ, വന്നതും വരാനിരിക്കുന്നതുമായ, നല്ലതും തീയതുമായ അനുഭവങ്ങളേ നന്ദി.

എനിക്ക് മുൻപേ പറന്നവർ എന്നെ കാക്കട്ടെ. നന്ദി. പ്രപഞ്ചത്തിന്റെ അഗാധമായ കാരുണ്യത്തിന്.

ഒന്ന്

മഴ ചെറുതായി തോർന്നുനിന്ന അപരാഹ്നത്തിലാണ് മേരി ക്കുഞ്ഞെന്ന് വിളിപ്പേരുള്ള ആൻമരിയ ഓട്ടോയിൽ റയിൽവേ സ്റ്റേഷനു മുന്നിൽ വന്നിറങ്ങിയത്. ഒതുങ്ങാത്ത മുടികൾ പോലെ കറുത്ത മേഘങ്ങൾ അലസമായി വാരിക്കെട്ടിയ ആകാശം. ഉച്ച കഴിഞ്ഞതേയുള്ളൂ, ഇരുട്ട് പരന്നിരിക്കുന്നു. കിളികളും കാക്കകളും അവരവരുടെ കൂടുകളിലേക്കെത്താനായി നാലു ദിക്കുകളിലേക്കും ഒച്ചയിട്ടു പറന്നു.

അതിപുരാതനമായ എട്ടുകെട്ടു പോലെ റെയിൽവേസ്റ്റേഷൻ. നടുമുറ്റം കണക്ക് തുറന്നു കിടന്ന പ്ലാറ്റുഫോമുകളിൽ ചേക്കേറിയ നിരവധികണ്ഠങ്ങളുടെ കലപിലകൾ. ബഹളങ്ങൾ. രണ്ടു റെയിലു കളിലും കാലുകൾ കവച്ച് തേരട്ടകളെപ്പോലെ നീണ്ടുനിവർന്നു കിടക്കുന്ന തീവണ്ടികൾ. സീറ്റുകൾ പിടിക്കാൻ തത്രപ്പെടുന്ന എണ്ണിയാലൊടുങ്ങാത്ത കാലുകൾ.

സ്റ്റേഷന്റെ പ്രവേശന ദ്വാരത്തിനു മുന്നിൽ, സിമന്റുചാക്കു കളെന്ന പോലെ ആളുകളെ കൊണ്ടുവന്നു തട്ടുകയും കയറ്റി ക്കൊണ്ടു പോവുകയും ചെയ്യുന്ന വാഹനങ്ങൾ. അവയുടെ സീൽക്കാരങ്ങൾ. പതംപറച്ചിലുകൾ.

ഓട്ടോക്കാരന് പണം കൊടുത്ത് ചാറ്റൽമഴ തലയിൽ വീഴാതി രിക്കാൻ കൈപ്പത്തി കൊണ്ട് നെറുക മറച്ചു പിടിച്ച് മേരിക്കുഞ്ഞ് സ്റ്റേഷന്റെ ജനനിബിഡമായ പൂമുഖത്തേക്ക് ഓടിക്കയറി. യാത്രക്കാർ തിങ്ങി നിറഞ്ഞ ട്രെയിൻ കമ്പാർട്ട്മെന്റ് പോലെ റെയിൽവേസ്റ്റേഷൻ.

സ്റ്റേഷനകത്ത് നനഞ്ഞ വസ്ത്രങ്ങളുടെയും ബോഡി സ്പ്രേ കളുടെയും വിയർപ്പിന്റെയും ലഘുഭക്ഷണങ്ങളുടെയും ഗന്ധങ്ങൾ അഴിച്ചെടുക്കാനാവാത്ത നൂൽക്കെട്ട് പോലെ ചുറ്റിപ്പിണഞ്ഞു കിടന്നു. പുറത്തെ ചെളിവെള്ളത്തിൽ ചവിട്ടി കയറി വന്ന ചെരി പ്പുകൾ വെളുത്ത ടൈൽസിട്ട തറയിൽ മുദ്രകൾ പതിപ്പിച്ചു. ഭൂലോകത്തിന്റെ കുഞ്ഞു പരിച്ഛേദം പോലെ റെയിൽവേസ്റ്റേഷൻ.

ലോകത്തിന്റെ പലഭാഗങ്ങളിൽ നിന്നും വന്നടിഞ്ഞ പലയാ

ളുകൾ ചേർന്ന് ഒരൊറ്റ ലോകമായി, പല ഭാഷകൾ കൂടിച്ചേർന്ന് ഒറ്റഭാഷയായി, പല നിറങ്ങൾ ചേർന്ന് ഒറ്റനിറമായി മാറിയ ആൾക്കൂട്ടത്തിനിടയിലൂടെ നടന്ന് അവൾ നാട്ടിലേക്കുള്ള ടിക്കറ്റെടുക്കാൻ വരിയിൽ നിന്നു. ടിക്കറ്റ് കൗണ്ടറിനു മുന്നിൽ മനുഷ്യത്തീവണ്ടിയുടെ ഏറ്റവും പിന്നിൽ ചേർക്കപ്പെട്ട കമ്പാർട്ട്മെന്റായി അവൾ. നടത്താൻ പോകുന്ന അതിദീർഘ യാത്രകളുടെ ആകാംക്ഷപ്പൂവുകൾ പൂത്ത മിഴികളും, ആഗ്രഹിച്ചിട്ടും അവസാനിപ്പിക്കുവാൻ കഴിയാത്ത പലായനങ്ങളുടെ ആകുലതകൾ സമ്മാനിച്ച വിളർച്ച ബാധിച്ച മുഖങ്ങളും അവൾക്ക് മുന്നിലും പിന്നിലും അണിനിരന്നിരുന്നു.

റെയിൽവേസ്റ്റേഷന്റെ, ഏതോ മൂലയിൽ നിന്ന് ആരോ ഒരാൾ വാടിത്തുടങ്ങിയ ഇലപ്പൊതി തുറന്നുവെന്ന് ചോറും കറികളും നാരങ്ങാ അച്ചാറും കൂടിക്കുഴഞ്ഞ ഗന്ധം പറഞ്ഞു. വളരെ വൈകിയ സമയത്ത് വിശക്കുന്ന വയറിനെ ഊട്ടാൻ തുടങ്ങുകയാണ് ഏതോ ഒരാൾ.

ട്രെയിൻ വരാൻ ഇനിയും ഒന്നര മണിക്കൂറോളം വൈകുമെന്ന് ഇൻഫർമേഷൻ സെന്ററിൽ ഇരിക്കുന്ന സ്വർണ്ണക്കണ്ണട വച്ച മനുഷ്യനിൽ നിന്നറിഞ്ഞു. തിക്കിത്തിരക്കുന്ന ആളുകളുടെ വിവിധ ചോദ്യങ്ങൾക്ക് ഒരേ സമയം മറുപടി പറയാൻ നന്നേ ബുദ്ധിമുട്ടുന്നുണ്ടയാൾ. തൊഴിലിനോടോ ജീവിതത്തോടു തന്നെയോ ഒരു മമതയുമില്ലാത്ത മുഖഭാവമാണയാൾക്ക്.

ഒന്നര മണിക്കൂർ എങ്ങിനെ ചിലവഴിക്കുമെന്നാലോചിച്ച് പാളത്തിലേക്ക് കണ്ണുകൾ തറച്ച് പ്ലാറ്റ്ഫോമിൽ നിന്നു.

ഇമവെട്ടുന്ന വേഗതയിൽ ഒരു എക്സ്പ്രസ്സ് ട്രെയിൻ മുന്നിലൂടെ കുതിച്ചോടിപ്പോയി. അപ്പുറത്തെ കാഴ്ച്ച ഇല്ലാതാക്കി നൊടിയിട കൊണ്ട് പുനഃസ്ഥാപിച്ചു കൊണ്ട് മുഖമോ രൂപമോ ഇല്ലാത്ത കുറേ മനുഷ്യർ വിരൽ ഞൊടിക്കുന്ന വേഗതയിൽ പ്രത്യക്ഷപ്പെടുകയും അതിനേക്കാൾ വേഗത്തിൽ അപ്രത്യക്ഷരാകുകയും ചെയ്തിരിക്കുന്നു.

ട്രെയിൻ പോയതിനു പിന്നാലെ, ട്രെയിൻ പാളത്തിൽ ഉപേക്ഷിച്ചു പോയ വിസർജ്യങ്ങൾ നീക്കം ചെയ്യാൻ ശുചീകരണ തൊഴിലാളികൾ പാളത്തിലേക്ക് ഇറങ്ങി തങ്ങളുടെ ജോലിയിലേക്ക് കയറി. കയ്യുറകളും കാലുറകളും ധരിച്ച സ്ത്രീകൾ. നീളൻ പിടിയുള്ള അഴുക്കുതോണ്ടി കൊണ്ട് മാലിന്യങ്ങൾ നീക്കം ചെയ്യുന്നതിനിടയിൽ ഉറക്കെ കുടുംബകാര്യങ്ങൾ ചിതറി വീണു. പുഷ്പത്തിൽ ചവിട്ടുന്ന പോലെ വിസർജ്യങ്ങളിൽ ചവിട്ടി നടന്നു.

അഴുക്കുകൾ അതിവേഗത്തിൽ തുടച്ചുനീക്കി റെയിൽപ്പാളം വെടിപ്പാക്കി അടുത്ത ട്രെയിന് കടന്നുവരാൻ വഴിയൊരുക്കി ശുചീകരണ തൊഴിലാളികൾ കളം വിടുന്നത് കണ്ടുകൊണ്ട് മേരിക്കുഞ്ഞ് പ്ലാറ്റ്ഫോമിലൂടെ നടന്നു, ഇരിക്കാൻ ഒരു ബെഞ്ച് തേടിക്കൊണ്ട്.

പ്ലാറ്റുഫോമിൽ ഇരിക്കുകയോ നിൽക്കുകയോ ചെയ്യുന്ന ഒരാൾ പോലും എങ്ങോട്ടും തലയുയർത്തി നോക്കുന്നില്ലെന്ന് അവൾ ശ്രദ്ധിച്ചു. അവരവരുടെ ഫോണുകളിലും ടാബുകളിലും തല പൂഴ്ത്തി നിൽക്കുന്ന, കുടത്തിൽ തല കുടുങ്ങിയ നായയെപ്പോലെ ഒരുകൂട്ടം ജീവിതങ്ങൾ.

അവൾക്കപ്പോൾ ഫേസ്ബുക്കിന്റെ ലോഗോ ഓർമ്മ വന്നു. .f. പ്ലാറ്റ്ഫോമിന്റെ പലയിടത്തായി നിൽക്കുന്ന വിവിധ വേഷങ്ങൾ അണിഞ്ഞ ധാരാളം .f. കൾ.

മമ്മിയെ വിളിച്ചു ട്രെയിൻ അല്പം താമസിക്കുമെന്നറിയിച്ച് മേരിക്കുഞ്ഞ് പ്ലാറ്റ്ഫോമിന്റെ അറ്റത്തേക്ക് നടന്നു, അവിടെയുള്ള അഴുക്കുപിടിച്ചു കറുത്ത സിമന്റ് ബെഞ്ച് സ്വന്തം വീട് പോലെയും, ബെഞ്ചിനു മുന്നിലുള്ള ഭാഗം വീട്ടുവരാന്ത പോലെയും ഉപയോഗിച്ചു കൊണ്ടിരുന്ന ഒരു ഉത്തരേന്ത്യൻ കുടുംബത്തിന്റെ സമീപത്തായി ഞെരുങ്ങിക്കൂടി ഇരിക്കാൻ സ്ഥലം കിട്ടി.

കടുംവർണങ്ങളുള്ള ചേലചുറ്റിയ, തലയാട്ടുന്ന ബ്രാഹ്മണ പ്രതിമയെപ്പോലൊരു അറുപതുകാരി. കാശ്മീരി ആപ്പിളിന്റെ നിറമുള്ള തൂങ്ങിയ കവിളുകൾ. കരിമഷിയെഴുതിയ കറുത്ത കണ്ണുകൾ. ബുദ്ധന്റെ കുടുമ പോലെ കെട്ടിവച്ച ചെമ്പിച്ച മുടി. നെറ്റിയിൽ ഉദിച്ചു നിൽക്കുന്ന കുങ്കുമ സൂര്യൻ. കാലം മുഖത്തു ചാർത്തിക്കൊടുത്ത പ്രായചിഹ്നങ്ങൾ മേക്കപ്പാൽ മറയ്ക്കുവാനുള്ള വൃഥാശ്രമങ്ങൾ.

തങ്ങൾക്കുള്ള ട്രെയിൻ ഇനിയും എത്താത്തതിൽ അക്ഷമനായി അങ്ങുമിങ്ങും നടക്കുകയാണ് അവരുടെ ഭർത്താവ്. ഇന്ത്യൻ റെയിൽവേയെ ശപിക്കുന്നതായിരിക്കണം, വെള്ള കുർത്തയുടെ നീളൻ കൈകൾ കൂടെക്കൂടെ മുകളിലേക്ക് തെറുത്തു കയറ്റി വാച്ചിൽ നോക്കി ദേഷ്യത്തോടെ എന്തൊക്കെയോ പുലമ്പി നീളൻ കാലുകളാൽ പ്ളാറ്റ്ഫോം അളന്ന് തിരിച്ചുവന്നു.

സാമൂഹ്യശാസ്ത്രത്തിൽ ഗവേഷണ വിദ്യാർത്ഥിനിയാണ് മേരിക്കുഞ്ഞ്. സമയത്തെക്കുറിച്ച് യാതൊരു ബോധവുമില്ലാതെ ജീവിച്ച പുരാതന മനുഷ്യർ. എല്ലാ കർമങ്ങളും സമയബന്ധിതമായ ആധുനികർ. എപ്പോളാണവൻ ഘടികാരത്തിന്റെ

ഇത്തിരി വട്ടത്തിൽ കുടുങ്ങിപ്പോയത്?

മനുഷ്യർക്കിടയിൽ എപ്പോളാണ് സമയം കടന്നുവന്നത്? എന്നുമുതലാണ് സമയത്തെ കണക്കാക്കി ജീവിക്കാൻ തുടങ്ങിയത്? ജോലികളെല്ലാം സമയബന്ധിതമായി തീർക്കണമെന്ന് ആരാണാദ്യം ശഠിച്ചത്? അത് മനുഷ്യനിൽ വരുത്തിയ മാറ്റങ്ങൾ എന്തൊക്കെയാണ്? ഇതൊക്കെയാണ് അവളുടെ ഗവേഷണ വിഷയം.

ഗവേഷണത്തിൽ സഹായിക്കുന്ന അവളുടെ ഗൈഡ്, പ്രൊഫസർ രാമനാഥനെ കണ്ടതിനു ശേഷം മടങ്ങുകയായിരുന്നു. രാമനാഥൻ സാർ പറഞ്ഞുകൊടുത്ത പാഠങ്ങൾ മനസ്സിൽ ഒന്നുകൂടി ഉറപ്പിച്ചുകൊണ്ട് മേരിക്കുഞ്ഞ് ഉത്തരേന്ത്യൻ സ്ത്രീയുടെ അരികിൽ ഇരുന്നു.

അന്ധനായ ഒരു ലോട്ടറി വിൽപ്പനക്കാരൻ അവളെ കടന്നുപോയി. അന്ധന്റെ കയ്യിലിരുന്ന കാർഡ്ബോർഡിലെ ലോട്ടറികൾ ഇളംകാറ്റിൽ ആഹ്ലാദത്തോടെ തുള്ളി. മുഖത്തു നിന്നെടുത്തു മാറ്റി കറുത്ത ഊന്നുവടിയുടെ അറ്റത്തുറപ്പിച്ചിരിക്കുന്നു അയാളുടെ കണ്ണുകൾ. അയാൾക്കെല്ലാം അറിയാമെന്ന് തോന്നി. എല്ലാവരെയും കാണാമെന്നും.

മേരിക്കുഞ്ഞിന്റെ ചിന്തകളുടെ നെറ്റ് വർക്ക് വിച്ഛേദിച്ചുകൊണ്ട് ബാഗിനുള്ളിൽ ഫോൺ കരഞ്ഞു. ഫോൺ തിടുക്കത്തിൽ ബാഗിൽ നിന്ന് പൊക്കിയെടുത്തു. ഫോൺ സ്ക്രീനിൽ തെളിഞ്ഞ മാർട്ടിൻ എന്ന പേര് അവളെ അത്യധികം ആഹ്ലാദിപ്പിച്ചു. ഒറ്റ നിമിഷം കൊണ്ട് പ്രണയതരളിതയാക്കി. നുണക്കുഴി പാകിയ അവളുടെ കവിളുകളിൽ ഗൂഢമന്ദഹാസം വിരിഞ്ഞു. നീളൻ മിഴികളിൽ പ്രണയനക്ഷത്രങ്ങൾ വെട്ടിത്തിളങ്ങി ഹൃദയത്തോട് ഹൃദയം ചേർക്കുന്നത് പോലെ ഫോൺ ചെവിയോട് ചേർത്ത് അവൾ ആവേശത്തോടെ ചോദിച്ചു.

'എന്തായി മാർട്ടിൻ?'

പക്ഷെ, ഫോണിന്റെ അങ്ങേത്തലക്കൽ നിന്ന് കേട്ട വാർത്ത ആഹ്ലാദം നിറഞ്ഞതായിരുന്നില്ല.

രണ്ട്

നിരാശയിറ്റു വീഴുന്ന ശബ്ദത്തിൽ മാർട്ടിൻ മേരിക്കുഞ്ഞിനോട് പറഞ്ഞു

'തോറ്റു പോയെടീ...'

ഷീറ്റുകൾ വിരിച്ച പ്ലാറ്റ്ഫോമിന്റെ നിറുകയിൽ മഴ അതിന്റെ കഴുകൻ കൊക്കു കൊണ്ട് ആഞ്ഞാഞ്ഞു കൊത്താൻ തുടങ്ങി. മുന്നോട്ടുള്ള കാഴ്ച്ച മറക്കുന്നത്ര ശക്തിയിൽ ചാഞ്ഞു പെയ്ത മഴത്തുള്ളികൾ അതിവിദഗ്ദ്ധനായ ഒരു വില്ലാളിയുടെ വില്ലിൽനിന്ന് ഇടമുറിയാതെ പെയ്ത ശരങ്ങൾ പോലെ പാളത്തിൽ പതിച്ചു.

ഓരോ സമയത്തെയും മഴയ്ക്ക് മനുഷ്യരുടെ അന്നേരത്തെ മാനസികവ്യാപാരങ്ങളുടെ നിറങ്ങളാണ്. സ്റ്റേഷനിൽ അപ്പോൾ പെയ്തിറങ്ങിയ മഴയ്ക്ക് തുടിക്കുന്ന രണ്ടു ഹൃദയങ്ങളുടെ വേദനയുടെ, നിരാശയുടെ, സങ്കടത്തിന്റെ ഭാവമായിരുന്നു. പരാജിതന്റെ ശബ്ദമായിരുന്നു. മഴയ്ക്ക് മാർട്ടിന്റെയും മേരിക്കുഞ്ഞിന്റെയും വിരഹത്തിന്റെ വിളർത്ത മുഖമായിരുന്നു.

ചന്നം പിന്നം പെയ്യുന്ന മഴ പോലെ മാർട്ടിൻ നടന്ന സംഭവങ്ങൾ വള്ളിപുള്ളി വിടാതെ വിവരിച്ചു. അയാളുടെ ഉള്ളിലും പുറത്തും തടയണകൾ തകർത്തൊഴുകുന്ന മലവെള്ളം. മാർട്ടിൻ പറഞ്ഞ ചില വാക്കുകൾ ട്രെയിനുകളുടെ കലമ്പലിലും മറ്റു ചിലവ ആർത്തലയ്ക്കുന്ന മഴക്കരച്ചിലിലും മുങ്ങിപ്പോയി.

മേരിക്കുഞ്ഞ് മറുപടി വാക്കുകൾക്ക് തപ്പിത്തടഞ്ഞു. വറ്റിപ്പോയ തൊണ്ട കൊണ്ട് അവനെ ആശ്വസിപ്പിക്കാൻ ശ്രമിച്ചു. പക്ഷെ, അമ്പേ പരാജയപ്പെട്ട് മാർട്ടിനെ കേട്ടിരിക്കുക മാത്രം ചെയ്തു.

സംസ്ഥാന തലത്തിൽ അറിയപ്പെടുന്ന ബോക്സറാണ് മാർട്ടിൻ. ബോക്സിംഗിനെ ആത്മാവിലും ഹൃദയത്തിലും കൊണ്ടു നടക്കുന്നയാൾ. ബോക്സിംഗിലെ ലോകചാമ്പ്യൻ പദവിയിൽ കുറഞ്ഞൊന്നും അയാളുടെ ലക്ഷ്യമല്ല.

ദേശീയ തലത്തിലേക്ക് തിരഞ്ഞെടുക്കപ്പെടാൻ നടത്തിയ മത്സരമാണ് മാർട്ടിൻ പഞ്ചാബുകാരൻ മൻപ്രീത് സിംഗിന് മുന്നിൽ അടിയറവെച്ചത്. വർഷങ്ങളുടെ അദ്ധ്വാനവും സ്വപ്നങ്ങളുമാണ് ഒറ്റ മണിക്കൂർ കൊണ്ട് തകർന്ന് തരിപ്പണമായത്.

പ്രതീക്ഷയോടെ പങ്കെടുത്ത മത്സരത്തിലെ പരാജയം അയാളെ മുഴുവനായും തളർത്തിയിരിക്കുന്നുവെന്ന് മേരിക്കുഞ്ഞ്

വേദനയോടെ തിരിച്ചറിഞ്ഞു.

തുടർച്ചയായി മൂന്നു മത്സരങ്ങൾ ആധികാരികമായി വിജയിച്ചതിന് ശേഷമായിരുന്നു മൻപ്രീത് സിംഗിനെ നേരിടാൻ ബോക്സിംഗ് റിംഗിൽ ഇറങ്ങിയത്. അതും രണ്ടാം മത്സരത്തിൽ ദേശീയ ചാമ്പ്യനെ അനായാസം തറപറ്റിച്ചുകൊണ്ട്. ആത്മവിശ്വാസത്തിന്റെ കൊടുമുടിയിലായിരുന്ന മാർട്ടിനെ വെറും ഒറ്റ മണിക്കൂർ കൊണ്ട് അയാളേക്കാൾ റാങ്കിംഗിൽ വളരെവളരെ പിന്നിലായ മൻപ്രീത് സിംഗ് വലിച്ച് താഴെയിട്ടിരിക്കുന്നു.

മാർട്ടിൻ പറഞ്ഞു :

'നിനക്കറിയാമല്ലോ, നീ ഗാലറിയിൽ ഇല്ലെങ്കിൽ എന്റെ കാലിടറുമെന്നു...'

'സോറി ടാ..'

ഒറ്റ ശ്വാസത്തിൽ കാര്യങ്ങളെല്ലാം വിവരിച്ചതിനുശേഷം ഫ്ളൈറ്റിൽ കയറാൻ പോകുന്നു പിന്നെ വിളിക്കാമെന്ന് മാർട്ടിൻ ഫോൺ വച്ചു.

ഭൂഗോളം വളരെപ്പട്ടെന്ന് ശൂന്യമായിപ്പോയതു പോലെ അവൾക്ക് തോന്നി. ജീവൻ നഷ്ടമായ ഫോണിലേക്ക് മേരിക്കുഞ്ഞ് കുറ്റബോധത്തോടെ തുറിച്ചു നോക്കി.

മേരിക്കുഞ്ഞില്ലാതെ, അവളുടെ പിൻബലമില്ലാതെ മാർട്ടിന് ഒന്നിനും വയ്യാതായിരിക്കുന്നുവെന്ന് അവൾക്ക് മാത്രമല്ല അവനും ബോദ്ധ്യപ്പെട്ടു തുടങ്ങിയിരുന്നു. ശാരീരികമായി കാളക്കൂറ്റന്റെ കരുത്തുണ്ടെങ്കിലും മനസുകൊണ്ട് അവനിപ്പോളും കൊച്ചുകുട്ടിയാണ്.

കഴിഞ്ഞ മൂന്നു മത്സരങ്ങളും കൊച്ചിയിൽ വച്ചുതന്നെയായിരുന്നതു കൊണ്ട് മേരിക്കുഞ്ഞ് ബോക്സിങ്ങ് ഗാലറിയിലെ നിറസാന്നിദ്ധ്യമായിരുന്നു. എതിരാളിയുടെ മുഖത്തേക്കുള്ള മാർട്ടിന്റെ ടൺകണക്കിന് ഭാരമുള്ള ഓരോ അപ്പർകട്ടിലും ഹുക്കിലും മുന്നോട്ട് വെട്ടിവെട്ടിക്കയറിയുള്ള ഓവർഹാൻഡ് പഞ്ചിലും അവൾ വികാരാവേശത്താൽ നിറഞ്ഞു കവിഞ്ഞു. മാർട്ടിൻ എതിരാളിയുടെ ഇടിയേറ്റു താഴെ കിടക്കുമ്പോൾ ഹൃദയം നുറുങ്ങുന്ന വേദനയിൽ പിടഞ്ഞു. ആർപ്പുവിളിച്ച് അവനെ വീണ്ടും ഉയിർപ്പിച്ചു.

ഓരോ വിജയത്തിന് ശേഷവും ബോക്സിങ്ങ് റിംഗിനെ ചതുരത്തിൽ ചുറ്റിയ തടിയൻ കയർ ചാടിക്കടന്ന് അവൻ അവളുടെ അടുത്തേക്ക് ഒരു കൊച്ചുകുട്ടി അമ്മയുടെ അടുത്തേക്കെന്ന പോലെ ഓടിവന്നു. വിയർപ്പ് കൊണ്ട് നനഞ്ഞൊട്ടിയ ബലിഷ്ഠമായ ശരീരത്താൽ അവളെ പരിസരം മറന്ന് ആശ്ലേഷിച്ചു. നെറ്റിയിൽ

തെരുതെരെ ഉമ്മവച്ചു.

ഇന്നത്തെ മത്സരം ജലന്ധറിൽ ആയിരുന്നതുകൊണ്ടാണ് മേരിക്കുഞ്ഞിന് മാർട്ടിനോടൊപ്പം പോകുവാൻ കഴിയാതിരുന്നത്. വിവാഹം പറഞ്ഞുറപ്പിച്ചതാണെങ്കിലും ജലന്ധർ വരെ വിടാൻ അവളുടെ വീട്ടുകാർ പച്ചക്കൊടി കാട്ടിയതുമില്ല.

അഞ്ചുവർഷത്തെ അതിശക്തമായ പ്രണയം. കഴിഞ്ഞ ഡിസംബറിലെ വിവാഹാഭ്യർത്ഥനയും അതിനു പിന്നാലെയുള്ള വിവാഹനിശ്ചയവും.

അഞ്ചുവർഷം മുൻപുള്ള ഒരു ജൂൺ മാസത്തിലെ പതിനെട്ടാം തീയതിയാണ് അവർ ആദ്യമായി കണ്ടുമുട്ടിയതെന്ന് മേരിക്കുഞ്ഞിന് നല്ല ഓർമയാണ്. അന്നൊരു വ്യാഴാഴ്ചയായിരുന്നെന്നും.

ജൂൺ മാസത്തിൽ, തുമ്പിക്കൊരുകുടം പെയ്യുന്ന മഴയിൽ, കോളേജിലെ ആദ്യത്തെ ദിവസം രണ്ടു കുടകളാണ് ആദ്യമായി കൂട്ടിമുട്ടിയത്. പിന്നാലെ നാലു കണ്ണുകളും.

ഹൃദയകവാടത്തിന്റെ അകത്തേക്ക് തുളഞ്ഞിറങ്ങിയ നോട്ടങ്ങൾ. ഉള്ളിന്റെയുള്ളിൽ നിന്ന് തുള്ളിതുള്ളിയായി കിനിഞ്ഞിറങ്ങിയ ആഴമുള്ള ചിരിമധുരങ്ങൾ. പ്രഥമദൃഷ്ടിയിൽ തന്നെ താനേ തുറന്നു സുഗന്ധം പരത്തിയ പ്രണയത്തിന്റെ സുഗന്ധച്ചെപ്പ്.

മുഹമ്മദാലിയെ ആരാധിക്കുന്ന, കട്ടിമീശയും താടിയും വളർത്തിയ മാർട്ടിൻ ലൂയീസും കോളേജ് അദ്ധ്യാപികയാവാൻ കൊതിച്ചു നടന്ന ആൻ മരിയ മാത്യു എന്ന മേരിക്കുഞ്ഞും.

വളരെ പെട്ടെന്നാണ് ഇരുവരും ആഴവും സ്വച്ഛമായ ഒഴുക്കുമുള്ള സൗഹൃദത്തിലേക്ക് പ്രവേശിച്ചത്. അതിനേക്കാൾ വേഗത്തിൽ കടൽ പോലെ തിരയൊടുങ്ങാത്ത പ്രണയത്തിലേക്കും.

മാർട്ടിന്റെ ബോക്സിങ്ങ് കരിയറിനെ മേരിക്കുഞ്ഞിന് മുൻപും, ശേഷവുമെന്ന് വിലയിരുത്താമെന്നു മാർട്ടിൻ തന്നെ പറയും.

മേരിക്കുഞ്ഞ് ജീവിതത്തിലേക്ക് കടന്നു വരുന്നത് വരെ തികച്ചും പരാജിതനായ ഒരു മനുഷ്യനും ബോക്സറുമായിരുന്നു മാർട്ടിൻ. പങ്കെടുക്കുന്ന മത്സരങ്ങളിലെല്ലാം സമ്പൂർണ്ണ തോൽവി. ഇത്രമാത്രം പരിശ്രമിച്ചിട്ടും താൻ പരാജയപ്പെട്ടു പോകുന്നത് എന്തുകൊണ്ടാണെന്ന് എത്ര ആലോചിച്ചിട്ടും അയാൾക്ക് മനസിലായിരുന്നില്ല.

മേരിക്കുഞ്ഞാണ് അതിന് ഉത്തരം കണ്ടെത്തിയത്.

മാർട്ടിന്റെയുള്ളിൽ, ഏറ്റവുമടിയിൽ, ചേറിൽ പുതഞ്ഞു കിടന്ന അപകർഷതാ ബോധത്തിന്റെ കറുത്ത പൊട്ടിനെ പ്രണയത്തിന്റെ,

ഇടംപല്ലുകൾ കാട്ടിയുള്ള അവളുടെ ചിരിക്ക് മാസ്മരികമായ ഒരു സൗന്ദര്യമുണ്ടായിരുന്നു. കുട്ടിക്കാലത്തെപ്പോളോ ഡാഡി പറഞ്ഞു തന്ന കുട്ടിക്കഥയിലെ സുന്ദരിയായ വനദേവതയുടെ വിടർന്ന ചിരി. അവളുടെ വെള്ളയുടുപ്പിന്റെ തൊങ്ങലുകൾ ഇടയ്ക്കിടെ കാറ്റിൽ പറന്നുകളിച്ചു. കുഞ്ഞുപെൺകുട്ടി മധുരശബ്ദത്തിൽ കൊഞ്ചി.

'ആൻ മരിയചേച്ചിയോട് ഒരു ഹായ് പറയാൻ പറഞ്ഞു'.

'ആര്?'

പ്ലാറ്റ്ഫോമിന്റെ കിഴക്കു ദിക്കിലേക്ക് പെൺകുട്ടി വിരൽ ചൂണ്ടിയിടത്തേക്ക് മേരിക്കുഞ്ഞ് ആകാംക്ഷയോടെ നോക്കി.

മൂന്ന്

പെൺകുട്ടിയുടെ അറ്റം ചുവന്ന ചൂണ്ടുവിരൽ ചൂണ്ടിയത് പ്ലാറ്റ്ഫോമിലെ കൂറ്റൻ തൂണിനു നേർക്കായിരുന്നു. തൂണിന്റെ പിന്നിൽ നിന്ന് തൂണിനെ ചുറ്റി പത്തു വിരലുകൾ കോർത്തു പിടിച്ചിരുന്ന മുഴുക്കയ്യൻ വെള്ളഷർട്ടിട്ട രണ്ടു കൈകൾ മേരിക്കുഞ്ഞ് കണ്ടു. ഇടത്തെ കയ്യിൽ വാച്ചിന്റെ വെളുത്ത സ്ട്രാപ്പ്.

നോക്കിനിൽക്കവേ, തൂണിനു പിന്നിൽ നിന്ന് പുഞ്ചിരി തൂകുന്ന ഒരു സുന്ദരമുഖം തെളിഞ്ഞു. മലകൾക്ക് പിന്നിൽ നിന്ന് പ്രഭാത സൂര്യൻ ഉദിച്ചുവരുന്ന പോലെ.

എവിടെയോ കണ്ടു മറന്ന, എന്നാൽ മുഴുവനായും മറന്നിട്ടില്ലാത്ത മുഖം. നല്ല പരിചയമുള്ള ചിരി. പ്രകാശം തുളുമ്പി വീഴുന്ന കണ്ണുകൾ.

പതിയെപ്പതിയെ തൂണിനു പിന്നിൽ നിന്ന് ആ രൂപം മുഴുവനായി വെളിപ്പെട്ടു. തൂവെള്ള ഷർട്ട് ധരിച്ച സുന്ദരനായ ഒരു ചെറുപ്പക്കാരൻ തൂണിന്റെ മറവ് വിട്ട് മേരിക്കുഞ്ഞിന്റെ അരികിലേക്ക് നടന്നടുത്തു.

മോഹൻലാൽ നടത്തം!

മേരിക്കുഞ്ഞിന്റെ ഓർമ്മഞരമ്പുകളിലൂടെ ബാല്യകാലം ഒരു എക്സ്പ്രസ്സ് ട്രെയിൻ പോലെ കുതിച്ചിരമ്പി കടന്നുപോയി. സ്മൃതികളിൽ പൂംപരാഗങ്ങളുടെ ഇലയനക്കങ്ങൾ. കടലിരമ്പം പോലെ തള്ളിക്കയറി വരുന്ന കുട്ടിക്കാലത്തിന്റെ തിരത്തള്ളലേറ്റ് അവളുടെ ഓർമകളുടെ ചിറ പൊട്ടി. പരിസരം മറന്ന് പിടഞ്ഞെണീറ്റ് അവൾ ഉറക്കെ കൂവി.

'എടാ സേവീ.....'

അകലെയെങ്ങോ പേരറിയാത്ത ഏതോ പക്ഷിയുടെ പ്രതിധ്വനി. തോൾ ചരിച്ച് നടന്ന് അടുത്തെത്തി സേവി അവളുടെ നേരെ വലത്തേ കൈനീട്ടി. അവൾ ആഹ്ലാദത്തോടെ അവന്റെ കയ്യിൽ പിടിച്ചു കുലുക്കി. ഓർമകളുടെ രണ്ടു കൈവഴികൾ സംഗമിച്ച് ഒറ്റ നദിയായി ഒഴുകാൻ തുടങ്ങുന്നതിന്റെ ആനന്ദം.

പകലിന്റെ പകുതിയിലേറെ ഭാഗവും മഞ്ഞിന്റെ പുതപ്പ് ധരിച്ച് ഉറങ്ങിയിരുന്ന, നാലു വശങ്ങളും പച്ചപുതച്ച മലനിരകളാൽ ചുറ്റപ്പെട്ടിരുന്ന ഒരു ഗ്രാമത്തിലായിരുന്നു മേരിക്കുഞ്ഞും സേവിയും തങ്ങളുടെ ബാല്യകാലം ചിലവഴിച്ചത്. ജീവിതത്തിലെ

ഏറ്റവും മധുരമുള്ളതും, സുഗന്ധപൂരിതവുമായ കാലഘട്ടം പിന്നിട്ടത്.

അനൗൺസ്മെന്റിനു പിന്നാലെ പ്ലാറ്റ്ഫോമിൽ ഒരു ട്രെയിൻ വന്നു നിന്നതിന്റെ ആരവം സേവിയേയും മേരിക്കുഞ്ഞിനേയും റെയിൽവേസ്റ്റേഷനെന്ന വർത്തമാനകാലത്തിലേക്ക് തിരികെയെത്തിച്ചു. ട്രെയിനിലേക്ക് കയറാൻ ആളുകളേക്കാൾ തിരക്ക് അവരുടെ ലഗേജുകൾക്കാണെന്ന് തോന്നി.

എവിടെനിന്നോ ചന്ത്രക്കാറൻ മാങ്ങയുടെ കൊതിപ്പിക്കുന്ന ഗന്ധം. അവരുടെ മൂക്കുകൾ വിടർന്നു. ഉത്തരേന്ത്യക്കാരി ബാഗ് തുറന്ന് ചന്ത്രക്കാറൻ മാങ്ങ കഴിക്കാൻ വട്ടം കൂട്ടുകയാണ്.

ചന്ത്രക്കാറൻ മാങ്ങയുടെ ഓർമയിൽ സേവി പുഞ്ചിരിച്ചു. മേരിക്കുഞ്ഞിന്റെ മിഴികൾ നക്ഷത്രങ്ങൾ പോലെ തിളങ്ങി.

നേർത്തൊരു അരഞ്ഞാണം പോലെ മലയെ ചുറ്റിക്കിടന്ന ഒറ്റയടിപ്പാതയുടെ ഇടതുവശത്ത് അടുത്തടുത്തായി ഒരേ മാതൃകയിൽ നിർമ്മിച്ച രണ്ടു കുഞ്ഞു വീടുകൾക്കിടയിൽ മലയോര ഗ്രാമത്തിന്റെ ഫലഭൂയിഷ്ഠതയുടെ അടയാളം പോലെ പന്തലിച്ചു നിൽക്കുന്ന ചന്ത്രക്കാറൻ മാവ്.

മാവിൻ ചുവട്ടിൽ മാങ്ങ വീഴുന്നതും കാത്ത് നാല് വയസുള്ള രണ്ടുകുട്ടികൾ. അഴിഞ്ഞുപോകുന്നതിനാൽ പിൻ കുത്തിയുറപ്പിച്ച ട്രൗസർ ധരിച്ച ഒരു ആൺകുട്ടിയും വെള്ള പെറ്റിക്കോട്ടിട്ട, കഴുത്തിൽ ചുവപ്പും പച്ചയും നിറങ്ങളുള്ള മുത്തുമാലയണിഞ്ഞ പെൺകുട്ടിയും. ഞെട്ടറ്റു വീഴുന്ന മാങ്ങ ആദ്യം ഓടിയെത്തി പെറുക്കാൻ അവർ അക്ഷമയോടെ കാത്തിരിക്കുകയാണ്, മാങ്ങ നിലത്തു വീഴുന്ന ശബ്ദം കേൾക്കുമ്പോൾ ഒറ്റക്കുതിപ്പാണ് മിക്കപ്പോളും മേരിക്കുഞ്ഞിനെ തോൽപ്പിച്ച് സേവി തന്നെ മാങ്ങ കൈക്കലാക്കുന്നതാണ് പതിവ്. അവൻ മാങ്ങ ചപ്പുന്നത് കൊതിയോടെ നോക്കി നിൽക്കുന്നതു കണ്ട് മേരിക്കുഞ്ഞിനും ഒരു മാങ്ങ പൊഴിച്ച് കൊടുക്കും മാവ്.

മുഖത്തും വസ്ത്രങ്ങളിലും മാങ്ങാക്കറ പുരണ്ടുകിടന്ന മധുര ബാല്യങ്ങൾ.

അവരുടെ ചിന്തകളെ വീണ്ടും മുറിച്ചുകൊണ്ട് പാളത്തിലൂടെ ഒരു അതിവേഗ തീവണ്ടി കൂവിക്കൊണ്ട് കടന്നുപോയി.

സേവിയും മേരിക്കുഞ്ഞും അൽപനേരം നിശബ്ദരായി ദൂരേക്ക് നോക്കി ഇരുന്നു. അവരുടെയുള്ളിൽ ബാല്യ കുതൂഹലങ്ങളുടെ കിളിയൊച്ചകൾ.

പ്ലാറ്റുഫോമുകൾക്കിടയിലുള്ള കിടങ്ങ് മുറിച്ചുകടക്കാൻ അച്ഛനും അമ്മയും രണ്ടുകുട്ടികളുമുള്ള ഒരു കുടുംബത്തിന്റെ

ശ്രമം. അപ്പുറത്തെ പ്ലാറ്റ്ഫോമിൽ നിന്നിറങ്ങി റെയിൽപ്പാളം മുറിച്ചുകടന്ന് ഇപ്പുറത്തെ പ്ലാറ്റ്ഫോമിലേക്ക് കയറുകയാണ്. താഴെ നിൽക്കുന്ന ഭാര്യയെ വലിച്ചുകയറ്റാൻ മുകളിൽ നിൽക്കുന്ന ഭർത്താവിന്റെ കൈത്താങ്ങ്.

അമ്മയെ പ്രോത്സാഹിപ്പിക്കുന്നതിന്റെ ആരവത്തിൽ പിതാവിന്റെ തോളിലേറി ആദ്യമേ പ്ലാറ്റ്ഫോമിലെത്തിയ ഏഴും മൂന്നും വയസു തോന്നിക്കുന്ന മക്കൾ.

കഷ്ടപ്പെട്ട് മുകളിൽ കയറിക്കൂടിയതിന്റെ കിതപ്പിലും ആശ്വാസത്തിലും അവർ പ്ലാറ്റ്ഫോമിന്റെ അറ്റത്തേക്ക് നടന്നുപോയി.

മേരിക്കുഞ്ഞ് തല തിരിച്ച് സേവിയെ നോക്കി. ബാല്യത്തിൽ അടയിരിക്കുന്ന ഒരു കുഞ്ഞിക്കിളിയുടെ ശബ്ദത്തിൽ.

'നമ്മുടെ കുട്ടിക്കാലം. അതൊരു സ്വപ്നമായിരുന്നുവോ സേവീ?'

സേവി ഒന്നനങ്ങിയിരുന്നു, ഓർമയിൽ ഒന്നുകൂടി ഉറച്ചിരുന്നതു പോലെ.

'മേരിക്കുഞ്ഞേ, വളരെച്ചെറിയ മനുഷ്യജീവിതത്തിൽ എന്തെങ്കിലും സത്യമുണ്ടെങ്കിൽ അത് ഇത് മാത്രമായിരിക്കും, ഒരാളുടെ ബാല്യകാലം.'

ആത്മഗതം പറയുന്നത്ര പതിഞ്ഞ ശബ്ദത്തിലാണ് സേവി അങ്ങിനെ പറഞ്ഞത്. അതിനു ശേഷം അവൻ വെള്ള ഷർട്ടിൽ പറ്റിപ്പിടിച്ച പൊടി തൂത്തുകളഞ്ഞ് എഴുന്നേറ്റു.

'ഒരു ചായ കുടിച്ചാലോ?'

'ഷുവർ. കുടിക്കാം. ട്രെയിൻ വരാൻ ഇനിയും സമയമുണ്ട്.'

മേരിക്കുഞ്ഞ് വാച്ചിൽ നോക്കിക്കൊണ്ട് എഴുന്നേറ്റു. രണ്ടു പേരും റെയിൽവേസ്റ്റേഷനു പുറത്തെ കോഫീ വേൾഡ് എന്ന് ബോർഡ് വച്ച കടയിലേക്ക് നടന്നു. അവർ വിരലുകൾ കോർത്ത് പിടിച്ചിരുന്നു. കുഞ്ഞു മഴത്തുള്ളികൾ മുഖത്തും കണ്ണുകളിലും വീണ് അവർ ശുദ്ധരായി.

കുട്ടിക്കാലത്ത്, ഇതുപോലെ കുഞ്ഞു വിരലുകൾ കോർത്ത് പിടിച്ച് സ്കൂളിലേക്ക് നടന്നുപോയതിന്റെ ഓർമ സേവിയിൽ വന്നു തുളുമ്പി. മേരിക്കുഞ്ഞിന്റെ വിരലുകൾ ഇപ്പോളും അങ്ങിനെ തന്നെ. സേവി ഓർത്തു. മൃദുലം.

വീട്ടിൽ നിന്ന് സേവിയും മേരിക്കുഞ്ഞും ഒരുമിച്ചാണ് രാവിലെ സ്കൂളിലേക്ക് ഇറങ്ങുക. ആറുകിലോമീറ്ററോളം നടക്കാനുണ്ട് സ്കൂളിലേക്ക്. വീട്ടിനു മുന്നിലെ ഒറ്റയടിപ്പാതയിലൂടെ കറുത്ത വലിയ റബ്ബർബാൻഡ് കെട്ടിയ പുസ്തകങ്ങളും ചോറുപാത്രവും

നെഞ്ചിൽ അടക്കിപ്പിടിച്ച് അവർ നടക്കും.

മലനിരകൾക്കപ്പുറത്ത് ആകാശം കറുത്തിരുണ്ടിരിക്കുകയായിരിക്കും. അടയ്ക്കാമരങ്ങളും തെങ്ങുകളും തലകൾ മഞ്ഞിൽ ഒളിപ്പിച്ച് നിൽക്കുകയായിരിക്കും. വഴിയോരത്തെ തുമ്പപ്പൂക്കളും തുളസിച്ചെടികളും നിദ്രയിൽ നിന്നുണർന്നിട്ടുണ്ടാവില്ല. മഞ്ഞിന്റെ മൂക്കൂത്തിയണിഞ്ഞു നിന്ന് തൊട്ടാവാടിപ്പൂക്കൾ അവരെ നോക്കി പുഞ്ചിരിക്കും.

മലയിറങ്ങി തോട് മുറിച്ചുകടന്നുവേണം സ്കൂളിലേക്ക് എത്താൻ. വേനൽക്കാലത്തു കണങ്കാലിന് താഴെ മാത്രം വെള്ളമുള്ള തോട്ടിൽ മഴക്കാലത്ത് മുട്ടുകാൽ വരെ വെള്ളം പൊങ്ങും. മഴക്കാലത്തു സേവിയുടെ തോളിൽ ഇരുന്നാണ് മേരിക്കുഞ്ഞിന്റെ തോട് കടക്കൽ. സേവിയുടെ തോളിൽ ഇരുന്നു നോക്കുമ്പോൾ തോടിനു വേറൊരു നിറമായിരിക്കും. ആ ദൃശ്യം അല്പം പോലും മായാതെ ഇപ്പോളും അവളുടെ ഉള്ളിൽ. ചുറ്റും പടർന്ന് പന്തലിച്ച്, പാമ്പുകൾ ചുറ്റിക്കിടക്കുന്ന പോലെ, വള്ളിവീശി നിൽക്കുന്ന കൂറ്റൻ മരങ്ങൾക്കും വേറൊരു ഭാവമായിരിക്കും.

ഒരാൾ പോലും എതിരെ വരാത്ത ഒറ്റയടിപ്പാതയിൽ ദേവകിയമ്മയുടെ പശുക്കൂട്ടങ്ങൾ മാത്രം മിക്കപ്പോഴും അവരുടെ വഴി തടയും.

ഭീമാകാരങ്ങളായ അഞ്ചോ ആറോ പൂവാലിപ്പയ്യുകൾ. തൂവെള്ള നിറമുള്ള, നെറ്റിയിൽ കറുത്ത പൊട്ടുള്ള അമ്മിണി. ചാര നിറമുള്ള, വാലിൽ മാത്രം വെളുപ്പുള്ള ഗോമതി. പേരറിയാത്ത മൂന്നു നാലെണ്ണം പിന്നാലെ. ആരെയും കൂസാത്ത കണ്ണുകൾ. ലോകം മുഴുവൻ തങ്ങളുടേതാണെന്ന ഭാവം. മുന്നോട്ട് വിടാതെ വഴിമുടക്കി നിൽക്കുന്ന അവയെ കാണുമ്പോൾ മേരിക്കുഞ്ഞിന് ഭയം കൊണ്ട് മുട്ടു കൂട്ടിയിടിക്കാൻ തുടങ്ങും. സേവിയുടെ വിരലുകളിൽ വിരൽ കോർത്ത് അവൾ പെരുകിപ്പെരുകി വരുന്ന ഭയത്തെ അമർത്തി വെക്കാൻ ശ്രമിക്കും.

'എന്തിനാ പേടിക്കുന്നത്? ഞാനില്ലേ?'

സേവിയുടെ ആശ്വാസവാക്കുകൾ വിലപ്പോവാറില്ല. പശുക്കൾ അടുത്തെത്തും തോറും മേരിക്കുഞ്ഞിന്റെ വിരലുകൾ സേവിയുടെ വിരലുകളിൽ കൂടുതൽ അമരും. മഞ്ഞിന്റെ തണുപ്പിലും വിരലുകൾ വിയർത്തു നനഞ്ഞിട്ടുണ്ടാവും.

വിവിധ തരം നാടനും വിദേശിയുമായ ചായയും കാപ്പിയും ലഭിക്കുന്ന ശീതീകരിച്ച ചായക്കടയിൽ ആവിപറക്കുന്ന കോഫീയ്ക്കു മുന്നിൽ ഇരുന്ന് അവർ വിശേഷങ്ങൾ പങ്കുവച്ചു. കുട്ടി

ക്കാലത്തെ അതിന്റെ അസ്ഥിത്തറയിൽ നിന്ന് ചികഞ്ഞെടുത്തു പുറത്തിട്ടു. ഒരു തീപ്പെട്ടിക്കൊള്ളി പതിനാറായി കീറുന്നതു പോലെ ഇപ്പോളത്തെ തങ്ങളുടെ ജീവിതത്തെ തലനാരിഴകീറി പരിശോധിച്ചു.

മലയാള സാഹിത്യത്തിൽ ഡോക്ടറേറ്റ് കഴിഞ്ഞു സേവി.

'ഇനി എന്താ പ്ലാൻ? ഏതെങ്കിലും കോളേജിൽ..?'

സേവി പൊട്ടിച്ചിരിച്ചു. പിന്നിലേക്ക് വളഞ്ഞ് കൈകൾ ഉയർത്തി കൂട്ടിപ്പിടിച്ച് ഞൊട്ട പൊട്ടിച്ച് തിരിച്ചു വന്നു.

'എവിടെയെങ്കിലും ഒരിടത്ത് ഒതുങ്ങിക്കൂടിയിരുന്നുള്ള ജോലി യൊന്നും നമുക്ക് പറ്റില്ല മേരിക്കുഞ്ഞേ... ഭൂമി നമ്മെ കൈകാട്ടി ക്ഷണിക്കുകയല്ലേ...'

ലോകം മുഴുവൻ ചുറ്റി സഞ്ചരിക്കാനുള്ള തയ്യാറെടുപ്പിലാണ് സേവി. അപ്പന്റെ ബുള്ളറ്റിൽ. വിസയ്ക്ക് അപേക്ഷ സമർപ്പിച്ചു കഴിഞ്ഞു. ഈ മാസം അവസാനത്തോടെ എല്ലാം ശരിയാകും.

അവൾക്കപ്പോൾ കവിതയെ ഓർമവന്നു. ഡാഡിയുടെ ചേട്ടൻ ജോണപ്പാപ്പന്റെ മകൾ കവിതയെ. തന്റെ ബൈക്കിൽ ഒറ്റയ്ക്ക് മണാലി വരെ പോയി വന്നതേയുള്ളു അവൾ. സേവി പഞ്ചസാര യുടെ പാക്കറ്റ് പൊട്ടിച്ച് ചായയിൽ ഇട്ട് മേരിക്കുഞ്ഞിനെ നോക്കി.

'ഓഹോ.. കൊള്ളാല്ലോ. കവിതയെ പരിചയപ്പെടണമല്ലോ'

'അതിനെന്താ..'

നഗര ഹൃദയത്തിലെ ഒരു കുഞ്ഞു വീട്ടിലാണ് സേവി താമ സിക്കുന്നത്. വീടിനോട് ചേർന്ന് പ്രധാന പാതയിലേക്ക് തുറക്കുന്ന ഒരു നീളൻ മുറിയുണ്ട് സേവിക്ക്. അലക്സ് കോർണർ എന്ന പേരിൽ. മുറിയുടെ ഒരുവശത്ത് നിറയെ പുസ്തകങ്ങൾ. പുസ്തക ശാലകളിൽ ലഭിക്കാത്ത അപൂർവങ്ങളായ പുസ്തകങ്ങളുടെ ശേഖരം. ആർക്കും അവിടെ വന്നിരുന്ന് സൗജന്യമായി പുസ്ത കങ്ങൾ വായിക്കാം. കോഫീ മെഷീനിൽ നിന്ന് തുച്ഛമായ പണത്തിന് ചായയോ കാപ്പിയോ കുടിക്കാം. കഥകളും സംഗീതവും നാടകവും അവതരിപ്പിക്കാനുള്ള സ്ഥലം അതിനോട് ചേർന്ന്.

വലതുവശത്തുള്ള സേവിയുടെ ചെറിയ മുറിയിൽ ആർക്കും എപ്പോളും കടന്നുവരാം. വരുന്നവരുടെ സങ്കടങ്ങളും വിഷമങ്ങളും കേൾക്കാൻ, അവരെ ആശ്വസിപ്പിക്കാൻ കണ്ണും കാതും കൂർപ്പിച്ച് സേവി എന്നും അവിടെ ഉണ്ടാകും.

മേരിക്കുഞ്ഞ് കോഫീ ചുണ്ടോടടുപ്പിച്ചു.

'അവരുടെ വിഷമങ്ങൾ കേട്ടിട്ട് നീ എന്തുചെയ്യും?'

'ഒന്നും ചെയ്യാനില്ല. എന്തെങ്കിലും ചെയ്യണമെന്നും അവർക്കില്ല.

അവരുടെ വിഷമങ്ങൾ വെറുതെ കേട്ടിരിക്കാൻ മാത്രം ഒരാൾ ഉണ്ടായാൽ മതി. അങ്ങിനെ ഒരാളുണ്ടെങ്കിൽ തീരാവുന്നതേയുള്ളു അവരുടെ തൊണ്ണൂറു ശതമാനം പ്രശ്നങ്ങളും. പക്ഷെ, അതിനു പോലും അവർക്ക് ആരുമില്ല'.

വിഷമങ്ങൾ പങ്കുവച്ച് കരഞ്ഞ് കണ്ണുതുടച്ച് അവർ മടങ്ങിപ്പോകും. പ്രായം ചെന്ന അമ്മമാർ. ഒറ്റക്കായിപ്പോയ പെങ്ങന്മാർ. എല്ലാവരും ഉണ്ടായിട്ടും അനാഥരായി ജീവിക്കുന്ന ജന്മങ്ങൾ. സങ്കടങ്ങൾ കേൾക്കാൻ ആരുമില്ലാത്ത അനേകർ.

വാതിലിനരികിൽ ഒരു പെട്ടി വച്ചിട്ടുണ്ട്. താല്പര്യമുള്ളവർക്ക് അതിൽ ഇഷ്ടമുള്ള പണം ഇടാം. മിക്കവാറും ആ പെട്ടി നിറഞ്ഞു കവിയും.

പതിനാറാം വയസിൽ സേവിയുടെ അപ്പൻ മരിച്ചു. രണ്ടു വർഷം മുൻപ് അമ്മച്ചിയും. അമ്മച്ചിയുടെ മരണത്തെക്കുറിച്ചു പറഞ്ഞപ്പോൾ സേവിയുടെ കണ്ണുനിറഞ്ഞത് പോലെ തോന്നി. തലകുനിച്ചിരുന്ന് അവൻ ഒരു കവിൾ കോഫീ കുടിച്ചു. അന്തരീക്ഷം ഒന്ന് ഉഷാറാക്കാൻ മേരിക്കുഞ്ഞ് വിഷയം മാറ്റാൻ ശ്രമിച്ചു.

'നീയെന്നെ തിരിച്ചറിയുമെന്ന് ഒട്ടും കരുതിയില്ല.'

'തോള് ചരിച്ചുള്ള നിന്റെ മോഹൻലാൽ നടത്തം കണ്ടപ്പോളാണ്...'

'ആരെയും മയക്കുന്ന നിന്റെ സുഹാസിനിച്ചിരിക്കും ഒരു മാറ്റവുമില്ല'.

ചിരിച്ചപ്പോൾ മേരിക്കുഞ്ഞിന്റെ നുണക്കുഴി തെളിഞ്ഞു. അവളുടെ ചിരി കണ്ടപ്പോൾ പെട്ടെന്ന് ഓർത്തത് പോലെയാണ് സേവി തന്റെ തുണിബാഗിൽ കയ്യിട്ടത്. അയാൾ ബാഗിൽ നിന്ന് എന്തോ എടുത്ത് മേരിക്കുഞ്ഞു കാണാതെ മുഷ്ടിക്കുള്ളിലാക്കി അവൾക്ക് നേരെ നീട്ടിപ്പിടിച്ചു.

'ഒരു മാജിക്ക് കാണിക്കട്ടെ?'

'ഓ.. പഴയ തട്ടിപ്പൊന്നും ഇപ്പോളും നിറുത്തിട്ടില്ല അല്ലേ?'

മേരിക്കുഞ്ഞ് മുഖം കോട്ടിക്കൊണ്ട് സേവിയുടെ മുഷ്ടി വിടർത്താൻ ശ്രമിച്ച് പരാജയപ്പെട്ടു.

'തോറ്റു, നീ തന്നെ പറയു'

സേവി കൈവെള്ള വിടർത്തി.

അവന്റെ കൈവെള്ളയിലേക്ക് നോക്കിയ മേരിക്കുഞ്ഞിന്റെ മുഖം അത്ഭുതം കൊണ്ടും സന്തോഷംകൊണ്ടും വിടർന്നു. അവൾ ചാടിയെണീറ്റു.

'ഇതെവിടന്ന് കിട്ടി?'

നാല്

സേവിയുടെ കൈവെള്ളയിലിരുന്ന് ഒരു കുഞ്ഞു സ്വർണ്ണ ക്കൊലുസ് ചിപ്പിക്കുള്ളിലിരിക്കുന്ന പൊൻമുത്ത് പോലെ തിളങ്ങി.

അവന്റെ കൈവെള്ളയിലേക്കുതന്നെ നോക്കിനിന്ന മേരി ക്കുഞ്ഞിന്റെ മഷിയെഴുതിയ നയനങ്ങൾ വൈഡൂര്യം പോലെ മിന്നി. ആഹ്ലാദം കൊണ്ട് അവളുടെ ഹൃദയം സൂര്യനെപ്പോലെ പ്രകാശിച്ചു.

കൊലുസെടുത്ത് ഉള്ളം കയ്യിൽ വച്ച് അവൾ സൂക്ഷ്മമായി പരിശോധിച്ചു. ചെറിയൊരു വസ്തു അതീവകണിശമായി വിശക ലനം ചെയ്യുന്ന ജാഗ്രതയോടെ. വിശ്വാസം വരാത്തതുപോലെ പലവട്ടം തിരിച്ചും മറിച്ചും.

'ഇതെന്റെ തന്നെ. ഇതെവിടെന്ന് കിട്ടി? സേവീ.. ഇതെവിടെന്ന് കിട്ടിയെടാ?'

അവിശ്വസനീയമായ ഒരു ശബ്ദം അവളിൽ നിന്ന് ഉത്ഭവിച്ചു. മേരിക്കുഞ്ഞിന്റെ ചോദ്യത്തിന് പക്ഷെ, സേവി മറുപടി പറഞ്ഞില്ല. അവളുടെ തുടുത്ത മുഖത്ത് അൽപാൽപമായി രൂപപ്പെട്ടു വന്ന ഭാവമാറ്റങ്ങളെ കൗതുകം നിറഞ്ഞ പുഞ്ചിരിയോടെ നോക്കിയി രിക്കുക മാത്രം ചെയ്തു.

മേരിക്കുഞ്ഞിന് ആദ്യമായി മമ്മി നൽകിയ ആഭരണമായി രുന്നു അത്. അവൾക്ക് ലഭിച്ച ആദ്യത്തെ സമ്മാനം. അതിനാൽ തന്നെ അത്രയും പ്രിയപ്പെട്ടത്.

ആദ്യമായി കൊതിച്ചത് ഈ കൊലുസിനു വേണ്ടിയായി രുന്നു. കുഞ്ഞുഹൃദയം ആദ്യമായി നുറുങ്ങിയതും ഈ കൊലുസ് നഷ്ടപ്പെട്ടതിനെക്കുറിച്ച് ആലോചിച്ചിട്ടായിരുന്നു.

മലയടിവാരത്തിലുള്ള കുഞ്ഞു ടൗണിലെ ഭട്ടിന്റെ സ്വർണ്ണക്ക ടയിൽ കൊലുസ് വാങ്ങാൻ മമ്മിയുടെ ഒപ്പം അവളും പോയിരുന്നു.

അന്നവൾ സ്കൂൾ വിട്ട് ഓടിയാണ് വീട്ടിലെത്തിയത്. പെരു വിരലിൽ നിന്നുകൊണ്ടാണ് മമ്മി ഉണ്ടാക്കിയ ഇലയടയും ചായയും കഴിച്ചത്. ഭട്ടിന്റെ സ്വർണക്കടയിലെത്താൻ അവളുടെ ഹൃദയം തിരക്കു കൂട്ടുകയായിരുന്നു.

ഒരുമിച്ചിറങ്ങിയിട്ടും അവൾ മമ്മിക്ക് മുൻപേ ഓടുക യായിരുന്നു. ആകാശം നാണത്താൽ തുടുത്തു നിന്നിരുന്നു. ഞാവലും ചാമ്പമരവും പരസ്പരം ഇലക്കൈകൾ തൊട്ട്

കുശലം പറഞ്ഞു നിന്നിരുന്നു. തലയനക്കുമ്പോൾ ആടുന്ന ജിമിക്കിക്കമ്മലുകൾ പോലെ ചുവന്ന ചാമ്പക്കകൾ കാറ്റിലാടി. തേൻവരിക്കക്കൊമ്പിലിരുന്ന് കുയിലുകൾ പേരറിയാത്ത ഏതോ രാഗം മൂളി.

സ്വർണ്ണക്കടയുടെ മുന്നിൽ എത്തിയിട്ടും കടയിലേക്ക് നടന്നെത്താൻ വൈകുന്ന മമ്മിയെ അക്ഷമ നിറഞ്ഞ കണ്ണുകളോടെ അവൾ നോക്കി നിന്നു.

തീപ്പെട്ടിക്കൂടിന്റെ മാത്രം വലിപ്പമുള്ള, ഗ്രാമത്തിലെ ഒരേയൊരു സ്വർണ്ണക്കട. കുമ്മായമടർന്ന മതിലിൽ ചാരിവച്ച മരപ്പാളികളിൽ നിന്ന് മാഹാളികൾ തല നീട്ടി. കട അടക്കാനുള്ള മരപ്പാളികളാണ്. ഏറ്റവും മുകളിലത്തെ മരപ്പാളിയുടെ മദ്ധ്യത്തിൽ ചോക്ക് കൊണ്ട് ആറ് എന്നെഴുതി വട്ടം വരച്ചിരിക്കുന്നു. സമീപത്ത് ആനയുടെ തോട്ടിപോലെ നീളമുള്ള അറ്റം വളഞ്ഞ കറുത്ത ഇരുമ്പുകമ്പി.

കിതച്ചു നടന്നെത്തിയ മമ്മിയുടെ കൂടെ മേരിക്കുഞ്ഞ് അകത്തേക്ക് കയറി.

ചില്ലുമേശക്കപ്പുറം ഇരുന്ന് എന്തോ എഴുതുകയായിരുന്ന പതിവിൽ ക്കവിഞ്ഞ നീളൻ മുഖമുള്ള ഭട്ട് തലയുയർത്തി ജാൻസിയെ നോക്കി. ചുവപ്പും നീലയും മഞ്ഞയും നിറമുള്ള ചരടുകൾ കെട്ടിയ അയാളുടെ ഇടത്തെകൈ ചില്ലുമേശയിൽ അലസമായി വിശ്രമിച്ചിരുന്നു. ചെമ്പിച്ച രോമങ്ങൾ നിറഞ്ഞ തടിയൻ കൈ, ഒരു കരടിയുടെ കൈ പോലെ തോന്നിച്ചു. ലോകത്തോട് മുഴുവൻ ഒരു പുച്ഛമുണ്ട് എപ്പോളും അയാളുടെ നീളൻ മുഖത്ത്. ജീവിതത്തോട് ആകെക്കൂടിയൊരു നിർമമതയുള്ള ചലനങ്ങളും സംസാരവും. മുറുക്കാൻ വായുടെ ഒരുവശത്തേക്ക് ഒതുക്കിയപ്പോൾ കവിളിൽ ഒരു മുഴ രൂപപ്പെട്ടു. ഭട്ട് ചോദിച്ചു. ഒന്നിലും ഒരു താല്പര്യവുമില്ലാത്ത ശബ്ദത്തിൽ.

'ന്താ വേണ്ടത്..?'

'മോൾക്ക് കാലിലിടാൻ ഒര് കൊലുസ്.'

കയറിവന്നത് അനാവശ്യ സമയത്തായിപ്പോയി എന്ന മുഖഭാവത്തോടെ അയാൾ എഴുന്നേറ്റു. വാടിയ മഞ്ഞപേരക്കയുടെ നിറമുള്ള മുഖം താഴ്ത്തി മേശയുടെ പൊടിപിടിച്ച ചില്ലുമൂടി തുറന്ന് കൊലുസുകൾ സൂക്ഷിച്ചിരുന്ന ചതുരൻ തട്ട് എടുത്ത് ജാൻസിയുടെ മുന്നിലേക്ക് നീക്കിവച്ചു. നെറ്റിയിൽ ഒരറ്റം മുതൽ മറ്റേ അറ്റം വരെ വരച്ചിരുന്ന നീളൻ ഭസ്മക്കുറിയുടെ ഇടതുഭാഗം അടർന്ന് ചില്ലിൽ വീണത് മന്തൻ വിരലുകളാൽ തൂത്തുകളഞ്ഞു. മുറുക്കാൻ നിറച്ച വായ ഒരു അരപ്പുയന്ത്രം പോലെ നിറുത്താതെ

പ്രവർത്തിച്ചു.

അഞ്ചോ ആറോ വ്യത്യസ്തങ്ങളായ കൊലുസുകൾ ഉണ്ടായിരുന്നു തട്ടിൽ. ഓരോ കൊലുസിനെയും നോക്കിയപ്പോൾ മേരിക്കുഞ്ഞിന്റെ കണ്ണുകളിൽ നക്ഷത്രപ്പൂവുകൾ പൂത്തു.

'നോക്കി എടുത്തോ പെണ്ണേ..'

മമ്മിയുടെ കണ്ണുകളിൽ തിരയടിക്കുന്ന വാത്സല്യം.

മണിക്കൂറുകളോളം ഓരോന്നും എടുത്ത് ചാഞ്ഞും ചരിഞ്ഞും കാലിൽ ഇട്ടുനോക്കിയും മേരിക്കുഞ്ഞ് അവൾക്ക് ഇഷ്ടപ്പെട്ട കൊലുസ് തിരഞ്ഞെടുക്കുകയായിരുന്നു.

കൊലുസ് നഷ്ടമായ ആ ദിവസം അവൾക്ക് ഇന്നലത്തെപ്പോലെ ഇന്നും ഓർമയുണ്ട്.

പിറ്റേ ദിവസം സ്കൂളിലെ കൂട്ടുകാരെ കാണുന്നതിനേക്കാൾ മേരിക്കുഞ്ഞിനെ സന്തോഷിപ്പിച്ചത് പുത്തൻ കൊലുസണിഞ്ഞ് സ്കൂളിൽ പോകാം എന്നതാണ്.

രാവിലെ തന്നെ സേവിയുടെ ഒപ്പം സ്കൂളിലേക്ക് പോകാൻ ഇറങ്ങിയതായിരുന്നു.

ഒറ്റയടിപ്പാത കഴിയുന്നതിനു മുന്നേ തന്നെ രണ്ടാം ബെല്ലടിക്കുന്നത് കേട്ടു. ഇനിയൊരു മൊട്ടക്കുന്ന് കയറിയിറങ്ങി തേനരുവി മുറിച്ചു കടന്ന് പിന്നെയും ഓടണം. മൂന്നാം ബെല്ലിനു മുൻപ് ചെന്നില്ലെങ്കിൽ വിജയലക്ഷ്മി ടീച്ചർ...

സേവി ഓടാൻ തുടങ്ങിയിരുന്നു. പിന്നാലെ സർവ്വശക്തിയുമെടുത്ത് മേരിക്കുഞ്ഞും.

'സേവീ.. പോകല്ലേ.. ഞാൻ കൂടി..'

കുന്നിറക്കത്തിലെ ഓട്ടത്തിനിടയിൽ എവിടെയോ ആയിരിക്കണം കൊലുസ് കാലിൽ നിന്ന് വേർപെട്ടു പോയത്. കുറേ നോക്കിയിട്ടും കണ്ടെത്താനാവാതെ വന്നപ്പോൾ മേരിക്കുഞ്ഞ് സങ്കടവും നിരാശയും സഹിക്കാനാവാതെ കരയാൻ തുടങ്ങി. മുത്തുമണികൾ പോലെ അവളുടെ മിഴികളിൽ നിന്ന് കണ്ണുനീർ ഉതിർന്നുവീണു.

സേവി എന്തു ചെയ്യണമെന്നറിയാതെ പരിഭ്രമിച്ചു നിന്നു. തലയ്ക്ക് മുകളിൽ ആകാശം കറുത്തിരുണ്ടു വരുന്നത് അവൻ അറിഞ്ഞു. തേനരുവിക്കപ്പുറത്തു നിന്ന് ഇടിവെട്ടുന്നതിന്റെ ശബ്ദം.

മൂന്നാം മണിയടിക്കുന്നു. അവന്റെ ചിന്തയിൽ വിജയലക്ഷ്മി ടീച്ചറുടെ കോപം കൊണ്ട് ചുവന്ന കണ്ണുകൾ. സീൽക്കാരത്തോടെ ഉയരുകയും താഴുകയും ചെയ്യുന്ന തടിയൻ ചൂരൽ.

മേരിക്കുഞ്ഞിന്റെ കരച്ചിൽ കൂടുതൽ ഉച്ചത്തിലായപ്പോൾ

സേവി പറഞ്ഞു.

'നീ സ്കൂളിലേക്ക് പൊക്കോളൂ. കൊലുസ് ഞാൻ എങ്ങിനെയെങ്കിലും നോക്കികൊണ്ടുവരാം.'

പോകാൻ മനസുണ്ടായിരുന്നില്ലെങ്കിലും സേവിയുടെ സ്നേഹപൂർണമായ നിർബന്ധത്തിനു വഴങ്ങി മേരിക്കുഞ്ഞ് സ്കൂളിലേക്ക് ഓടി.

വിജയലക്ഷ്മി ടീച്ചർ പഠിപ്പിക്കാൻ തുടങ്ങിയിരുന്നു. ക്ലാസ് മുറിയുടെ കുറുകെ നടന്ന് പഠിപ്പിച്ചിരുന്ന ടീച്ചർ ഓടി വരുന്ന മേരിക്കുഞ്ഞിനെ കണ്ട് ഒരു നിമിഷം നിന്നു. വിരലുകൾക്കിടയിൽ വിടർത്തിപ്പിടിച്ചിരുന്ന പുസ്തകം ശബ്ദത്തോടെ അടച്ച് മേശപ്പുറത്തേക്കെറിഞ്ഞു. ഒരു വിമാനം ഇടിച്ചിറങ്ങിയത് പോലെ പുസ്തകം മേശപ്പുറത്തു വീണു. മേശയിൽ നിന്ന് ചോക്കു പൊടികൾ പറന്നുയർന്നു.

മേരിക്കുഞ്ഞ് ശരീരമാസകലം തളർന്ന് ക്ലാസിന്റെ വാതിൽക്കൽ നിന്നു. ഒരു ദിവസം മുഖം വടിച്ചില്ലെങ്കിൽ മുഖത്ത് ആണുങ്ങളെപ്പോലെ രോമങ്ങൾ വളരുന്ന വിജയലക്ഷ്മി ടീച്ചർ അവളെ ചുവന്ന കണ്ണുകൾ കൊണ്ട് രൂക്ഷമായി നോക്കി. കയ്യിലിരുന്ന തടിയൻ ചൂരൽ വടി എന്താ താമസിച്ചത് എന്ന് ചോദിച്ചു.

'കേറി വാടീ...'

മനസ് മുഴുവൻ കൊലുസിനൊപ്പം കളഞ്ഞു പോയിരുന്നത് കൊണ്ട് തുടയിൽ നാലഞ്ച് അടി കിട്ടിയത് അവൾ അറിഞ്ഞില്ല. ഓടിപ്പോയി ബെഞ്ചിൽ ഇരുന്നു. വലതുവശത്തിരുന്നിരുന്ന രാജിയും ഇടതുവശത്തെ മീരയും വികൃതമായ അക്ഷരങ്ങളിൽ എന്തൊക്കെയോ എഴുതിയ നോട്ടുപുസ്തകത്തിന്റെ പേജ് തുറന്നുവച്ചിരുന്നു. പുസ്തകത്താളിന്റെ നടുവിൽ അടയാളം വെച്ച മീരയുടെ ചുവപ്പും കറുപ്പും നിറങ്ങളുള്ള പെൻസിൽ.

മേരിക്കുഞ്ഞിന്റെ ബെഞ്ചിൽ ഇരുന്നാൽ സ്കൂളിലേക്കുള്ള വഴിയുടെ അറ്റം കാണാമായിരുന്നു. സ്കൂൾ മുറ്റത്തിന്റെ അറ്റം. അവിടെയാണ് മേരിക്കുഞ്ഞിന്റെ വീട്ടിൽ നിന്നാരംഭിക്കുന്ന ഒറ്റയടിപ്പാത അവസാനിക്കുന്നത്.

അവൾ ബാഗ് തുറന്ന് നോട്ടുപുസ്തകവും പെൻസിലും റബറും എടുത്ത് ഡെസ്കിൽ വച്ചു. സുഗന്ധമുള്ള ചുവപ്പും വെള്ളയും നിറങ്ങളുള്ള റബ്ബർ എടുത്ത് രാജി മൂക്കിൽ വാസനിച്ചു.

പക്ഷെ, മേരിക്കുഞ്ഞിന്റെ മനസ് അവിടെയെങ്ങും ആയിരുന്നില്ല. അതപ്പോഴും മലയടിവാരത്തിലെവിടെയോ കാട്ടുചെടികൾക്കിടയിൽ വീണു കിടക്കുകയായിരുന്നു.

ഇരുന്നിട്ടും ഇരുന്നിട്ടും മേരിക്കുഞ്ഞിന് ഇരിപ്പുറക്കുന്നില്ല. ടീച്ചർ പഠിപ്പിക്കുന്നത് എഴുതിയിട്ടും എഴുതിയിട്ടും ശരിയാവുന്നില്ല. കണ്ണുകൾ വഴിയുടെ അറ്റത്തേക്ക് ഒരു നീരാളിയെപ്പോലെ അവളെ വലിച്ചുകൊണ്ടു പോകുന്നു.

'ആൻ മരിയ, നിന്റെ ബെഞ്ചിലെന്താ മുള്ളു തറച്ചിട്ടുണ്ടോ?'

പഠിപ്പിക്കുന്നതിനിടയിൽ ടീച്ചർ അവളെ നോക്കി ദേഷ്യം കൊണ്ട് വിറച്ചു.

എന്നിട്ടും മലയടിവാരത്തിൽ നിന്ന് സ്കൂളിലേക്കെത്തുന്ന ഒറ്റയടിപ്പാതയിലേക്ക് അവളുടെ കണ്ണുകൾ നീണ്ടുനീണ്ടു കിടന്നു.

വഴിയുടെ അറ്റത്ത് പൊട്ടുപോലൊരു രൂപം പ്രത്യക്ഷപ്പെട്ടപ്പോൾ അവൾ ആഹ്ലാദം കൊണ്ടു. പക്ഷെ അത് സേവിയല്ലെന്നറിഞ്ഞ് നിരാശയുടെ പൊന്തക്കാട്ടിലേക്ക് വലിച്ചെറിയപ്പെട്ടു.

പ്യൂൺ ഉലകേശൻ ഹെഡ്മാസ്റ്റർക്കുള്ള ചായയും കടിയുമായി വരുകയാണ്. ഇരുട്ടിൽ റാന്തൽ കത്തിച്ചു പിടിച്ചിരിക്കുന്നത് പോലെ അയാൾ ഇടത്തെ കയ്യിൽ പച്ചനിറമുള്ള ഫ്ളാസ്ക് പിടിച്ചിരിക്കുന്നു. വലത്തേ കയ്യിൽ പേപ്പറിൽ പൊതിഞ്ഞ മുളകുവടയോ പഴം പൊരിയോ ആയിരിക്കണം. ക്ലാസിന് നേരെ നടന്നുവന്ന് അയാൾ തിരിഞ്ഞ് ഹെഡ് മാസ്റ്ററുടെ മുറിയിലേക്ക് കയറിപ്പോയി.

ഭൂമിയുടെ അറ്റത്തേക്ക് നോക്കുന്നത് പോലെ മേരിക്കുഞ്ഞ് വീണ്ടും വഴിയുടെ അറ്റത്തേക്ക് നോക്കിയിരുന്നു. ആ വഴിയുടെ തുമ്പത്തുനിന്ന് ഏതു നിമിഷവും സേവി അവളുടെ കൊലുസുമായി പ്രത്യക്ഷപ്പെടും.

പക്ഷെ പ്രകൃതി അവളുടെ പ്രതീക്ഷയുടെ മേൽ ശക്തമായ പ്രഹരം ഏൽപ്പിച്ചു. ഇടിവെട്ടി മഴ പെയ്യാൻ തുടങ്ങി. ആകാശത്ത് കൊള്ളിമേഘങ്ങൾ തലങ്ങും വിലങ്ങും പാഞ്ഞു.

'ദേവേന്ദ്രൻ യുദ്ധം ചെയ്യുകയാണ്.'

രാജി മേരിക്കുഞ്ഞിന്റെ ചെവിയിൽ പറഞ്ഞു. അവളുടെ സ്വരത്തിൽ ഭയം കൂടുകൂട്ടിയിരിക്കുന്നു.

അതിശക്തമായ കാറ്റ് സ്കൂളിന്റെ ഓല മേൽക്കൂരയെ എടുത്തുകൊണ്ടു പോകുമെന്ന് തോന്നിച്ചു. സ്കൂൾ അതിർത്തിയിൽ നിന്ന വട്ടമരങ്ങൾ നിലം തൊട്ടു. ക്ലാസ് മുറിയുടെ ദുർബലമായ, വിണ്ടുകീറിയ മരച്ചുമരുകളെ തുളച്ചുകൊണ്ട് ഇടിമിന്നൽ കുട്ടികളെ തേടി വന്നു. ടീച്ചർ വല്ലാതെ ഭയന്നെന്ന് തോന്നി. പുസ്തകം അടച്ചുകയ്യിൽ പിടിച്ച് പുറത്തേക്കു നോക്കി നിന്നു.

സ്കൂൾ മുറ്റത്തിന്റെ ഏറ്റവും അറ്റത്ത്, മലകൾ നിരന്നു

നിൽക്കുന്നിടത്ത് ദീർഘ വാചകത്തിന്റെ അറ്റത്തു ചാർത്തിയ ബിന്ദു പോലെ സേവി പ്രത്യക്ഷപ്പെടുന്നത് കോരിച്ചൊരിയുന്ന മഴ സൃഷ്ടിച്ച മറയ്ക്കിടയിലൂടെ മേരിക്കുഞ്ഞ് കണ്ടു. തീർത്തും അവ്യക്തമായ കാഴ്ചയായിരുന്നിട്ടും അത് സേവി തന്നെയെന്ന് അവൾക്ക് ഉറപ്പായിരുന്നു. മേരിക്കുഞ്ഞ് ഉള്ളിൽ കരഞ്ഞു.

'കർത്താവേ എന്റെ കൊലുസ്....'

നനഞ്ഞൊട്ടിയ വസ്ത്രങ്ങളും പുസ്തകങ്ങളുമായി സേവി ക്ലാസിന്റെ വാതിൽക്കൽ പ്രത്യക്ഷപ്പെട്ടു. വാളുപോലൊരു വെള്ളിടി മിന്നൽ അവനു പിന്നിൽ വെട്ടി മടങ്ങിപ്പോയി. അവന്റെ ചോറു പാത്രത്തിൽ നിന്ന് മഴവെള്ളം പുറത്തേക്കൊഴുകിക്കൊണ്ടിരുന്നു. തലമുടി നനഞ്ഞൊലിച്ച് ഒട്ടിപ്പിടിച്ചിരുന്നു. അവനിലേക്ക് ശ്രദ്ധ തിരിച്ചപ്പോൾ വിജയലക്ഷ്മി ടീച്ചറുടെ ക്ഷൗരം ചെയ്യാൻ വിട്ടു പോയ താടി രോമങ്ങൾ ദേഷ്യം കൊണ്ട് വിറച്ചു.

'വന്നിരിക്കുന്നു നനഞ്ഞൊലിച്ച്.. ഇവിടെ വാടാ.'

സേവി അകത്തേക്ക് കയറി നിന്നു. അവന്റെ നനഞ്ഞ കാലുകളുടെ ചിത്രം റെഡ് ഓക്സൈഡ് ഇട്ട തറയിൽ പതിഞ്ഞു.

'നീട്ടടാ കൈ...'

സേവി നിശബ്ദനായി കൈ നീട്ടി. ടീച്ചറുടെ ചൂരൽ ആകാശത്തേക്കുയർന്നു. തവള പ്രകാശൻ ഭയം കൊണ്ട് കണ്ണുകൾ ഇറുക്കിയടച്ചു. ചൂരൽ ഒരു പാമ്പിന്റെ സീൽക്കാരത്തോടെ മുകളിലേക്കും താഴോട്ടും ചാടുന്ന ഒച്ച മാത്രം അവൻ കേട്ടു. മീര പേടിച്ച് മേരിക്കുഞ്ഞിന്റെ തോളിലേക്ക് ചാഞ്ഞു, സേവിയുടെ നനഞ്ഞ കൈവെള്ളയിൽ ചൂരലിന്റെ ചുവന്ന പാടുകൾ പ്രത്യക്ഷപ്പെട്ടു.

എത്ര അടി കിട്ടിയിട്ടും സേവിയുടെ മുഖത്ത് ഒരു ഭാവഭേദവുമില്ല. പക്ഷെ ഓരോ അടിയും ഏറ്റുവാങ്ങി മേരിക്കുഞ്ഞിന്റെ ഹൃദയം മുറിഞ്ഞ് ചോരയിറ്റി. ആ നിമിഷത്തിൽ അവൾക്ക് വിജയലക്ഷ്മി ടീച്ചറോട് അതികഠിനമായ വെറുപ്പ് തോന്നി.

അടിച്ചിട്ടും അടിച്ചിട്ടും ദേഷ്യം തീരാതെ ടീച്ചർ അവനെ ക്ലാസ് അവസാനിക്കുന്നത് വരെ ഡെസ്കിന്റെ മുകളിൽ കയറ്റി നിർത്തി. ഒരുകൂട്ടം കണ്ണുകൾ കാരുണ്യത്തോടെ അവനെ നോക്കി. എത്ര അടക്കിവെക്കാൻ ശ്രമിച്ചിട്ടും മേരിക്കുഞ്ഞിന്റെ കണ്ണുകൾ നിറഞ്ഞുതുളുമ്പിക്കൊണ്ടിരുന്നു.

സേവിയുടെ ട്രൗസറിന്റെ തുമ്പിൽ നിന്ന് ഒഴുകിയിറങ്ങിയ മഴവെള്ളം ചാലായി ഒഴുകി മേരിക്കുഞ്ഞിന്റെ കാലടികളെ നനച്ചു. മേരിക്കുഞ്ഞ് കണ്ണുകൾ കൊണ്ട് സേവിയോട് ചോദിച്ചു.

'കൊലുസ് കിട്ടിയോ?'

അഞ്ച്

'കിട്ടിയില്ല.'

വാടിയ പൂ പോലെ ഡെസ്കിൽ വിളറിനിന്ന സേവി കണ്ണുകൾ കൊണ്ടുതന്നെ മറുപടി നൽകി. അവന്റെ കൺതടങ്ങൾ കടുത്ത നിരാശയുടെ നിഴൽ വീണു കറുത്തിരുണ്ടിരുന്നു.

മേരിക്കുഞ്ഞിന്റെ ഹൃദയാന്തരാളം വേദനയുടെ കൂർത്ത മുള്ളു കൊണ്ട് മുറിഞ്ഞു ചോര വാർന്നു.

അവൾക്ക് ക്ലാസിൽ അല്പം പോലും ശ്രദ്ധിക്കാനായില്ല. വിജയലക്ഷ്മി ടീച്ചറാവട്ടെ, തുടരെത്തുടരെ ചോദ്യങ്ങൾ ചോദിച്ച് അവളെ പരീക്ഷിച്ചു. ഉത്തരം പറയാത്തതിന് എഴുന്നേൽപ്പിച്ചു നിറുത്തി കൈവെള്ളയിൽ അടിച്ചു. ഒരു വേദനയും അവൾ അറിഞ്ഞില്ല. അടികൊണ്ട് കൈപ്പത്തി ചുവന്നിട്ടും എല്ലാ തല്ലും ശില പോലെ നിന്നു കൊണ്ടു. ബധിരയെപ്പോലെ നിന്ന് വഴക്കുകൾ കേട്ടു. മീര അവളെ തോണ്ടി ചെവിയിൽ ചോദിച്ചു.

'നിനക്കിന്ന് എന്തുപറ്റി ആൻ മരിയ? '

സേവിയാണെങ്കിൽ ക്ലാസ് വിടുന്നതുവരെ ഡെസ്കിനു മുകളിൽ ഒരേ നില്പു നിന്നു. തണുത്തൊട്ടിയ വസ്ത്രങ്ങൾ അവനെ വിറപ്പിക്കുന്നുണ്ടായിരുന്നു.

സ്കൂൾ വിടാറായപ്പോഴേക്കും മഴ മാറി മുറ്റത്ത് വെയിൽ പരന്നിരുന്നു. സൂര്യൻ സ്കൂൾ മുറ്റത്തെയും നനഞ്ഞുകുതിർന്ന മരങ്ങളെയും വേഗത്തിൽ ഉണക്കി.

നാലുമണിയായപ്പോൾ പ്യൂൺ ഉലകേശൻ ചുറ്റികയുമായി വന്ന് സ്റ്റാഫ് റൂമിനു മുന്നിൽ തൂക്കിയിട്ടിരുന്ന മണിയിൽ ആഞ്ഞടിച്ച് സ്കൂൾ വിട്ടതായി പ്രഖ്യാപിച്ചു.

മണിയൊച്ച കുട്ടികളെ സ്കൂളിനു പുറത്തേക്കിട്ടു. പുസ്തകങ്ങളും ബഹളങ്ങളും മുറ്റത്തേക്ക് ചിതറി. സ്വാതന്ത്ര്യബോധമെന്ന മനുഷ്യന്റെ അടിസ്ഥാനവികാരത്തിന്റെ ആഘോഷം.

കൂടുതുറന്നുവിട്ട പക്ഷികളെ പോലെ കുട്ടികൾ സ്കൂൾ മുറ്റത്ത് ചിറകടിച്ചു പറന്നു. അനൂപും രാജേഷും മഴവെള്ളം കെട്ടിക്കിടന്ന കുഴികളിൽ കാലുകൾ കൊണ്ട് പരസ്പരം ദേഹത്ത് ചെളി വെള്ളം തെറിപ്പിച്ച് കളിച്ചു. പാർവതിയും മീരയും രാജിയും സുധയും സ്കൂൾ മുറ്റത്ത് പന്തലിച്ചു നിന്ന കാരയ്ക്ക മരത്തിനു താഴെ കാറ്റത്ത് ഉതിർന്നുവീണ കാരയ്ക്കകൾ പെറുക്കി.

ഒന്നിലും ഒരുത്സാഹവുമില്ലാതെ സേവി മുന്നിൽ നടന്നു. സ്കൂൾ മുറ്റം പതുക്കെ നടന്നുതീർത്ത് അവൻ ഒറ്റയടിപ്പാതയിലേക്ക് പ്രവേശിച്ചു. അവന്റെ മനസ് കൊലുസിന്റെ ചിന്തകളിൽ പമ്പരം പോലെ ചുറ്റിത്തിരിഞ്ഞു. അവനു പിന്നാലെ തല താഴ്ത്തി നടക്കുകയായിരുന്നു മേരിക്കുഞ്ഞ്. പുറത്തു വെയിൽ വിടർന്നിട്ടും അവളുടെ മനസ്സിൽ ആറാനകൾ ഒഴുകിപ്പോകുന്ന മഴ പെയ്യുന്ന തോറാന ദിനമായിരുന്നു. ആരൊക്കെയോ പിന്നിൽ നിന്ന് വിളിക്കുന്നത് അവൾ കേൾക്കുന്നുണ്ടായിരുന്നില്ല.

മലയടിവാരത്തിൽ എത്തിയപ്പോൾ സേവിയും മേരിക്കുഞ്ഞും കൊലുസു വീഴാൻ സാദ്ധ്യതയുള്ള എല്ലായിടവും വിശദമായി പരിശോധിച്ചു. ഒരിടത്തും കണ്ടില്ല.

കരഞ്ഞുകൊണ്ടാണ് മേരിക്കുഞ്ഞ് അവളുടെ വീട്ടിലേക്ക് കയറിയത്.

നിശബ്ദനായി തന്റെ വീട്ടിലേക്ക് കയറിയ മകന്റെ രക്ത പ്രസാദം നഷ്ടപ്പെട്ട മുഖം കണ്ട അമ്മച്ചി ചോദിച്ചു.

'എന്ത് പറ്റി സേവീ..?'

അവൻ അതിന് മറുപടി പറഞ്ഞില്ല മേരിക്കുഞ്ഞിന്റെ കണ്ണുനീർ അവന്റെ ഉള്ളിലെ ആരവങ്ങൾ കെടുത്തിക്കളഞ്ഞിരുന്നു.

കൊലുസു നഷ്ടപ്പെടുത്തിയതിന് മേരിക്കുഞ്ഞിനെ അവളുടെ മമ്മി തല്ലുകയും വഴക്കുപറയുകയും ചെയ്യുന്ന ശബ്ദം കേട്ട് നേരമിരുട്ടുന്നതു വരെ സേവി ചന്ത്രക്കാറൻ മാവിന്റെ ചുവട്ടിൽ നിന്നു. രാത്രിയായപ്പോൾ വട്ടമരത്തിന്റെ കുഞ്ഞുവേലി നൂണ്ടു കടന്ന് മേരിക്കുഞ്ഞിന്റെ മുറിയുടെ ചില്ലു ജനാലക്കൽ നോക്കി. പിന്നിലെ കുഞ്ഞുതോട്ടിൽ നിന്ന് നനച്ചു കൊണ്ടുവന്ന കൈകൾ കൊണ്ട് അഴുക്കുപിടിച്ച ജനാലപ്പാളികൾ തുടച്ചു വൃത്തിയാക്കി. കരഞ്ഞു തളർന്നുറങ്ങുന്ന മേരിക്കുഞ്ഞിനെ നോക്കി ഏറെ നേരം നിന്നു. അവളുടെ വിളറിയ കവിളുകളിൽ കണ്ണീർ ഒലിച്ചിറങ്ങി ഉണങ്ങിയ പാട്.

സേവി കപ്പുച്ചിനോയുടെ അവസാനത്തെ ഇറക്കും കുടിച്ച് ഗ്ലാസ് മേശപ്പുറത്ത് വച്ചു. വെയിറ്റർ കൊണ്ടുവന്ന ബില്ല് നോക്കി പോക്കറ്റിൽ നിന്ന് പണം എടുത്ത് ബില്ലിനൊപ്പം വച്ചു.

മേരിക്കുഞ്ഞിന് ഇപ്പോളും കൊലുസിന്റെ കൗതുകം വിട്ടൊഴിഞ്ഞിട്ടില്ല. ജിജ്ഞാസ നിറഞ്ഞു തുളുമ്പുന്ന ജലാശയം പോലെ അവളുടെ കണ്ണുകൾ.

മുടി രണ്ടുവശത്തേക്കും പിന്നിയിട്ട്, നീല റിബ്ബൺ കെട്ടിയ ഒരു അപ്പർപ്രൈമറിക്കാരിയുടെ കൗതുകം നിറഞ്ഞ മുഖം. വർദ്ധിച്ച

ആവേശത്തിൽ കൊലുസ് വീണ്ടും വീണ്ടും തിരിച്ചും മറിച്ചും നോക്കുകയാണ് അവൾ.

'ഇത് ഞാൻ എടുത്തോട്ടെ? '

'എടുത്തോളൂ'

കൊലുസ് തന്റെ ബാഗിന്റെ കുഞ്ഞിക്കള്ളിയിൽ ഭദ്രമായി സൂക്ഷിച്ചു വച്ച് ജിജ്ഞാസ വിട്ടൊഴിയാത്ത ശബ്ദത്തിൽ മേരിക്കുഞ്ഞ് വീണ്ടും അവനോട് ചോദിച്ചു.

'പക്ഷെ, ഇത് നിനക്ക് എങ്ങിനെ കിട്ടി?'

കൊലുസു നഷ്ടപ്പെട്ടതിന്റെ പിറ്റേന്ന് മുതൽ സേവി സമയം കിട്ടുമ്പോളെല്ലാം മലയടിവാരത്തിൽ പോയി കൊലുസു തിരയും. കാട്ടുചെടികളും പുല്ലുകളും വകഞ്ഞുമാറ്റി വീടു മുതൽ മലയടിവാരം വരെ പലവട്ടം നടക്കും. ആദ്യമൊക്കെ നിരാശയായിരുന്നു ഫലം. പക്ഷെ സേവി പിന്മാറാൻ തയ്യാറായിരുന്നില്ല. കൊലുസ് ഇവിടെത്തന്നെയുണ്ടെന്ന് അവനോട് അവന്റെ ഹൃദയം പറഞ്ഞുകൊണ്ടിരുന്നു. അവൻ പരിശ്രമിച്ചുകൊണ്ടും. മാസങ്ങൾ നീണ്ട നിരന്തര ശ്രമങ്ങൾ ഒരുനാൾ ഫലം കണ്ടു. സേവി കൊലുസു കണ്ടെത്തുക തന്നെ ചെയ്തു.

വേനലവധിക്ക് സ്കൂളടച്ചതിന്റെ നാലാം ദിവസമായിരുന്നു. ചുറുചുറുക്കുള്ള പ്രഭാതം. പ്രഭാതഭക്ഷണം കഴിച്ച് സേവി പതിവുപോലെ വീട്ടിൽ നിന്നിറങ്ങി. ഒറ്റയടിപ്പാതയുടെ ഇരുവശവുമുള്ള കുറ്റിച്ചെടികളും പൊന്തക്കാടുകളും ചികഞ്ഞ് കുറെ മുന്നോട്ട് നടന്നു. കുട്ടികൾ ഒന്നരക്കല്ല് എന്നു വിളിക്കുന്ന സാമാന്യം വലിയ പാറക്കല്ലിനു ചുവട്ടിലുള്ള മുക്കുറ്റിച്ചെടികളുടെ ഇടയിൽ സൂര്യപ്രകാശമേറ്റ് എന്തോ തിളങ്ങുന്നതു കണ്ട് ശ്രദ്ധിച്ചു.

മേരിക്കുഞ്ഞിന്റെ കൊലുസ്!

സേവിയുടെ ഉള്ളിൽ താഴ്വരപ്പള്ളിയുടെ പെരുന്നാൾ കൊടിയേറ്റത്തിന് ആകാശത്ത് പൊട്ടുന്ന വർണ്ണപ്പടക്കങ്ങൾ തുടരെത്തുടരെ പൊട്ടി. അടക്കാനാവാത്ത ആഹ്ലാദം കൊണ്ട് അവൻ ഒരു പുൽച്ചാടിയെപ്പോലെ തുള്ളിപ്പോയി. കൊലുസ് കയ്യിലെടുത്ത് തിരിച്ചും മറിച്ചും നോക്കി. അവളുടെ തന്നെ. അനേകദിവസങ്ങളുടെ മഴയിലും വെയിലിലും അതിന്റെ തിളക്കം മങ്ങിത്തുടങ്ങിയിരുന്നു.

മണ്ണിൽ പുതഞ്ഞു കണ്ണുകളടച്ചു കിടന്ന കൊലുസും കയ്യിൽ പിടിച്ച് നീളൻ ചിറകുകൾ വിടർത്തി പറക്കുന്ന പക്ഷിയെപ്പോലെ പറക്കുകയായിരുന്നു സേവി മേരിക്കുഞ്ഞിന്റെ വീട്ടിലേക്ക്. അവന്റെ തുടിക്കുന്ന ഹൃദയം അവനും രണ്ടുകാതം മുൻപേ പറന്നു.

ബദാം മരത്തിലിരുന്നു വിളിച്ച മാടത്തക്കിളിയെ സേവി കൊലുസ് ഉയർത്തിക്കാണിച്ചു.

വീട്ടുസാധനങ്ങൾ കയറ്റിപ്പോകുന്ന ഒരു ലോറിയുടെ ഭീമൻ ചക്രങ്ങൾ തന്റെ വഴിമുടക്കി നിൽക്കുന്നത് കണ്ട് സേവി ഓട്ടം നിറുത്തി.

ലോറിയുടെ കുഞ്ഞു വാതിലിനരികിൽ മേരിക്കുഞ്ഞിന്റെ ഡാഡി. ഡാഡിയുടെ മടിയിൽ ഇരിക്കുന്ന മേരിക്കുഞ്ഞിന്റെ പരിഭ്രമം നിറഞ്ഞ പാർശ്വഭാഗം. ലോറി നീങ്ങിപ്പോകുകയാണ്.

മേരിക്കുഞ്ഞിന്റെ വിടർന്ന കണ്ണുകൾ ആരെയോ തീക്ഷ്ണ മായി തിരയുന്നുണ്ട്. ലോറി നീങ്ങിപ്പോകുന്തോറും അവളുടെ പരിഭ്രമം വല്ലാതെ വർദ്ധിക്കുന്നുണ്ട്.

എന്താണ് സംഭവിക്കുന്നതെന്ന് മനസിലായില്ലെങ്കിലും സേവിക്ക് എന്തൊക്കെയോ മനസിലായെന്ന് തോന്നി. കൊലുസ് കയ്യിൽ പിടിച്ച് ഇളിഭ്യനെപ്പോലെ അവൻ മലമുകളിൽ നിന്നു. ലോറി മലയെ ഒരുവട്ടം ചുറ്റിയിറങ്ങുമ്പോൾ സേവി മേരിക്കു ഞ്ഞിന്റെ മുഖം വ്യക്തമായി കണ്ടു. അവൾ കരയുകയാണ്.

സൂര്യൻ ഉച്ചിയിൽ പെയ്യുന്നതു വരെ അങ്ങിനെ തന്നെ നിന്നതിന് ശേഷം അവൻ വീട്ടിലേക്ക് നടന്നു. പ്രകൃതി പെട്ടെന്ന് നിശബ്ദമായതു പോലെ തോന്നി. കിളികളും കാറ്റും വരെ തന്നെ ഒറ്റയ്ക്കാക്കി പോയിരിക്കുന്നുവെന്ന് അവൻ അറിഞ്ഞു.

വീട്ടിലെത്തിയപ്പോൾ അമ്മച്ചിയും അപ്പനും ചീമപ്പത്തലിൽ പിടിച്ച് അക്ഷമയോടെ അവനെ കാത്തു നിൽക്കുകയായിരുന്നു. തെങ്ങിൻ തടി വട്ടത്തിൽ വെച്ചുകെട്ടിയ പടി കവച്ചു കടന്നയുടനെ അമ്മച്ചി ചോദിച്ചു

'നീയെവിടെ പോയിരിക്കുവാരുന്നെടാ? അവൾ എത്ര നേരം നിന്നെ അന്വേഷിച്ചു. വല്യ കരച്ചിലാരുന്നു.'

സേവി ഒന്നും മിണ്ടാതെ തലകുനിച്ച് അകത്തേക്ക് കയറി പ്പോയി. ലോകം പെട്ടെന്ന് ഇരുട്ടായി പോയതു പോലെ അവനു തോന്നി. കിളികളും കാറ്റും മരങ്ങളും മനുഷ്യരുമില്ലാതെ ഈ ഭൂഗോളത്തിൽ താൻ മാത്രം ഒറ്റയായിപ്പോയതുപോലെ. അപ്പന്റെ ദീർഘ നിശ്വാസത്തിനു ശേഷമുള്ള തൊണ്ടവറ്റിയ ശബ്ദശകലം അവനെ തിരഞ്ഞു വന്നു.

'പാവം കുട്ടികൾ. അവർക്കെന്തറിയാം...'

ചന്ത്രക്കാറൻ മാവ് മാങ്ങ പൊഴിക്കുന്ന ശബ്ദം കേട്ടിട്ടും അവന് ഒരുത്സാഹവും തോന്നിയില്ല. കട്ടിലിൽ വെറുതെ കിടന്നു.

സേവിയും മേരിക്കുഞ്ഞും കോഫീ വേൾഡിൽ നിന്ന്

പുറത്തിറങ്ങി റെയിൽവേസ്റ്റേഷനിലേക്ക് നടന്നു. മേരിക്കുഞ്ഞ് സേവിയുടെ കൈ എടുത്ത് കൈവെള്ളയിൽ പരിശോധിച്ചു.

'എന്താടീ?'

'രാജലക്ഷ്മി ടീച്ചറുടെ തടിയൻ ചൂരലിന്റെ പാട് ഇപ്പോളും ഉണ്ടോന്നു നോക്കിയതാ.'

'അതൊക്കെ പോയി...'

'എന്റെയുള്ളിൽ ഇപ്പോളുമുണ്ട് ആ അടിയുടെ പാട്...'

അവൻ ചിരിച്ചു. അവളും. വഴിയരികിലെ പുസ്തക കച്ചവട ക്കാരനിൽ നിന്ന് സേവി ഒരു പുസ്തകം വാങ്ങി.

'മേരിക്കുഞ്ഞിന് വല്ലതും വേണോ? '

'ഇപ്പൊ വേണ്ട..'

മതിലിൽ ചാരി വെച്ചിരിക്കുന്ന പുസ്തകങ്ങളിലേക്ക് കണ്ണോ ടിച്ച് മേരിക്കുഞ്ഞ് പറഞ്ഞു. സേവി കയ്യെത്തിച്ച് ബാല്യകാലസഖി എടുത്തു.

'ഇത് വായിച്ചിട്ടുണ്ടോ മേരിക്കുഞ്ഞ്?'

'ഇല്ല.'

'ഇത് വായിക്കൂ.'

അവൻ പുസ്തകം അവളുടെ ബാഗിൽ നിക്ഷേപിച്ചു മുന്നോട്ടു നടന്നു. അവൾ നിശബ്ദയായി അവനെ അനുഗമിച്ചു.

പ്ലാറ്റ്ഫോമിൽ തിരക്ക് വർദ്ധിച്ചിരുന്നു. മുഖമോ രൂപമോ ഇല്ലാത്ത മനുഷ്യർ. അഥവാ, അവിടെ കണ്ട എല്ലാവർക്കും ഒരേ മുഖം. എത്തേണ്ടിടത്ത് വേഗം എത്താനുള്ള പെടപെടപ്പ്. വെപ്രാളം. സമയം കഴിഞ്ഞിട്ടും ട്രെയിൻ എത്താത്തതിന്റെ അക്ഷമ. സമയത്തിന് വീട്ടിലെത്തുമോയെന്ന അങ്കലാപ്പ്.

മേരിക്കുഞ്ഞ് വീണ്ടും തന്റെ തീസീസിനെക്കുറിച്ച് ഓർത്തു പോയി. ഉള്ളിൽ സദാ മിടിക്കുന്ന ഘടികാരം ചുമന്നു നടക്കുന്ന മനുഷ്യർ. മേലധികാരിയുടെ, കുടുംബത്തിന്റെ, സുഹൃത്തുക്കളുടെ, കസ്റ്റമേഴ്സിന്റെ അങ്ങിനെ പലരുടെയും വാച്ചിലെ സൂചികൾ ചിട്ടപ്പെടുത്തിയ യാന്ത്രിക ഓട്ടങ്ങൾ. സെക്കൻഡിന്റെ നൂറിൽ ഒരംശത്തിന് കൈവിട്ടുപോവുന്ന ബന്ധങ്ങൾ. ലക്ഷങ്ങൾ, കോടി കൾ. കൊതികൾ, അവസരങ്ങൾ. ഒരു സെക്കൻഡ് തെറ്റിയാൽ എല്ലാം കുഴങ്ങും എന്ന് അവിടെ നിൽക്കുന്ന ഓരോ മുഖങ്ങളും ഉറക്കെ വിളിച്ചു പറയുന്നുണ്ട്.

ഓരോ ട്രെയിനും ഓരോ നദികളാണെന്ന് മേരിക്കുഞ്ഞിന് തോന്നി. പ്ലാറ്റ്ഫോമിൽ നിൽക്കുന്ന മനുഷ്യരെ വൻചുഴിയിലെന്ന വണ്ണം വലിച്ചുകൊണ്ടു പോകുന്ന നദി. കടപുഴക്കിക്കൊണ്ടു

പോയ തടികൾ മണൽത്തിട്ടുകളിൽ നിക്ഷേപിച്ച് നദി അവിരാമം പ്രയാണം തുടരുന്നു. തലങ്ങും വിലങ്ങും കുറുകെയും നെടുകെയും പായുന്ന നദികൾ. ഈ നദികളുടെ ഫലഭൂയിഷ്ഠതയിൽ പുലരുന്ന എത്രയോ ജന്മങ്ങൾ.

മേരിക്കുഞ്ഞിനു പോകുവാനുള്ള ട്രെയിൻ നിമിഷങ്ങൾക്കുള്ളിൽ പ്ലാറ്റ്ഫോമിൽ എത്തിച്ചേരുമെന്ന് അറിയിപ്പ് വന്നു. ഉറങ്ങിയിരുന്നവർ ഉണർന്നുകഴിഞ്ഞു. ഫോണിൽ മുഴുകിയിരുന്നവർ തലയുയർത്തി അജ്ഞാത ലോകത്തിൽ ഉണർന്ന വിസ്മയക്കണ്ണുകളോടെ ചുറ്റും നോക്കി വാടിയ മുഖങ്ങളിൽ വിളർത്ത പ്രതീക്ഷകൾ. വലിയ കുമ്പകളുംവണ്ണവുമുള്ള ബാഗുകൾ പലയിടങ്ങളിലേക്കും നടന്നുനീങ്ങി.

മേരിക്കുഞ്ഞ് ഉത്തരേന്ത്യക്കാരിയെ നോക്കി. അവർ കയ്യിലെ ബാഗ് തലയിണയാക്കി മയക്കത്തിലാണ്. അവരുടെ ട്രെയിൻ ഇനിയും എത്തിയിട്ടില്ല.

മേരിക്കുഞ്ഞും സേവിയും തങ്ങളുടെ ഫോൺ നമ്പറുകൾ പരസ്പരം കൈമാറി. തങ്ങളുടെ കൂടിക്കാഴ്ചയ്ക്ക് ഇനി നിമിഷങ്ങളുടെ ആയുസ്സേ ഉള്ളു. സേവി വാച്ചിൽ നോക്കി. സെക്കൻഡ് സൂചി ഒരുവട്ടം കറങ്ങിവരാനുള്ള സമയം മാത്രം.

ട്രെയിൻ എത്തിക്കഴിഞ്ഞെന്ന ചിന്ത മേരിക്കുഞ്ഞിനെ അല്പം വിഷമിപ്പിച്ചെന്ന് തോന്നി. അവൾ വിഷാദത്തോടെ സേവിയെ നോക്കിനിന്നു. ജലാശയങ്ങൾ പോലെ സജലങ്ങളായ മിഴികളിൽ സേവി തന്റെ മുഖത്തെ കണ്ടെടുത്തു. അവൻ കൈകൾ കെട്ടി അവളെത്തന്നെ നോക്കി നിൽക്കുകയായിരുന്നു. പിരിയാനുള്ള വിഷമം മറച്ചുവെക്കാനെന്ന പോലെ അവളോട് പറയാൻ തുടങ്ങി.

അന്ന് മുതൽ ഈ കൊലുസ് എന്റെ ബാഗിൽ സൂക്ഷിക്കുകയായിരുന്നു, എന്നെങ്കിലും നിന്നെ കാണുമ്പോൾ ഇത് നൽകണമെന്നും ഒരുപാട് പ്രാവശ്യം പറയാനാഗ്രഹിച്ചിട്ടും പറയാനാവാതെ പോയ ഒരു കാര്യം നിന്നോട് പറയണമെന്നും.

'എന്ത് കാര്യം?'

സേവി ചുണ്ടുകൾ വിടർത്തി. പക്ഷെ ഉറക്കെ ചൂളം വിളിച്ചു ശബ്ദമുണ്ടാക്കിക്കൊണ്ട് പ്ലാറ്റഫോമിൽ വന്നു നിന്ന ട്രെയിൻ അവന്റെ വാക്കുകളെ അതിന്റെ അടിത്തട്ടിലേക്ക് മുക്കിക്കളഞ്ഞു.

സേവി കൈകൾ വിടർത്തി അവളെ ട്രെയിനിന്റെ ഉള്ളിലേക്കാനയിച്ചു. ബാഗുകൾ കയറ്റാൻ സഹായിച്ചു. മേരിക്കുഞ്ഞ് ട്രെയിനിന്റെ സൈഡ് സീറ്റിലിരുന്നു. എമർജൻസി ഡോർ ഉയർത്തി

ക്ലിപ്പിട്ടു. ട്രെയിനിന്റെ പുറത്തു നിന്നുകൊണ്ട് ജനാലക്കൽ മുട്ടു കൈകുത്തി സേവി അവളുടെ കണ്ണുകളിൽ നിന്ന് കണ്ണുപറിക്കാതെ നിന്നു. മേരിക്കുഞ്ഞ് ചോദിച്ചു.

'എന്താ നിനക്ക് പറയാനുണ്ടെന്ന് പറഞ്ഞത്?'

'ഓ അതോ....'

സേവി ഒരിക്കൽ കൂടി പറയാൻ തയ്യാറെടുത്തു. ആദ്യത്തെ വാക്കു പറഞ്ഞപ്പോൾ തന്നെ ട്രെയിൻ ചൂളം വിളിക്കാൻ ആരംഭിച്ചു. സേവി മൗനത്തിലേക്ക് തിരിച്ചുപോയി.

വണ്ടി നീങ്ങുകയാണ്. പറയാനും കേൾക്കാനും ആവാതെ പോയ വാക്കുകൾ ഇരുവരുടെയും ഉള്ളിൽ കല്ലുകൾ പോലെ ദഹിക്കാതെ കിടന്നു.

ട്രെയിൻ നീങ്ങിത്തുടങ്ങി. സേവി ട്രെയിനിന്റെ ഒപ്പം നടന്നു. കണ്ണുകൾ കണ്ണുകളോട് എന്തൊക്കെയോ വാചാലമായി സംസാരിച്ചു കൊണ്ടിരുന്നു. മൊഴികളേക്കാൾ ജീവസുറ്റ മിഴിഭാഷകൾ.

ട്രെയിനിന് വേഗം കൂടിക്കൂടി വന്നു. തങ്ങൾ അകലുകയാണെന്ന് ഓർത്തപ്പോൾ ഇരുവരുടെയും മുഖങ്ങളിൽ നിരാശയുടെ നേർത്ത കറുപ്പുരാശി പടർന്നു.

ട്രെയിൻ സേവിയെ വിട്ടു കുതിച്ചു. സേവി ട്രെയിനൊപ്പമുള്ള നടത്തം നിറുത്തി പുറത്തേക്ക് തലയിട്ട് അവനെ നോക്കുകയായിരുന്ന മേരിക്കുഞ്ഞിനെ നോക്കി കൈവീശി. മേരിക്കുഞ്ഞ് തിരിച്ചും.

ട്രെയിൻ വളവു തിരിഞ്ഞപ്പോൾ പറഞ്ഞറിയിക്കാനാവാത്ത നഷ്ടബോധത്താൽ ഒരാൾ ട്രെയിനിനുള്ളിൽ ഇരുന്നു. മറ്റെയാൾ വിലപ്പെട്ടതെന്തോ കളഞ്ഞുപോയ മനസോടെ റെയിൽവേ സ്റ്റേഷനു പുറത്തേക്കു നടന്നു.

ആറ്

നഗരം സായാഹ്നത്തിന്റെ നീലക്കുട ചൂടി നിൽക്കുകയായിരുന്നു. പലവിധ ആവശ്യങ്ങൾക്കായി വീടുവിട്ടിറങ്ങിയവർ താന്താങ്ങളുടെ വീടുകളിലേക്ക് തിരികെയെത്താൻ കിതച്ചുകൊണ്ടിരുന്നു. കുതിരകൾ പോലെ വിളറിപിടിച്ചു പായുന്ന ജനക്കൂട്ടം. വഴിയരികിൽ നിന്ന് റോഡിന്റെ നടുക്കോട്ട് കയറിക്കയറി വരുന്ന ബസ്സ് കാത്തുനിൽപ്പുകാർ.

കണ്ണും മൂക്കും ഇല്ലാതെ പായുന്ന ആളുകൾക്കിടയിലൂടെ, ട്രാഫിക് ബ്ലോക്കുകളിൽ പുഴു പോലെ ഇഴയുന്ന വാഹനങ്ങൾക്കിടയിലൂടെ മേരിക്കുഞ്ഞ് തന്റെ മുന്തിരി നിറമുള്ള സ്വിഫ്റ്റ് ഡിസയർ അനായാസം പായിച്ചു.

നഗരത്തിലെ ഷോപ്പിംഗ് മാളുകൾ സന്ദർശിച്ച് കാറിന്റെ ഡിക്കി നിറയെ സാധനങ്ങൾ വാങ്ങി തിരികെ വീട്ടിലേക്ക് പോവുകയാണ് മമ്മിയും മേരിക്കുഞ്ഞും.

മനസമ്മതത്തിനു വേണ്ടിയുള്ള പ്രതീക്ഷാനിർഭരങ്ങളായ മുന്നൊരുക്കങ്ങൾ.

ഇന്നലെ, അപ്രതീക്ഷിതമായി കളിക്കൂട്ടുകാരനെ കണ്ടതിന്റെ ആവേശത്തിലും ആനന്ദത്തിലുമാണ് മേരിക്കുഞ്ഞ്. വർഷങ്ങൾക്കു മുൻപേ കളഞ്ഞുപോയ വിലപ്പെട്ടതെന്തോ തിരിച്ചു കിട്ടിയതു പോലുള്ള ആഹ്ലാദത്തിൽ.

അവൾക്ക് തിരിച്ചുകിട്ടിയത് ഒരു കൊലുസ് മാത്രമല്ല, ഓർമകളുടെ ചെളിമണ്ണിൽ പുതഞ്ഞുകിടന്ന ആജന്മസൗഹൃദം കൂടിയാണ്.

കാറോടിക്കുന്നതിനിടയിൽ അവൾ മമ്മിയോട് സേവിയെക്കുറിച്ചുതന്നെ സംസാരിച്ചു കൊണ്ടിരിക്കുന്നു. വായൊഴിയാതുള്ള വിശേഷങ്ങൾ.

ഇന്നലെ വൈകുന്നേരം വീട്ടിൽ എത്തിയപ്പോൾ മുതൽ തുടങ്ങിയ വിവരണമാണ്. പറഞ്ഞിട്ടും പറഞ്ഞിട്ടും അവസാനിക്കുന്നില്ല. വിവരിച്ചിട്ടും വിവരിച്ചിട്ടും മതിയാവുന്നില്ല.

ഒട്ടുമിഷ്ടമുണ്ടായിട്ടല്ല അവരെ പിരിയേണ്ടിവന്നത്. മാത്തച്ചന്റെ നിർബന്ധം. യാത്ര പറയുന്ന ദിവസം ശീമപ്പത്തൽ വേലിയിൽ പിടിച്ച് കണ്ണീരൊലിപ്പിച്ചു നില്ക്കുന്ന സേവിയുടെ അമ്മച്ചി സാറയുടെ മുഖം ഇന്നലെയെന്ന പോലെ ജാൻസിയുടെ മനസിലുണ്ട്.

ഉറ്റവർ നഷ്ടപ്പെട്ടവനെപ്പോലെ ശൂന്യതയിലേക്ക് കണ്ണുകൾ തറച്ചു നിൽക്കുന്ന അലക്സും. ലോറി സ്റ്റാർട്ട് ചെയ്തപ്പോൾ ജാൻസിക്കുണ്ടായ ചങ്കു പറിയുന്ന വേദനയും.

മേരിക്കുഞ്ഞിന്റെ പ്രായത്തിൽ ജാൻസി അവരുടെ അമ്മച്ചിയോട് ഇതുപോലൊന്നും സംസാരിച്ചിട്ടില്ല. തന്റെ കാലഘട്ടത്തിൽ മറ്റൊരു പുരുഷനെക്കുറിച്ച് മുതിർന്നവരോട് സംസാരിക്കുന്നതിനെക്കുറിച്ച് ആലോചിക്കാൻ പോലും കഴിയുമായിരുന്നില്ലെന്ന് ജാൻസി ഓർത്തു.

എത്ര കുതിരവേഗതയിലാണ് മുൻതലമുറ അക്ഷന്തവ്യമായ തെറ്റായി കരുതിയത് പിൻതലമുറയുടെ ശരിയായി മാറുന്നതെന്ന് ജാൻസി അത്ഭുതപ്പെട്ടു. എവിടെ വെച്ചാണ് തലമുറകളുടെ ശരിതെറ്റുകളുടെ ചിറപൊട്ടിയത്?

മകളുടെ ശ്രദ്ധ സേവിയിൽ നിന്ന് തിരിച്ചുവിടാനായി ജാൻസി വെറുതെ മാർട്ടിനെക്കുറിച്ച് ചോദിച്ചു. മാർട്ടിന് നാളെയാണ് ബോക്സിങ്ങ് ക്ലബിന്റെ സ്വീകരണം എന്നറിയാമായിരുന്നിട്ടും ചോദിച്ചു.

'എന്നാ മാർട്ടിന്റെ അവാർഡ് പ്രോഗ്രാം?'

'ഓ.. അത് നാളെ..'

കേട്ടുപോലും പരിചയമില്ലാത്ത ഒരാളെക്കുറിച്ച് സംസാരിക്കുന്നത്ര ലാഘവത്തോടെയാണ് മകൾ മറുപടി പറഞ്ഞതെന്ന് ജാൻസിക്ക് തോന്നിപ്പോയി. തിളങ്ങുന്ന വായ്ത്തലയുള്ള ഭയത്തിന്റെ ഒരു കൊള്ളിമീൻ തലച്ചോർ തുളച്ചു കടന്നുപോകുന്നത് അവർ അറിഞ്ഞു.

വേഗം വീട്ടിലെത്തി സേവിയുടെ വിശേഷങ്ങളിൽ നിന്ന് രക്ഷപ്പെടാൻ ജാൻസി ആത്മാർത്ഥമായി ആഗ്രഹിച്ചു. മേരിക്കുഞ്ഞ് ഇനിയും അവനെക്കുറിച്ച് പറഞ്ഞാൽ താൻ ഈ കാറിനുള്ളിലിരുന്ന് ശ്വാസം മുട്ടി മരിച്ചുപോകുമെന്ന് അവർക്ക് തോന്നി.

ട്രാഫിക് ജാമിൽ കാർ അൽപനേരം നിറുത്തിയിട്ടപ്പോൾ ജാൻസി മേരിക്കുഞ്ഞിൽ നിന്ന് തല തിരിച്ച് പാലത്തിന്റെ തൂണിനു താഴെ കൂടാരങ്ങൾ കെട്ടി താമസിക്കുന്ന നാടോടികളെ നോക്കിയിരുന്നു. മകളുടെ സേവിയെക്കുറിച്ചുള്ള വാചാലത ജാൻസിയുടെ കർണപുടങ്ങളിൽ അപ്പോളും ഈച്ചയുടെ മൂളൽ പോലെ വന്നലച്ചു കൊണ്ടിരുന്നു.

നഗരബഹളങ്ങൾക്ക് നടുവിലിരുന്ന് ഒരമ്മ കുട്ടിക്ക് മുല കൊടുക്കുകയാണ്. റോഡിൽ നിന്ന് നോക്കുമ്പോൾ ആ സ്ത്രീ അലക്ഷ്യമായി സാരി ധരിച്ച കരിങ്കൽ ശില്പത്തെ അനുസ്മരിപ്പിച്ചു.

ഇരുന്നു. കാർ അപ്പോൾ റെയിൽവേ മേൽപ്പാലം കയറുവാൻ വരിയിൽ കാത്തു കിടക്കുകയായിരുന്നു.

എന്തൊരു തിരക്കാണ് നഗരത്തിന്. ജാൻസി ചിന്തകളിൽ നിന്ന് പുറത്തു കടക്കാൻ പഴുതുകൾ തേടി. ഏറെ വൈകി ഉറങ്ങുകയും ബ്രഹ്മമുഹൂർത്തത്തിനു മുൻപേ ഉണരുകയും ചെയ്യുന്ന അതീവ ശുഷ്കാന്തിയുള്ള വീട്ടമ്മയെപ്പോലെ നഗരം.

മേരിക്കുഞ്ഞും പിന്നീടൊന്നും സേവിയെക്കുറിച്ച് പറഞ്ഞതുമില്ല. ശബ്ദമൊന്നും കേൾക്കാതായപ്പോൾ ജാൻസി തിരിഞ്ഞ് അവളെ നോക്കി. അവൾ ഗാഢമായ ആലോചനയോടെ കാർ ഓടിക്കുകയായിരുന്നു. ആഴമുള്ള ഒരു ചെറുചിരി ഇറ്റുവീഴാൻ പോകുന്നതു പോലെ അവളുടെ ചുണ്ടിൽ തങ്ങിനിൽക്കുന്നു. ഓർമകളുടെ ചതുപ്പു നിലത്തിൽ മുങ്ങിപ്പോയതു പോലെയവൾ. മകളുടെ മൗനം ജാൻസിയെ ആകുലതയുടെ കൂടുതൽ ആഴങ്ങളിലേക്ക് തള്ളിവിട്ടു.

ആ സമയത്ത് മേരിക്കുഞ്ഞിന്റെ ഹൃദയത്തിലൂടെ മുളിപ്പുല്ലുകളെ മെതിച്ചുകൊണ്ട് പച്ചനിറമുള്ള ഒരു റോയൽ എൻഫീൽഡ് കടന്നു പോവുകയായിരുന്നു. വഴിയിലേക്ക് ചാഞ്ഞുകിടന്ന അപ്പച്ചെടികളെയും ഞെട്ടറ്റു താഴെ വീണ തെച്ചിപ്പഴങ്ങളെയും മണ്ണിൽ അരച്ചുചേർത്തുകൊണ്ട്. ഒരു സംഗീതനൊട്ടേഷൻ പോലെ കർണമധുരമായ ശബ്ദത്തിൽ റോയൽ എൻഫീൽഡ് മലയിറങ്ങി.

വസന്തകാലമായിരുന്നു. കുട്ടികൾ തേനരുവി എന്ന് വിളിക്കുന്ന ജലാശയത്തിൽ വെള്ളാമ്പലുകൾ വിടർന്നു നിൽക്കുകയായിരുന്നു.

സേവിയുടെ അപ്പൻ അലക്സിന്റെ എൻഫീൽഡ് ആണ്. ഇരയുടെ മേലേക്ക് കുതിക്കാൻ പിന്നോട്ടാഞ്ഞു നിൽക്കുന്ന ചീറ്റപ്പുലിയുടെ ഭാവമാണതിന്. സിംഹത്തിന്റേതു പോലെ ഒതുങ്ങിയ അരക്കെട്ട്. റോമൻ പടയാളി യുദ്ധം ചെയ്യുമ്പോൾ ധരിക്കുന്ന ഹെൽമെറ്റ് പോലെയുള്ള മഡ്ഗാർഡ്.

ആ ബുള്ളറ്റിനു പിന്നിലിരുന്ന് എത്രവട്ടമാണ് ഒറ്റയടിപ്പാതയിലൂടെ കറങ്ങി സേവിയും മേരിക്കുഞ്ഞും മലയടിവാരത്തിലെ ചെറിയ ടൗൺ ചുറ്റി വന്നിട്ടുള്ളത്. ലോറപ്പന്റെ ചായക്കടയിൽ നിന്ന് ചായ കുടിച്ചിട്ടുള്ളത്. മഞ്ഞിന്റെ മുത്തുകൾ കോർത്തു നിന്ന പുല്ലുകൾക്കിടയിലൂടെ ചുവപ്പും മഞ്ഞയും നിറമുള്ള കാട്ടുപൂക്കൾക്കിടയിലൂടെ പാകമായ മുന്തിരികളെയും ഓറഞ്ചുകളെയും തലോടിക്കൊണ്ട് തിരികെ വീട്ടിലെത്തിയിട്ടുള്ളത്.

വീട്ടിലെത്തിയപ്പോൾ ഇരുട്ടിയിരുന്നു. പൂമുഖത്ത് ചാരുകസേരയിൽ നിലാവിനെ നോക്കി മന്ദഹസിച്ച് ഇരിക്കുകയായിരുന്ന

മാത്തച്ചൻ ചോദിച്ചു.

'എന്താ ഇത്രേം താമസിച്ചത്?'

അയാൾ എഴുന്നേറ്റ് മുണ്ട് മടക്കിക്കുത്തി കാറിനടുത്തേക്ക് ചെന്നു. അയാളുടെ ചതുരക്കണ്ണാടിയിൽ പൂമുഖത്തെ മഞ്ഞ ബൾബിന്റെ വെളിച്ചം വീണു. ജാൻസിക്ക് ഇറങ്ങാൻ അയാൾ കാറിന്റെ വാതിൽ തുറന്നുപിടിച്ചു.

'ബ്ലോക്കായിരുന്നു പപ്പാ.. പപ്പായുടെ പഴയ ഗ്രാമം പോലെ അല്ല. ഇത് ടൗണാ. ടൗൺ. ഇവിടെ വല്ലാത്ത തിരക്കാ. ഒരുതരം ശ്വാസം മുട്ടിക്കുന്ന തിരക്ക്.'

കാർ പോർച്ചിൽ പാർക്ക് ചെയ്ത് കടകളിൽ നിന്ന് വാങ്ങിയ വസ്ത്രങ്ങളുടെയും മറ്റു അത്യാവശ്യ സാധനങ്ങളുടെയും പാക്കറ്റുകൾ കാറിന്റെ ഡിക്കിയിൽ നിന്നെടുത്ത് അകത്തേക്ക് കയറുന്നതിനിടയിൽ മേരിക്കുഞ്ഞ് പറഞ്ഞു. മാത്തച്ചൻ മറുപടി പറഞ്ഞത് മുന്നിൽ ഓടിക്കയറിപ്പോയ ജാൻസിയോടായിരുന്നു.

'അതവളെന്നെ ഒന്ന് ആക്കിയതാണല്ലോടീ'

ജാൻസി അതിനു മറുപടി പറയാതെ വേഗത്തിൽ അടുക്കളയിലേക്ക് പോവുകയാണുണ്ടായത്. ഉടുത്തിരുന്ന ചുരിദാറിൽ നിന്ന് നൈറ്റിയിലേക്ക് മാറി ജാൻസി മാത്തച്ചന് ചായയുണ്ടാക്കാൻ തുടങ്ങി.

രാത്രിയിൽ മാത്തച്ചന്റെയും ജാൻസിയുടെയും കിടപ്പുമുറിയിൽ, വിവാഹനിശ്ചയം കഴിഞ്ഞ മകൾ അന്യപുരുഷനെക്കുറിച്ച് വാതോരാതെ സംസാരിക്കുന്നതിന്റെ ശരിയില്ലായ്മ ജാൻസി ഭർത്താവിനോട് പങ്കുവെച്ചപ്പോൾ മാത്തച്ചൻ ഉറക്കെയുറക്കെ ചിരിക്കുകയാണുണ്ടായത്.

'നീയീ കാലത്തൊന്നും അല്ലേ ജീവിക്കുന്നത് ജാൻസി?'

മാത്തച്ചൻ കണ്ണട അഴിച്ച് കട്ടിലിനരികിൽ വച്ച് മുണ്ടിന്റെ തുമ്പ് കൊണ്ട് കണ്ണുകൾ തുടച്ചു.

'നമ്മൾ എപ്പോളും നല്ല ബന്ധങ്ങളെ പ്രോത്സാഹിപ്പിക്കണം. അവർ ബാല്യകാല സുഹൃത്തുക്കൾ അല്ലേടീ. അതിനപ്പുറം ഒന്നുമുണ്ടാവില്ല.'

'അങ്ങിനെ ആയാൽ മതിയാരുന്നു. എന്റെ കന്യാമാതാവേ..'

ഇത്തരം അനാവശ്യമായ തോന്നലുകൾ ഒഴിവാക്കാൻ അയാൾ ഭാര്യയോട് ഉപദേശിക്കുകയും ചെയ്തു.

'അടിസ്ഥാനമില്ലാത്ത ചിന്തകൾ...'

മാത്തച്ചൻ പരിഹാസരൂപേണ പറഞ്ഞു. ജാൻസി കൂടുതലൊന്നും പറയാതെ ലൈറ്റണച്ചു കട്ടിലിൽ കിടന്നു. ലൈറ്റണച്ച

ഉടനെ ഭാര്യ ഉറക്കത്തിലേക്ക് വീണിട്ടും മാത്തച്ചന് ഉറങ്ങാനായില്ല. ജാൻസി തന്നിൽ വിതച്ച സംശയത്തിന്റെ വിത്ത് തോടുകൾ പൊട്ടിച്ച് വള്ളി വീശുന്നത് അയാളറിഞ്ഞു.

അർദ്ധരാത്രിയായിട്ടും കട്ടിലിൽ തിരിഞ്ഞും മറിഞ്ഞും തിരിച്ചറിയുവാനാവാത്ത അസ്വസ്ഥതയിൽ മാത്തച്ചൻ വെന്തു. ഏസി കൂട്ടിയിട്ടിട്ടും ആവിയിൽ പുഴുങ്ങിയെടുത്ത പോലെ വിയർത്തു. വെളുക്കാറായപ്പോൾ ജനാല തുറന്നിട്ട് പുറത്തെ ഇരുട്ടിലേക്ക് നോക്കിനിന്ന് എണ്ണമില്ലാത്ത സിഗരറ്റുകൾ പുകച്ചുതള്ളി.

ഇപ്പുറത്ത് മേരിക്കുഞ്ഞ് അവളുടെ സ്വപ്നത്തിൽ സേവിയുടെ അപ്പന്റെ ബുള്ളറ്റിനു പിന്നിലിരുന്ന് മതിയാവോളം ചുറ്റിക്കറങ്ങി. മുന്തിരിത്തോട്ടങ്ങൾക്കിടയിലൂടെ പോയപ്പോൾ പാകമായ ചുവന്ന മുന്തിരി അവളുടെ കവിളിൽ വന്നുതൊട്ടു.

നേരം വെളുത്ത് ഉണർന്നിട്ടും ആ യാത്രയുടെ ശർക്കര മധുരം നുണഞ്ഞ് മേരിക്കുഞ്ഞ് കുറെ നേരം കൂടി കിടന്നു.

ഏഴ്

നഗരഹൃദയത്തിലാണ് മാർട്ടിൻ താമസിക്കുന്നത്. ബാൽക്കണിയിൽ നിന്നാൽ കടൽ കാണാവുന്ന, അതി സമ്പന്നർ താമസിക്കുന്ന ഫ്ളാറ്റ് സമുച്ചയത്തിലെ എട്ടാം നിലയിൽ. അയാളുടെ അമ്മച്ചിയുടെ ആങ്ങള, അമേരിക്കയിൽ സ്ഥിരതാമസമാക്കിയ തോമസ് എബ്രഹാം വാങ്ങിക്കൊടുത്ത ആഡംബര ഫ്ളാറ്റിൽ.

വിശാലമായ അഞ്ചു കിടപ്പുമുറികളും ആധുനിക സൗകര്യങ്ങളോടുകൂടിയ ജിമ്മും ഉള്ള ഫ്ളാറ്റിൽ ഇപ്പോൾ മാർട്ടിൻ മാത്രമേയുള്ളു. അനിയത്തി ലിസയുടെ പ്രസവവുമായി ബന്ധപ്പെട്ട് അമ്മച്ചി ഫിലോമിന ദുബായിൽ ആണ്.

ദിവസത്തിന്റെ മുക്കാൽ പങ്കും മാർട്ടിൻ ജിമ്മിൽ ആയിരിക്കും. ജിമ്മിന്റെ ഒത്ത നടുവിലായി തൂക്കിയിട്ടിരിക്കുന്ന കടും നീല നിറത്തിലുള്ള പഞ്ചിംഗ് ബാഗിന് ചുറ്റും പഞ്ച് ചെയ്തും കിക്ക് ചെയ്തും മണിക്കൂറുകൾ നിന്നാലും അയാൾക്ക് മടുക്കുകയില്ല. ക്ഷീണം തോന്നുകയുമില്ല.

അന്നും പതിവുപോലെ പഞ്ചിംഗ് ബാഗിനു ചുറ്റും കറങ്ങിക്കൊണ്ടിരിക്കുമ്പോളാണ് ഫോൺ ശബ്ദിക്കുന്നത്. അമ്മച്ചിയാണ്.

പഞ്ഞിപോലെ നരച്ച മുടി ഇടയ്ക്കിടെ വിരലിന്റെ തുമ്പ് കൊണ്ട് ചെവിപ്പിന്നിലേക്ക് ഒതുക്കി അമ്മച്ചി വീഡിയോ കോളിൽ. ശാന്തമായ മുഖം. സമാധാനത്തിന്റെ ലില്ലിപ്പൂക്കൾ ഉതിർന്നു വീഴുന്ന ചിരി.

നാട്ടുവിശേഷങ്ങളും ദുബായ് കഥകളും പുഴപോലെ ഒഴുകി. ഇടക്ക് എട്ടുമാസമായ വയറും താങ്ങിപ്പിടിച്ച് ലിസാമ്മയും മുഖം കാട്ടി.

'എടാ മാട്ടീ... നിന്റെ മേരിക്കുഞ്ഞിനെ അന്വേഷിച്ചെന്നു പറയണേ... എന്റെ നാത്തൂനെ...'

ഇതുവരെ ഒന്നും കഴിച്ചില്ലെന്ന് പറഞ്ഞപ്പോൾ അമ്മച്ചിയുടെ പ്രസന്നമുഖം വാടിയ റോസാപ്പൂ പോലെ ചുരുങ്ങി.

'സമയമെത്രയായെന്ന് നോക്കിക്കേടാ...'

മാർട്ടിൻ ക്ലോക്കിലേക്ക് നോക്കി. റോമൻ അക്ഷരങ്ങൾ പതിനൊന്ന് മുപ്പത്തിയഞ്ച് എന്ന് പറഞ്ഞു. കൃത്യസമയത്ത് ഭക്ഷണം കഴിക്കാത്തതിന് അമ്മച്ചിയുടെ സ്നേഹപൂർണമായ ശാസനയിൽ അയാൾ വഴങ്ങി.

രണ്ടേ രണ്ടുപേരുടെ ശാസനകൾക്ക് മാത്രമേ അയാൾ എല്ലാ ക്കാലത്തും വഴങ്ങിയിട്ടുള്ളു അമ്മച്ചിയുടേയും മേരിക്കു ഞ്ഞിന്റേയും. അയാളുടെ ക്രമമില്ലാത്തതും അടിക്കടി തോൽവികൾ നിറഞ്ഞതുമായ ജീവിതത്തെ ഇളക്കി പ്രതിഷ്ഠിച്ച രണ്ടു വ്യക്തി ത്വങ്ങൾ. കാറും കോളും ഇരുട്ടും നിറഞ്ഞ ജീവിതക്കടലിൽ അയാ ളാകുന്ന പായ്‌വഞ്ചിക്ക് വഴികാട്ടിയ രണ്ട് കടൽ വിളക്കുകൾ.

കുളി കഴിഞ്ഞ് വന്ന് മാർട്ടിൻ കിടപ്പുമുറിയുടെ പടിഞ്ഞാറു വശത്തെ വലിയ വാതിൽ മലർക്കെ തുറന്നിട്ടു. വാതിൽ തുറക്കാൻ കാത്തുനിന്നതു പോലെ കടൽക്കാറ്റ് അകത്തേക്ക് ചാടിക്കയറിവന്ന് മാർട്ടിനെ പൊതിഞ്ഞു. അയാൾ ബാൽക്കണിയിലേക്കിറങ്ങി നിന്ന് ആവി പറക്കുന്ന ഫിൽട്ടർ കോഫി മൊത്തിക്കുടിച്ചു.

കടൽ കണ്ണു മഞ്ഞളിപ്പിക്കുന്ന വെയിൽ നാളങ്ങളാൽ തിളച്ചു കിടക്കുകയായിരുന്നു രാവിലെയും ഉച്ചക്കും വൈകുന്നേരവും രാത്രിയിലും കടലിന് ഓരോ ഭാവങ്ങളാണെന്ന് അയാൾ ഓർത്തു. തികച്ചും വ്യത്യസ്തങ്ങളായ മുഖങ്ങൾ.

ഫ്ളാറ്റിലുണ്ടെങ്കിൽ നിത്യേനയുള്ള പ്രാക്ടീസ് കഴിഞ്ഞുള്ള സമയങ്ങളിൽ തിരകളുടെ ചലിക്കുന്ന ചിത്രം ചമയ്ക്കുന്ന കടലിനെ നോക്കി ബാൽക്കണിയിൽ ഇരിക്കുന്നതാണ് മാർട്ടിന്റെ വലിയ വിനോദം.

എത്ര കണ്ടാലും മതിവരാത്ത കൗതുകമാണ് അയാൾക്ക് കടൽ. മനസ്സിൽ എന്തെങ്കിലും ഇടർച്ച നേരിട്ടാൽ കടലിനെ നോക്കി നിൽക്കുന്ന നേരം കടൽത്തിരകൾ ഉള്ളിലേക്ക് കയറിവന്ന് ഹൃദയഭാരം ഒഴുക്കിക്കൊണ്ടു പോയി ഒരു അപ്പൂപ്പൻ താടി പോലെ ഭാരമില്ലാത്തവനായി മാറുന്ന അനുഭവം അയാൾക്ക് പലപ്പോഴും ഉണ്ടായിട്ടുണ്ട്. വിചിത്രമായ അനുഭവം എന്ന് അതിനെ വിശേഷി പ്പിക്കാനാണ് അയാൾക്കിഷ്ടം.

പ്രപഞ്ചത്തിലെ അനന്തവിസ്മയങ്ങളുടെ ഒഴിയാഖനികളാണ് സാഗരവും സൂര്യനും. മാർട്ടിൻ ഓർക്കുകയായിരുന്നു. ശാസ്ത്രം ആകാശം മുട്ടെ വളർന്നിട്ടും പൂർണ്ണമായി പിടികൊടുക്കാത്ത രണ്ടു പ്രാപഞ്ചിക സത്യങ്ങൾ. കടലിന്റെ കലവറയില്ലാത്ത കാഴ്ചകളുടെ കാൽഭാഗം പോലും കണ്ടെത്തിയിട്ടില്ല എന്ന് ശാസ്ത്രജ്ഞർ. സൂര്യന്റെ ഏഴയലത്ത് പോലും എത്താനാകാതെ ശാസ്ത്രം പകച്ചു നിൽക്കുന്നു.

തന്റെ ജീവിതത്തിലുമുണ്ട്, ജനനം മുതൽ ശാന്തിയും സമാ ധാനവും ചൊരിഞ്ഞു കൊണ്ടിരിക്കുന്ന ഒരു സുവർണ്ണ സൂര്യനും നിത്യവിസ്മയങ്ങൾ ഒളിപ്പിച്ചുവച്ച ഒരു കടലും. അമ്മച്ചിയും

മേരിക്കുഞ്ഞും. അവരുടെ മുഖങ്ങൾ മനസ്സിൽ കണ്ടു ചിരിച്ച് അഴിമുഖത്തേക്ക് നോക്കിനിന്ന് അയാൾ ഒരിറക്ക് കാപ്പി കുടിച്ചു.

പീലി വിടർത്തിയാടുന്ന മയിലിനെപ്പോലെ തിരകൾ വിടർത്തി യാടുന്ന കടൽ. തിരകൾക്കു മീതെ കഴുകൻ കണ്ണുകളുമായി കടൽ ക്കാക്കകൾ. ദൂരെ, വളരെ ദൂരെ അഴിമുഖത്തിലെ മരങ്ങൾ കടൽക്കാറ്റിൽ ഉലയുന്നു.

തിരകൾ വന്ന് കാലുകളിൽ തൊടുന്നിടത്ത് വീടുവെക്കാൻ അനുവാദം ഉണ്ടായിരുന്നെങ്കിൽ അയാളത് ചെയ്യുമായിരുന്നു.

കടലിനെ കണ്ണെടുക്കാതെ നോക്കിയിരിക്കുമ്പോൾ ഹൃദ യത്തിൽ എവിടെയോ ഒരു നഷ്ടബോധത്തിന്റെ നേർത്ത സൂചി ക്കുത്തേറ്റു മാർട്ടിൻ പിടഞ്ഞു. മേരിക്കുഞ്ഞ് ഈ നിമിഷം തന്റെ കൂടെ ഉണ്ടായിരുന്നെങ്കിലെന്ന് അയാൾ ആശിച്ചു.

എത്രയും വേഗം മേരിക്കുഞ്ഞിനെ കൂടെ കൂട്ടണമെന്നായിരുന്നു മാർട്ടിന്. പക്ഷെ ഡോക്ടറേറ്റ് ലഭിച്ചതിനുശേഷം മാത്രം മതി വിവാഹം എന്ന് അവൾക്കായിരുന്നു നിർബന്ധം. അതേച്ചൊല്ലി അവളുമായി വാദപ്രതിവാദങ്ങളുണ്ടായി. ഒടുവിൽ അവളുടെ ആഗ്രഹം പോലെ നടക്കട്ടെ എന്നയാൾ മനസില്ലാമനസോടെ സമ്മതിക്കുകയായിരുന്നു.

മേരിക്കുഞ്ഞിനെ വിളിക്കാൻ ട്രൗസറിന്റെ പോക്കറ്റിൽ ഫോൺ തിരഞ്ഞു. രണ്ടു പ്രാവശ്യം വിളിച്ചപ്പോളും ബിസിയാണെന്ന സന്ദേശം. ഉള്ളിലെ കടൽ തിളച്ചു മറിയുന്നതുപോലെ അയാൾക്ക് അനുഭവപ്പെട്ടു.

ആഗ്രഹിക്കുന്ന നിമിഷം അവളെ ഫോണിൽ കിട്ടിയി ല്ലെങ്കിൽ അയാൾക്ക് ദേഷ്യം വരും. എന്തിനാണെന്ന് പോലും അറിയാത്ത ഒരു അങ്കലാപ്പ്. അവൾ അല്പം കൂടുതൽ സമയം ഫോണിൽ ബിസി ആയാൽ ഹൃദയമിടിപ്പ് വർദ്ധിക്കുന്നത് തൊട്ടറിയാൻ കഴിയും.

കസേരയിൽ ഒന്നമർന്നിരുന്നപ്പോളേക്കും മേരിക്കുഞ്ഞു തിരിച്ചു വിളിച്ചു കഴിഞ്ഞു. അവൾക്കും അറിയാം വിളിച്ചാൽ കിട്ടിയില്ലെങ്കിൽ മാർട്ടിന്റെ ഭാവം ആ നിമിഷം മാറുമെന്ന്.

കടലിന്റെ സ്വഭാവമാണ് മാർട്ടിനെന്ന് മേരിക്കുഞ്ഞ് ഇടയ് ക്കിടെ കളിയാക്കും. ചിലപ്പോൾ വെളുത്ത മേഘങ്ങൾ ഒഴുകി നീങ്ങുന്ന വൈകുന്നേരത്തിന്റെ മനോഹര ശാന്തത. അടുത്ത നിമിഷത്തിൽ ആകാശത്തോളം അലയടിക്കുന്ന തിരമാലയുടെ കലി. അതിനടുത്ത നിമിഷം ഉടലിനെ തെറിപ്പിച്ചു കളയുന്ന കടൽക്കാറ്റിന്റെ ശൗര്യം. ചിലപ്പോൾ കാലിൽ വന്നു തൊട്ട്

ഓടിപ്പോകുന്ന കുഞ്ഞു തിരയുടെ നാണം. തീർത്തും അപ്രവചനീയം.

നേർവരയിലൂടെ ചലിക്കാത്ത സ്വഭാവത്തിന്റെ അനിശ്ചിതത്വം തന്നെയാണ് മേരിക്കുഞ്ഞിന് അയാളിൽ ഏറെയിഷ്ടം. ഏതു നിമിഷവും തടയണ പൊട്ടിച്ചെറിഞ്ഞ് കുതിക്കാൻ വെമ്പുന്ന കടൽ തന്നെയാണ് മാർട്ടിൻ. ഒരേ ചാലിലൂടെ ചെറു ഓളങ്ങൾ പോലുമില്ലാതെ ഒഴുകുന്ന പുഴയ്ക്ക് എന്ത് രാസമാണുള്ളത്?

ചിലർ പുഴ പോലെയാണ്. ഒരു മാറ്റവുമില്ലാതെ ചലിച്ചു കൊണ്ടിരിക്കുന്നു. എന്നും ഒരേ സ്വാദുള്ള ചായ. ഒരേ ഭക്ഷണം. ഉയർച്ചതാഴ്ചകളില്ലാത്ത വികാരപ്രകടനങ്ങൾ. കൃത്യമായി പ്രവചിക്കാനാവുന്ന അംഗവിക്ഷേപങ്ങൾ പോലും. എത്ര വിരസമാണത്.

ജീവിതത്തിന്റെ സൗന്ദര്യം നിലനിൽക്കുന്നത് അതിന്റെ അപ്രവചനീയതയിലാണ്. അതുണ്ടാക്കുന്ന അനിശ്ചിതത്വത്തിലാണ്. അടുത്ത നിമിഷം ജീവിതമാണോ മരണമാണോ എന്നറിയാത്തതു കൊണ്ടാണ് മുന്നിലുള്ള നിമിഷം ഇത്രത്തോളും ചലനാത്മകവും സജീവവും പ്രതീക്ഷാനിർഭരവും ആയിരിക്കുന്നത്.

മേരിക്കുഞ്ഞ് സ്നേഹപൂർവ്വം ഹലോ പറഞ്ഞു. പക്ഷെ മാർട്ടിന്റെ ശബ്ദത്തിൽ അടക്കാനാവാത്ത ഈർഷ്യ കിണറ്റിൽ ഉറവയെന്നതുപോലെ വന്നു നിറഞ്ഞു കൊണ്ടിരുന്നു.

'ആരോടായിരുന്നു ഇത്രേം നേരം?'

'സേവി വിളിച്ചതായിരുന്നു.'

'സേവിയോ? അതാരാ പുതിയ കഥാപാത്രം?'

മാർട്ടിന്റെ വാക്കുകളിൽ അസഹനീയമായ അവജ്ഞ. മേരിക്കുഞ്ഞ് സേവിയെക്കുറിച്ച് ആവേശത്തോടെ സംസാരിച്ചു. ബാല്യകാല സുഹൃത്തിനെക്കുറിച്ച് വളരെ വിശദമായി. അവരുടെ അപ്രതീക്ഷിത കണ്ടുമുട്ടലിനെക്കുറിച്ച്.

മേരിക്കുഞ്ഞിനെ കേട്ടിട്ട് മാർട്ടിന് അത്രയധികം സന്തോഷം തോന്നിയില്ല. വേറൊരു പുരുഷനെക്കുറിച്ച് ഇവൾ എന്തിനാണ് ഇത്ര ആവേശത്തോടെ സംസാരിക്കുന്നത് എന്നയാൾ അല്പം അസൂയയോടെ ആലോചിക്കുകയും ചെയ്തു. അപ്പുറത്തു നിന്ന് പറഞ്ഞു തീരുന്നതിനു മുൻപേ ഇപ്പുറത്ത് അയാൾ ദേഷ്യത്തിൽ ഫോൺ കട്ട് ചെയ്തു കഴിഞ്ഞു. ഫോൺ ടീപോയിലേക്കെറിഞ്ഞ് കൈമുഷ്ടികൾ അരയിൽ കുത്തിപ്പിടിച്ച് മടുപ്പോടെ കടലിലേക്ക് നോക്കിനിന്നു. കടൽ തന്നോടെന്തൊക്കെയോ സംവദിക്കാൻ ശ്രമിക്കുന്നുണ്ട്. സങ്കടവും വിഷമവും മാറിമാറിപ്പെയ്യുന്ന കടൽ മുഖം. എന്നാൽ അടുത്ത നിമിഷം, സങ്കടങ്ങളെല്ലാം നീരാവിയായി മാറുന്ന വിചിത്രമായ പ്രതിഭാസത്തിന് അയാൾ സാക്ഷ്യം വഹിച്ചു.

അവസാനത്തെതുള്ളി കാപ്പിയും കുടിച്ചു കഴിഞ്ഞപ്പോൾ ഫോൺ വീണ്ടും. സ്ക്രീനിൽ മേരിക്കുഞ്ഞെന്ന് കണ്ടപ്പോൾ മാർട്ടിന്റെ ദേഷ്യം ഒന്നടങ്ങി. ഹൃദയത്തിൽ നിന്നും ഇറ്റുവീഴുന്ന സ്നേഹത്തോടെ അയാൾ അവളോട് സംസാരിച്ചു. കാറും കോളു മൊഴിഞ്ഞ് ശുദ്ധമായ മനസോടെ സേവിയെക്കുറിച്ച് വിശദമായി കേട്ടു.

വൈകുന്നേരത്തെ ബോക്സിങ്ങ് കമ്മിറ്റിയുടെ പ്രോഗ്രാമിനെക്കുറിച്ച് ഓർമിപ്പിക്കുവാനാണ് മേരിക്കുഞ്ഞ് വിളിച്ചത്. അവൾ ഫ്ളാറ്റിലേക്ക് വന്നിട്ട് ഒരുമിച്ച് പ്രോഗ്രാം നടക്കുന്നിടത്തേക്ക് പോകാമെന്നാണ് നേരത്തെ തീരുമാനിച്ചിരുന്നത്.

'സോറീടാ ചക്കരേ.. എനിക്ക് കവിതേടെ കൂടെ ഒരത്യാവശ്യ കാര്യോണ്ട്.'

അവൾ അങ്ങോട്ട് എത്തിക്കോളാമെന്ന്. മാർട്ടിൻ ദേഷ്യം കൊണ്ട് വിറച്ചുതുള്ളി.

'വെക്കടീ ഫോൺ.. വാക്കു പാലിക്കാത്തവളെ...'

അയാൾ വഴക്കിട്ട് ഫോൺ വച്ചു. ഇനി ഒരു പതിനഞ്ച് മിനിറ്റു കഴിയുമ്പോൾ അവൾ വീണ്ടും വിളിക്കും അപ്പോൾ മാർട്ടിൻ കൊടുങ്കാറ്റകന്ന കടൽ പോലെ ശാന്തനായിരിക്കും.

സംഘാടകരുടെ കാറിൽ വന്നിറങ്ങുമ്പോൾ സമ്മേളന സ്ഥലത്ത് ബോക്സിങ്ങ് പ്രേമികളുടെ തിക്കും തിരക്കും. കറുത്ത കോട്ടിൽ അതീവ സുന്ദരനായി മാർട്ടിൻ ആരാധകരുടെ നടുവിൽ നിന്നു. പൂച്ചെണ്ട് നൽകി സ്വീകരിച്ച സുന്ദരിയായ യുവതിയുടെ മുഖം പ്രണയം കൊണ്ട് തുടുത്തു ചുവന്നിരുന്നു. നഗരത്തിലെ പ്രമുഖ കോളേജിന്റെ ആഡിറ്റോറിയത്തിലേക്ക് അവൾ അയാളെ ആനയിച്ചു. കാറിൽ നിന്നിറങ്ങിയപ്പോൾ മുതൽ മാർട്ടിന്റെ കണ്ണുകൾ ആൾക്കൂട്ടത്തിനിടയിൽ മേരിക്കുഞ്ഞിനെ തിരയാൻ തുടങ്ങിയിരുന്നു. അവളെ കാണാതെ വന്നപ്പോൾ ഉള്ളിൽ ഒരു വിറയൽ പെട്ടെന്ന് പൊട്ടിമുളച്ച് വളർന്നുവന്നു. ചുറ്റും എത്രപേരുണ്ടായിട്ടും ഒരു കാര്യവുമില്ല. അവളില്ലെങ്കിൽ വല്ലാത്ത ആത്മവിശ്വാസക്കുറവ്. അയാൾ നിരാശയോടെ തലകുനിച്ചു നടന്നു.

ഒരു പെൺകൈ ചുവടുകളെ തടഞ്ഞപ്പോൾ തലയുയർത്തി നോക്കിയതായിരുന്നു. പച്ച കരയുള്ള സെറ്റ് സാരിയിൽ അതി മനോഹരിയായി മേരിക്കുഞ്ഞ്. ചിറകുകൾ വീശുന്നത് പോലെ അവൾ സാരിത്തുമ്പ് വീശിയപ്പോൾ മാർട്ടിന്റെയുള്ളിലെ വരണ്ട വേനൽക്കാലം പൊടുന്നനെ അഴിഞ്ഞുവീണ് ആശ്വാസത്തിന്റെ നനുത്ത മഞ്ഞുതുള്ളികൾ പൊഴിഞ്ഞു. മാർട്ടിൻ മേരിക്കുഞ്ഞിന്

നേരെ തന്റെ കൈ നീട്ടി. വിരലിൽ വിരൽ കോർത്ത് അവനൊപ്പം നടന്ന് അവൾ ചിരിച്ചു.

'നീയൊന്ന് പേടിക്കാൻ വേണ്ടി ഞാൻ മാറിനിന്നതാ.'

ആരും കാണാതെ അവൻ അവളുടെ ചെവിയിൽ പിടുത്തമിട്ടു.

'ദുഷ്ടത്തീ....'

സദസിന്റെ ഏറ്റവും മുന്നിൽ തന്നെ മേരിക്കുഞ്ഞ് ഇരുന്നു. മാർട്ടിൻ മറ്റുള്ളവരോടൊപ്പം വേദിയിൽ. പ്രസംഗിച്ചവർ മാർട്ടിനെ വാനോളം പുകഴ്ത്തിയപ്പോൾ അവൾ അവനെ നോക്കി ഇവർ പറയുന്നതെല്ലാം നുണയാണെന്ന് കൊഞ്ഞനം കുത്തി.

പ്രോഗ്രാം കഴിഞ്ഞ് ആരാധകർക്കിടയിലൂടെ മേരിക്കുഞ്ഞിന്റെ ശില്പഭംഗിയുള്ള അരക്കെട്ടിൽ കൈചുറ്റി മാർട്ടിൻ പുറത്തേക്കു നടന്നു. ആരാധികമാരുടെ കണ്ണുകളിൽ അസൂയയും നിരാശയും. മേരിക്കുഞ്ഞ് അഭിമാനം കൊണ്ട് നിറഞ്ഞു കവിഞ്ഞു.

തിരിച്ചു പോരുന്ന വഴിയിൽ അവർ പഞ്ചനക്ഷത്ര ഹോട്ടലിൽ കയറി. ആരൊക്കെയോ മാർട്ടിന്റെ അടുത്തുചെന്ന് പരിചയപ്പെട്ടു സ്വയം പരിചയപ്പെടുത്തി തിരിച്ചുപോയി.

മേശപ്പുറത്ത് കത്തിച്ചുവച്ച മെഴുതിരിയുടെ അരണ്ട വെളിച്ചത്തിൽ അവർ കണ്ണുകളിൽ നോക്കി ഇരുന്നു. മിഴികൾ മിഴികളെ നിശബ്ദമായി തൊട്ടു. മാർട്ടിൻ മേരിക്കുഞ്ഞിന്റെ വിരലുകളിൽ പ്രണയത്തോടെ തലോടി.

'ഇതൊന്നും വിശ്വസിക്കേണ്ട, എനിക്കറിയാം നീയില്ലെങ്കിൽ ഈ മാർട്ടിൻ വെറും വട്ടപ്പൂജ്യമാണെന്ന്'

'അങ്ങിനെയല്ല നിന്റെ കഴിവ് കൊണ്ടാണ്. എനിക്കിതിൽ ഒന്നുമില്ല. നീ ഈ ലോകം കീഴടക്കണം'.

മാർട്ടിന്റെ കണ്ണുകളിൽ പ്രണയത്തിന്റെ നീലനിലാവ്. ആകാശത്ത് പൂത്ത രണ്ടു നക്ഷത്രങ്ങൾ പോലെ മേരിക്കുഞ്ഞിന്റെ വിശുദ്ധ നയനങ്ങൾ.

എട്ട്

അതിരാവിലെ നാലുമണിക്ക് ഉണരുന്നതാണ് സേവിയുടെ എട്ടൊമ്പത് വർഷങ്ങളായുള്ള ശീലം. സേവിയുടെ അപ്പൻ പഠിപ്പിച്ചു കൊടുത്ത കുറെയേറെ ശീലങ്ങളിൽ ഒന്ന്.

കാഴ്ചപ്പാടുകളിലും പ്രവർത്തികളിലും ഒറ്റയാനായിരുന്നു സേവിയുടെ അപ്പൻ അലക്സ്. ആൾക്കൂട്ടത്തിൽ നിന്നും വേറിട്ടു നടന്ന ഒരാൾ. സ്വതന്ത്രമായ ചിന്തകളും ഉയർന്നതും ശക്തവുമായ നിരീക്ഷണങ്ങളും.

അക്കാദമിക് വിദ്യാഭ്യാസം നൽകാൻ തത്രപ്പെട്ടു നടക്കുന്ന പിതാക്കളിൽ നിന്ന് അലക്സ് വഴിമാറി നടന്നു. പ്രപഞ്ചമാണ് ഏറ്റവും വലിയ പള്ളിക്കൂടമെന്ന് അയാൾ ഉറച്ചു വിശ്വസിച്ചു. ശരിയായ വിദ്യാഭ്യാസം പാഠപുസ്തകങ്ങൾക്ക് പുറത്താണെന്നും. സ്കൂൾ പരീക്ഷകളിൽ തന്റെ മകനു ലഭിച്ച മാർക്കുകളേക്കാളേറെ സഹജീവികളോടുള്ള അവന്റെ പെരുമാറ്റത്തെക്കുറിച്ച് അയാൾ കൂടുതൽ ആകുലപ്പെട്ടു. പണമുണ്ടാക്കാൻ വേണ്ടി പഠിപ്പിച്ചില്ല, പകരം ഉള്ളത് കൊണ്ട് സന്തോഷമായി ജീവിക്കാൻ നിരന്തരം ഓർമപ്പെടുത്തി. പ്രപഞ്ചത്തിലെ ഓരോ പരമാണുവിനോടും സഹവർത്തിത്വത്തിൽ പുലരുവാൻ ഉപദേശിച്ചു.

ചിലപ്പോൾ ആലോചിക്കുമ്പോൾ സേവിക്ക് തന്നോട് തന്നെ വല്ലാത്ത ലജ്ജ തോന്നാറുണ്ട്. അപ്പനെപ്പോലെ ആകാൻ തനിക്ക് കഴിയുന്നില്ലല്ലോ എന്നോർത്ത്. എങ്കിലും വാക്കിലും പ്രവർത്തിയിലും ചിന്തകളിലും അപ്പനെപ്പോലെയാകാൻ അയാൾ നിരന്തരം പരിശ്രമിച്ചുകൊണ്ടിരുന്നു.

അന്നും സേവി പതിവുപോലെ നാലുമണിക്ക് എഴുന്നേറ്റു. കണ്ണുകൾ തുറക്കുന്നതിനു മുൻപേ മനോഹരമായ പ്രഭാതം തനിക്ക് സമ്മാനിച്ചതിന് ദൈവത്തിന് നന്ദി പറഞ്ഞു കൈകൾ കൂപ്പി. ഇന്നത്തെ ദിവസം സുന്ദരവും അർത്ഥവത്തും ആക്കാൻ പരിശ്രമിക്കുമെന്ന് മനസിനെ ബോധ്യപ്പെടുത്തി. ലോകത്തിലെ സകല ജീവജാലങ്ങളുടെയും നന്മയ്ക്ക് വേണ്ടി പ്രാർത്ഥിച്ച് കട്ടിൽ വിട്ടെഴുന്നേറ്റു.

വാഷ് ബേസിനിൽ കറുത്ത എറുമ്പുകളുടെ സമ്മേളനം. ഓരോന്നിനെയായി പെറുക്കി സുരക്ഷിതമായി മാറ്റി.

'മക്കളെ.. ഒന്ന് മുഖം കഴുകിക്കോട്ടെ.. ഇന്നു കൊറച്ചു

'ഉറപ്പ്...'

രേവതിയമ്മയുടെ കണ്ണുകളിൽ വിശ്വാസക്കുറവ്. അവൻ അവരെ നോക്കി ചിരിച്ചു.

'അധികം വൈകാതെ ഞാൻ ആ പെൺകുട്ടിയുമായി രേവതി യമ്മയുടെ മുന്നിൽ ഈ ജീപ്പിൽ വന്നിറങ്ങും ഉറപ്പ്.'

രേവതിയമ്മയെ ജീപ്പിൽ കയറ്റി ജീപ്പ് സ്റ്റാർട്ട് ചെയ്ത് സേവി ജീപ്പിനോട് ചോദിച്ചു

'പോയാലോ കുഞ്ഞേ?'

'കണ്ടോ ജീപ്പ് തലകുലുക്കി'.

രേവതിയമ്മ സേവിയെ കളിയാക്കി.

പ്രപഞ്ചത്തിലെ എല്ലാ വസ്തുക്കൾക്കും ഹൃദയമുണ്ടെന്നാണ് സേവിയുടെ കണ്ടെത്തൽ. മനുഷ്യർക്ക് മാത്രമല്ല, മരങ്ങൾക്കും ചെടിക ൾക്കും മാത്രമല്ല, ഒരു കുഞ്ഞുകല്ലിന് വരെ പ്രപഞ്ചത്തിലെ എല്ലാത്തി നോടും ആത്മബന്ധം ഉണ്ടെന്ന്. അദൃശ്യമായ ഒരു ചരടിൽ ഈ ഭൂമിയിലെ എല്ലാ വസ്തുക്കളും പരസ്പരം കോർത്തിടപ്പെട്ടി രിക്കുന്നുവെന്ന്. ഒരു കണ്ണി മുറിഞ്ഞാൽ എല്ലാം മുറിയുമെന്ന്. ഒന്നിനു വേദനിച്ചാൽ എല്ലാത്തിനും വേദനിക്കുമെന്ന് പ്രപഞ്ച ത്തിലെ ജീവികളും വസ്തുക്കളും മാത്രമല്ല മനുഷ്യൻ ഉണ്ടാ ക്കുന്ന വാഹനങ്ങൾക്കും കമ്പ്യൂട്ടറുകൾക്കും മുതൽ എല്ലാ ത്തിനും സ്നേഹിക്കാനും പിണങ്ങാനും ശാസിക്കാനും ഉള്ള ഹൃദയം ഉണ്ടെന്ന്. സൗഹൃദാത്മകമല്ലാത്ത മനസോടു കൂടി ഒരാൾ ഒരു കമ്പ്യൂട്ടറോ വാഹനമോ സ്റ്റാർട്ട് ചെയ്യാൻ ശ്രമിച്ചാൽ അത് സ്റ്റാർട്ട് ആകണമെന്നില്ലെന്ന് സേവി.

രേവതിയമ്മയെ ക്ഷേത്രത്തിനു മുന്നിൽ ഇറക്കി സേവി ഡയാ ലിസിസ് രോഗിയെ കാണാൻ ആശുപത്രിയിലേക്ക് ജീപ്പോടിച്ചു.

റോഡിൽ തിരക്ക് തുടങ്ങിയിരുന്നു. സ്കൂൾ കുട്ടികൾ ഒച്ച വെച്ച് തലങ്ങും വിലങ്ങും നടന്നു. വാഹനങ്ങൾ ഹോണുകൾ മുഴക്കി ചീറിപ്പാഞ്ഞു. ജീപ്പ് നഗരത്തിലേക്ക് പ്രവേശിച്ച നിമിഷ ത്തിലാണ് സേവി ആ കാഴ്ച കണ്ടത്. ജീപ്പ് റോഡിന്റെ തിരക്ക് കുറഞ്ഞ ഓരത്തേക്ക് ഒതുക്കിയിട്ട് അന്ധരെപ്പോലെ പായുന്ന ആളുകളുടെ ഇടയിലൂടെ നടന്ന് അയാൾ അവിടെയെത്തി.

അതിലെ പോകുന്ന വഴിയൊക്കെ കാണാറുള്ളതാണ് വഴി യോരത്ത് തണൽ പടർത്തിനിൽക്കുന്ന വാകമരം. എത്രയോ പക്ഷി കൾ അന്തിയുറങ്ങുന്ന, ചിത്രശലഭങ്ങൾക്കും എറുമ്പുകൾക്കും കണ്ണിൽ പെടാത്ത നാനാതരം സൂക്ഷ്മജീവികൾക്കും അഭയമായ

മുത്തശ്ശിമരം.

വീടുകളോ ദേശമോ അവകാശപ്പെടാനില്ലാത്ത മനുഷ്യർ വാകമരത്തണലിൽ സുഖമായി ഉറങ്ങുന്നത് സേവി കണ്ടിട്ടുണ്ട്. നഗരത്തിൽ അലഞ്ഞു നടക്കുന്ന പശുക്കൾ നട്ടുച്ചയുടെ പൊള്ളുന്ന വെയിലിൽ മരത്തണലിൽ വിശ്രമിച്ച് അയവിറക്കുന്നത്. സേവി തന്നെ ഒന്നുരണ്ടുവട്ടം വാകമരത്തിന്റെ തണലിൽ ഇരുന്ന് വിയർപ്പാറ്റിയിട്ടുണ്ട്. പ്രപഞ്ചത്തിന്റെ എയർ കണ്ടീഷണർ.

ഇന്നത്തെ നഗരത്തിന് കുറഞ്ഞത് പത്തുമുപ്പതു വർഷത്തെ പ്രായമേ കാണൂ. പക്ഷെ ഈ മുത്തശി മരത്തിന് കുറഞ്ഞത് നൂറ്റമ്പത് വയസു കാണും. ഒരേ സമയത്ത് നഗരത്തിന്റെ പഴമയിലേക്കു വേരമർത്തിയും പുതുമയിലേക്കു ശിരസുയർത്തിയും അതങ്ങനെ നിൽക്കുന്നു.

സേവി ചെല്ലുമ്പോൾ മരംവെട്ടുകാർ മരത്തിന്റെ കടയ്ക്കൽ ആഞ്ഞുവെട്ടാൻ തുടങ്ങിയിരുന്നു. മരം നിശബ്ദമായി കരയുന്നത് സേവി വ്യക്തമായി കേട്ടു. ചിതറിത്തെറിക്കുന്ന ഉണങ്ങിയ ചുളുങ്ങിയ മാംസം. രേവതിയമ്മയുടെ കൈകൾ പോലെ വാകമരത്തിന്റെ വിറക്കുന്ന ശിഖരങ്ങൾ.

ഉറക്കെയുള്ള കരച്ചിലിനാൽ മരത്തിലെ അന്തേവാസികളായ കിളികൾ അവരെ പ്രതിരോധിക്കാൻ ശ്രമിച്ചുകൊണ്ടിരുന്നു. വൃഥാവിലാകുന്ന എതിർപ്പുകൾ. എറുമ്പുകൾ കാലുകളിൽ ശക്തിയായി കടിച്ചപ്പോൾ മരംവെട്ടുകാർ കാലുകൾ കുടഞ്ഞു. സേവി നിലത്ത് നിന്ന് ഒരു നീളമുള്ള മരക്കമ്പ് എടുത്തു.

അതേ സമയത്ത് തന്റെ പഠനമുറിയിൽ ഗവേഷണ പ്രബന്ധം തയ്യാറാക്കുകയായിരുന്നു മേരിക്കുഞ്ഞ്. മേശപ്പുറത്ത് തുറന്നുവച്ച പുസ്തകങ്ങൾ. ലാപ്ടോപ്പ്. സർവ്വതും മറന്ന് പഠനത്തിൽ മുഴുകി ഇരിക്കുന്നു. ക്ളോക്കിൽ സമയം ഒൻപതര അടിച്ചു.

ഒരുപാട് പുസ്തകങ്ങൾ റെഫർ ചെയ്തു. ഒരുപാട് പേരോട് സംസാരിച്ചു. ആശയങ്ങൾ പങ്കുവെച്ചു. സേവി രണ്ടു പുസ്തകങ്ങൾ കൊടുക്കാമെന്ന് പറഞ്ഞിട്ടുണ്ട്. ഇനിയും ആവശ്യമുണ്ട് കുറേക്കൂടി പഠനങ്ങൾ.

മേരിക്കുഞ്ഞ് ഓർക്കുകയായിരുന്നു. എത്രയും വേഗം തീസീസ് തീർക്കണം. തീർന്നില്ലേ, തീർന്നില്ലേ എന്ന് മാർട്ടിൻ എപ്പോളും. ഡാഡീടേം മമ്മീടേം വക വഴക്കും ഉപദേശങ്ങളും വേറെ.

ഇത്രയൊക്കെ പഠിച്ചത് മതിയെന്ന് ഡാഡി. കുടുംബ ജീവിതത്തിലേക്ക് കടക്കേണ്ട സമയം അതിക്രമിച്ചെന്ന് മമ്മി.

അവൾ അങ്ങിനെയൊക്കെ ചിന്തിച്ചുകൊണ്ടിരുന്നപ്പോൾ

പെട്ടെന്ന് ഒരു കൊടുങ്കാറ്റു പോലെ മുറിയിലേക്ക് കയറിവന്ന് മേരിക്കുഞ്ഞിന്റെ പഠനത്തെ തടസപ്പെടുത്തുകയായിരുന്നു ജാൻസി. കുറെ നേരമായി ഭക്ഷണം കഴിക്കാൻ എടുത്തു വച്ചിട്ട്. മൂന്നു നാല് വട്ടമായി വന്ന് സൗമ്യമായി പറയുന്നു. ഇപ്പൊ വരാം ദേ കഴിഞ്ഞുന്ന് നിൽക്കുകയായിരുന്നു അവൾ. ഈ പ്രാവശ്യം മമ്മി കൊണ്ടേ പോകൂ എന്ന മട്ടിലാണ്. ഭയങ്കര ദേഷ്യം.

'എത്ര നേരമായെടീ കഴിക്കാൻ എടുത്തുവച്ചിട്ട്... പോയി കഴിക്കെടീ... മതി പഠിച്ചത്...'

ഡൈനിംഗ് മുറിയിലേക്ക് കൈചൂണ്ടി ജാൻസി ഒച്ചയിട്ടു. കുറച്ചു ദിവസങ്ങളായി മമ്മിക്ക് എന്തൊക്കെയോ വിഷമങ്ങൾ ഉള്ളതുപോലെ. കല്യാണം നീണ്ടുപോകുന്ന വിഷമം ഡാഡിക്കും മമ്മിക്കും ഉണ്ട്. അങ്ങനൊന്നും പ്രകോപിതയാവുന്ന ആളല്ല മമ്മി. ദേഷ്യം വന്നാൽ ഉടനെയൊന്നും തീരുകയുമില്ല. മേരിക്കുഞ്ഞ് ഭയന്ന് എഴുന്നേറ്റു.

മമ്മിയെ സോപ്പിട്ട് തണുപ്പിക്കാനുള്ള അവളുടെ ശ്രമം വിലപ്പോയില്ല. മുഖമടച്ചുള്ള അലർച്ചയായിരുന്നു.

'പോയി കഴിക്കെടീ...'

കൊഞ്ചിക്കൊണ്ട് ജാൻസിയുടെ തോളിൽ തൂങ്ങി നടന്ന് മേരിക്കുഞ്ഞ് ഡൈനിംഗ് റൂമിൽ ചെന്നിരുന്നു. മേരിക്കുഞ്ഞിന് ഭക്ഷണം വിളമ്പുമ്പോൾ മമ്മിയുടെ മുഖം കടന്നൽ കുത്തിയതു പോലെ കറുത്തിരുണ്ടിരിക്കുന്നത് കണ്ടു. ജാറിൽ നിന്ന് വെള്ളം ഗ്ലാസ്സിലേക്ക് പകർന്ന് ജാൻസി അടുക്കളയിലേക്ക് നീങ്ങി. മേരിക്കുഞ്ഞ് എഴുന്നേറ്റു ടീവി തുറന്ന് വീണ്ടും ഡൈനിംഗ് ടേബിളിൽ വന്നിരുന്ന് പ്രഭാതഭക്ഷണം കഴിക്കാൻ ആരംഭിച്ചു.

പക്ഷെ ടീവിയിൽ കണ്ട കാഴ്ച്ച മേരിക്കുഞ്ഞിനെ ഭക്ഷണം കഴിക്കുന്നതിൽ നിന്ന് അല്പനേരത്തേക്കു വിലക്കി. ഒരു ശില പോലെ ഭക്ഷണം പോലും മറന്ന് ചാടിയെണീറ്റു ടീവിയിലേക്ക് കണ്ണുകൾ നട്ടു. പിടിച്ചുവെക്കാനാവാത്ത ജിജ്ഞാസ അവളെ ടീവിയുടെ തൊട്ടു മുന്നിൽ കൊണ്ടുപോയി നിറുത്തി. ഭക്ഷണം കഴിക്കാത്തതിന് അവളെ വഴക്കു പറയാൻ വന്ന ജാൻസി ടീവിയിലെ കാഴ്ച്ച കണ്ട് വാ പൊളിച്ചു നിന്നു.

ഒൻപത്

മുത്തശ്ശി മരത്തിന്റെ ചുവട്ടിൽ, മരം മുറിക്കുന്നവരെ തടസ്സപ്പെടുത്തിക്കൊണ്ട്, ഉയർത്തിപ്പിടിച്ച മരക്കൊമ്പിന്റെ മുകളറ്റത്ത് ഏഴുവയസുകാരൻ മുഹമ്മദ് അൻസാരി എന്ന സ്കൂൾ വിദ്യാർത്ഥി അവന്റെ സ്കൂൾബാഗിൽ നിന്ന് എടുത്തു കൊടുത്ത ചാർട്ട്പേപ്പർ ഒട്ടിച്ചുണ്ടാക്കിയ പ്ലക്കാർഡുമായി സേവി മറ്റൊരു മരം പോലെ നിന്നു. വാകമരത്തിൽ നിന്ന് മുളച്ചുപൊന്തിയ കുഞ്ഞുവാക മരം പോലെ. സേവിയുടെയും മുഹമ്മദ് അൻസാരിയുടെയും പ്ലക്കാർഡുകളിൽ മുത്തശ്ശി മരം മുറിക്കാനനുവദിക്കില്ല എന്ന് എഴുതിയിരിക്കുന്നു.

തങ്ങളെ ജോലിചെയ്യാൻ അനുവദിക്കാത്ത ചെറുപ്പക്കാരനെ പരിഹാസത്തോടെ നോക്കിക്കൊണ്ട് മരംവെട്ടുകാർ മരത്തിനു ചുറ്റും കുത്തിയിരുന്നു. അവരുടെ ചീർത്ത കണ്ണുകളിൽ നിസ്സഹായത മഴവെള്ളം കുഴിയിലെന്ന പോലെ കെട്ടിക്കിടന്നു. തലേന്ന് കഴിച്ച മദ്യത്തിന്റെ അളവിനെയും വീര്യത്തെയും കുറിച്ചുള്ള പൊങ്ങച്ചങ്ങൾ മരച്ചുവട്ടിൽ തെറിച്ചു വീഴുന്നുണ്ടായിരുന്നു. വാഹനങ്ങളുടെ ഇരമ്പലുകളും മറ്റു മനുഷ്യരുടെ സാന്നിദ്ധ്യവും അവരുടെ ആവേശത്തെ ഒട്ടും തടസപ്പെടുത്തിയില്ല. അവരുടെ പണിയായുധങ്ങൾ മരത്തിന്റെ പൊന്തൻ വേരുകളിൽ അലസമായി ചാരിക്കിടന്ന് വിശ്രമിച്ചു. കിളികൾ അപ്പോളും കരച്ചിൽ നിറുത്തിയിരുന്നില്ല. മരച്ചുവട്ടിൽ വിശ്രമിച്ചിരുന്ന പശുവിന്റെ നിറഞ്ഞൊഴുകിക്കൊണ്ടിരുന്ന കണ്ണുകൾ മറ്റൊരു പശു അതിന്റെ നീണ്ടുചുവന്ന നാവു കൊണ്ട് തുടച്ചുകൊണ്ടിരുന്നു. വാകമരത്തിന്റെ കോടാലിക്കൊത്തേറ്റ മുറിവുകളിൽ എറുമ്പുകളുടെ വിരലുകളുടെ തലോടൽ.

മരം വെട്ടാൻ കോൺട്രാക്ട് എടുത്തയാൾ സർക്കാരിന്റെ അനുമതിപത്രം ഉയർത്തിക്കാട്ടി സേവിയോട് തർക്കിച്ചു.

'ജോലി തടസപ്പെടുത്താതെ മാറി നിൽക്കൂ... ഞാൻ പോലീസിനെ വിളിക്കും.'

സേവി അയാളെ കേട്ടതായിപ്പോലും തോന്നിയില്ല. അയാളപ്പോൾ പരിപൂർണ്ണ ബധിരനെപ്പോലെ ആയിരുന്നു. നിശ്ചയദാർഢ്യം നിറഞ്ഞ കണ്ണുകൾ റോഡിനപ്പുറത്തെവിടെയോ തറച്ചിരുന്നു. സ്കൂൾ ബാഗും തോളിലിട്ട് പ്ലക്കാർഡും പിടിച്ച് മുഹമ്മദ് അൻസാരിയും സേവിക്കരികിൽ ഉറച്ചുനിന്നു. അവന്റെ മുഖം വെയിലേറ്റ് വാടിയ കുഞ്ഞുപൂവ് പോലെ കാണപ്പെട്ടു.

ആറു വിരലുകളുള്ള ഇടത്തെ കയ്യിൽ മരം വെട്ടാനുള്ള അനുമതിപത്രം കൂട്ടിപ്പിടിച്ച് സേവിയോട് തർക്കിക്കുന്ന കോൺട്രാക്ടറെ ബസിൽ ഇരുന്ന് നോക്കിയ ചിലർക്ക് ഒരു സംഗീത ഓർക്കസ്ട്രയെ നയിക്കുന്ന കണ്ടക്ടറെ പോലെ തോന്നിച്ചു. ചിലർക്ക് വാക്കുകൾ കളഞ്ഞുപോയ ഒരാളെ സംസാരിക്കാൻ പ്രേരിപ്പിക്കുന്ന ഡോക്ടറെപ്പോലെയും.

എന്നാൽ, ഒട്ടും നിനച്ചിരിക്കാതെയാണ് രണ്ടുപേർ, ഒരു ചെറുപ്പക്കാരനും ഒരു കുട്ടിയും മാത്രമായി ആരംഭിച്ച നിശബ്ദ സമരത്തിന് ചലനശേഷിയുണ്ടായത്. അവരുടെ സമരം ശിഖരങ്ങളും ഇലകളും പൊട്ടിമുളച്ച് ചുറ്റിലുമുള്ള ജനങ്ങളിലേക്ക് പാവൽവള്ളി പോലെ പടർന്നുകയറാൻ ആരംഭിച്ചത്.

തങ്ങളുടെ അരികിൽ നിലയുറപ്പിച്ച മൂന്നു സ്കൂൾ കുട്ടികളെ മരം വെട്ടുകാർ കാര്യമാക്കിയില്ല. വൈകുന്നേരത്തെ മദ്യം എങ്ങിനെ സംഘടിപ്പിക്കും എന്ന ആവേശ ചർച്ചയിൽ കുടുങ്ങിക്കിടക്കുകയായിരുന്നു അവർ. തലമുതിർന്നവരുടെ സഹജമായ അഹന്ത തുറിപ്പിച്ച കണ്ണുകളാൽ കുട്ടികളെ നോക്കി അവർ മദ്യചർച്ചകളിലേക്ക് തിരികെ പ്രവേശിച്ചു.

പക്ഷെ, അവർക്ക് അധികനേരം അവരുടെ സ്വപ്നത്തിൽ മദ്യലഹരി നുണഞ്ഞവിടെ തുടരാൻ കഴിയുമായിരുന്നില്ല. മരത്തിനും തങ്ങൾക്കും ചുറ്റും മനുഷ്യശരീരങ്ങൾ കൊണ്ടൊരു വേലി ഉയർന്നിരിക്കുന്നത് കണ്ട് അവർ പിടഞ്ഞെണീറ്റു. ഭയം മൂർച്ചയുള്ള കോടാലി കൊണ്ട് അവരുടെയുള്ളിൽ ആഞ്ഞുകൊത്താൻ തുടങ്ങി. ഒരു ജൈവികബോധത്തിന്റെ ഉണർച്ചയിൽ ഗോപാലനും മൈദീനും അംബ്രോസും പരസ്പരം കൈകൾ പരതി.

'ഗോപാലാ.. പ്രസ്നാക്വോ? ആളോള് ചുറ്റും... മൈദീനെ.. എന്തുചെയ്യും...'

കൈകൾ കോർത്തുപിടിച്ച് നൂണ്ടുരക്ഷപ്പെടാനുള്ള അതിസൂക്ഷ്മമായ പഴുതു പോലുമടച്ച് നിൽക്കുന്ന മനുഷ്യരെ മരം വെട്ടുകാർ കൺകോണിലൂടെ കണ്ടു. മരണവക്ത്രത്തിൽ അകപ്പെട്ടവരെപ്പോലെ അവർ വിറങ്ങലിച്ചു.

ചുരുങ്ങിയ നിമിഷങ്ങൾ കൊണ്ട് സ്കൂൾ കുട്ടികളും ചന്തയിലും ആശുപത്രിയിലും ഓഫീസുകളിലും പോകുന്നവർ മുതൽ ആബാലവൃദ്ധം ജനങ്ങൾ മരത്തിനു ചുറ്റും നിരന്നുകഴിഞ്ഞിരിക്കുന്നു. അവർക്കെല്ലാം ഒരേ മുഖം. ഒരേ ശരീരം. ഒരേ ആവശ്യം.

'മരം മുറിക്കാൻ ഞങ്ങൾ അനുവദിക്കില്ല.'

ഏഴുവയസുകാരൻ മുഹമ്മദ് അൻസാരി ആകാശത്തേക്ക് മുഷ്ടി ചുരുട്ടിയെറിഞ്ഞ് ഉറക്കെ മുദ്രാവാക്യം ചൊല്ലിക്കൊടുത്തു. പുരുഷത്വത്തിലേക്ക് ഇനിയും പ്രവേശിച്ചിട്ടില്ലാത്ത അവന്റെ ശബ്ദം പല കണ്ഠങ്ങളിലൂടെ കയറിയിറങ്ങി കൂറ്റൻ ഇടിമുഴക്കമായി മാറുകയാണ്. അനേകം ശിഖരങ്ങളെങ്കിലും ഒറ്റമരമെന്ന പോലെ. അനേകം പുഴകൾ ചേർന്ന് വൻകടലായി മാറുന്നത് പോലെ.

'മരം ഞങ്ങടെ വരം. മരം മുറിക്കാനാവില്ല, പകരം ഞങ്ങടെ ഹൃദയം മുറിച്ചോളൂ...'

പല നദികൾ ചേർന്ന മഹാസമുദ്രത്തിന്റെ തിരയടി നഗര പാതയുടെ തടശിലകളും ഭേദിച്ച് കടന്നുചെന്നു. മുദ്രാവാക്യങ്ങളുടെ ശബ്ദം കേട്ട് നിറുത്തിയിട്ട വാഹനങ്ങളിൽ നിന്ന് യാത്രക്കാർ ഇറങ്ങിവന്നു. കുട്ടികളും ചെറുപ്പക്കാരും മദ്ധ്യവയസ്കരും വൃദ്ധരും. ആണും പെണ്ണും. ജനസമുദ്രം കടൽത്തിര പോൽ ഒഴുകിനിറഞ്ഞ് റോഡുകളും യാത്രകളും തടസപ്പെട്ടു.

ഓരോ നിമിഷവും വലിപ്പം വെച്ചുവരുന്ന സമൂഹത്തിന്റെ അച്ചടക്കമില്ലാത്ത ചലനങ്ങളെ ടെലിവിഷൻ ക്യാമറകൾ തത്സമയം പകർത്തിക്കൊണ്ടിരുന്നു.

നഗരത്തിന്റെ പ്രധാന പാതയോരത്ത് ആളുകൾ സംഘടിക്കുന്ന വിവരമറിഞ്ഞ് പ്രദേശത്തിന്റെ ചുമതലയുള്ള ഉന്നത പോലീസ് ഉദ്യോഗസ്ഥൻ സ്ഥലത്തെത്തി. ജീപ്പിൽ നിന്നിറങ്ങി ബെൽറ്റിൽ പിടിച്ച് പാന്റ് നേരെയാക്കുന്ന ഒറ്റനിമിഷം കൊണ്ട് അയാൾ സ്ഥിതിഗതികൾ വിലയിരുത്തി. അയാൾ കണ്ണുകൾ പുറത്തു കാണാത്ത കറുത്ത കൂളിങ് ഗ്ളാസ് ധരിച്ചിരുന്നു.

അധികാരം എപ്പോളും അങ്ങിനെയാണ്. അധികാരത്തിന്റെ കണ്ണുകൾ ഒരിക്കലും കാണാനാവില്ല. എന്നാൽ അധികാരത്തിന് എല്ലാം കാണാം.

ഉദ്യോഗസ്ഥന്റെ ക്ളീൻ ഷേവ് ചെയ്തു വെടിപ്പാക്കിയ ചുവന്ന ചുണ്ടുകളിൽ നേർത്ത പരിഹാസച്ചിരി ഒട്ടിച്ചുവച്ചിരുന്നു. കോലിൽ തൊപ്പി വച്ചത് പോലെ മെലിഞ്ഞ ഒരു പോലീസുകാരൻ ആളുകളെ തള്ളി മാറ്റി നിർമ്മിച്ച വഴിയിലൂടെ പോലീസ് ഓഫീസർ മരച്ചുവട്ടിലേക്ക് നടന്നു. അയാളെ കണ്ടപ്പോൾ മുദ്രാവാക്യങ്ങളുടെ വീറും വാശിയും വർദ്ധിച്ചു. ഒരു കാരണവശാലും മുത്തശി മരം മുറിക്കാൻ അനുവദിക്കില്ല എന്ന നിലപാടിൽ ഒരു സമൂഹം മുഴുവൻ ഒത്തുകൂടിയിരിക്കുന്നു.

ടീവി ചാനലുകാർ തത്സമയം സംപ്രേഷണം ചെയ്തുകൊണ്ടിരിക്കുന്ന പരിപാടിയെ തങ്ങളുടെ വീട്ടിലിരുന്ന് കൗതുകത്തോടെ

വീക്ഷിക്കുകയായിരുന്നു മേരിക്കുഞ്ഞും ജാൻസിയും. കുടിക്കാനെടുത്ത ഗ്ളാസ് ചുണ്ടോടടുപ്പിക്കുവാൻ പോലും മറന്ന് ജാൻസി പ്ലക്കാർഡ് പിടിച്ചു നിൽക്കുന്ന സുന്ദരനായ ചെറുപ്പക്കാരനെ നോക്കിനിന്നു. മേരിക്കുഞ്ഞിന്റെ മിഴികളിൽ ഒരേ സമയം ആകാംക്ഷയും ആവേശവും. ക്യാമറ സേവിയിലേക്ക് നീങ്ങിയപ്പോൾ അവൾ വെപ്രാളത്തോടെ ഒച്ചയിട്ടു.

'ദേ മമ്മീ. ഇതാ സേവി..'

'ഇവൻ ആള് കൊള്ളാല്ലോ.'

താടിക്ക് കൈകൊടുത്തിരുന്ന് ടീവിയിൽ നിന്ന് കണ്ണെടുക്കാതെ ജാൻസിയുടെ ആത്മഗതം.

ഖദർ ഷർട്ടും മുണ്ടും ധരിച്ച പൊതുപ്രവർത്തകനെന്ന് തോന്നിച്ച ഒരാൾ സമരത്തിന്റെ മുന്നണിയിൽ നിന്നിരുന്നു. ഉന്നത പോലീസ് ഉദ്യോഗസ്ഥൻ അയാളെ മാറ്റി നിറുത്തി പല വട്ടം വിഷയം സംസാരിക്കുന്നത് കണ്ടു. മരംവെട്ടുകാർ പിരിഞ്ഞു പോകണം എന്നതല്ലാതെ മറ്റൊരു അനുരഞ്ജനത്തിനും തങ്ങൾ തയ്യാറല്ലെന്ന് അയാളുടെ മുഖം ഉറക്കെ പറഞ്ഞു.

കേട്ടും പറഞ്ഞുമൊക്കെ സ്ഥലത്ത് കൊള്ളാവുന്നതിൽ കൂടുതൽ ജനങ്ങൾ വന്നു കൂടിക്കൊണ്ടിരിക്കെ പൊലീസിന് നിയന്ത്രിക്കാൻ കഴിയാതെ കാര്യങ്ങൾ കൈവിട്ടു പോകുമെന്ന് പോലീസ് അധികാരി കളക്ടറെ അറിയിച്ചു കഴിഞ്ഞു.

മുത്തശ്ശി മരം മുറിക്കുന്നതിനെതിരെ ഒരു ജനത തങ്ങളുടെ സർവശക്തിയുമെടുത്ത് പ്രതിരോധിക്കുകയാണ്. മരം മുറിക്കുക എന്നത് മരത്തിന്റെ വേരുകൾ മുറിക്കുക മാത്രമല്ല ഒരു പൈതൃകത്തിന്റെ വേരുകൾ തന്നെ അറുക്കലാണ്. ഖദർധാരി തന്റെ ഡൈ കറുപ്പിച്ച കട്ടമീശയുള്ള മുഖത്തിന് നേരെ നീണ്ട അനേകം മൈക്കുകളോട് ആവേശത്തോടെ പറഞ്ഞുകൊണ്ടിരുന്നു.

അയാളിൽ നിന്ന് തിരിഞ്ഞ് രണ്ടു ചുവട് മുന്നോട്ടു വച്ച് റിപ്പോർട്ടർ തുടരുന്നു, ക്രമസമാധാനനില മോശമാവുന്നു. കളക്ടർ എത്തിക്കഴിഞ്ഞു. അദ്ദേഹം പ്രതിഷേധക്കാരുടെ നേതാവിനോട് സംസാരിച്ചതിന് ശേഷം ഇപ്പോൾ മന്ത്രിയെ വിളിച്ച് കാര്യങ്ങളുടെ നിജസ്ഥിതി ബോദ്ധ്യപ്പെടുത്തുകയാണ്. അതാ അദ്ദേഹം ഫോൺ വെച്ചുകഴിഞ്ഞു. ഇപ്പോൾ അദ്ദേഹം മന്ത്രിയുടെ തീരുമാനം ജനക്കൂട്ടത്തോട് വിശദീകരിക്കുന്നതാണ്.

മരം മുറിക്കേണ്ടതില്ല എന്നാണ് മന്ത്രിയുടെ തീരുമാനം. കളക്ടർ ജനക്കൂട്ടത്തെ മന്ത്രിയുടെ തീരുമാനത്തെ അറിയിച്ചു കഴിഞ്ഞിരിക്കുന്നു.

ആഹ്ലാദവാന്മാരായ ജനക്കൂട്ടം കൈകൾ കൊട്ടി നൃത്തം ചെയ്ത് മന്ത്രിയുടെ തീരുമാനത്തെ സ്വാഗതം ചെയ്തു. നീട്ടിപ്പിടിച്ച കൈകളിൽ ലഡുവിന്റെ മധുരം. ആഹ്ലാദചിത്തരായ മുഖങ്ങൾ.

പ്ലക്കാർഡ് മരത്തിൽ ചാരിവച്ച്, ആനന്ദിക്കുന്ന ആൾക്കൂട്ടത്തിനിടയിലൂടെ സേവി നിശബ്ദനായി നടന്നു നീങ്ങുന്നത് മേരിക്കുഞ്ഞ് മാത്രം കണ്ടു. റോഡിന്റെ അപ്പുറത്ത് കിടന്നിരുന്ന ഒരു ജീപ്പ് ചാനലിന്റെ ഫ്രെയിമിൽ നിന്ന് പിൻവാങ്ങുന്നതും.

ഖദർ ധാരി അഭിമാനത്തോടെ ചാനലിനെ അഭിസംബോധന ചെയ്യുന്നത് കണ്ട് ദേഷ്യത്തിൽ മേശ തള്ളിമാറ്റി ജാൻസി എഴുന്നേറ്റു. അറപ്പോടെ ടീവി ഓഫ് ചെയ്തു.

'വല്ലവനും ചെയ്തതിന്റെ ക്രെഡിറ്റ് എടുക്കാൻ നടക്കുന്നു. തങ്ങൾ നടത്തിയ അതിശക്തമായ പോരാട്ടം വിജയിച്ചിരിക്കുന്നുവെന്ന് ഫേസ്ബുക്കിലും വാട്ട്സ് ആപ്പിലും ഇപ്പൊത്തന്നെ പോസ്റ്റുകൾ വരും.'

പിറുപിറുത്തുകൊണ്ട് ജാൻസി അടുക്കളയിലേക്ക് കുതിച്ചു. മേരിക്കുഞ്ഞ് ഫോണെടുത്ത് സേവിയുടെ നമ്പർ ഡയൽ ചെയ്തു.

'ഗുഡ്മോർണിംഗ് മേരിക്കുഞ്ഞേ...'

അങ്ങേത്തലക്കൽ നിന്ന് സേവിയുടെ നിസംഗമായ, സമര വിജയത്തിന്റെ യാതൊരു ആവേശവും ഇല്ലാത്ത ശബ്ദം. ടീവിയിൽ കണ്ടത് സേവി തന്നെയാണോ എന്ന് അവൾക്ക് സംശയം പോലും തോന്നിപ്പോയി. നടന്നതൊന്നും അവൻ അറിഞ്ഞിട്ടേയില്ലാത്തതു പോലെ.

ഇപ്പുറത്ത് ആവേശതിരത്തള്ളലിൽ മേരിക്കുഞ്ഞ്. ടീവിയിൽ കണ്ടതിന്റെ ആരവങ്ങളിൽ നിന്ന് അവളിപ്പോഴും മുക്തയായിട്ടില്ല. അവൾ പറഞ്ഞു.

'ടീവിയിൽ ലൈവ് കാണുകയായിരുന്നു. എന്താ പറയേണ്ടതെന്നറിയില്ല, കൺഗ്രാറ്റ്സ്.'

'താങ്ക് യു.'

സേവി അവിടെ നടന്ന കാര്യങ്ങളെക്കുറിച്ച് ആവേശത്തോടെ സംസാരിക്കുമെന്ന് പ്രതീക്ഷിച്ച് അവൾ അൽപനേരം കാത്തു. എന്നാൽ അവന്റെ പ്രതികരണം ആവേശം ഒട്ടുമില്ലാത്ത വെറുമൊരു താങ്ക്യുവിൽ മാത്രം ഒതുങ്ങിയതിൽ അവൾക്ക് നിരാശ തോന്നാതിരുന്നില്ല. ഇതെന്തൊരു ജന്മമെന്ന് ചിന്തിച്ചിരിക്കുമ്പോൾ സേവി ചോദിച്ചു

'വേറെ എന്തുണ്ടെടോ?'

'ക്രെഡിറ്റ് മുഴുവൻ രാഷ്ട്രീയക്കാരൻ കൊണ്ടുപോയി.'

നിരാശയോടെ മേരിക്കുഞ്ഞ് പറഞ്ഞു. ഉറക്കെ പൊട്ടിച്ചിരിച്ച തല്ലാതെ സേവി മറുപടി ഒന്നും പറഞ്ഞില്ല.

'സാരമില്ലെടോ..'

ചിരി പാതിയിൽ അവസാനിപ്പിച്ച് അവൻ പറഞ്ഞു.

'ഞാൻ മേരിക്കുഞ്ഞിനെ വിളിക്കാനിരിക്കുകയായിരുന്നു. ഒന്നുരണ്ട് പുസ്തകങ്ങൾ എടുത്തുവച്ചിട്ടുണ്ട്.'

'താങ്ക് യു.. എത്രയും വേഗം തീസീസ് സബ്മിറ്റ് ചെയ്യണം. ഇപ്പോൾ സേവി എവിടെയാ?'

'ഇന്ന് വേണ്ട. ഞാൻ ഇത്തിരി തിരക്കിലാ. ഒരു ഡയാലിസിസ് പേഷ്യന്റിന് കൗൺസലിംഗ് കൊടുക്കാനുണ്ട്. നീ എന്നാ ഫ്രീ ആകുന്നത്?'

'എനിക്കെന്താ തിരക്ക്. എപ്പോ വേണമെങ്കിലും കാണാം'.

'നമുക്ക് ഒരിടം വരെ പോയാലോ? നിനക്ക് കുറച്ചു ഉപകാര മുള്ള കാര്യമാണ്'.

'എവിടെ?'

'അത് സസ്പെൻസ്... ഞാൻ വിളിക്കാം..'

പത്ത്

നീലമേഘങ്ങളെ തൊട്ടുരുമ്മിയെന്ന വണ്ണം നിൽക്കുന്ന പതിനാലുനില ഫ്ളാറ്റിന്റെ വിസിറ്റേഴ്സ് ലോബിയിൽ കാർ പാർക്ക് ചെയ്ത് മേരിക്കുഞ്ഞ് ഫ്ളാറ്റിന്റെ പ്രധാന പ്രവേശന കവാടത്തിനരികിലേക്ക് നടന്നു. മേരിക്കുഞ്ഞിനെ കണ്ടതും സെക്യൂരിറ്റി ഓഫീസർ അൻപഴകൻ ക്യാബിനുള്ളിൽ നിന്ന് ചാടിയിറങ്ങി വന്ന് ബഹുമാനം കലർന്ന പുഞ്ചിരിയോടെ അവളെ അഭിവാദ്യം ചെയ്തു.

'ഗുഡ് മോണിങ്. സുഖമല്ലേ മാഡം?'

തമിഴിൽ നിന്ന് പൂർണ്ണമായി പറിഞ്ഞു പോന്നിട്ടില്ലാത്ത ഒരു മലയാളം അയാളുടെ നാവിൽ. ഇടത്തെ കയ്യിൽ പതിനൊന്നു മണിയുടെ ആവി പറക്കുന്ന ചായ. പച്ചനിറമുള്ള സെക്യൂരിറ്റി വസ്ത്രത്തിൽ ഒതുങ്ങിയ, ദൃഢമായ ശരീരം.

ഇരുപതു വർഷം കരസേനയെ സേവിച്ച സൈനികനാണയാൾ. സേനയിൽ നിന്ന് പിരിഞ്ഞ് പിറ്റേ വർഷം കേരളത്തിൽ എത്തിയതാണ്. പതിനേഴു വർഷമായി, ഗന്ധർവകോട്ടൈ എന്ന തന്റെ ഗ്രാമം വിട്ട് അയാൾ കേരളത്തിൽ താമസമാക്കിയിട്ട്. തമിഴിനേക്കാൾ നന്നായി ഇപ്പോളയാൾ മലയാളം പറയും. കേരളം അയാൾക്ക് സ്വന്തം നാടിനേക്കാൾ പ്രിയങ്കരം.

അയാൾ ചുരുട്ടി മുകളിലേക്കുയർത്തി വച്ചിരുന്ന ചാര നിറമാർന്ന കൊമ്പൻ മീശയുടെ തുമ്പ് താഴേക്കാക്കി ചിരിച്ചു.

'സുഖമല്ലേ മാഡം...'

'സുഖമാണ്. അൻപഴകന്റെ കുട്ടികൾക്ക് സുഖമല്ലേ.'

'സുഖമായിരിക്കുന്നു മാഡം'.

കാണുമ്പോളൊക്കെ മേരിക്കുഞ്ഞ് അൻപഴകന്റെ മക്കളെക്കുറിച്ചു ചോദിക്കാറുണ്ട്. അവരെക്കുറിച്ച് പറയുമ്പോൾ അയാളുടെ വസൂരിക്കലയുള്ള കവിളുകൾ അരുണാഭമാകും. മൂത്ത മകൾ അരുൺമൊഴി ഐഎഎസിന് പ്രിപ്പയർ ചെയ്യുന്നു. ഇളയവൾ പ്ലസ്ടുവിനും. അരുൺമൊഴി ജില്ലാകലക്ടറായി ജന്മനാട് ഭരിക്കാൻ തുടങ്ങുന്നത് ഓർത്തിട്ടാവണം പുരികരോമങ്ങൾ വീണു കിടന്ന അയാളുടെ ചുവന്ന കണ്ണുകൾ ആഹ്ലാദത്താൽ തിളങ്ങി.

അൻപഴകനോട് യാത്ര പറഞ്ഞ് വെളുപ്പും ചുവപ്പും ടൈൽ പാകിയ നടപ്പാതയിലൂടെ മേരിക്കുഞ്ഞ് ഗേറ്റിൽ നിന്ന് ഫ്ളാറ്റിന്റെ

കവാടത്തിലേക്ക് നടന്നു.

താൻ വിവാഹം കഴിക്കാൻ പോകുന്ന കുട്ടിയാണെന്ന് മാർട്ടിൻ ഒരിക്കൽ അവളെ അയാൾക്ക് പരിചയപ്പെടുത്തിയിട്ടുണ്ട്. അൻപഴകനു മാത്രമല്ല ഫ്ളാറ്റിലെ താമസക്കാരായ മറ്റു പലർക്കും അറിയാം. മാർട്ടിന്റെ പ്രതിശ്രുതവധുവായല്ല ഭാര്യയായിട്ട് തന്നെ യാണ് പലരും അവളെ കാണുന്നത്.

നടപ്പാതയിലേക്ക് ചാഞ്ഞുകിടന്ന ചെമ്പകമരങ്ങളുടെ നിഴ ലുകൾ മേരിക്കുഞ്ഞിനെ സൂര്യന്റെ ആക്രമണത്തിൽ നിന്ന് മറച്ചു പിടിച്ചു. മരത്തിൽ നിന്ന് അർദ്ധ മയക്കത്തിൽ താഴെവീണ ചെമ്പകപ്പൂവുകൾ നടപ്പാതയിൽ വീണുറങ്ങിക്കിടന്നു.

അകത്തേക്ക് കയറുമ്പോൾ തന്നെ ലിഫ്റ്റ് ഓപ്പറേറ്റർ നേപ്പാളി പയ്യൻ അഗ്രിയ ലിഫ്റ്റിന്റെ വാതിൽ തുറന്നു പിടിച്ചിരിക്കുന്നു. കുഞ്ഞിക്കണ്ണുകൾ ഇറുക്കിയുള്ള അവന്റെ ചിരി. ചിരിക്കുമ്പോൾ റോസ്പൗഡർ തേച്ച പോലെയുള്ള ചുവന്ന മുഖത്ത് കണ്ണുകളിൽ നിന്ന് ചുണ്ടുകൾ വരെ നീളൻ മടക്കുകൾ.

മേരിക്കുഞ്ഞിനെ എട്ടാം നിലയിൽ സുരക്ഷിതമായി ഇറക്കി അഗ്രിയ തിരിച്ചുപോയി.

ഇരുവശവും തുറന്നുകിടന്ന വിശാലമായ വരാന്തയിലൂടെ നടന്നപ്പോൾ കാണാതിരുന്നു കണ്ട സുഹൃത്തിനെപ്പോലെ കാറ്റ് ഓടിവന്ന് അവളെ തൊട്ടു. ചെവിപ്പിന്നിൽ ഒതുക്കി വച്ചിരുന്ന നീളൻ മുടികൾ വലിച്ചു പുറത്തിട്ടു.

പിച്ചളബോർഡിൽ സ്വർണ്ണം പൂശിയ അക്ഷരങ്ങളാൽ **144 B** എന്നെഴുതിയ, വാതിലിനു മുന്നിലെത്തി. വാതിൽ തുറന്നു കിടക്കുകയാണ് എന്നു കണ്ടു.

ബാൽക്കണിയിൽ, ഒരു ഗിറ്റാറിന്റെ സ്വനതന്ത്രി മിടിക്കുന്ന താളത്തിൽ ചലിക്കുന്ന കടൽത്തിരയെ നോക്കി ഇരിക്കുകയാ യിരുന്നു മാർട്ടിൻ. കണ്ണെത്താദൂരത്ത് നീലാകാശം പറന്നുചെന്നു മുട്ടുന്നിടത്ത് കടലിന്റെ തിരുനെറ്റിയിൽ ചാർത്തിയ ചുവന്ന പൊട്ടുപോലെ ഒരു കപ്പൽ കണ്ട നിമിഷത്തിൽ അയാൾ മേരിക്കു ഞ്ഞിന്റെ പാദസരച്ചിരി കേട്ടു.

ബാൽക്കണിയുടെ വാതിൽക്കൽ പരിമളം പടർത്തുന്ന ഒരു പൂമരം പോലെ പൂത്തുനിന്ന അവളെ കണ്ടപ്പോൾ മാർട്ടിൻ ആഹ്ലാദം കൊണ്ട് വിരിഞ്ഞു. അയാൾ എഴുന്നേറ്റ് വിരലുകളിൽ വിരൽ കോർത്തുനിന്ന് അവളുടെ കണ്ണുകളിലേക്ക് നോക്കി. ആഴിയെക്കാൾ ആഴമാർന്ന മിഴികൾ. പ്രണയത്തിന്റെ അരയന്ന വള്ളം മാർട്ടിന്റെ തിളങ്ങുന്ന മിഴികളിൽ നങ്കൂരമിടുന്നത്

മേരിക്കുഞ്ഞ് കണ്ടു.

'വെൽക്കം മൈ സ്വീറ്റ്ഹാർട്ട്.'

പരസ്പരം നഷ്ടപ്പെട്ട് ഇരുവരും അൽപനേരം ഒറ്റശരീരമായി നിന്നു. പരിസരങ്ങൾ അപ്രത്യക്ഷമായ, ഹൃദയനിസ്വനം പോലും ഒന്നായി മിടിച്ച മനോഹര നിമിഷങ്ങൾ. കടൽക്കാറ്റ് വസ്ത്രങ്ങളെ കൊത്തിപ്പറിച്ചു കൊണ്ടിരുന്നത് അവർ അറിഞ്ഞതേയില്ല.

പെട്ടെന്ന് അയാളിലേക്ക് ഇരച്ചെത്തിയ ആദിമ ജൈവിക ചോദനയുടെ ആവേശത്താൽ അവളുടെ സ്വകാര്യ ഭാഗങ്ങളിലേക്ക് അയാളുടെ വിരലുകൾ അയാൾ പോലുമറിയാതെ കുതിച്ചപ്പോൾ അവൾ വേഗത്തിൽ പിന്നോട്ട് മാറി.

'നോ.. നോ...'

മേരിക്കുഞ്ഞ് ചൂണ്ടുവിരൽ ചുണ്ടുകൾക്കു കുറുകെ ആട്ടിക്കൊണ്ട് ചിരിച്ചു.

ആ പ്രവർത്തി ഒന്നാം ക്ലാസിൽ പഠിക്കുന്ന കുട്ടികളുടെ ആക്ഷൻ സോങ് പോലെ മനോഹരവും നിഷ്കളങ്കവുമായിരുന്നു.

വർഷങ്ങൾക്കു മുൻപ് ഒരിക്കൽ മാർട്ടിന്റെ വിരലുകൾ അവളുടെ ശരീരത്തിന്റെ അതിരുകൾക്കപ്പുറം സഞ്ചരിക്കാൻ ശ്രമിച്ച ഒരു വൈകുന്നേരത്തിലായിരുന്നു മേരിക്കുഞ്ഞ് അയാളുമായി ഒരു ഉടമ്പടി ഉണ്ടാക്കിയത്.

വിവാഹത്തിന് ശേഷമല്ലാതെ വികാരങ്ങൾ അതിരു വിടാൻ പാടില്ല. ലജ്ജയോടെ മാർട്ടിൻ സമ്മതിക്കുകയായിരുന്നു.

'ഓക്കേ...'

'പെണ്ണിന് ആണ് നൽകുന്ന വാക്കാണ്. തെറ്റിക്കാൻ പാടില്ല'

'തെറ്റിക്കില്ല...'

നാളിതുവരെ മാർട്ടിൻ ആ ഉടമ്പടി തെറ്റിച്ചിട്ടുമില്ല. ചില വന്യ നിമിഷങ്ങളിൽ മേരിക്കുഞ്ഞിനെ ഒന്ന് ഗാഢമായി സ്പർശിക്കാൻ ആഗ്രഹിച്ചിട്ടു പോലും അയാൾ ഹൃദയം കൊണ്ട് സ്വയം പിന്മാറി. വികാരങ്ങളുടെ തിരമാലകൾ ചുവടുകൾ ഇളക്കിയിട്ടും അയാൾ സംയമനത്തിന്റെ അതിർവരമ്പുകൾ തകരാതെ കാത്തു.

ഉടമ്പടിയെപ്പറ്റി ഓർത്ത് മാർട്ടിൻ നേർത്ത ചിരിയാൽ തല ചൊറുകി. അറിയാതെ പറ്റിപ്പോയ കരാർ ലംഘനത്തിന്റെ ജാള്യതയിൽ നാണിച്ചു.

'സോറി..'

ബാൽക്കണിയിൽ കിടന്ന ഒറ്റത്തടിയിൽ തീർത്ത മഹാഗണിക്കസേരയിലേക്ക് അലസമായി വീണ് അയാൾ ഒരു കൊച്ചുകുട്ടി അമ്മയോടെന്ന പോലെ പറഞ്ഞു.

'ഒരു കോഫി ഉണ്ടാക്കി താ...'

'ഇപ്പൊ തരാം.'

മാർട്ടിന്റെ കവിളിനു കുറുകെ വളരെ മൃദുവായി കുസൃതിയുടെ ചൂണ്ടുവിരലോടിച്ച് അവൾ അടുക്കളയിലേക്ക് പോയി. മാർട്ടിൻ അമ്മയ്ക്ക് ഫോൺ ചെയ്യാൻ ശ്രമിച്ചു. കോൾ പോകുന്നില്ല. അയാൾ വാട്ട്സ് ആപ്പിൽ അമ്മയെ കിട്ടുമോ എന്ന് പരതിക്കൊണ്ടിരുന്നു.

മേരിക്കുഞ്ഞ് കോഫി ഉണ്ടാക്കിക്കൊണ്ടു ചെല്ലുമ്പോൾ അയാൾ കടലിലേക്ക് നോക്കിനിന്ന് ഹാൻഡ് റെയിലിൽ താളം പിടിച്ച് ഋഷികപൂർ സിനിമയിലെ ഒരു പ്രണയഗാനം മൂളുകയായിരുന്നു. അവളിൽ നിന്ന് കോഫി ഗ്ലാസ് വാങ്ങി ഒരിറക്ക് കുടിച്ച് സംതൃപ്തിയുടെ ശബ്ദം പുറപ്പെടുവിച്ച് അയാൾ പറഞ്ഞു.

'അമ്മച്ചിയെ വിളിച്ചിട്ട് കിട്ടുന്നില്ല. വാട്ട്സ്ആപ്പിലും ഇല്ല'.

മേരിക്കുഞ്ഞ് ബാൽക്കണിയുടെ അറ്റത്തേക്ക് നീങ്ങിനിന്ന് കടലിന്റെ അഗാധതയിലേക്ക് നോക്കി. കാലുകളിൽ പിടിച്ചു വലിക്കുന്ന തിരമാലകളെ പ്രതിരോധിക്കാനെന്ന പോലെ അവൾ ഹാൻഡ്റെയിലിൽ വിരലുകൾ അമർത്തി പിടിച്ചിരുന്നു.

കടലിനെ പരിചയിക്കുവാൻ ഒരു ശ്രമം നടത്തുകയായിരുന്നു അവൾ. ഇതുവരെ കണ്ടതിൽ നിന്ന് വ്യത്യസ്തമായി കടലിനെ ഒരു സൗഹൃദഭാവത്തിൽ കാണാനുള്ള ശ്രമം. ഇനിയുള്ള ജീവിതത്തിൽ കടലിനോട് പൊരുത്തപ്പെടാതെ മുന്നോട്ടു പോകാനാവില്ലെന്നവൾ തിരിച്ചറിഞ്ഞിരിക്കുന്നു.

വെള്ളിത്തിരമാലകൾ തലയിൽ ചൂടിയ കടലിനെ നോക്കി നിൽക്കുമ്പോൾ പെരുവിരലിൽ നിന്ന് ഭയത്തിന്റെ നെടുങ്കൻ തിര വെട്ടിവെട്ടി കയറി വന്ന് തന്നെ കഴുത്തറ്റം മുക്കിക്കളയുന്നത് അവളറിഞ്ഞു. ഹാൻഡ് റെയിലിൽ അമർന്നിരുന്ന മേരിക്കുഞ്ഞിന്റെ വിരലുകൾ ജ്വരം ബാധിച്ചതു പോലെ വിറച്ചു. നോക്കി നിൽക്കവേ ഭാവം മാറിമാറി വരുന്ന കടൽ അവളെ കൂടുതൽ ഭയപ്പെടുത്തി.

മേരിക്കുഞ്ഞിനും മാർട്ടിനും ഇടയിലുള്ള ഏറ്റവും പ്രധാന വൈരുദ്ധ്യവും കടൽ തന്നെ ആയിരുന്നു. രണ്ടുപേർ. രണ്ട് അനുഭവങ്ങൾ. ഒരു കടൽ.

ഒരാൾക്ക് കടലിനോട് അടക്കാനാവാത്ത പ്രണയം. മറ്റേയാൾക്കാവട്ടെ കടലിനെക്കുറിച്ച് ആത്മാവിന്റെ ആഴത്തോളം ആഴ്ന്നു കിടക്കുന്ന ഭയം. ഒരാൾ കടലിന്റെ ഏറ്റവും അടുത്തേക്ക് ചെല്ലാൻ കൊതിച്ചപ്പോൾ മറ്റെയാൾ കടലിനെ തന്നിൽ നിന്ന് കഴിയാവുന്നത്ര ദൂരേക്ക് തെറിപ്പിക്കാൻ ശ്രമിച്ചു.

എന്നിട്ടും മേരിക്കുഞ്ഞും മാർട്ടിനും അതിഗാഢമായി പ്രണയിക്കുന്നുവെന്നത് കാലത്തിന്റെ വിസ്മയം. വിചിത്രവും വ്യത്യസ്തവുമായ പ്രണയമെന്ന് അവർ രണ്ടുപേരും തങ്ങളുടെ പ്രണയത്തിന് നിർവ്വചനങ്ങൾ സൃഷ്ടിച്ചു. ശരിയായിരിക്കും. അല്ലെങ്കിൽ എങ്ങിനെയാണ് ആഴവും ചുഴിയുമുള്ള ഒരു വിപരീതത്തിനപ്പുറവും ഇപ്പുറവും നിന്ന് രണ്ടുപേർക്ക് പ്രണയിക്കാൻ കഴിയുക.

കണ്ണെത്താത്ത ഒരു കടൽദൂരം തങ്ങളെ വേർതിരിക്കുന്നത് അറിഞ്ഞിട്ടും, ചില ദിവസങ്ങളിൽ കോപത്തിന്റെ ആകാശം മുട്ടുന്ന തിരമാലകൾ ക്ഷമയുടെ തടയിണകൾ തകർത്തിട്ടും, ഹൃദയക്കടലിന്റെ പ്രക്ഷുബ്ധച്ചുഴി ആത്മാഭിമാനത്തിന്റെ അടിത്തട്ടിലേക്കു വരെ വലിച്ചുകൊണ്ട് പോയിട്ടും ഇരുവരും പ്രണയത്തിന്റെ, കരുതലിന്റെ, രണ്ടുപേർ മാത്രമുള്ള ദ്വീപിലേക്ക് നീന്തിക്കയറി. ലോകത്ത് പ്രണയിക്കാൻ വേറെ ആരും ഇല്ലെന്നതു പോലെ ചേർന്നു നിന്നു.

ദൈനംദിന സംസാരങ്ങളിൽ സമുദ്രമെന്ന വാക്ക് കടന്നു വരാതിരിക്കാൻ ഇരുവരും കർശനമായി ശ്രദ്ധിച്ചു. എന്നാൽ, പ്രണയസാക്ഷാൽക്കാരത്തിന് ഒരു കടൽദൂരം ചാടിക്കടക്കേണ്ടതുണ്ട് എന്ന ബോധം മേരിക്കുഞ്ഞിന്റെ ആന്തരിക മനസിനെ കാറ്റത്ത് ഉലയുന്ന തുണി പോലെ ഇടയ്ക്കിടെ പറപ്പിച്ചു.

മേരിക്കുഞ്ഞിന് കടലിനോട് സമരസപ്പെടാൻ കഴിയുന്നില്ല എന്ന തിരിച്ചറിവ് മാർട്ടിനെയും ചിലപ്പോൾ ചെരിപ്പില്ലാതെ തീക്കുണ്ഡത്തിൽ നിൽക്കുന്നത് പോലെ പൊള്ളിച്ചു. എപ്പോളാണ് കടലിന്റെ കലിപൂണ്ട തിരമാലകൾ തങ്ങളുടെ പ്രണയത്തിന്റെ കപ്പൽപായ നെടുകെ ഛേദിക്കുന്നതെന്ന് വാഗ്വാദങ്ങളും തർക്കങ്ങളും കൊണ്ട് മുഖരിതമായ ചില നിമിഷങ്ങളിൽ അവർ സന്ദേഹപ്പെട്ടു. എന്നിട്ടും പ്രണയത്തിന്റെ കടുംമഞ്ഞിന്റെ ശീതകാലക്കുളിരിൽ കടലിനോടുള്ള ഇഷ്ടവും അനിഷ്ടവും അവർ ഒളിപ്പിച്ചു വച്ചു.

കുട്ടിയായിരിക്കുമ്പോൾ ഡാഡിയുടെ ചേട്ടൻ ജോൺ അങ്കിളിന്റെ മകൻ അഞ്ചുവയസുകാരൻ ഫ്രാൻസിസിനെ കടൽ കൊണ്ടുപോയ പൊള്ളിക്കുന്ന ഓർമ ഇന്നും മേരിക്കുഞ്ഞിന്റെ ഉള്ളിലുണ്ട്. എല്ലാവരും കൂടി ഉല്ലസിക്കാൻ കടൽ തീരത്ത് പോയ ആ നശിച്ച വൈകുന്നേരവും ഇന്നുമവളുടെ ഓർമയിൽ അതേപടി.

കടലിൽ കുളിക്കുകയായിരുന്നു മേരിക്കുഞ്ഞും, ഡാഡിയും, ഫ്രാൻസിസും, അവന്റെ അപ്പനും, ചേച്ചി കവിതയും ഒരുമിച്ച്. കവിതക്കും മേരിക്കുഞ്ഞിനും ഒരേപ്രായം. കഷ്ടിച്ച് ഏഴുവയസ്.

അവരുടെ കളിതമാശകൾ കണ്ട് അമ്മമാർ കരയിൽ സൊറപറഞ്ഞിരുന്നു. എങ്ങിനെയാണ് ഫ്രാൻസിസിനെ കാണാതായതെന്ന്

മേരിക്കുഞ്ഞിന് ഇന്നും അറിയില്ല. വലിയൊരു തിര വന്ന് അവളെ കാലുകളിൽ പിടിച്ച് വലിച്ചു കൊണ്ടുപോയതും ഡാഡി അവളുടെ കാലുകളിൽ വിടാതെ പിടിച്ചതും ഓർമയുണ്ട്. പക്ഷെ, ആ തിര ഫ്രാൻസിസിനെ കൊണ്ടു പോയി. മൂന്നാംപക്കം ആത്മാവില്ലാത്ത ശരീരമായി തിരിച്ചുകൊടുത്തു.

അവൻ കടലിന്റെ ഏറ്റവും അടിയിലെ മൽസ്യകന്യകയുടെ കൊട്ടാരത്തിൽ ഉണ്ടെന്ന് മേരിക്കുഞ്ഞും കവിതയും ഒരുപാടു നാൾ വിശ്വസിച്ചു.

ഫ്രാൻസിസിനെ കടൽ വിഴുങ്ങിയ ദിവസം മുതൽ തുടങ്ങിയതാണ് കടലിനോടുള്ള മേരിക്കുഞ്ഞിന്റെ ഭയം.

ജോണപ്പാപ്പനും മേരിക്കുഞ്ഞിന്റെ ഡാഡിയും എന്തിന് കവിത പോലും കടലിനോടുള്ള ഭീതിയിൽ നിന്ന് മോചിതരായിട്ടും താൻ മാത്രം അതിൽ നിന്ന് രക്ഷപെടാത്തതെന്തെന്ന് എത്ര ആലോചിച്ചിട്ടും അവൾക്ക് മനസിലായില്ല.

'തസാലോഫോബിയ.'

അവൾ സ്വയം പറഞ്ഞു. എത്ര വിചിത്രവും നിഗൂഡവുമാണ് മനുഷ്യമനസ്. പ്രപഞ്ചത്തിലെ എന്ത് ഉപകരണം കൊണ്ട് അതിനെ അറിയാനാവും.

തിരയിൽ ഫ്രാൻസീസിന്റെ കുഞ്ഞു മുഖം കണ്ട ഭയപ്പാടോടെ മേരിക്കുഞ്ഞ് ഞെട്ടിത്തിരിഞ്ഞു. തിമിംഗലവാൽ മുഖത്തടിച്ചതു പോലെ അവൾക്ക് വേദനിച്ചു. പ്രജ്ഞ നഷ്ടപ്പെട്ടു നിന്ന അവളെ മാർട്ടിൻ തനിക്കു നേരെ തിരിച്ചു നിറുത്തി.

'എന്തു പറ്റി മേരിക്കുഞ്ഞേ?'

'ഞാൻ പറഞ്ഞിട്ടില്ലേ...'

തനിക്ക് നേരെ ഉയരുന്ന കൂറ്റൻ തിരമാലകളെ തടയുന്നത് പോലെ അവൾ കയ്യുയർത്തി. കരച്ചിലിന്റെ വക്കിൽ നിന്ന് മാർട്ടിന്റെ വിരിഞ്ഞ നെഞ്ചിലേക്ക് മറിഞ്ഞു. അവനവളെ തന്നോട് ചേർത്തു നിറുത്തി മുടിയിഴകളിൽ മൃദുലമായി തലോടി. ക്ഷീണം മാറുന്നതുവരെ നെഞ്ചിൽ തലചായ്ക്കാൻ അവളെ അനുവദിച്ചു. മേരിക്കുഞ്ഞിന്റെ കടൽഭയത്തെക്കുറിച്ച് അറിയാമായിരുന്നിട്ടും അവളെ വേദനിപ്പിച്ചതിൽ അയാൾക്ക് കുറ്റബോധം തോന്നി.

ബാൽക്കണിയുടെ വാതിൽ കൊട്ടിയടച്ച് കടലിന്റെ കാഴ്ച്ച അവളിൽ നിന്ന് മറച്ച് അയാൾ മേരിക്കുഞ്ഞിനെ അകത്തേക്ക് കൊണ്ടുപോയി. ബാൽക്കണിയുടെ വാതിൽ അടയുന്ന ശബ്ദം കേട്ട് അവൾ ആശ്വാസത്തിന്റെ ദീർഘനിശ്വാസം പുറത്തു വിട്ടു. കാലുകൾക്ക് സ്വാധീനമില്ലാത്ത ഒരാളെ ഇരുത്തുന്ന കരുതലോടെ

മാർട്ടിൻ അവളെ സോഫയിൽ ഇരുത്തി.

പക്ഷെ, ആവേശങ്ങളെയെല്ലാം മന്ദീഭവിപ്പിക്കുന്ന അസഹനീയമായൊരു മരവിപ്പ് കടൽക്കാഴ്ച്ച ശരീരത്തിനു സമ്മാനിച്ചിരിക്കുന്നുവെന്ന് അവൾ തിരിച്ചറിഞ്ഞു. നിറുകയിൽ വലിയൊരു കല്ലുകൊണ്ട് അടിച്ചതുപോലെ മന്ദിച്ചിരുന്നു വെട്ടിപ്പൊളിക്കുന്ന തലവേദനയിൽ പിടഞ്ഞു. സോഫയുടെ കൈവരിയിൽ പിടിച്ച് അവൾ എഴുന്നേറ്റു.

'ഞാൻ പോകുന്നു...'

'അതെന്താ പെട്ടെന്ന്?'

അരക്കെട്ടിനെ ചുറ്റിക്കയറിയ മാർട്ടിന്റെ കരങ്ങളെ തടുത്തു നീക്കിക്കൊണ്ട് അവൾ പുറത്തേക്കുള്ള വാതിൽ പരതി.

'ഒന്നുമില്ല. ഞാൻ പിന്നെ വരാം'

'ഇപ്പോൾ പോകണ്ട. ക്ഷീണം മാറിയിട്ട് പോയാൽ മതി'.

'വേണ്ട മാർട്ടിൻ ഐ ആം ഓൾറൈറ്റ്'.

'ഞാൻ കൊണ്ടുവിടാം'.

കാറിന്റെ താക്കോലിനായി പരതിയ അയാളെ അവൾ തടഞ്ഞു.

'വേണ്ട മാർട്ടിൻ.'.

തന്റെ തെറ്റു കൊണ്ടാണ് അവൾക്ക് വിഷമമുണ്ടായതെന്ന കുറ്റബോധം മാർട്ടിനെ ലജ്ജിതനാക്കി. അതിനാൽ അയാൾ അവളെ തടഞ്ഞതുമില്ല. അവൾ പോയി വിശ്രമിക്കട്ടെ എന്ന് അവളെ നോക്കി നിൽക്കുക മാത്രം ചെയ്തു. അവൾ ലിഫ്റ്റിൽ കയറി. ലിഫ്റ്റിന്റെ വാതിലടയുന്നതു വരെ അയാൾ ഇളിഭ്യനെപ്പോലെ അവളെ നോക്കി നിന്നു.

എങ്ങിനെയെങ്കിലും വീട്ടിലെത്തി ഒന്ന് കിടന്നാൽ മതിയായിരുന്നു എന്ന ചിന്തയിലാണ് മേരിക്കുഞ്ഞ് വീട്ടിലേക്ക് കാറോടിച്ചത്. തല ചുറ്റുന്നത് പോലെ തോന്നിയിട്ടും അവൾ കാറിന്റെ വേഗം കുറച്ചില്ല. കടൽ അവളെ അത്രമേൽ അവശയാക്കിക്കഴിഞ്ഞിരുന്നു. മാർട്ടിന്റെ വീട്ടിൽ നിന്ന് ഇറങ്ങിയോടിയിട്ടും കടൽ കാറിന്റെ പിന്നിൽ തന്നെ പിന്തുടരുന്നെന്ന പോലെയാണ് അവൾ കാറോടിച്ചത്.

വീട്ടിലെത്തിയപ്പോൾ പൂമുഖത്ത് അഴിച്ചുവച്ച ഒരുജോഡി ചെരിപ്പ് അവളിൽ അസ്വസ്ഥത ചൊരിഞ്ഞു. സംശയത്തോടെ അവൾ സ്വയം പറഞ്ഞു.

'ആരാണാവോ ഗസ്റ്റ്? ഒന്ന് കിടക്കാനും സമ്മതിക്കില്ല..'

പതിനൊന്ന്

എയർ കണ്ടീഷണറുടെ നേർത്ത തണുപ്പുള്ള സ്വീകരണ മുറിയിൽ ഡാഡിയുടെ അരികിലെ സോഫയിൽ തന്നെ നോക്കി നിർമലമായ പുഞ്ചിരി പൊഴിച്ചു കൊണ്ടിരിക്കുന്ന ചെറുപ്പക്കാരനെ കണ്ടപ്പോൾ മേരിക്കുഞ്ഞ് അക്ഷരാർത്ഥത്തിൽ തന്നെ ഞെട്ടിപ്പോയി.

സേവി!

സേവിയെക്കണ്ടതും ഒരു നിമിഷം ശ്വാസം നഷ്ടപ്പെട്ടുപോയതു പോലെ വാതിൽ പടിയിൽ തന്നെ നിന്നുപോയി മേരിക്കുഞ്ഞ്. ആഹ്ലാദവും അമ്പരപ്പും പിന്നെ വിവേചിച്ചറിയാനാവാത്ത മറ്റെന്തൊക്കെയോ കൂടിച്ചേർന്ന പെരുമഴ പെട്ടെന്ന് പെയ്ത് അവളെ മുച്ചൂടും നനച്ചു.

അത്ഭുതം കൂടുകൂട്ടിയ മിഴികളോടെ സേവിയെത്തന്നെ കണ്ണെടുക്കാതെ നോക്കി നിൽക്കുന്ന മേരിക്കുഞ്ഞിനെ കണ്ട് സേവിയും മാത്തച്ചനും ചിരിച്ചു പോയി. മാത്തച്ചന്റെ ശബ്ദം അവളെ രണ്ടു ചുവടു മുന്നോട്ട് നടത്തിച്ചു.

'വാ മോളെ ഇവിടെയിരിക്ക്...'

അപ്രതീക്ഷിതമായി സേവിയെ കണ്ട അമ്പരപ്പിൽ നിന്ന് അവൾ അല്പം മോചിതയായെന്ന് തോന്നി. സേവി ചിരിയുടെ അറ്റത്ത് ഒരു ചോദ്യം കൊളുത്തിയിട്ടു.

'എന്താ പേടിച്ചുപോയോ?'

'നിന്നെ ഇവിടെ ഒട്ടും പ്രതീക്ഷിച്ചില്ല'.

മേരിക്കുഞ്ഞ് നേർത്തൊരു ഇളിഭ്യച്ചിരിയോടെ നടന്നുചെന്ന് സേവിയുടെ അടുത്ത് ഇരുന്നു.

മാത്തച്ചൻ രണ്ടുപേരെയും നോക്കി ഇളിച്ചു കൊണ്ടിരുന്നു. കുട്ടികളുടെ സൗഹൃദത്തിന്റെ നൈർമല്യം അയാളെയും ചെറുപ്പക്കാരൻ ആക്കിയത് പോലെ. അയാളുടെ കവിളുകൾ പ്രകാശമേറ്റിട്ടെന്ന പോലെ തിളങ്ങി.

സേവിയുടെയും മേരിക്കുഞ്ഞിന്റെയും നയനങ്ങൾ സംസാരിച്ചു. വാക്കുകൾ ഉരുവാകുന്നതിനും മുൻപുള്ള ഭാഷയിൽ. സ്നേഹത്തിന്റെ, ആദരവിന്റെ നിശബ്ദ സന്ദേശങ്ങൾ.

സേവിയുടെ കറുത്തു തിളങ്ങുന്ന കണ്ണുകളിൽ തെളിഞ്ഞു കണ്ട തന്റെ പ്രതിബിംബത്തെ നോക്കിയിരിക്കവേ ക്ഷീണവും തലവേദനയും പഞ്ഞിക്കെട്ട് പോലെ പറന്നുപോകുന്നത്

അവളറിഞ്ഞു. ആഹ്ലാദത്തിന്റെ ഉറവകൾ തുറന്ന് മനം നിറയുന്നു. അമ്പരപ്പിന്റെ ആലിംഗനത്തിൽ നിന്ന് അല്പം മുക്തയായപ്പോൾ മേരിക്കുഞ്ഞ് ചോദിച്ചു. ഒരു രഹസ്യം ചോദിക്കുന്ന ശബ്ദത്തിൽ.

'എപ്പോ വന്നു?'

'ഇപ്പൊ വന്നതേയുള്ളു, അഞ്ച് മിനിറ്റ്... വീട് കണ്ടുപിടിക്കാൻ ഇത്തിരി ബുദ്ധിമുട്ടി.'

സേവി വലത്തേ കയ്യുടെ കഫ് മുകളിലേക്കുയർത്തി വാച്ചിൽ നോക്കി. വെളുത്ത സ്ട്രാപ്പിൽ തവിട്ടു നിറമുള്ള ഡയലുള്ള മനോഹരമായ വാച്ച്.

'ഒന്ന് വിളിച്ചിട്ട് വരാമായിരുന്നില്ലേ'

'അപ്പൊ ഒരു ത്രിൽ ഇല്ലല്ലോ...'

സേവി നാണിച്ചുചിരിച്ചു. മൂക്കിൽ പിടിച്ചു കറക്കാൻ തരിച്ച കൈ അവൾ പണിപ്പെട്ട് ഒതുക്കിവച്ചു. ജാൻസി ചായയുമായി വന്ന് സേവിക്കു നേരെ ചായ നീട്ടി.

'എടുക്കൂ സേവീ..'

സേവി ട്രേയിൽ നിന്ന് ചായ എടുത്തു ചുണ്ടോടടുപ്പിച്ചു. പാത്രത്തിൽ നിന്ന് മൂന്നു ചിപ്സും. ചിപ്സ് പാത്രം മാത്തച്ചന് നീട്ടുന്നതിനിടയിൽ ജാൻസി മേരിക്കുഞ്ഞിനെ കളിയാക്കി.

'വന്നല്ലോ കളിക്കൂട്ടുകാരൻ. സേവിയെ കണ്ടപ്പോൾ മുതൽ നിലത്തൊന്നുമല്ല പെണ്ണ്.'

സേവിയുടെ ചുവന്ന കവിളുകളിൽ അല്പം നാണം കലർന്നെന്ന് മേരിക്കുഞ്ഞിന് തോന്നി. അവൻ ചായ ഗ്ലാസ്സിൽ മുഖം ഒളിപ്പിക്കാൻ വിഫലമായ ശ്രമം നടത്തുന്നത് അവൾ കണ്ടു. ചമ്മിപ്പോയ മുഖത്തോടെ മേരിക്കുഞ്ഞ് മിണ്ടരുതെന്ന് മമ്മിയെ നോക്കി.

'ഒന്ന് പോ മമ്മീ ഞങ്ങൾ സംസാരിക്കട്ടെ. പഴയ കാര്യങ്ങൾ കുറെ പറയാനുണ്ട്.'

അവൾ സേവിക്കരികിലേക്ക് അല്പം കൂടി ചാഞ്ഞിരുന്നു. ജനാലച്ചതുരത്തിലെ വെയിൽ നിരങ്ങിവന്ന് മേരിക്കുഞ്ഞിന്റെ ചുവന്ന നെയിൽ പോളീഷിട്ട കാൽവിരലുകളിൽ തൊട്ടുവിളിച്ചു.

മാത്തച്ചൻ എഴുന്നേറ്റു ചെന്ന് ജനാലക്ക് കുറുകെ കർട്ടൻ നീക്കിയിട്ട് വെയിലിനെ പുറത്താക്കി. വെയിൽ അതിന്റെ നഖം കൊണ്ട് ഏങ്കോണിച്ച ജനാലചതുരം വരച്ചിരുന്ന ഇറ്റാലിയൻ മാർബിൾ തറയിൽ തണലിന്റെ തിരശീല വീണു. തിരികെ സോഫയിൽ ഇരുന്ന് പാതി കുടിച്ച് ടീപ്പോയിൽ വച്ചിരുന്ന ചായ മുഴുവനാക്കി മാത്തച്ചൻ സേവിയുടെ നേരെ തലയുയർത്തി.

സ്നേഹം തുളുമ്പുന്ന അപ്പനായ അലക്സ്. ആത്മാർത്ഥ സുഹൃത്തും സഹോദര തുല്യനുമായ അലക്സ്. അത്ഭുതമായ അലക്സ് അങ്കിൾ.

മടിക്കുത്തിൽ നിന്ന് വിലപ്പെട്ടതെന്തോ ഊർന്നു പോയവ നെപ്പോലെ മാത്തച്ചൻ തറയിലേക്ക് നോക്കിയിരുന്നു. ഒരു തുമ്പി യുടെ ശരീരഭാഗവും വഹിച്ചുകൊണ്ട് തറയിലൂടെ ഉറുമ്പുകളുടെ പ്രദക്ഷിണം.

കളിക്കൂട്ടുകാരായിരുന്നു താനും അലക്സുമെന്ന് പറയാൻ വന്ന മാത്തച്ചൻ എന്തുകൊണ്ടോ അത് പറയേണ്ടന്ന് വച്ചു. പകരം ആ ദൃശ്യങ്ങൾ മനസ്സിൽ കണ്ടു.

മരങ്ങൾ തണൽ വിരിച്ച നാട്ടുവഴികളിലൂടെ ഓടുന്ന മാത്തച്ചനും അലക്സും. കുട്ടികളായ അവർ മരങ്ങൾക്കിടയിലൂടെ ഓടി ക്കളിക്കുകയാണ്. തണലും വെയിലും മാറിമാറി വീഴുന്ന അവരുടെ വസ്ത്രങ്ങളില്ലാത്ത ശരീരം.

തൊണ്ടയിൽ കെട്ടിനിന്നതെന്തോ പുറത്തേക്ക് തള്ളുന്നത് പോലെ മാത്തച്ചൻ അതിശക്തിയായി ചുമച്ചു. അലക്സുമൊത്തുള്ള ഓർമ്മകൾ കൊരവള്ളിയിൽ പിടിമുറുക്കി മാത്തച്ചനെയും ശ്വാസം മുട്ടിക്കുന്നുണ്ട്.

കർട്ടൻ തുളച്ചും അകത്തേക്ക് അരിച്ചരിച്ചു വരുന്ന വെയിലിനെ നോക്കി വാതിൽപ്പടിയിൽ ചാരിനിൽക്കുകയായിരുന്നു ജാൻസി. കാലം ബലമുള്ള കർട്ടനിട്ടിട്ടും അരിച്ചരിച്ചു വരുന്ന ഓർമ്മകൾ.

ജാൻസിയുടെ ഉള്ളിൽ സേവിയുടെ അമ്മയുടെ പൂർണ്ണ ചന്ദ്രനെപ്പോലെ സുന്ദരമായ മുഖം പ്രകാശിച്ചു.

കൈവെള്ള വിടർത്തിവച്ച് അതിലേക്ക് കണ്ണുകൾ തറപ്പിച്ച് ഇരിക്കുകയായിരുന്നു മേരിക്കുഞ്ഞ്.

സേവി മുന്നോട്ടാഞ്ഞിരുന്നപ്പോൾ എല്ലാവരും ചിന്തകളിൽ നിന്നുണർന്ന് ഒന്നനങ്ങിയിരുന്നു. മാത്തച്ചൻ സേവിയിലേക്ക് കണ്ണുകൾ തിരിച്ചു. അയാളുടെ കണ്ണുകൾ വാത്സല്യത്തിന്റെ പൊടി മഞ്ഞ് വീണ് നനഞ്ഞിരുന്നു.

പിന്നിലെ പോക്കറ്റിൽ നിന്ന് പേഴ്സ് എടുത്തു തുറന്ന് അതി നുള്ളിൽ വച്ചിരുന്ന അപ്പന്റെയും അമ്മച്ചിയുടെയും ചിത്രമെടുത്ത് സേവി മാത്തച്ചനെ കാണിച്ചു. ചിത്രം കാണാൻ മേരിക്കുഞ്ഞും ജാൻസിയും മാത്തച്ചന്റെ പിന്നിൽ നിന്നു. മാത്തച്ചൻ ഫോട്ടോ കയ്യിൽ വാങ്ങി നോക്കി. കൂടുതൽ വ്യക്തതക്ക് കണ്ണട എടുത്തു വച്ചു. മാത്തച്ചന്റെ ചുമലുകൾക്ക് മുകളിലൂടെ ജാൻസിയും മേരി ക്കുഞ്ഞും അലക്സിനെയും സാറയെയും കണ്ടു.

സേവിയുടെ അപ്പന്റെയും അമ്മച്ചിയുടേയും വിവാഹ ഫോട്ടോയാണ്.

ഇരുപത്തിയേഴ് വർഷങ്ങൾക്കു മുൻപുള്ള ഒരു ബ്ളാക്ക് ആൻഡ് വൈറ്റ് ചിത്രത്തിൽ വെളുത്ത ഷർട്ടും മുണ്ടുമിട്ട അലക്സ് എന്ന നവവരൻ. നായയുടെ ചെവി പോലെ താഴേക്ക് വീണു കിടക്കുന്ന ഷർട്ടിന്റെ കോളർ. തലയിൽ മുടി കൊണ്ടൊരു കുഞ്ഞു കിളിക്കൂട്. കൊത്തുളിയുടെ വക്കുപോലെ കൃതാവ്. അലക്ഷ്യമായി മുട്ടുവരെ തെറുത്തു വച്ചിരിക്കുന്ന ഷർട്ടിന്റെ കൈകൾ.

അലക്സിന്റെ അരികിൽ വെളുത്ത കല്യാണസാരിയിൽ സാറ. വാലിട്ടെഴുതിയ വലിയ നയനങ്ങൾ. സാറക്ക് നവവധുവിന്റെ നാണം കലർന്ന ചിരി. ചിരിക്ക് സേവിയുടെ നല്ല ഛായ. പശ്ചാത്തലത്തിൽ ഗ്രാമത്തിലെ ഏക സ്റ്റുഡിയോ ആയ മഞ്ജു സ്റ്റുഡിയോയിലെ പൊന്നപ്പന്റെ സ്ഥിരം കർട്ടൻ. നാലഞ്ചു പൂക്കൾ. വെള്ളച്ചാട്ടത്തിന്റെ പടം.

താഴെപ്പള്ളിയിൽ വച്ചുനടന്ന ഇവരുടെ കല്യാണത്തിൽ എവിടെയൊക്കെയോ താനുണ്ടെന്ന് മാത്തച്ചൻ തന്നെത്തന്നെ കണ്ടെത്തി.

ഫോട്ടോ തിരികെ സേവിക്ക് നീട്ടി അതിദീർഘമായി നിശ്വസിച്ച് മാത്തച്ചൻ സോഫയിലേക്ക് ചാരി ഇരുന്നു.

അലക്സിന്റെ വീട്ടിൽ ഒരാഴ്ച മുന്നേ മുതൽ, കല്യാണം കഴിഞ്ഞ് വധൂവരന്മാർ വീട്ടിൽ കയറുന്നതു വരെ താനുണ്ടായിരുന്നു, മുഴുവൻ സമയ ഉത്സാഹിയായി. അത്താഴമൂട്ടിന് അറക്കാനുള്ള മൂരിക്കുട്ടനെ തേമ്പാച്ചിറ ചന്തയിൽ നിന്ന് താനാണ് കൊണ്ടുവന്നത്. ഇടംപല്ലൻ ചന്ദ്രന്റെ അപ്പൂസ് എന്ന് പേരെഴുതിയ ലോറിയിൽ. പന്തലിന്റെ വടക്കേ മൂലയിൽ വച്ച് കോക്കി അസീസ് പാചകം ചെയ്ത കൊടല് കറി ആദ്യം പാകം നോക്കിയത് താനാണ്.

എന്തൊരു മുടിഞ്ഞ സ്വാദായിരുന്നു ജീവിതത്തിന്.

അലക്സിന്റെ വിവാഹം കഴിഞ്ഞ് മൂന്നുമാസത്തിനു ശേഷമായിരുന്നു മാത്തച്ചന്റെ വിവാഹം. താഴ്‌വരപ്പള്ളിയിൽ വച്ചു തന്നെ. മാത്തച്ചന്റെ കല്യാണത്തിന്റെ മേൽനോട്ടം മുഴുവൻ അലക്സും സാറായുമായിരുന്നു.

'നീ ഒന്നും അറിയണ്ട. എല്ലാം ഞങ്ങൾ നോക്കിക്കോളാ.. താലികെട്ടിന്റെ സമയാകുമ്പ കെട്ടിയാ മാത്രം മതി.'

ചിരിച്ചു തിമിർക്കുന്ന തൊണ്ടകൾക്കൊപ്പം അലക്സിന്റെ കണ്ണിറുക്കിച്ചിരി.

ജാൻസി ആലോചിച്ചത് മാത്തച്ചനുമൊത്ത് തന്നെ പെണ്ണു

കാണാൻ വന്ന അലക്സിനെയും സാറയെയുമായിരുന്നു മാത്ത ച്ചന്റെ ആങ്ങളയും നാത്തൂനുമെന്ന് പരിചയപ്പെടുത്തി.

മാത്തച്ചൻ ഈശോയെ എന്ന് വിളിച്ച് കണ്ണുകളുയർത്തി രൂപ ക്കൂട്ടിലെ ഈശോയുടെ ചിത്രത്തിലേക്ക് നോക്കി. എല്ലാം ഇന്നലെ കഴിഞ്ഞത് പോലെ. മേരിക്കുഞ്ഞ് ഒരുപിടി കായവറുത്തത് എടുത്ത് സേവിക്കുനേരെ നീട്ടി. സേവി വേണ്ടെന്ന് കൈകാട്ടി പോകുവാൻ എഴുന്നേറ്റു.

'ഞാൻ പോയിട്ട് വരാം'

'അങ്ങിനെയാവട്ടെ.'

ജാൻസി പറഞ്ഞു. മാത്തച്ചൻ എഴുന്നേറ്റ് അയാൾക്ക് പിന്നാലെ പൂമുഖത്തേക്ക് ഇറങ്ങി നിന്നു മുണ്ടു മടക്കിക്കുത്തി.

'ഇടക്ക് വരണേ മോനെ...'

'വരാം'

ഹെൽമെറ്റിന്റെ ചിൻസ്ട്രാപ്പ് ഇട്ടുകൊണ്ട് സേവി ചിരിച്ചു. ബുള്ളറ്റിന്റെ ഹെഡിൽ തലോടി മേരിക്കുഞ്ഞ് ചോദിച്ചു.

'ഇത് അലക്സ് അങ്കിളിന്റെ ബുള്ളറ്റല്ലേ?'

'അതെ. ഇതിലാണ് ഞാൻ ലോകം ചുറ്റാൻ പോകുന്നത്.'

മേരിക്കുഞ്ഞ് ബുള്ളറ്റിന്റെ ഹെഡ് ലാമ്പ് ജാളിയിൽ സ്നേഹത്തോടെ തലോടി.

'കവിതക്കും ഉണ്ട്. ഇതുപോലെ ഒരു ബുള്ളറ്റ്.'

'പറഞ്ഞപോലെ ആളെവിടെ?'

'ഗുജറാത്തിലേക്കുള്ള യാത്രയിലാണ്. എന്തോ ഒരു കുന്നിന്റെ പേര് പറഞ്ഞു'.

'ഖാസി മലനിരകൾ. വളരെ മനോഹരം. ജീവിതത്തിൽ ഒരി ക്കലെങ്കിലും അവിടെ പോകണം'.

'നിങ്ങളായി നിങ്ങളുടെ പാടായി. എനിക്കീ യാത്രയൊന്നും താല്പര്യമില്ല. ഇനി വരുമ്പോൾ അവളെ പരിചയപ്പെടാം.'

'ഓക്കേ.. എന്നാൽ ഞാൻ..'

സേവി ബുള്ളറ്റിൽ കയറിയിരുന്നു. ബുള്ളറ്റിന്റെ ആക്സിലേറ്റർ വെറുതെ തിരിച്ചുകൊണ്ടു മേരിക്കുഞ്ഞ് പറഞ്ഞു

'വളരെ പ്രധാനപ്പെട്ട ഒരു കാര്യം പറയാനുണ്ട്.'

'എന്താണാവോ?'

'പറയാം. എവിടെയോ പോകുന്ന കാര്യം സേവി പറഞ്ഞല്ലോ. എവിടെയാ?'

'നാളെ ആയാലോ? നാളെ നീ ഫ്രീ ആണോ?'

'ഫ്രീ ആണ്..'

പന്ത്രണ്ട്

സേവിയോടൊപ്പം ജീപ്പിൽ ഇരിക്കുകയാണ് മേരിക്കുഞ്ഞ്. മനോഹരമായ ഒരു യാത്രയുടെ ആവേശത്തിലും പ്രതീക്ഷയിലുമാണ് അവൾ. എങ്ങോട്ടാണെന്ന് എത്ര ചോദിച്ചിട്ടും സേവി പറയുന്നില്ല. ചോദിച്ചാൽ വെട്ടിത്തിളങ്ങുന്ന കള്ളച്ചിരി മാത്രം. ചിരി കണ്ടാൽ അറിയാം, അവനെന്തൊക്കെയോ ലക്ഷ്യങ്ങളുണ്ട്. വീണ്ടും ശല്യപ്പെടുത്തിയപ്പോൾ കാത്തിരുന്നു കണ്ടോളൂ എന്നൊരു ഒഴുക്കൻ മറുപടി മാത്രം. എന്തായാലും കാത്തിരുന്നു കാണുക തന്നെ.

ആകാശം അരികുകളിൽ വെള്ള മേഘമുത്തുകൾ പതിപ്പിച്ച നീലക്കുടചൂടി നിൽക്കുകയായിരുന്നു.തണുത്ത ചിറകുകൾ വീശി വടക്കൻ കാറ്റ് പറന്നുവന്ന് ജീപ്പിൽ തൂക്കിയിട്ടിരുന്ന മുന്തിരിക്കുലകളെ ഊയലാട്ടി തിരിച്ചുപോയി. സേവി കാറ്റിലാടുന്ന ഇലകളെ കണ്ട് ആവേശഭരിതനായി.

'എവിടെയോ മഴ പെയ്യുന്നുണ്ടെന്ന് പ്രകൃതി അറിയിപ്പ് തരുന്നുണ്ട്.'

ഓരോ സമയത്തും പ്രകൃതി മനുഷ്യന് പല അറിയിപ്പുകളും നൽകുന്നുണ്ടെന്നാണ് സേവിയുടെ കാഴ്ചപ്പാട്. എന്നാൽ അഹങ്കാരം കൊണ്ടോ അറിവില്ലായ്മ കൊണ്ടോ മനുഷ്യൻ ആ അറിയിപ്പുകൾ അവഗണിക്കുന്നു. പ്രപഞ്ചവും മനുഷ്യനും തമ്മിൽ പൊക്കിൾകൊടി ബന്ധം നിലനിന്നിരുന്ന ഒരു കാലം ഉണ്ടായിരുന്നു. അന്ന് മനുഷ്യന് പ്രപഞ്ചത്തിന്റെ ഭാഷ മനസ്സിലായിരുന്നു. പ്രപഞ്ചത്തിന് മനുഷ്യന്റെ ഭാഷയും.

അതൊരു ചാനൽ ആയിരുന്നു. ആ ചാനലിലൂടെ വിശ്വപ്രകൃതി തന്നിൽ ഒളിഞ്ഞുകിടന്നിരുന്ന അന്തമില്ലാത്ത വിഭവങ്ങളുടെ കലവറയെ അവനു വെളിപ്പെടുത്തി. പകരമായി അവൻ പ്രകൃതിക്ക് ശ്രദ്ധയും പരിഗണനയും കരുതലും സ്നേഹവും നൽകി. അഗാധമായ പരസ്പര വിശ്വാസത്തിൽ അടിയുറച്ച കൊടുക്കൽ വാങ്ങലുകൾ. വീഴ്ചകളിൽ താങ്ങായി നിന്ന ആജീവനാന്ത സൗഹൃദം.

ജീപ്പ് വഴിയരികിൽ ഒതുക്കി നിറുത്തി വലിയൊരു തണൽ മരത്തിനു കീഴിൽ കരിക്ക് വിറ്റിരുന്ന കച്ചവടക്കാരനിൽനിന്ന് കരിക്ക് കുടിക്കുമ്പോൾ മേരിക്കുഞ്ഞിനെ കണ്ണുകൾ ഉയർത്തി നോക്കി സേവി തുടർന്നു. അപ്പോൾ അവന്റെ നെറ്റിയിലെ

വരകൾ കൂടുതൽ നന്നായി തെളിഞ്ഞുകണ്ടു.

'നിർഭാഗ്യവശാൽ ആ ചാനൽ അഹങ്കാരത്തിന്റെ ചെളി കൊണ്ട് മനുഷ്യൻ തന്നെ അടച്ചുകളഞ്ഞു.'

കരിക്കിനുള്ളിലെ വെളുത്ത മൃദുലമായ തേങ്ങ കരിക്കിന്റെ പുറംഭാഗം ചെത്തി ഉണ്ടാക്കിയ കോരിക കൊണ്ട് കഴിച്ച് ദാഹവും വിശപ്പും നീക്കി അവർ യാത്ര തുടർന്നു.

നഗരത്തിലെ തിരക്കേറിയ റോഡുകൾ പിന്നിലുപേക്ഷിച്ച് ജീപ്പ് ഗ്രാമത്തിന്റെ ഏകാന്തതകളിലേക്ക് പ്രവേശിച്ചു.

ആൾക്കൂട്ടത്തിനു നടുവിൽ, ഈച്ചയെപ്പോലെ ഇരമ്പിയാർക്കുന്ന വാഹനങ്ങളുടെ ശബ്ദങ്ങൾക്ക് നടുവിൽ ജീവിച്ചു പരിചയിച്ച മേരിക്കുഞ്ഞിനെ ഗ്രാമത്തിന്റെ ഗാംഭീര്യമുള്ള മൗനം ഭയപ്പെടുത്തി. ആൾത്തിരക്കില്ല. വാഹനങ്ങളുടെ കലമ്പലുകളില്ല. വീടുകൾ വളരെക്കുറവ്. എവിടെ നോക്കിയാലും ആകാശം കാണാനാവാത്ത വിധത്തിൽ പടർന്ന് പന്തലിച്ചു നിൽക്കുന്ന വൻമരങ്ങൾ. മരങ്ങളെ ചുറ്റി നിൽക്കുന്ന മലനിരകൾ. തന്നെ വട്ടം ചുറ്റി നിൽക്കുന്ന ഏതോ അതിപുരാതന ഗോത്രവർഗത്തിനിടയിൽ പെട്ടുപോയതുപോലെ അവൾ പരിഭ്രമിച്ചു.

തികച്ചും സ്വാഭാവികമാണ്. സേവി ഓർത്തു. കാതടപ്പിക്കുന്ന ബഹളങ്ങളിൽ പുലർന്ന ഒരാൾക്ക് ആദിമനിശബ്ദതയുടെ പാണ്ടികശാലയിൽ എത്തുമ്പോൾ അസഹ്യത തോന്നുന്നത്. തൂവെളിച്ചത്തിൽ ജനിച്ചയാൾക്ക് അന്ധകാരത്തിനു നേരെ നോക്കാൻ കഴിയാത്തതു പോലെ. കയ്യിലോ മനസിലോ ഒതുങ്ങാത്ത ഏകാന്തത ചിലപ്പോളയാളുടെ സമനില തന്നെ തെറ്റിച്ചു കളയാനും മതി.

എന്നാൽ, ആദ്യത്തെ അപരിചിതത്വം നീങ്ങിയപ്പോൾ ഗ്രാമം അവളോട് ചിരിക്കാൻ തുടങ്ങി. വഴിയരികിലെ കൂറ്റൻ മരങ്ങളും മാനത്തുകണ്ണികൾ ആകാശം നോക്കുന്ന കുഞ്ഞരുവിയും പല നിറത്തിൽ വിടർന്നു നിന്ന പൂക്കളും അവളോട് സംവദിച്ചു. നമ്മൾ ഇതിനു മുൻപ് കണ്ടിട്ടുണ്ടെന്ന് അടക്കാമരങ്ങളും കുരുമുളകു വള്ളികളും കാപ്പിച്ചെടികളും തലയാട്ടിനിന്ന മലഞ്ചെരിവുകൾ പറഞ്ഞു. എന്റെ മുള്ളുകൾ കാലിൽ തറഞ്ഞ് കരഞ്ഞതോർക്കുന്നുണ്ടോയെന്ന് തൊട്ടാവാടി അവളോട് ചിരിച്ചു.

രാസ്നാദിപ്പൊടി തൂകിയ സിന്ദൂരരേഖ പോലെ പൊടിമണ്ണ് നിറഞ്ഞ ഒറ്റയടിപ്പാതകൾ. എത്രയെത്ര കാലുകൾ നൂറ്റാണ്ടുകളോളം നടന്നും ഓടിയും നിർമിച്ചെടുത്ത വഴികളാണവ. വഴിയരികുകളിൽ, നിരന്തരം ചവിട്ടിമെതിക്കപ്പെട്ടിട്ടും മൂന്നാം ദിനം ഉയിർത്തു വരുന്ന ചെടിക്കൂമ്പുകൾ. നാട്ടുപാതയുടെ ഇരു

വശങ്ങളിലും ചേണി പിടിച്ച ഓടുകളുള്ള വീടുകൾ. ഓടുകളെ ചേർത്തുപിടിക്കുന്ന വക്കുപൊട്ടിയ കമത്തോടുകൾ. വീടുകളുടെ മുൻവശത്ത് തുറന്നുകിടക്കുന്ന നാലുപാളി വാതിലുകൾ. ശീമ ക്കൊന്നയും വട്ടമരവും അതിരിട്ട മുറ്റങ്ങൾ. മുറ്റത്ത് വെയിലിനും മഴക്കും കുട ചൂടുന്ന വാളൻപുളി മരമോ മൂവാണ്ടൻ മാവോ. പച്ചയുടുപ്പിട്ട, ആകാശത്തേക്ക് തുറന്നുവച്ച പ്രകൃതിയുടെ സ്തന ഭരങ്ങൾ. നീ നഗരത്തിലെ നിന്റെ വീട്ടിൽ നിന്ന് പുറപ്പെടുമ്പോൾ തന്നെ നിന്നെ ഞാൻ കണ്ടുവെന്ന് മലകൾ അവളോട്.

കാഴ്ചകൾ കണ്ടിരിക്കുന്ന സമയം കൊണ്ട് ജീപ്പ് മലയടി വാരത്തിൽ എത്തിയിരുന്നു. മലമുകളിലേക്ക് കയറാൻ തുടങ്ങു ന്നതിനു മുൻപ് അവർ ചെറിയൊരു ഇടവേള എടുത്തു. മലയടി വാരത്തിൽ ജീപ്പ് നിറുത്തി പുറത്തിറങ്ങി മലകളെ നോക്കി. മലയോരഗ്രാമത്തിന്റെ അടിവാരകാഴ്ച.

സേവി അവന്റെ മൊബൈലിൽ മേരിക്കുഞ്ഞിനെക്കൂടി ഫ്രെയി മിൽ ഉൾപ്പെടുത്തി സെൽഫി എടുത്തു. അവരുടെ പിന്നിൽ തോളിൽ കയ്യിട്ട് നിന്ന് മലകൾ ക്യാമറയിലേക്ക് നോക്കി മന്ദഹസിച്ചു. മേരിക്കുഞ്ഞും അവളുടെ ഫോണിൽ ചിത്രങ്ങൾ എടുത്തു. മലകളുടെ പല ഭാവങ്ങളിൽ ഉള്ള ചിത്രങ്ങൾ. ഗ്രാമത്തിന്റെ പല മുഖങ്ങൾ. അവളെ നോക്കിക്കൊണ്ട് പിന്നിൽ നിൽക്കുകയായി രുന്ന സേവി ചോദിച്ചു.

'ഒരു കുസൃതിച്ചോദ്യം ചോദിക്കട്ടെ?'

'എന്താണാവോ?'

ഫോൺ ക്യാമറയുടെ ലൈറ്റിങ് അന്തരീക്ഷ വെളിച്ചത്തിന് ഇണങ്ങുന്ന വിധത്തിൽ ക്രമീകരിക്കുന്നതിൽ നിന്ന് ശ്രദ്ധ മാറ്റാതെ മേരിക്കുഞ്ഞ് ചോദിച്ചു.

'ഈ സ്ഥലം എവിടെയെങ്കിലും കണ്ട പരിചയമുണ്ടോ? ദൂരെ കാണുന്ന ആ മലകൾ? ഈ ഗ്രാമം?'

'ഇത്.. ഇത്...'

ഒരു കുഞ്ഞുപൂവ് വിരിയുന്നത് പോലെ, വലിയമിഴികളിൽ ഇതൾ വിരിഞ്ഞുവരുന്ന കൗതുകത്തോടെ മേരിക്കുഞ്ഞ് മലകളെ വീണ്ടും വീണ്ടും നോക്കി. എവിടെയോ കണ്ട് പരിചയമുള്ള ഒരാളെ സൂക്ഷിച്ചു നോക്കി ചികഞ്ഞെടുക്കുന്നതു പോലെ.

മുന്നോട്ട് കടന്നുപോകാനിരിക്കുന്ന വഴികളെ. കവുങ്ങിൻ പാളകൾ വീശി വിളിക്കുന്ന കവുങ്ങും തോട്ടങ്ങളെ. നാട്ടു മൈനകൾ ഊയലാടുന്ന തെങ്ങിൻ തലപ്പുകളെ. ഗർഭം ധരിക്കാൻ ഒരുങ്ങി നിൽക്കുന്ന സേലം മാവുകളെ. നീലാകാശത്തെ തന്റെ

ബലിഷ്ഠമായ തോളുകളാൽ താങ്ങി നിറുത്തിയിരിക്കുന്ന പേരറിയാ മരശിഖരങ്ങളെ.

'ഇത് നമ്മുടെ നാടല്ലേ സേവീ? നമ്മൾ ജനിച്ചു വളർന്ന നാട്.. നമ്മുടെ ഗ്രാമം?'

ചുമ്മാ പുഞ്ചിരിച്ചതല്ലാതെ സേവി മറുപടി പറഞ്ഞില്ല. അവൻ ജീപ്പ് സ്റ്റാർട്ട് ചെയ്തപ്പോൾ മേരിക്കുഞ്ഞ് ജീപ്പിൽ കയറി.

സ്വർഗത്തിലേക്കുള്ള വഴികൾ പോലെ മുകളിലേക്ക് വളഞ്ഞു കയറിപ്പോകുന്ന മലയോരപാത മേരിക്കുഞ്ഞിന്റെ ഓർമയിൽ മേശവലിപ്പിന്റെ തുറക്കാത്ത കള്ളിയിൽ വർഷങ്ങളായി ഉപേക്ഷിക്കപ്പെട്ടു കിടന്നിരുന്ന ചിത്രമെന്ന പോലെ വീണ്ടെടുക്കപ്പെടാൻ ആരംഭിച്ചു.

ഗ്രാമത്തിന്റെ കാവൽ ദേവതയായ, ഒരു മാറിലൂടെ സംഗീതവും മറുമാറിലൂടെ സാഹിത്യവും ഒഴുക്കുന്ന, പൂവിൽ വീണ വായിക്കുന്ന ദേവത വാണരുളുന്ന ഗ്രാമക്ഷേത്രത്തിനു മുന്നിൽ എത്തിയപ്പോൾ മേരിക്കുഞ്ഞ് ആഹ്ലാദത്തോടെ കൈകൾ എറിഞ്ഞു. മീരയുടെയും പുൽച്ചാടി പാർവതിയുടെയും ഒപ്പം അവളൊരിക്കൽ മലഞ്ചരിവിലുള്ള ക്ഷേത്രത്തിൽ പോയിട്ടുണ്ട്. രണ്ടുപേർക്ക് കഷ്ടിച്ചു കാൽ വെച്ചു നിൽക്കാവുന്ന കരിങ്കല്ലിൽ ചെത്തിയെടുത്ത പത്തോ പതിനഞ്ചോ പടവുകൾ കയറി മുകളിലെത്തണം ദേവിയെ കാണാൻ. വണ്ണക്കാരിയായ പാർവതി പകുതി പടവുകൾ പിന്നിട്ടപ്പോൾ തന്നെ കിതയ്ക്കാൻ തുടങ്ങിയിരുന്നു. പാർവതിയുടെ വലിയ മുഖത്തിന്റെ ചെന്നികളിൽ നിന്ന് കുടുകുടാ പൊഴിയുന്ന വിയർപ്പു തുള്ളികൾ. മീര നടക്കുമ്പോൾ കഞ്ഞിപ്പശ തേച്ച പട്ടു പാവാടയുടെ പടപട ശബ്ദം.

ദേവിയെ തൊഴുന്നതിനു മുൻപ് ആൽമരം ചുറ്റുന്നതെന്തിനാണെന്ന് മേരിക്കുഞ്ഞ് അത്ഭുതപ്പെട്ടു. മീരയോട് ചോദിച്ചപ്പോൾ അവൾ നനുത്ത രോമങ്ങളുള്ള ചുണ്ടിനു കുറുകെ ചൂണ്ടുവിരൽ വച്ച് മിണ്ടരുത് എന്ന് ആംഗ്യം കാണിച്ചു. പാർവതി ഭയം നിറഞ്ഞ കണ്ണുകളോടെ ചുറ്റും നോക്കി കിതച്ചുകൊണ്ട് പറഞ്ഞു.

'അങ്ങനൊന്നും ചോദിക്കാൻ പാടില്ല'.

വഴിമുടക്കി നിന്ന ഒരു കറുത്ത പശു മേരിക്കുഞ്ഞിനെ ജീപ്പിലേക്ക് തിരികെ കൊണ്ടുവന്നു. സേവി ഹോൺ മുഴക്കിയപ്പോൾ പശു അവനെ ഒന്ന് നോക്കിയതിനു ശേഷം മുന്നോട്ടുനടന്നു പൊന്തക്കാട്ടിലേക്ക് കയറിപ്പോയി. ഒരു മൃഗത്തിന് കാൽവെക്കുന്നതെല്ലാം വഴികൾ. ഇനിയും വഴിയാകാനിരിക്കുന്ന വഴികളിലൂടെ അവ നടക്കുന്നു. പുതിയ പന്ഥാവുകൾ കണ്ടെത്താൻ മനുഷ്യൻ

മൃഗങ്ങളെ പിന്തുടരേണ്ടതുണ്ട്. പ്രകൃതിയുടെ ഹൃദയത്തിലേക്കുള്ള പാതകൾ ഇനിയും മനുഷ്യൻ കണ്ടെത്താനിരിക്കുന്നതേയുള്ളു.

'ഇതെന്റെ നാട്.. എന്റെ നാട്...'

മേരിക്കുഞ്ഞ് തന്നോട് തന്നെ പറഞ്ഞുകൊണ്ടിരുന്നു. അവളെ ത്തന്നെ സ്വയം വിശ്വസിപ്പിക്കാനെന്നത് പോലെ.

ജീപ്പ് കുറേക്കൂടി മുന്നോട്ടുപോയി. വേപ്പു മരത്തിന്റെ തണ ലിൽ ജീപ്പ് ഒതുക്കിയിട്ട് സേവി ഇറങ്ങി മുന്നോട്ടു നടന്നു. നിലം പൊത്തിയ രണ്ടു വീടുകളുടെ അടുത്തേക്ക് അവൻ നടന്നു ചെല്ലുന്നത് അവൾ ജീപ്പിലിരുന്ന് കണ്ടു. ഇല കാണാത്ത അത്രയും നിറയെ മാങ്ങകളുമായി നിൽക്കുന്ന ചന്ദ്രക്കാറൻ മാവിനെ കണ്ട നിമിഷത്തിൽ അവൾ പോലുമറിയാതെ മേരിക്കുഞ്ഞ് ജീപ്പിൽ നിന്ന് താഴേക്ക് കാലുകൾ വച്ചു.

മഴമുത്തുകൾ അണിഞ്ഞുനിന്ന പുല്ലുകളിൽ കാലുകൾ പതിച്ച പ്പോൾ മേരിക്കുഞ്ഞിന്റെ ഉള്ളം യാതൊരു കാരണവുമില്ലാതെ വിങ്ങാൻ തുടങ്ങി. കാലുകൾ വിറച്ചു തന്റെ നിയന്ത്രണത്തിൽ നിന്ന് കുതറി സ്വതന്ത്രമായി ചലിക്കുന്നതുപോലെ അവൾക്ക് അനുഭവപ്പെട്ടു.

അപ്പോഴേക്കും മാവിനടുത്ത് എത്തിയിരുന്ന സേവി തിരിഞ്ഞു നിന്ന് അവളെ വിളിച്ചു.

'വാ മേരിക്കുഞ്ഞേ'

സേവി അപ്പോൾ ഒരു കൊന്നമരത്തിന്റെ തണലിൽ നിൽക്കു കയായിരുന്നു. ഇലകൾ അനങ്ങിയപ്പോൾ അവന്റെ മുഖത്ത് സൂര്യപ്രകാശം വീണു. കടന്നുപോന്ന ഏതോ ജന്മത്തിൽ നിന്ന് വിളിക്കുന്നത് പോലെയുള്ള അവന്റെ ശബ്ദം കേട്ട് അവൾ കിടു കിടുത്തു. രാത്രിസ്വപ്നത്തിൽ മേഘങ്ങൾക്ക് മുകളിലൂടെ നടക്കു ന്നതുപോലെ മേരിക്കുഞ്ഞ് അവന്റെ അരികിലേക്ക് നടന്നു. നടന്നിട്ടും നടന്നിട്ടും എത്താത്തതു പോലെ അവൾ ഓരോ ചുവടിലും അക്ഷമയായി. പുല്ലിലും പൂവിലും ഇലയിലും ഒരിക്കൽ താനിവിടെ ഉണ്ടായിരുന്നു എന്നതിന്റെ രേഖകൾ വിരൽ തൊട്ട് വായിച്ചു. ഏറ്റുപാടിയ കുയിൽ നാദങ്ങൾ ചെവികൾ ഒരിക്കൽ കൂടി പിടിച്ചെടുത്തു. നിലം പൊത്തിത്തുടങ്ങിയ വീടുകളുടെ അവശിഷ്ട ങ്ങൾക്കിടയിൽ നിന്നിരുന്ന ചന്ദ്രക്കാറൻ മാവ് അവളെ കൈകാട്ടി വിളിച്ചു. മാവ് ചോദിച്ചു.

'എന്നെ മനസിലായോ മേരിക്കുഞ്ഞേ?'

കുട്ടിക്കാല ഓർമ്മകളുടെ മുടിയഴിച്ചാട്ടം മേരിക്കുഞ്ഞിന്റെ ശരീരത്തെ അവളറിയാതെ തുള്ളിക്കാൻ തുടങ്ങിയിരുന്നു. വെളുത്ത

പെറ്റിക്കോട്ടിട്ട പച്ചയും മഞ്ഞയും കുപ്പിവളകൾ അണിഞ്ഞ ഒന്നാം ക്ലാസുകാരിയെപ്പോലെ കൂവി അവൾ മാവിന് ചുറ്റും വലംവച്ചു. മാവ് അവളോടൊപ്പം കണ്ണിമാങ്ങാ കുലകുത്തിയ ശിഖരങ്ങൾ വിടർത്തി നൃത്തമാടി. അവളെക്കണ്ട് ഓടി വന്ന കാറ്റ് അവളോടൊപ്പം പാട്ടുപാടി. ചാഞ്ഞുപെയ്യാൻ തുടങ്ങിയ ചാറ്റൽമഴ അവളോടൊപ്പം നനഞ്ഞു കുളിച്ചു.

മണ്ണിൽ കെട്ടി നിന്ന മഴവെള്ളത്തിൽ മേരിക്കുഞ്ഞ് ആഹ്ലാദത്തോടെ ചുവടുകൾ വയ്ക്കുന്നത് ചാഞ്ഞു പെയ്തു കൊണ്ടിരുന്ന മഴയുടെ നേർത്ത ആവരണത്തിനിടയിലൂടെ സേവി നോക്കിനിന്നു. ചവിട്ടുമ്പോൾ അവളുടെ മുട്ടുകാലിനൊപ്പം തെറിച്ചുയരുന്ന വെള്ളത്തുള്ളികൾ. മഴയിൽ നനഞ്ഞൊട്ടിയ അവളുടെ വസ്ത്രങ്ങൾ. അയാളപ്പോൾ ജീപ്പിൽ ചാരി കൈകൾ കെട്ടിനിന്ന് എല്ലാം സാകൂതം നോക്കിനിൽക്കുകയായിരുന്നു.

കണ്ണുകളിൽ ചിതറി വീണ മഴത്തുള്ളികൾ അയാളെയും അര നിമിഷം കൊണ്ട് കുട്ടിയാക്കി. ചന്ത്രക്കാറൻ മാവ് മേരിക്കുഞ്ഞിന്റെ ബാല്യത്തിലേക്ക് ഒരു പഴുത്ത മാങ്ങാ എറിഞ്ഞു കൊടുത്തു. സേവിയുടെ സിരകളിൽ അവന്റെ കുട്ടിക്കാലം ഒന്ന് മിന്നി. മാങ്ങയെടുക്കാൻ അറിയാതെ കുതിച്ച കാലുകളെ അവൻ പണിപ്പെട്ട് പിടിച്ചു നിറുത്തി.

മേരിക്കുഞ്ഞ് കൊതിയോടെ ചന്ത്രക്കാറൻ മാങ്ങാ ചപ്പാൻ തുടങ്ങി. സേവിയുടെ ഹൃദയം എന്തിനോ വേണ്ടി ശക്തിയായി മിടിച്ചു. അവളുടെ കൈകളിലൂടെ മാങ്ങാക്കറ ഒഴുകിയിറങ്ങി. മധുരമുള്ള മാങ്ങാമണം പ്രദേശം മുഴുവൻ പരന്നു. ഓടി വന്ന മേരിക്കുഞ്ഞ് മാങ്ങാക്കറ പുരണ്ട ചുണ്ടുകളാൽ സേവിയുടെ കവിളുകളിൽ ഉമ്മവച്ചു. ഏതോ മരക്കമ്പിലിരുന്ന് പേരറിയാത്ത ഒരു കിളി നാണിച്ചു ചിലച്ചു.

'താങ്ക് യു സേവീ... താങ്ക് യു...'

തിരികെ പോരുന്ന വഴി പഠിച്ച സ്കൂളിന് മുന്നിൽ ജീപ്പ് നിന്നു. മേരിക്കുഞ്ഞ് സ്കൂളിലേക്ക് നോക്കി ദീർഘനെടുവീർപ്പിട്ടു. സ്കൂളിന് തൊട്ടു മുന്നിലുള്ള നളിനാക്ഷന്റെ ഓല ചായ്ച്ചു കെട്ടിയ ചായക്കടയിൽ നിന്ന് സേവി രണ്ടു ചായ പറഞ്ഞു. നളിനാക്ഷൻ ഇന്നില്ല. അയാൾ മരിച്ചതിനു ശേഷം മകൻ മുരളിയാണ് ചായക്കട നടത്തുന്നത്. മുഖത്തു നിറയെ ചുവപ്പും കറുപ്പും കുരുക്കളുള്ള പിൻകഴുത്തിൽ ചുണങ്ങുള്ള മുരളി.

കാലുകൾ വളഞ്ഞ, വശം ചരിഞ്ഞ ഡെസ്കിൽ മുരളി ശബ്ദത്തോടെ ചായ ഗ്ലാസുകൾ വച്ചു. സ്കൂളിലേക്ക് നോക്കി

നിന്നു തന്നെ മേരിക്കുഞ്ഞ് ചായയുടെ ഓരോ അണുവും നുണഞ്ഞു തീർത്തു.

നളിനാക്ഷന്റെ ചായയുടെ സ്വാദില്ല. അവസാന തുള്ളി നാക്കിൽ ഇറ്റിക്കുമ്പോൾ സേവി ഓർത്തു. ബാല്യത്തിൽ കഴിച്ച ഭക്ഷണങ്ങളുടെ സ്വാദ്, കണ്ട സിനിമകളുടെ സുഖം, താമസിച്ച വീടിന്റെ സുരക്ഷിതത്വം, ഒരുമിച്ചു പഠിച്ച സുഹൃത്തുക്കളുടെ സ്നേഹം പിന്നീടൊന്നിനുമില്ല. ആർക്കുമില്ല. ചായ ഗ്ലാസ് തിരികെ ഒരു കാൽ ഇഷ്ടികകൾ കൊണ്ട് താങ്ങു കൊടുത്ത ഡെസ്കിൽ വച്ച് മുരളിക്ക് പണം കൊടുത്ത് സേവി പിന്തിരിഞ്ഞു.

'പോകാം'

പക്ഷെ മേരിക്കുഞ്ഞ് ഒന്നും കേട്ടതായി തോന്നിയില്ല. അവളുടെ ഹൃദയാന്തരാളങ്ങളിൽ മുടി രണ്ടായി പിന്നി, നീല റിബ്ബൺ കെട്ടി ചന്ദനനിറമുള്ള ഷർട്ടും പച്ച പാവാടയുമണിഞ്ഞ് ഒരു പെൺകുട്ടി വിദ്യാലയവളപ്പിൽ പൂത്തുമ്പിയെപ്പോലെ പാറി നടക്കുകയാണ്. നീട്ടിയെഴുതിയ കണ്ണുകളിൽ പ്രതീക്ഷയുടെ പൊൻവെട്ടം

സേവി അവളുടെ മുട്ടുകയ്യിൽ ഒരു നുള്ളു കൊടുത്തു. ഓർമ്മയിൽ നിന്ന് പൊടുന്നനെ ഉണർന്ന് അവൾ അവനെ നോക്കി. താനിപ്പോൾ എവിടെയാണ് നിൽക്കുന്നതെന്ന് പോലും തീർച്ചയില്ലാത്ത ഒരു നോട്ടം.

'പോവണ്ടേ?'

'പോവാൻ തോന്നുന്നില്ല സേവീ..'

എവിടെന്നോ വന്നുകയറിയ ഒരു ഉൾപ്രേരണയിൽ മേരിക്കുഞ്ഞ് റോഡ് മുറിച്ചുകടന്ന് സ്കൂളിലേക്ക് പോവാനൊരുങ്ങി. സേവി അവളെ തടഞ്ഞ് വിരലുകളിൽ വിരൽ കോർത്ത് ജീപ്പിലേക്ക് നടത്തി. അവളുടെ കണ്ണുകൾ അപ്പോളും വിദ്യാലയത്തിൽ തന്നെ ഏതോ മാസ്മരികതയിലെന്ന വണ്ണം കെട്ടപ്പെട്ടിരുന്നു.

ജീപ്പ് മുന്നോട്ട് നീങ്ങി. മലയെ ചുറ്റി താഴോട്ടു കുതിച്ചു. സേവി സ്വയം പറഞ്ഞു.

'നമ്മുടെ സ്കൂൾ. അതൊരു ഏദൻ തോട്ടമായിരുന്നു. പക്ഷെ, നമ്മൾ ആ തോട്ടത്തിൽ നിന്നും എന്നേക്കുമായി പുറത്താക്കപ്പെട്ടിരിക്കുന്നു'.

സേവി പറഞ്ഞതിന്റെ ആദ്യത്തെ വാക്കുകൾ ജീപ്പിനെ കടന്നുപോയ ഒരു ബൈക്കിന്റെ കാതടപ്പിക്കുന്ന ശബ്ദം മുക്കിക്കളഞ്ഞു. പക്ഷെ, മേരിക്കുഞ്ഞ് ഒന്നും കേട്ടതേയില്ല. അവൾ പിന്നിലേക്ക് നീങ്ങിപ്പോകുന്ന മരങ്ങളെ നോക്കി ഇരിക്കുകയായിരുന്നു. പിന്നിലേക്ക് തെന്നിതെന്നിപ്പോകുന്ന ഓർമ്മകൾ. പോകെപ്പോകെ

പിന്നിലേക്കോടുന്ന മരങ്ങൾ അവൾക്കൊപ്പം പഠിച്ച കൂട്ടുകാരായി രൂപാന്തരപ്പെട്ടു. അവർ വഴിവക്കിൽ നിരയായി നിന്ന് മേരിക്കുഞ്ഞിനോട് കൈവീശി. സ്ളേറ്റ് പെൻസിലിനു കരയുന്ന കുട്ടിയെപ്പോലെ അവൾ വിതുമ്പി.

'നോക്കൂ.. സേവീ.. അതാ അനിത, ശാലിനി.. സുരേഷ്, മീര.. എല്ലാവരും.. സേവീ... ജീപ്പ് നിറുത്തൂ...'

പതിമൂന്ന്

അത്യാവശ്യമായി കാണണമെന്ന് മാർട്ടിന്റെ വാട്ട്സ്ആപ്പ്. സാധാരണ കാണാനാഗ്രഹം തോന്നുമ്പോൾ വിളിക്കാറാണ് പതിവ്. ഒന്ന് വാ എന്റെ പൊന്നെ എന്നോ നിന്നെ കാണാൻ കൊതി തോന്നുന്നടാ ചക്കരെ എന്നോ മറ്റോ പറയും. റൊമാന്റിക് മൂഡിലാണെങ്കിൽ മാത്രം അതിരുവിട്ടുപറക്കാത്ത ചില ദ്വയാർത്ഥ പ്രയോഗങ്ങൾ.

ഓർത്തപ്പോൾ മേരിക്കുഞ്ഞിന് അറിയാതെ ചിരിപൊട്ടിപ്പോയി. എട്ടാം നിലയിലേക്ക് നീങ്ങുന്ന ലിഫ്റ്റിലായിരുന്നു അപ്പോളവൾ. ലിഫ്റ്റ് ഓപ്പറേറ്റർ നേപ്പാളിയുടെ സാന്നിദ്ധ്യം ഓർമ്മ വന്നപ്പോൾ ജാള്യതയോടെ ചിരിയൊതുക്കി.

കണ്ണാടി പോലെ മിനുസമുള്ള ലിഫ്റ്റിന്റെ സ്റ്റീൽ ഭിത്തിയിൽ നീല യൂണിഫോമും തൊപ്പിയും ധരിച്ച നേപ്പാളിയുടെ ഏങ്കോണിച്ച ശരീരം. ലിഫ്റ്റിന്റെ കോണിൽ ചാരിനിന്ന് കള്ളക്കണ്ണെറിഞ്ഞ് ചിരിക്കുകയാണവൻ. പുഴുങ്ങിയ മുട്ടയിൽ വരഞ്ഞതുപോലെ അല്പമാത്രം തുറന്ന മഞ്ഞക്കണ്ണുകൾ.

ഇന്നെന്താണാവോ മാർട്ടിൻ വിളിക്കുന്നതിന് പകരം മെസ്സേജ് അയച്ചത് എന്ന് ചിന്തിച്ചുകൊണ്ട് മേരിക്കുഞ്ഞ് എട്ടാം നിലയിലെ വരാന്തയിലേക്കിറങ്ങി. നേപ്പാളിയുടെ താങ്ക്യൂ ചെവിയിലേക്കെത്തുന്നതിനു മുൻപേ നടന്നു.

മുൻവാതിൽ തുറന്നു കിടക്കുകയായിരുന്നു. പ്രധാന മുറിയിൽ നിന്ന് വലത്തേക്ക് തിരിഞ്ഞാൽ കാണുന്ന ബാൽക്കണിയുടെ തുറന്ന വാതിൽ മാർട്ടിൻ ബാൽക്കണിയിലുണ്ടെന്ന് പറഞ്ഞു.

അവൾ ബാൽക്കണിയുടെ വാതിൽക്കലെത്തി അയാളെ നോക്കി. തിരകളിൽ സ്വയം നഷ്ടപ്പെടുത്തി ഇരിക്കുകയായിരുന്ന മാർട്ടിൻ അവൾ പിന്നിൽ വന്നു നില്ക്കുന്നത് അറിഞ്ഞിട്ടും കടൽക്കാഴ്ചയിൽ നിന്ന് അല്പം പോലും പിന്തിരിയുകയുണ്ടായില്ല എന്നത് മേരിക്കുഞ്ഞിനെ അത്ഭുതപ്പെടുത്തി.

ആഭരണങ്ങളണിഞ്ഞ് അരമണി കിലുക്കി തുള്ളിത്തുള്ളി വരുന്ന വെളിച്ചപ്പാടിനെപ്പോലെ അലകൾ കൊണ്ട് നിർമ്മിച്ച ആഭരണങ്ങൾ കിലുക്കി തനിക്കു നേരെ തുള്ളി വരുന്ന കടലിനെ അവൾ തള്ളവിരലിൽ നിന്ന് മുകളിലേക്ക് ഇഴഞ്ഞു കയറിത്തുടങ്ങുന്ന വെറുപ്പോടെ നോക്കി. കടൽ പരുഷമായി അവളെയും.

മേരിക്കുഞ്ഞും ഒരു സമുദ്രം തന്നെയായിരുന്നു. ഫ്ളാറ്റിന്റെ ബാൽക്കണിയിൽ ഇരുന്നാൽ കാണാവുന്ന അന്തമില്ലാത്ത പാരാവാരത്തേക്കാൾ ആഴവും ചുഴികളുമുള്ള പെൺകടൽ. പവിഴപ്പുറ്റുകളും മുത്തുകളും അത്ഭുതത്തിന്റെ ചിപ്പികളും അടിത്തട്ടിലൊളിപ്പിച്ച ഇന്ത്യൻ മഹാസമുദ്രം. അന്തമില്ലാത്ത സ്വപ്നങ്ങളുടെ അറബിക്കടൽ. പെൺമനസിന്റെ അടങ്ങാത്ത വന്യകാമനകളുടെ ബംഗാൾ ഉൾക്കടൽ. അവൾക്കു പോലും അജ്ഞാതമായ ഉൾഭയങ്ങളുടെ കരിങ്കടൽ. പ്രതീക്ഷയുടെ കേപ്പ് ഓഫ് ഗുഡ് ഹോപ്പ്.

മാർട്ടിനെ ഗ്രസിച്ചിരിക്കുന്ന മൗനവല്മീകത്തിൽ നിന്ന് അയാളെ ഉണർത്താൻ അവൾ ഒരു നീളൻ ഹലോ പറഞ്ഞത് അയാൾ ശ്രദ്ധിച്ചതു പോലുമില്ല. മാർട്ടിന് മുന്നിൽകിടന്നിരുന്ന കസേരയിൽ ചാടിക്കയറി ഇരുന്നപ്പോൾ മാത്രം അയാൾ അവളെ തലയുയർത്തി നോക്കി. വാൾമുനയെക്കാൾ തിളങ്ങുന്ന നോട്ടം. ഹൃദയത്തെ മുറിവേല്പിക്കാൻ പോന്ന മൂർച്ചയുള്ള കണ്ണുകൾ. നെഞ്ചിൽ ശരം പോലെ കുത്തിക്കയറിയ ഒറ്റനോട്ടത്തിനു തുടർച്ചയായി അയാളുടെ കണ്ണുകൾ തന്നിൽ നിന്ന് കുതറി അഴിമുഖം ഭേദിക്കുന്നത് അവൾ ഉൾക്കിടിലത്തോടെ കണ്ടു. പുറംകടലിന്റെ അടിവയറ്റിൽ പെറ്റുപെരുകുന്ന കടൽക്ഷോഭത്തിന്റെ ബീജം രക്തഞരമ്പുകൾ തിണർത്തു വിങ്ങിച്ചുവന്ന അയാളുടെ മിഴികളിലേക്ക് പരാഗണം നടത്തുന്നതും. ഒന്നും മനസിലാകാതെ മേരിക്കുഞ്ഞ് അങ്ങിനെ ഇരുന്നു.

എത്ര വിളിച്ചിട്ടും അവൾക്ക് മുഖം കൊടുക്കാൻ മാർട്ടിൻ തയ്യാറാവാതിരുന്നപ്പോൾ മേരിക്കുഞ്ഞിന് എന്തോ പന്തികേട് മണത്തു. മനസ്സിൽ നിന്ന് മുഖത്തേക്കിരച്ചെത്തുന്ന ദേഷ്യത്തിന്റെ ലാവ മാർട്ടിന്റെ വെളുത്ത മുഖത്തെ കൂടുതൽ കറുപ്പിക്കുന്നു. മേരിക്കുഞ്ഞിന്റെ ഉള്ളിൽ ആത്മസംഘർഷത്തിന്റെ കുഞ്ഞുകനൽ വീണു പൊള്ളി. നീന്തിക്കയറുവാൻ പ്രതീക്ഷയുടെ ഒരു ചെറുമുനമ്പ് പോലുമില്ലാതെ അവൾ അഴിമുഖത്ത് ഏകയായി നിന്നു.

ഉൾക്കടലിൽ ഒരു കൊള്ളിയാൻ മിന്നി മറയുന്നു. ആകാശം പൊട്ടിച്ചിതറിയെന്ന് തോന്നി. ഇടിവെട്ടിയതാണ്. കൂടണയാൻ കടൽക്കാക്കകളുടെ വെമ്പൽ. കടലിൽ മഴ പെയ്യാൻ തുടങ്ങുകയാവണം.

അൽപനേരം നിശബ്ദയായി ഇരുന്നതിനുശേഷം വീണ്ടും മാർട്ടിനെ നോക്കി. അയാളുടെ ഇടതു നെറ്റിയിലെ ഒറ്റഞരമ്പ് പൊട്ടിപ്പോകുമെന്ന പോലെ വലിഞ്ഞു വെട്ടുന്നു. കൂടെക്കൂടെ ചുണ്ടുകൾ അമർത്തി കടിച്ച് ഉള്ളിൽ തിരയടിക്കുന്ന കലിയുടെ തിരകളെ പിടിച്ചു നിറുത്താൻ അയാൾ വല്ലാതെ ക്ലേശിക്കുന്നു.

മാർട്ടിന്റെ മുഖമൊന്ന് മാറിയാൽ പോലും അവൾക്ക് അതറിയാൻ കഴിയും. നേർത്ത ഇമയനക്കത്തിന്റെ ആന്തരികാർത്ഥം പോലും. എന്തോ വിഷമം സംഭവിച്ചിട്ടുണ്ട് എന്ന് മനസ്സിൽ പറഞ്ഞു കൊണ്ട് മാർട്ടിന്റെ മുഖത്തേക്ക് സ്നേഹത്തോടെ കുനിഞ്ഞു.

'എന്തുപറ്റി ഡാർലിംഗ്?'

അവളുടെ ചോദ്യം അയാളെ കൂടുതൽ ക്രുദ്ധനാക്കി. മാർട്ടിന്റെ മുഖത്തിന് നേരെ താഴ്ന്നുചെന്ന മേരിക്കുഞ്ഞിന്റെ താടിയെല്ല് ലക്ഷ്യമാക്കി അയാളുടെ ഇടതുമുഷ്ടി പാഞ്ഞുചെന്നു. നൂറു കിലോ വിഭാഗത്തിൽ മത്സരിക്കുന്ന ഹെവിവെയ്റ്റ് ബോക്സറുടെ അപ്രതീക്ഷിത കിക്കിൽ അവൾക്ക് നിലതെറ്റി.

ആഞ്ഞടിക്കപ്പെട്ട പന്ത് കണക്ക് അവൾ കസേരയിൽ നിന്ന് തെറിച്ചു പോയി. കസേര ഭിത്തിയിലിടിച്ച് മറിഞ്ഞ് മരണവെപ്രാളം കാട്ടി. എവിടെയൊക്കെയോ തട്ടി മേരിക്കുഞ്ഞിന് അതിയായി വേദനിച്ചു. താടിപൊട്ടി ചോര കിനിഞ്ഞു. എന്താണ് സംഭവിച്ചതെന്ന് മനസിലാക്കി വരുമ്പോളേക്കും മാർട്ടിന്റെ സിംഹഗർജ്ജനം കേട്ടു.

'തൊടരുത്.. എന്നെ തൊടരുത്... പൊക്കോ എന്റെ മുന്നിൽ നിന്ന്...'

പുറത്തേക്കുള്ള വാതിലിനുനേരെ ചൂണ്ടിയ, ദേഷ്യം കൊണ്ട് വിറയ്ക്കുന്ന ഒരു നീളൻ ചൂണ്ടുവിരൽ ഹാൻഡ് റെയിലിൽ പിടിച്ച് എഴുന്നേൽക്കുന്നതിനിടയിൽ കൺകോണുകൾ കൊണ്ട് മേരിക്കുഞ്ഞ് കണ്ടു. കുതിച്ചെഴുന്നേറ്റപ്പോൾ അയാളുടെ കസേര ഭയബാധിതനെപ്പോലെ വിറകൊണ്ടു. ഭ്രാന്തചിത്തനായ ഒറ്റയാന്റെ ആക്രോശത്തോടെ മാർട്ടിൻ ബാൽക്കണിയിൽ നിന്ന് പ്രധാന മുറിയിലേക്ക് കുതിച്ചു. ചെവിക്കല്ല് കിടുകിടുക്കുന്ന ഒച്ചയിൽ ബാൽക്കണിയുടെ കൂറ്റൻ മരവാതിൽ അടഞ്ഞു.

ഇരുട്ടുപെയ്തു കനത്ത മനസുമായി മേരിക്കുഞ്ഞും, കോൾ കൊണ്ട മുഖവുമായി സമുദ്രവും മാത്രം ബാൽക്കണിയിൽ അവശേഷിച്ചു.

മേരിക്കുഞ്ഞ് ഹാൻഡ്റെയിലിൽ പിടിച്ച് നേരെനിൽക്കാൻ ശ്രമിച്ചു. പിൻഭാഗത്തും മുഖത്തും സഹിക്കാനാവാത്ത വേദന. കടലിനു പുറംതിരിഞ്ഞു നിന്ന് അടഞ്ഞ വാതിലിലേക്ക് നോക്കി. നിനച്ചിരിക്കാതെ പൂട്ടിപ്പോയ ജീവിതത്തിന്റെ വാതിലിലേക്ക് പ്രതീക്ഷയോടെന്ന പോലെ.

താഴെ വീഴാതിരിക്കാൻ മുൻകരുതലെന്ന പോലെ ഇരുകൈകളും ഹാൻഡ്റെയിലിൽ അമർത്തിപിടിച്ചുനിന്ന് പല

വട്ടം അതിദീർഘമായി നിശ്വസിച്ച് കളഞ്ഞുപോയ ആത്മധൈര്യത്തെ തിരികെ പിടിച്ചു.

അതേ സമയം, പ്രധാനമുറിയിലെ ചില്ലുജാലകത്തിലൂടെ താഴേക്ക് നോക്കി നിൽക്കുകയായിരുന്നു മാർട്ടിൻ. നഗരപാതയിലെ ഏതോ ബിന്ദുവിൽ കണ്ണുകൾ തറച്ച്. യാത്രക്കാരും വണ്ടികളും തിക്കിത്തിരക്കിയ തെരുവിനെ പക്ഷെ മാർട്ടിൻ കണ്ടതേയില്ല. തലേന്ന് ഒരു സുഹൃത്ത് മാർട്ടിന്റെ പ്രതിശ്രുതവധുവിനെ ഏതോ ഒരു പുരുഷനുമൊന്നിച്ച് കണ്ട വാർത്ത അറിയച്ചതു മുതൽ അയാളുടെ ഉള്ളം വാളും പരിചയുമെടുത്ത് യുദ്ധത്തിനുള്ള പടക്കോപ്പ് കൂട്ടിക്കൊണ്ടിരിക്കുകയായിരുന്നു.

താഴെവീണുടഞ്ഞ ചില്ലുപാത്രം പോലെ ചിതറിപ്പോയ മനസിന്റെ കഷണങ്ങളെ മേരിക്കുഞ്ഞ് കഷ്ടപ്പെട്ട് പെറുക്കിയെടുത്തു. എത്ര ചേർത്തുവച്ചിട്ടും ചേരാത്ത വിടവുകൾവീണ മനസ് പരിഭ്രമത്തോടെ വാരിയെടുത്ത് അവൾ പ്രധാനമുറിയിലേക്ക് ചെന്നു.

മാർട്ടിൻ ശക്തിയിൽ മുഷ്ടികൾ ചുരുട്ടിപ്പിടിച്ചിരുന്നു. ബലിഷ്ഠമായ കൈമുട്ടുകളിൽ നിന്ന് കൈപ്പത്തിയിലേക്കോടിയ നീലഞരമ്പുകൾ എടുത്തു പിടിച്ചുനിന്നു. കാലുകളിലെ ഉരുണ്ട മസിലുകൾ എന്തിനും തയ്യാറായിനിന്നു.

മാർട്ടിന്റെ അപ്രതീക്ഷിതമായ നീക്കത്തിൽ മേരിക്കുഞ്ഞ് അടിമുടി ഭയന്നുപോയിരുന്നു. പിന്നിൽനിന്ന് അയാളെ വിളിച്ചെങ്കിലും മേരിക്കുഞ്ഞിന്റെ ശബ്ദം അവളെ അനുസരിച്ചില്ല. നേർത്ത ശബ്ദം പോലും പുറപ്പെടുവിക്കാനാവാത്ത വിധത്തിൽ സ്വരതന്ത്രികൾ അവളുടെ കണ്ഠം വിട്ട് ഓടിപ്പോയിരുന്നു. അന്നനാളത്തിലൂടെ ഭയത്തിന്റെ മൊട്ടുസൂചി ഇറങ്ങിപ്പോകുന്ന വേദനയിൽ അവൾ പിടഞ്ഞു. ശരീരത്തിന്റെയും മനസിന്റെയും സർവശക്തിയും ഉപയോഗിച്ച് മേരിക്കുഞ്ഞ് ഒരിക്കൽ കൂടി മാർട്ടിനെ വിളിച്ചു.

'ഞാൻ പോവുന്നു... പക്ഷെ അതിനു മുൻപ് എന്താണ് കാര്യം എന്നെനിക്കറിയണം.'

തൊണ്ടയിലെവിടെയോ പതുങ്ങിനിന്ന ഭയം അവൾ പുറത്തുവിട്ട വാചകത്തിന്റെ അവസാന അക്ഷരങ്ങളെ തൊണ്ടയിൽത്തന്നെ പിടിച്ചുവച്ചു.

മേരിക്കുഞ്ഞിന്റെ ശബ്ദത്തിന് കാത്തുനിൽക്കുകയായിരുന്നു എന്ന പോലെ ഫ്ളാറ്റ് സമുച്ചയത്തിന്റെ മേൽഭാഗം തകർന്നു വീഴുന്ന അലർച്ചയോടെ മാർട്ടിൻ അവൾക്കെതിരെ തിരിഞ്ഞു. ചോരനിറം പൊടിഞ്ഞ കണ്ണുകളിൽ നിന്ന് പകയുടെ അഗ്നിനാളങ്ങൾ പുറത്തുചാടി അവളെ നക്കിത്തുടച്ചു.

അരനിമിഷം കൊണ്ട് മാർട്ടിൻ മേരിക്കുഞ്ഞിന് സമീപം സിംഹത്തെപ്പോലെ കുതിച്ചെത്തി അവളുടെ മൃദുലമായ കഴുത്ത് അയാളുടെ കൈപ്പത്തിക്കുള്ളിലാക്കി മുറുക്കി. കൊരവള്ളി മുറുകി എല്ലാം അവസാനിക്കുന്നുവെന്ന് അവൾ തിരിച്ചറിഞ്ഞ അവസാന നിമിഷത്തിൽ പെട്ടെന്ന് എന്തോ ചിന്തയിൽ കുഴഞ്ഞ് അയാൾ അവളുടെ കഴുത്തിൽ നിന്ന് പിടുത്തം വിടുകയായിരുന്നു.

മാർട്ടിൻ കൈവിട്ടപ്പോൾ ശ്വാസമെടുക്കാൻ കഷ്ടപ്പെട്ടു കൊണ്ട്, ഊർന്നുവീണ തുണി പോലെ മേരിക്കുഞ്ഞ് തറയിലേക്ക് കുഴഞ്ഞുപോയി. മരണത്തിന്റെ അവസാന സെക്കൻഡിൽ നിന്ന് ജീവിതത്തിലേക്ക് ഒരു യു ടേൺ. നിലത്തിരുന്ന് ആശ്വാസത്തിന്റെ ദീർഘശ്വാസം എടുത്തുകൊണ്ട് അവൾ തലയുയർത്താൻ ശ്രമിച്ചു. പുറം തിരിഞ്ഞു നിൽക്കുന്ന മാർട്ടിന്റെ കാലുകൾ കണ്ടു. അയാൾ തല തിരിച്ച് മേരിക്കുഞ്ഞിന്റെ മുഖത്തേക്ക് കോപം നിറഞ്ഞ വാക്കുകൾ തുപ്പി.

'ഇന്നലെ എവിടെ പോയിരുന്നു?'

ആദ്യമേതന്നെ മേരിക്കുഞ്ഞിന് ശബ്ദം കളഞ്ഞു പോയിരുന്നു. അയാളുടെ വിരലുകൾ കഴുത്തിൽ അമർന്നപ്പോൾ ശേഷിച്ചതും. മറുപടി വാക്കുകൾ തൊണ്ടയിൽ മീൻമുള്ളുപോലെ വട്ടംകെട്ടി നിന്ന് സംസാരിക്കുന്നതിൽ നിന്ന് അവളെ വിലക്കി. ഓർമകൾ നഷ്ടപ്പെട്ടുപോയിരുന്ന ഒരാൾ ഏറെക്കാലത്തിനുശേഷം വാക്കുകൾ ഓർത്തെടുക്കാൻ ശ്രമിക്കുന്ന പോലെ മേരിക്കുഞ്ഞ് വാക്കുകൾക്കായി മനസ്സിൽ പരതി. അക്ഷരങ്ങൾ ഓരോന്നായി പെറുക്കി വയ്ക്കാൻ ശ്രമിച്ചു.

തന്റെ ചോദ്യത്തിന് ഉത്തരം ലഭിക്കാതെ സെക്കൻഡുകൾ കടന്നുപോകുന്തോറും മാർട്ടിൻ കൂടുതൽ കൂടുതൽ അസ്വസ്ഥത പ്രകടിപ്പിച്ചു. അയാളുടെ ശബ്ദം ഭയാനകമായ ഭാവത്തിലേക്ക് ഉയർന്നു.

'ഇന്നലെ എവിടെപ്പോയെന്നാ ചോദിച്ചത്. ആരായിരുന്നു കൂടെ..?'

'സേവി... ഞങ്ങൾ പണ്ട് താമസിച്ച ഗ്രാമത്തിലൊക്കെ ഒന്നു പോയി.'

കടുത്ത ശ്വാസതടസ്സമുള്ള ഒരാൾ ഒരു നീളൻ വാചകം പൂർത്തീകരിക്കുന്നത്ര കഷ്ടപ്പെട്ടാണ് മേരിക്കുഞ്ഞ് അത്രയും പറഞ്ഞത്. ശ്വാസം നിലച്ചുപോകുന്ന പോലെ അവൾക്ക് തോന്നി. താഴെ വീഴാതിരിക്കാൻ അവൾ കസേരയോ സോഫയോ പരതി.

പക്ഷെ മേരിക്കുഞ്ഞിന്റെ മറുപടിയിലെ ഒഴുക്കില്ലായ്മ,

വാക്കുകൾക്കു വേണ്ടിയുള്ള തപ്പൽ എന്നിവയൊക്കെ അവളുടെ രഹസ്യബന്ധം കണ്ടുപിടിക്കപ്പെട്ടതിന്റെ പരിഭ്രമമാണെന്ന് എളുപ്പത്തിൽ വ്യാഖ്യാനിക്കപ്പെട്ടു. മാർട്ടിൻ ജയിച്ചുകയറി.

'എന്തിന്?... എന്തിനു പോയെന്ന്?'

ആ ചോദ്യത്തിന് മേരിക്കുഞ്ഞ് ഉത്തരം പറഞ്ഞില്ല. അഥവാ ഉത്തരം പറയാൻ ശ്രമിച്ചില്ല.

ജീവൻ തിരിച്ചുകിട്ടിയ ആശ്വാസത്തിൽ അവൾ സോഫയിൽ ഇരുന്ന് മുറി മുഴുവൻ നോക്കി. തുറന്നുകിടന്ന പുറത്തേക്കുള്ള വാതിൽ അവളെ ഇറങ്ങിയോടാൻ പ്രലോഭിപ്പിച്ചു. രക്ഷപ്പെടാനൊരു അവസരത്തിന് വേണ്ടി അവൾ തക്കംപാർത്തിരുന്നു.

ചില കാര്യങ്ങൾ എന്തിനാണ് ചെയ്യുന്നത് എന്ന് ചോദിച്ചാൽ ചിലപ്പോൾ ഉത്തരമുണ്ടാവില്ല.

സേവിയുമൊത്ത് ജനിച്ചുവളർന്ന ഗ്രാമത്തിലേക്കുള്ള സഞ്ചാരം അവളുടെ ആത്മാവിന്റെ ദാഹം ആയിരുന്നു എന്ന് പറഞ്ഞാൽ മാർട്ടിന് അത് അല്പം പോലും ബോദ്ധ്യപ്പെടണമെന്നില്ല. കാരണം അയാൾ ഇപ്പോൾ അവളോട് ചോദ്യങ്ങൾ ചോദിക്കുന്നത് അവളുടെ ശരീരത്തിൽ ചവിട്ടി നിന്നാണ്, തികച്ചും ലൗകികമായ തലത്തിൽ നിന്ന്. ആത്മാവിന്റെ പ്രതലത്തിൽ ഊന്നിനിന്നല്ല.

മേരിക്കുഞ്ഞിനെ സംബന്ധിച്ച് ആ യാത്ര ഒരു തിരിച്ചുപോക്ക് ആയിരുന്നു. അവളിലേക്ക്. അവളുടെ അസ്തിത്വത്തിലേക്ക്. വേരുകളിലേക്ക്. സ്വയം ഒരു കണ്ടെത്തൽ. ഒരിക്കൽ അവൾ എന്തായിരുന്നു എന്ന് സ്വയമൊരു ഓർമ്മപ്പെടുത്തൽ.

മേരിക്കുഞ്ഞിന് സേവി ഒരു ബാല്യകാലസുഹൃത്ത് മാത്രമായിരുന്നു. സേവിയെ വീണ്ടും കണ്ടതുകൊണ്ട് അവൾക്ക് മാർട്ടിനോടുള്ള ആത്മാർത്ഥതയിലും സ്നേഹത്തിലും ഒരു സൂചിക്കുത്തിന്റെ പോറൽ പോലും ഉണ്ടാകുമായിരുന്നില്ല.

ഭർത്താവിനെ ഭർത്താവായും സുഹൃത്തിനെ സുഹൃത്തായും കാണാനുള്ള വിവേകവും വിജ്ഞാനവും തിരിച്ചറിവും അവൾക്കുണ്ടായിരുന്നു.

പക്ഷെ അത് വിശദീകരിക്കാൻ മാർട്ടിൻ അവൾക്ക് അവസരം കൊടുത്തില്ല. അവളുടെ മൗനം അയാളെ വീണ്ടും പ്രകോപിപ്പിച്ചു. പൊട്ടിത്തെറിക്കുവാൻ പോകുന്ന അഗ്നിപർവതം പോലെ അയാൾ തിളച്ചു. അവളുടെ നിശബ്ദത കുറ്റസമ്മതമാണ് എന്നയാൾ ഉറപ്പിച്ചു.

നൂറു കിലോമീറ്റർ വേഗതയിൽ പായുന്ന ബുൾഡോസർ പോലെ ഒരിക്കൽകൂടി മാർട്ടിൻ അവൾക്ക് മുന്നിലേക്ക് കുതിച്ചെത്തി. സോഫയുടെ ആലസ്യത്തിൽ നിന്നുണർന്ന മേരിക്കുഞ്ഞ്

ചാടിയെണീറ്റ് പിന്നിലെ ഭിത്തിയിലേക്ക് ചുരുണ്ടു. അവളുടെ കഴുത്തിൽ മാത്രം കണ്ണുകൾ തറച്ച് മാർട്ടിൻ അവൾക്ക് നേരെ നടന്നടുത്തു. ഇനിയും പിന്നോട്ട് പോകാൻ ഇടമില്ലെന്ന് അവൾ വിറച്ചു. മരണഭയം മേരിക്കുഞ്ഞിന്റെ കണ്ണുകളിൽ കരിന്തിരി കത്തിച്ചു. മാർട്ടിൻ അവളുടെ കഴുത്തിൽ പിടിച്ചു. ഇത്തവണ ആദ്യം പിടിച്ചതിനേക്കാൾ ശക്തിയോടെ. മാർട്ടിന്റെ വിരലുകൾ അവളുടെ മൃദുലമായ കഴുത്തിൽ ആഴത്തിലുള്ള ചുവപ്പുമുദ്രകൾ സൃഷ്ടിച്ചു.

'നിനക്ക് ഉത്തരമില്ലല്ലേടീ.... കൊല്ലും നിന്നെ ഞാൻ..'

ചത്ത ഈച്ചയെപ്പോലെ മേരിക്കുഞ്ഞ് മതിലിലേക്ക് പറ്റിപ്പിടിച്ചു. മാർട്ടിൻ പരിസരം മറന്ന് അലറിക്കൊണ്ടിരുന്നു.

'നിന്റെ നാവിറങ്ങിപ്പോയോടി? പറയെടീ...'

അവളുടെ കഴുത്തിൽ അയാളുടെ വിരലുകൾ സാരമായ ക്ഷതങ്ങൾ ഏൽപ്പിക്കാൻ തുടങ്ങിയിരുന്നു. ശ്വാസം കിട്ടാതെ മേരിക്കുഞ്ഞിന് തലചുറ്റി. ജീവിതം തിരികെപ്പിടിക്കാനുള്ള അവസാന ശ്രമമെന്ന പോലെ മേരിക്കുഞ്ഞ് മാർട്ടിന്റെ കരാളഹസ്തത്തിൽ നിന്ന് കുതറാൻ ശ്രമിച്ചു. അവളുടെ കണ്ണുകൾ മുകളിലേക്ക് മറിയാൻ തുടങ്ങിയ നിമിഷത്തിൽ വീണ്ടും അത്ഭുതം സംഭവിച്ചു.

ഈ പ്രാവശ്യം മാർട്ടിന്റെ ഫോണായിരുന്നു മരണത്തിന്റെ അഗാധതയിൽ നിന്ന് അവളെ രക്ഷിച്ചത്. തടിയൻ വിരലുകൾ മെല്ലെ കഴുത്തിൽ നിന്നകലുന്നത് ബോധാബോധങ്ങൾക്കിടയിലെ ഊയലാടലിൽ അവൾ അറിഞ്ഞു

ടീപ്പോയിൽ കിടന്ന് ഒച്ചവെച്ച ഫോണിലേക്ക് മാർട്ടിൻ പാളി നോക്കി. അമ്മച്ചിയുടെ പുഞ്ചിരി തൂകുന്ന മുഖം. മേരിക്കുഞ്ഞിന്റെ മുടിക്ക് ചുറ്റിപ്പിടിച്ചിരുന്ന കൈവിട്ട് അയാൾ ഫോണെടുത്തു. കൈ വിട്ടതിന്റെ ആഘാതത്തിൽ മേരിക്കുഞ്ഞ് ചുമരിലിടിച്ചു വീണു മുട്ടുകൈ മുറിഞ്ഞ് ചോര പൊടിഞ്ഞു.

അൽപനേരത്തെ അർദ്ധമയക്കത്തിനു ശേഷം മേരിക്കുഞ്ഞ് ബോധത്തിലേക്ക് ഉണർന്നു. നാലുകാലിൽ നിന്ന് അണച്ചുകൊണ്ട് മാർട്ടിനെ നോക്കി. അയാൾ ജനാലക്കരികിൽ നിന്ന് അമ്മച്ചിയോട് വീഡിയോ കോളിലാണ്.

ഇത് തന്നെ പുറത്തുകടക്കാനുള്ള തക്കമെന്ന് മേരിക്കുഞ്ഞ് കണ്ടു. ശബ്ദമുണ്ടാക്കാതെ ഇഴഞ്ഞു നടന്ന് സോഫയിൽ ബലം കൊടുത്ത് എഴുന്നേറ്റു. എന്നാൽ, വാതിലിനരികിൽ എത്തിയപ്പോൾ ഒരബദ്ധം പിണഞ്ഞു.

അവളുടെ കൈതട്ടി ചുമരിൽ സ്ഥാപിച്ചിരുന്ന കളിമണ്ണ് കൊണ്ട് നിർമിച്ച അലങ്കാരപ്പാവ താഴെ വീണു ചിതറുന്ന ശബ്ദം മാർട്ടിന്റെ

ശ്രദ്ധയെ മേരിക്കുഞ്ഞിലേക്ക് കൊണ്ടുവന്നു. അപ്പോളവൾ പുറത്തേക്കുള്ള വാതിൽക്കൽ എത്തിയിരുന്നു. ഫോൺ സോഫയിലേക്കെറിഞ്ഞ് മാർട്ടിൻ അലറിവിളിച്ചു.

'അങ്ങനങ്ങ് പോകാന്ന് കരുതിയോടീ? സമ്മതിക്കില്ല ഞാൻ..'

മനോരോഗിയുടെ ചലനങ്ങളോടെ മാർട്ടിൻ വാതിൽക്കലേക്ക് കുതിച്ചു. എവിടെന്നോ കൈവന്ന ഒരു ശക്തിയിൽ മേരിക്കുഞ്ഞ് വരാന്തയിലൂടെ ലിഫ്റ്റിന് നേർക്ക് ഓടി. അയാളുടെ ആക്രോശങ്ങൾ മേരിക്കുഞ്ഞിന്റെ കാതുകളിൽ ഹുങ്കാരത്തോടെ വന്നടിച്ചു.

'വിടില്ല ഞാൻ.. ഉത്തരം പറഞ്ഞിട്ട് പോയാൽ മതി.. നിക്കടീ അവിടെ.'

ലിഫ്റ്റ് തുറന്നു കിടക്കുന്നത് അവൾ കണ്ടു. പക്ഷെ, ലിഫ്റ്റിലേക്ക് എത്തുന്നതിനു മുൻപേ തന്നെ മാർട്ടിന്റെ കൈ അവളുടെ കൈത്തണ്ടയിൽ പിടുത്തമിട്ടു.

പതിനാല്

സേവിയുടെ ജീപ്പിൽ കയറിയിരുന്നാൽ എങ്ങോട്ടാണ് തന്നെ കൊണ്ടുപോകുന്നത് എന്ന് ഇപ്പോൾ മേരിക്കുഞ്ഞ് ചോദിക്കാറില്ല. എങ്ങോട്ടു കൊണ്ടുപോകുമോ അങ്ങോട്ട് തന്നെ. കയറിയ ഇടത്തു തന്നെ സുരക്ഷിതമായി അയാൾ തിരിച്ചെത്തിക്കുമെന്ന അവളുടെ വിശ്വാസത്തിന് ഒരിക്കലും ഇളക്കം തട്ടിയതുമില്ല.

ആ ദിവസവും എങ്ങോട്ടാണ് യാത്രയെന്നറിയാതെ അവൾ സേവിയോടൊപ്പം ജീപ്പിൽ ഇരിക്കുകയായിരുന്നു.ചൂടുള്ള ദിവസമായിരുന്നു. മേരിക്കുഞ്ഞിന്റെ മനസും ചുട്ടു പൊള്ളുന്ന മരുഭൂമി പോലെ വരണ്ടുകിടക്കുകയായിരുന്നു.

സേവിയും എന്തുകൊണ്ടോ പതിവില്ലാത്ത വിധത്തിൽ നിശ്ശബ്ദനായിരുന്നു. അവളുടെ മനസിന്റെ വരൾച്ച അവനെയും പിടികൂടിയതുപോലെ. ഒരാളുടെ ഹൃദയത്തിലെ വികാരങ്ങൾ തരംഗങ്ങളായി പ്രിയപ്പെട്ടവരുടെ ഹൃദയത്തിലേക്ക് വ്യാപിക്കുന്ന കയോസ് സിദ്ധാന്തത്തെക്കുറിച്ച് ഏതോ വാരികയിൽ വായിച്ചത് അവൾ ഓർത്തു.

അവൾ തല തിരിച്ച് സേവിയെ നോക്കി. അവൻ മുന്നോട്ട് മാത്രം നോക്കി ജീപ്പോടിക്കുകയാണ്. അവന്റെ ജീവസുറ്റ മിഴികളിൽ വിഷാദത്തിന്റെ നേർത്തൊരു കണിക തങ്ങിനിൽക്കുന്നത് പോലെ മേരിക്കുഞ്ഞിന് തോന്നി.

പ്രകൃതി ചലിക്കാതെ നിന്നു. ഒരു ചെറുകാറ്റു പോലുമില്ല. കുഞ്ഞില പോലും അനങ്ങുന്നില്ല. ഒരു കിളി പോലും ചിലക്കുന്നില്ല. വിശ്വപ്രകൃതി താമരയിൽ ഇരുന്ന് മിഴികൾ പൂട്ടി ധ്യാനിക്കുകയാവണം. നിശബ്ദത!

കഴിഞ്ഞുപോയ ഏതോ ഒരു നിമിഷത്തെ പിടിച്ചുവച്ച നിശ്ചല ചിത്രത്തിലെ ചലിക്കാത്ത ജീപ്പിൽ ഇരിക്കുന്നതായാണ് മേരിക്കുഞ്ഞിന് തോന്നിയത്. സേവി അനങ്ങുന്നുണ്ടോ എന്ന് അവളവനെ സംശയത്തോടെ നോക്കി. യഥാർത്ഥത്തിൽ താൻ തന്നെ ചലിക്കുന്നുണ്ടോ എന്ന് സംശയം തോന്നിത്തുടങ്ങിയ നിമിഷത്തിൽ അവൾ അവന്റെ ചോദ്യം കേട്ടു.

'നെറ്റിയിൽ എന്ത് പറ്റി? മുറിവ്...'

പ്രതീക്ഷിക്കാത്ത ചോദ്യത്തിൽ മേരിക്കുഞ്ഞ് അടിമുടി പരിഭ്രമിച്ചുപോയി. ഒരു നിമിഷം പതറിപ്പോയെങ്കിലും സമനില

വീണ്ടെടുത്ത് എന്തൊക്കെയോ പറയാൻ ആരംഭിച്ചു.

'ടൈലിൽ വെള്ളം കിടപ്പുണ്ടായിരുന്നു. കാല് തെന്നി തല ഭിത്തിയിൽ ഇടിച്ചു.'

അങ്ങിനെ എന്തൊക്കെയോ, ബലമില്ലാത്തതും പരസ്പരം സാധൂകരിക്കാത്തതുമായ കുറെ വാക്കുകൾ മേരിക്കുഞ്ഞ് അവനുമുന്നിൽ വിതറിയിട്ടു. അവൾക്ക് പോലും വിശ്വാസം തോന്നാത്ത കള്ളം.

ചുഴിഞ്ഞു ചോദിച്ചാൽ എളുപ്പത്തിൽ പിടിക്കപ്പെട്ടേക്കാവുന്ന, അല്പം പോലും അടിസ്ഥാനമില്ലാത്ത ഒരു നുണ. എല്ലാ കാര്യങ്ങളും തുറന്നു പറയാവുന്ന ഒരാളോട് ഒരിക്കലും പറയാൻ പാടില്ലാത്ത നുണ പറഞ്ഞതിന്റെ കുറ്റബോധത്താൽ മേരിക്കുഞ്ഞ് തല കുനിച്ചു.

മറുപടി കേട്ട് സേവി ചിരിക്കുകയാണ് ചെയ്തത്. വരികൾക്കിടയിൽ വായിക്കാൻ കഴിവുണ്ടായിരുന്ന അവന് നുണയാണ് മേരിക്കുഞ്ഞ് പറയുന്നതെന്ന് എളുപ്പത്തിൽ മനസിലായി. കൂടുതൽ ചോദിച്ച് അവളെ കുഴപ്പിക്കേണ്ടെന്ന് അവൻ മൗനത്തിലേക്ക് തിരിച്ചു പോയി.

സേവിയോട് നുണ പറഞ്ഞപ്പോൾ നെഞ്ചിൽ വലിയൊരു കരിങ്കല്ല് കയറ്റി വച്ചിരിക്കുന്നത് പോലൊരു അസ്വസ്ഥത മേരിക്കുഞ്ഞിന് അനുഭവപ്പെട്ടു. സൂചിപോൽ കുത്തുന്ന വേദനയിൽ നിന്ന് പുറത്തു കടക്കാൻ അവൾ വിഷയം മാറ്റാൻ ശ്രമിച്ചു.

'സേവി പള്ളിയിൽ പോകാറുണ്ടോ?'

'പോകാറുണ്ട്. പക്ഷെ, ഞാനൊരു ആനിമിസ്റ്റ് ആണെന്നാണ് എനിക്ക് തോന്നിയിട്ടുള്ളത്.'

വലിയൊരു വളവിനൊപ്പം ജീപ്പിന്റെ സ്റ്റിയറിംഗ് തിരിച്ചു കൊണ്ടു സേവി പറഞ്ഞു. എന്നാൽ അവൻ തുടർന്നു പറഞ്ഞതൊന്നും പക്ഷെ അവൾ കേൾക്കുകയുണ്ടായില്ല.

ഇന്നലെ മാർട്ടിന്റെ കയ്യിൽനിന്ന് രക്ഷപ്പെട്ടെത്തിയപ്പോൾ മമ്മിയും ഡാഡിയും അവളോട് ചോദിച്ചു. സേവി ചോദിച്ച അതേ ചോദ്യം. അതും സേവിയെക്കാൾ കൂടിയ കാർക്കശ്യത്തോടെ. നെറ്റിയിലെ മുറിവിനെക്കുറിച്ച്!

മാർട്ടിൻ നൽകിയ സമ്മാനമാണ് എന്ന് ഡാഡിയോടും മമ്മിയോടും പറയാൻ കഴിഞ്ഞില്ല. ആ ഒറ്റ വാചകം മതി. ഇത്രനാൾ കെട്ടിപ്പൊക്കിയതെല്ലാം ചീട്ടുകൊട്ടാരം പോലെ തകർന്നു വീഴും. മകളെക്കുറിച്ച് ഡാഡിയും മമ്മിയും കണ്ട സ്വപ്നങ്ങൾ.

മാർട്ടിന്റെ ഫ്ളാറ്റിൽ നിന്നിറങ്ങുമ്പോളെ ഉറപ്പിച്ചിരുന്നു.

എല്ലാ വേദനകളും മനസ്സിൽ കെട്ടിപ്പൂട്ടിവെക്കാൻ. വീട്ടുകാരുടെ ചോദ്യങ്ങൾക്ക് വലിയൊരു നുണ തട്ടിവിട്ടു. എന്തു കാരണ മായിരുന്നു പറഞ്ഞതെന്നു പോലും മേരിക്കുഞ്ഞ് ഇപ്പോൾ ഓർമിക്കുന്നില്ല.

മാർട്ടിനെക്കുറിച്ച് സേവിയോട് പറയാൻ മേരിക്കുഞ്ഞ് പലവട്ടം തുനിഞ്ഞതാണ്. താൻ ഒരാളെ പ്രണയിക്കുന്നുണ്ടെന്നും തന്റെ വിവാഹം മാസങ്ങൾക്ക് മുന്നേ തീരുമാനിക്കപ്പെട്ടതാണെന്നും.

പക്ഷെ, വിവാഹക്കാര്യം സേവി അറിഞ്ഞാൽ ഇപ്പോഴുള്ള ത്രയും സ്വതന്ത്രമായി സേവിക്ക് തന്നോടും തനിക്ക് സേവിയോടും ഇടപഴകാനാവില്ല എന്ന ചിന്ത സത്യം പറയുന്നതിൽ നിന്ന് അവളെ പിന്നോട്ടുവലിച്ചു. ഒരു എറുമ്പിനോളമുള്ള കുഞ്ഞു സ്വാർത്ഥത.

എന്നാലിന്ന് ആലോചിക്കുമ്പോൾ വിവാഹക്കാര്യം പറയാ തിരുന്നത് എത്ര നന്നായി എന്നവൾക്ക് തോന്നി. ഇത്ര നാൾ ഒളിപ്പിച്ചു വച്ച, ക്രൂരമായ മുഖമുള്ള ഒരു മനുഷ്യന്റെ കൂടെ ജീവിത കാലം മുഴുവനെങ്ങിനെ ചിലവഴിക്കും? മാർട്ടിനുമൊത്തുള്ള ജീവി തത്തെക്കുറിച്ച് മൂന്നുവട്ടം ചിന്തിക്കേണ്ട കാര്യമുണ്ട്.

കൽപടവുകൾക്കരികിൽ ജീപ്പ് നിന്നപ്പോളാണ് മേരിക്കുഞ്ഞ് ചിന്തകളിൽ നിന്ന് മോചിതയായത്. അപരിചിതമായ ഒരു ലോക ത്തേക്കുണർന്നത് പോലെ ചുറ്റും നോക്കി കണ്ണുമിഴിച്ചു. ജീപ്പിൽ നിന്ന് റോഡരികിലെ മണ്ണിൽ കാൽ ചവിട്ടിയപ്പോൾ കുരുന്നു സൂര്യൻ അതിന്റെ മഞ്ഞവിരലുകളാൽ അവളുടെ നിറുകയിൽ മൃദുലമായി തൊട്ടു. പുലരിയുടെ പൊൻവെട്ടം.

മൊട്ടക്കുന്നിന്റെ മുകളിൽ സ്ഥിതി ചെയ്യുന്ന പള്ളിയുടെ താഴെ നിന്ന്, ഒരു കൊച്ചുകുട്ടി അവളുടെ നഷ്ടപ്പെട്ടുപോയ മാതാവിനെ തിരിച്ചുകിട്ടിയ വികാരത്തോടെ മേരിക്കുഞ്ഞ് പള്ളിയെ നോക്കി. പള്ളിക്കാവട്ടെ, സ്വന്തം മകളെ വർഷങ്ങളോളം കാണാതിരുന്നു കണ്ട അമ്മയുടെ വാത്സല്യം തിളങ്ങുന്ന മുഖം.

കൈകൾ വെളുത്ത പാന്റിന്റെ ഇരു പോക്കറ്റുകളിലും തിരുകി കൽപടവുകൾ കയറാനാരംഭിച്ച സേവിയുടെ നാലുപടി പിന്നാലെ മേരിക്കുഞ്ഞ് പടവുകൾ കയറി. തെക്കു നിന്ന് പാറിവന്ന കാറ്റ് അവളെ അനുഗമിച്ചു.

വട്ടത്തിൽ കെട്ടിയ ഭിത്തികൊണ്ട് സംരക്ഷിച്ചിരിക്കുന്ന പള്ളി മുറ്റം. ഭിത്തിയിൽ, മുകളിലേക്കുയർന്നു നിൽക്കുന്ന സിമന്റിൽ തീർത്ത വെള്ളയും ചുവപ്പും ചായമടിച്ച കുരിശുകൾ. പള്ളി മുറ്റത്തേക്ക് എത്തിക്കുന്ന വിശാലമായ നീളൻ കരിങ്കൽ കൽ പടവുകൾ.

കരിങ്കല്ലിൽ പണിത പള്ളിയുടെ പുല്ലുകൾ നീക്കി വെടിപ്പാക്കിയ മുറ്റത്ത്, താഴെ നിന്നുള്ള പടവുകൾ അവസാനിക്കുന്നിടത്ത് ആതിഥേയൻ തന്റെ പ്രിയപ്പെട്ട അതിഥികളെ സ്വീകരിക്കുന്നതു പോലെ തന്റെ നീളൻ കൈകൾ വിടർത്തി നിൽക്കുന്നു യേശു. സ്വർണ്ണ നിറമുള്ള മേലുടുപ്പ്. തോളറ്റം വെട്ടിയിട്ട കോലൻ മുടി. കരിമഷി കൊണ്ടല്ല, കാരുണ്യം കൊണ്ട് എഴുതിയ നയനങ്ങൾ. വെട്ടിയൊതുക്കിയ താടി. വിടർത്തിപ്പിടിച്ച കൈകൾ തുറന്ന വാതിലുകൾ പോലെ. യേശുവിന്റെ ഹൃദയത്തിലേക്ക് പ്രവേശിക്കാനുള്ള ഒരിക്കലും അടയാത്ത വാതിലുകൾ. യേശു മേരിക്കുഞ്ഞിനെയും സേവിയേയും കണ്ട് പുഞ്ചിരിച്ചു.

'വാ മക്കളെ കയറിവാ....'

മേരിക്കുഞ്ഞും സേവിയും കുട്ടികളായിരുന്നപ്പോൾ ദിവ്യകാരുണ്യം അർപ്പിച്ചിരുന്ന ദേവാലയമാണിത്. ഈശോയെ ആദ്യമായി കണ്ടും കേട്ടും തൊട്ടും അറിഞ്ഞ ദേവാലയം.

പൂവിലും ചെടിയിലും തൊട്ടും തലോടിയും, മണ്ണിലും മരത്തിലും തന്റെ കുട്ടിക്കാലത്തെ ഖനനം ചെയ്തെടുത്തും പടികൾ കയറി വരുന്ന മേരിക്കുഞ്ഞിനെയും നോക്കിക്കൊണ്ട് സേവി പടവുകളിലൊന്നിൽ ഇരുന്നു. കാറ്റ് അവന്റെ നീണ്ടു കറുത്ത മുടികളെ വട്ടം ചുറ്റിച്ചു. വളരെ സൂക്ഷ്മതയോടെ നോക്കിയാൽ, നടക്കുമ്പോൾ ഒച്ചയുണ്ടാക്കുന്ന മിക്കിമൗസിന്റെ ചിത്രമുള്ള കുഞ്ഞിചെരിപ്പുകളുടെ പാട് ഇവിടെയെവിടെയെങ്കിലും കണ്ടേക്കുമെന്ന് സേവിക്ക് തോന്നി.

മേരിക്കുഞ്ഞ് മതിലിലെ സിമന്റ് കുരിശിൽ കൈപിടിച്ച് താഴേക്ക് നോക്കി അൽപനേരം നിന്നു. അടിവാരത്തിൽ ഒരു കുഞ്ഞു വീടിന്റെ മുകൾഭാഗം. മുകളിൽ നിന്ന് നോക്കുമ്പോൾ കെട്ടിടമില്ലാതെ മണ്ണിൽ ഓടുകൾ നിവർത്തിവെച്ചത് പോലെ. അൽപനേരത്തിനു ശേഷം മേരിക്കുഞ്ഞ് സേവിയുടെ അരികിലേക്ക് മടങ്ങിയെത്തി നീളൻ നെടുവീർപ്പോടെ അവന്റെ അരികിൽ ഇരുന്നു. മറന്നുപോയ എന്തോ ഓർമിപ്പിക്കുന്നത് പോലെ സേവി പറഞ്ഞു.

'ഈ കല്പടവിലാണ് നമ്മൾ നിന്നത്...'

മേരിക്കുഞ്ഞിന്റെ ഉള്ളിൽ ചില ചിത്രങ്ങൾ മിന്നിത്തെളിഞ്ഞു. ആദ്യമായി യേശുവിനെ സ്വീകരിക്കാൻ തയ്യാറായിനിൽക്കുന്ന, മാലാഖമാരെപോലെ തൊങ്ങലുകളുള്ള വെള്ള ഉടുപ്പിട്ട പെൺകുട്ടികളുടെയും വെള്ള ഷർട്ടും ട്രൗസറുമണിഞ്ഞ, തലയിൽ റേന്ത വച്ച ആൺകുട്ടികളുടെയും നീണ്ട നിര. ഏറ്റവും മുകളിലെ

കൽപടവ് മുതൽ താഴെ വരെ. ഓരോ കല്പടവിലും ഒരു ആൺ കുട്ടിയും ഒരു പെൺകുട്ടിയും. അവരുടെ കൈകളിൽ, അരികുകളിൽ മഞ്ഞയും ചുവപ്പുമുള്ള കടലാസു ചുറ്റിയ മെഴുകുതിരികളും റോസാപ്പൂക്കളും.

ദേവാലയത്തിൽ കുർബാന അർപ്പിക്കാനെത്തുന്ന ആത്മീയ പിതാവിനെ കാത്ത് പടവുകളുടെ ഇരുവശങ്ങളിലും നിൽക്കുക യാണ് മുഴുവൻ കുട്ടികളും. മേരിക്കുഞ്ഞും സേവിയും ഒരേ കൽ പടവിന്റെ അപ്പുറവും ഇപ്പുറവും. അവർ ഇടയ്ക്കിടെ പരസ്പരം നോക്കി. നോക്കിയപ്പോളൊക്കെ പുഞ്ചിരി ഉതിർന്നുവീണു.

അന്ന് നിന്ന പടവുകളിൽ ഇന്ന് തങ്ങൾ ഇരിക്കുന്നു. കാലത്തിന്റെ തമാശയോർത്ത് ഊറിവന്ന ചിരിയോടെ സേവി അവളെ നോക്കി. അവൾ സേവിയേയും. അവളുടെ മുഖത്തും ചിരിയുടെ മിന്നലാട്ടം. കണ്ണുകളെ ഭൂതകാലം ആവേശിച്ചിരിക്കുന്നു. കുട്ടിത്തം തിരികെ വന്നിരിക്കുന്നു. അവളുടെ നെറ്റിയിലെ മുറി വിനുപോലും ഒരു വല്ലാത്ത വശ്യത.

'കയറാം..'

സേവി എഴുന്നേറ്റതിന് പിന്നാലെ മേരിക്കുഞ്ഞും എഴുന്നേറ്റ് പിന്നിലെ പൊടി തട്ടിക്കളഞ്ഞ് മുകളിലേക്ക് കയറി. ഓരോ പടി കയറുമ്പോളും ഉള്ളിൽ ഉണർന്നു വരുന്ന ഊർജ്ജസ്വലത.

പള്ളിമുറ്റത്ത് കാൽ കുത്തിനിന്ന് ഇരുവരും ചുറ്റുപാടും നോക്കി. ഒറ്റമരത്തിൽ സ്ഥാപിച്ച പ്രാവിൻ കൂട്ടിൽ നിന്ന് വെള്ളരി പ്രാവുകൾ കുറുകിക്കൊണ്ട് പറന്ന് അവയ്ക്കായി നിർമിച്ച കുളത്തിൽ നിന്ന് വെള്ളം കുടിച്ചു. വടക്കുവശത്ത് സിമിത്തേരിയുടെ അരികിലുള്ള വാളൻ പുളിമരം ഇന്നും അന്നത്തെപ്പോലെ തന്നെ. വേദപാഠപുസ്തകം പിടിച്ച് ഉതിർന്നു വീണു കൊണ്ടിരുന്ന വാളൻപുളി പെറുക്കുന്ന കുറെ കുട്ടികൾ. അവരുടെ ഇടയിൽ സേവിയും മേരിക്കുഞ്ഞും.

മേരിക്കുഞ്ഞ് കുട്ടിയെപ്പോലെ നിലത്തു കിടന്ന വാളൻ പുളി എടുത്തു കൈവെള്ളയിൽ വച്ചു. അവളുടെ കയ്യിൽ ബാല്യ മെന്ന രഹസ്യ അറയിലേക്ക് കടന്നു ചെല്ലാനുള്ള മാന്ത്രിക താക്കോൽ പോലെ വാളൻപുളി. മേരിക്കുഞ്ഞ് വാളൻപുളിയുടെ തോട് രണ്ടായി പൊട്ടിച്ചു പാതി സേവിക്കു നൽകി. അവൻ പുളി വായിലിട്ട് നുണഞ്ഞു. ബാല്യത്തിന്റെ പുളിപ്പും മധുരവും.

മേരിക്കുഞ്ഞ് പള്ളിക്കകത്തേക്കുള്ള ഗ്രാനൈറ്റ് പടിയിൽ, ആനവാതിലിനു മുന്നിൽ നിന്നു. കുട്ടിക്കാലത്ത് പള്ളിയുടെ പൂമുഖം റെഡ് ഓക്സൈഡ് ആയിരുന്നുവെന്ന് സേവി ആത്മഗതം പറയുന്നത്

അവൾ കേട്ടു. അവന്റെ ശബ്ദം തന്നെ ആയിരുന്നോ അതോ പിന്നിൽ നിന്ന് തെന്നിത്തെറിച്ചു വന്ന കാറ്റായിരുന്നുവോ അത് പറഞ്ഞത് എന്നവൾ സംശയിച്ചു.

പള്ളിക്കുള്ളിൽ നിന്ന് സുഖമുള്ള ശാന്തത പുറത്തേക്ക് വന്ന് അവളുടെ വിരലുകളിൽ പിടിച്ചു. ആനവാതിലിനരികിൽ ചെരിപ്പുകൾ അഴിച്ചുവെച്ച് സേവിയും പിന്നാലെ മേരിക്കുഞ്ഞും അകത്തേക്ക് കയറി.

കാലം പള്ളിയെയും ഒരുപാട് മാറ്റിയിരിക്കുന്നു. പണ്ടുണ്ടായിരുന്ന, ധ്യാനത്തിന് പ്രേരിപ്പിക്കുന്ന നേർത്ത ഇരുട്ടും തണുപ്പും പള്ളി പുതുക്കിയപ്പോൾ നഷ്ടപ്പെട്ടിരിക്കുന്നു. പകരം യഥേഷ്ടം കടന്നുവരുന്ന സൂര്യൻ. ഇടതുവശത്തെ വാതിലിനരികിലെ മതിലിലെ ആനാംവെള്ളപ്പാത്രത്തിൽ വിരൽ തൊട്ട് സേവി നെറ്റിയിൽ കുരിശു വരക്കുന്നത് അവൾ നോക്കിനിന്നു. അതിനു ശേഷം അവൻ അവിടെത്തന്നെ മുട്ടുകുത്തി കൈകൾ വിടർത്തി അൾത്താരയിലേക്ക് കണ്ണുകളുയർത്തുന്നതും കണ്ടു. അവനെ അപ്പോൾ അദൃശ്യമായ കുരിശിൽ തറക്കപ്പെട്ട ക്രിസ്തുവിനെപ്പോലെ തോന്നിച്ചു. മേരിക്കുഞ്ഞ് ഷാൾ തലയിലേക്ക് വലിച്ചിട്ട് സേവിയേയും കടന്ന് അൾത്താരക്കു മുന്നിൽ മുട്ടുകുത്തി.

കരിമരത്തിൽ കൊത്തിയ ക്രൂശിതശില്പം. മറ്റു പള്ളികളിലെപ്പോലെ സ്വർണ്ണ നിറമുള്ള ത്വക്കുള്ള യേശുവല്ല. ആദിവാസി ചെറുപ്പക്കാരന്റെ എണ്ണക്കറുപ്പ്. നീളൻ മുഖത്ത് ശാന്തതയോ സമാധാനമോ ഇല്ല. പകരം വെള്ളമോ ഭക്ഷണമോ ഇല്ലാതെ ദിവസങ്ങളായി റെയിൽ പാലത്തിലൂടെ കിലോമീറ്ററുകൾ ദൂരെയുള്ള ഭവനത്തിലേക്ക് പലായനം ചെയ്യുന്നവന്റെ ഒട്ടിയ കവിളുകൾ. നടന്ന് തളർന്ന മകൾ വിശപ്പകറ്റാൻ ചത്ത നായുടെ മാംസം ഭക്ഷിക്കുന്നത് നോക്കി നിൽക്കുന്ന ഒരു പിതാവിന്റെ മരച്ച കണ്ണുകൾ.

മേരിക്കുഞ്ഞിന്റെയും സേവിയുടെയും ഉള്ളിൽ വളരെ ആഴത്തിൽ പതിഞ്ഞു പോയ രൂപവും നിറവും.

ക്രൂശിതരൂപത്തിനു മുന്നിൽ കണ്ണുകളടച്ച് നിൽക്കുമ്പോൾ ഇന്നത്തെ ബൈബിൾ വചനം വായിക്കാൻ ആരോ അവളുടെ ഉള്ളിലിരുന്ന് പറയുന്നത് കേട്ടു.

മേരിക്കുഞ്ഞ് വേഗം എഴുന്നേറ്റ് വേദപുസ്തകം തുറന്നുവച്ച പീഠത്തിന്റെ അടുത്തേക്ക് നടന്നു. പക്ഷേ, അവിടേക്കെത്തുന്നതിന് മുൻപേ തന്നെ, കുട്ടിക്കാലത്ത് കുർബാന സ്വീകരണ സമയത്ത് ആലപിച്ചിരുന്ന ഭക്തിസാന്ദ്രമായ ഗാനത്തിന്റെ ഈണം ചുറ്റിപ്പിടിച്ച്

അവളുടെ കാലുകളെ ചലനരഹിതമാക്കി.

എവിടെ നിന്നാണ് ഈണം വരുന്നത്? അവൾ ചുറ്റും പകച്ചു നോക്കി.

ഈണം ചെവിയിൽ വീണപ്പോൾ നടന്നിരുന്ന വഴി പെട്ടെന്ന് കാണാതായത് പോലെ അവൾ പാതിയിൽ നിന്നുപോയി. അൾത്താരമതിലിൽ ഇരുന്ന് സാരംഗി മീട്ടുന്ന ദാവീദ് രാജാവ് അവളെ നോക്കി പുഞ്ചിരിതൂകി. തന്റെ ഉള്ളിൽ നിന്നാണോ അതോ പുറത്തു നിന്നാണോ ഈണം പുറപ്പെടുന്നതെന്ന് മേരിക്കുഞ്ഞ് സന്ദേഹിച്ചു നിന്നു.

പിന്നിലേക്ക് നോക്കിയപ്പോൾ അൾത്താരയുടെ വലത്തേ മൂലയിൽ ഗായകസംഘത്തിന്റെ കീബോർഡിൽ വിരലോടിക്കുന്ന സേവിയെ കണ്ടു. വെളുപ്പും കറുപ്പും നിറങ്ങളുള്ള നീളൻ കട്ടകളിലൂടെ താളത്തിൽ നീങ്ങുന്ന അവന്റെ വിരലുകൾ. കണ്ണുകളടച്ച് തലയാട്ടി പരിസരം മറന്നുപോയ ഒരു സംഗീത മാന്ത്രികനെപ്പോലെ സേവി.

കേട്ടു നിൽക്കുവോളം താനൊരു എട്ടുവയസുകാരിയായി മാറുന്നത് മേരിക്കുഞ്ഞ് തിരിച്ചറിഞ്ഞു. കീബോർഡിന്റെ കട്ടയിൽ വിരൽ തൊടുന്നതിനിടയിൽ പാതി കൂമ്പിയ കണ്ണുയർത്തി സേവി മേരിക്കുഞ്ഞിനെ നോക്കി. വെള്ളയിൽ നീല പുള്ളിയുടുപ്പിട്ട, ഇടതുവശത്തേക്ക് മുടി ചീകിവച്ച ഒരു പെൺകുട്ടി തന്നെത്തന്നെ കണ്ണെടുക്കാതെ നോക്കി നിൽക്കുന്നത് സേവിയും കണ്ടു. കൊച്ചു പെൺകുട്ടിയുടെ കറുത്ത കണ്ണുകളിൽ കിളിക്കുഞ്ഞിന്റെ നിഷ്കളങ്ക കൗതുകം. അവളെക്കാൾ മാസങ്ങളുടെ മാത്രം മൂപ്പുള്ള സുന്ദരനായ ചെക്കനെ സിംഹക്കസേരയിൽ ഇരുന്ന് കിന്നരവീണ മീട്ടുന്ന സോളമൻ രാജാവിനെ പോലെ അവൾക്ക് തോന്നി.

കുട്ടിക്കാലത്തെ ഞായറാഴ്ച്ച കുർബാനയുടെ ഓർമകളിലേക്ക് സേവിയും മേരിക്കുഞ്ഞും തെന്നി വീണു.

തീക്ഷ്ണങ്ങളായ ചുവന്ന കണ്ണുകളുള്ള തേവലക്കര അച്ചന്റെ പാട്ടുകുർബാന. പള്ളി മുഴുവൻ മുഴങ്ങുന്ന അച്ചന്റെ ശബ്ദം. ആശീർവദിക്കാൻ അന്തരീക്ഷത്തിൽ ഉയർന്ന് നിൽക്കുന്ന അച്ചന്റെ ചുവന്ന കൈപ്പത്തി. പരിശുദ്ധാമ്മയുടെ കൊന്തദിവസം പള്ളിക്കകം മുഴുവൻ വെള്ളമേഘം പോലെ കുന്തിരിക്കപ്പുക. ഗായക സംഘത്തിന്റെ ഭക്തിനിർഭരമായ ആലാപനം. പല്ലവിക്കും അനുപല്ലവിക്കും ഇടയിൽ സംഗീതത്തിന്റെ അകമ്പടിയിൽ നാലു കുഞ്ഞു കണ്ണുകളിൽ ഇഷ്ടത്തിന്റെ തിളങ്ങുന്ന മുത്ത്.

സേവി കണ്ണുകൾ പാതിയടച്ചും തുറന്നും തല താളത്തിലാട്ടിയും കീബോർഡിൽ മീട്ടുകയാണ്. അവന്റെ ഹൃദയാന്തരാളത്തിൽ നിന്ന് വാർന്നുവീഴുന്ന സ്വർഗീയ സംഗീതം.

അത് കേട്ട് നിൽക്കുമ്പോൾ, പള്ളിയുടെ നടുവിൽ, അവനിൽ നിന്ന് കണ്ണെടുക്കാനാവാതെ നോക്കിനിൽക്കുമ്പോൾ ഭൂതവും വർത്തമാനവും ലാവ പോൽ തിളച്ചൊഴുകി മേരിക്കുഞ്ഞിന്റെ ഹൃദയപുടങ്ങളെ പൊള്ളിച്ചു.

എന്തിനെന്നറിയാതെ അവൾ പൊട്ടിക്കരയാനാരംഭിച്ചു. ഇതുവരെ ഉണ്ടായിട്ടില്ലാത്ത, ഹൃദയം രണ്ടായി പിളർന്നു പോകുന്ന ആത്മവേദനയിൽ ഉരുകിയൊലിച്ചു. കീബോർഡിന്റെ ഈണത്തിനും മീതെ അവളുടെ കരച്ചിലിന്റെ ശബ്ദം ഉയർന്നുകേട്ടു. സംഗീതം പാതിയിൽ ഉപേക്ഷിച്ച് സേവി അവളുടെ അരികിലേക്ക് ചെന്നു.

'എന്ത് പറ്റി മേരിക്കുഞ്ഞേ?'

അവൾ മറുപടി പറഞ്ഞില്ല. അവനു മുൻപിൽ മുട്ടുകുത്തി നിന്ന് വിശുദ്ധനെ നോക്കുന്ന കണ്ണുകളോടെ തലയുയർത്തി അവനെ നോക്കുക മാത്രം ചെയ്തു.

മേരിക്കുഞ്ഞിന്റെ ഇരുകണ്ണുകളിലൂടെയും ആശ്വാസവും വേദനകളും പൊട്ടിയൊലിച്ചു. സേവി അവളുടെ നേർക്ക് അവന്റെ വലത്തേ കൈനീട്ടി. ആത്മവിശ്വാസത്തിന്റെ ആർജ്ജവമുള്ള ചൂടുള്ള കൈ. അവന്റെ കയ്യിൽ പിടിച്ച് അവൾ എഴുന്നേറ്റു. ശരീരം തളർന്നു പോയവളെപ്പോലെ നേരെ നിൽക്കുവാൻ പ്രയാസപ്പെട്ടപ്പോൾ സേവിയുടെ നെഞ്ചകം മേരിക്കുഞ്ഞിനെ താങ്ങി. അവളുടെ കണ്ണുനീർ അവന്റെ ഷർട്ടിൽ ഹൃദയഭാഗത്ത് നനവുണ്ടാക്കി.

മേരിക്കുഞ്ഞിന്റെ തോരാതെ കണ്ണീരൊഴുകുന്ന മുഖം ഹൃദയത്തോട് ചേർത്തുപിടിച്ച് സേവി അൾത്താരയിലെ ക്രൂശിതരൂപത്തോട് യാത്ര പറഞ്ഞു. ക്രൂശിതരൂപം അവനോട് പുഞ്ചിരിച്ചു.

സേവി മേരിക്കുഞ്ഞിനെ ചേർത്ത് പിടിച്ച് ആനവാതിൽക്കലേക്കു നടന്നു. ആനവാതിലിൽ പള്ളിയുടെ തറയിൽ വരച്ച ചതുരവെയിലിൽ അവരുടെ നിഴലുകൾ ഒന്നായി.

പതിനഞ്ച്

മേരിക്കുഞ്ഞിന്റെയും മാർട്ടിന്റെയും സംഭവബഹുലമായ ജീവിതത്തിൽ പരസ്പരം കാണാത്ത, മിണ്ടാത്ത ഒരാഴ്ച്ച എല്ലിച്ചു വരണ്ടുണങ്ങിയ പുഴ പോലെ ഒഴുകിപ്പോയിരിക്കുന്നു.

ഓർത്തപ്പോൾ മേരിക്കുഞ്ഞിന് അത്ഭുതം തോന്നിപ്പോയി. തന്നോട് ഒരൊറ്റ നിമിഷം പോലും മിണ്ടാതിരിക്കാനാവാത്ത മാർട്ടിൻ താനില്ലാതെ ഒരാഴ്ച പിന്നിട്ടു കഴിഞ്ഞിരിക്കുന്നു.

മേരിക്കുഞ്ഞും പതുക്കെപ്പതുക്കെ സ്വന്തം ന്യായീകരണങ്ങളിലേക്ക് നീങ്ങുകയായിരുന്നു. മാർട്ടിനും അയാൾ ഉണ്ടാക്കിയെടുത്ത ജസ്റ്റിഫിക്കേഷനുകളിൽ ചിക്കിച്ചികയുന്നുണ്ടാവണം. അവൾ ചിന്തിച്ചു.

രണ്ടു മനുഷ്യർ തമ്മിലുള്ള ബന്ധങ്ങൾക്കിടയിൽ ഒരു ഇടവേള ആവശ്യമുണ്ടെന്ന് മേരിക്കുഞ്ഞിന് ഇപ്പോൾ തോന്നുന്നുണ്ട്. പരസ്പരം ആത്മപരിശോധന നടത്താനുള്ള ഒരവസരം.

രണ്ടുപേർ അകന്നിരിക്കുമ്പോളാണ് ഒരാൾ മറ്റെയാളിൽ ഉണ്ടാക്കിയ ആഴവും പരപ്പും പൂരകത്വവുമൊക്ക ഇരുവർക്കും ബോദ്ധ്യപ്പെടുന്നത്. അയാളിൽ നിന്ന് പിരിഞ്ഞ നിമിഷം മുതൽ താൻ ആത്മാവ് ഉപേക്ഷിച്ചു പോയ ശരീരമായി മാറിയെന്ന് തോന്നുന്നുണ്ടെങ്കിൽ നിങ്ങൾക്ക് അയാളിലേക്ക് തിരിച്ചുപോകാം. അല്ലെങ്കിൽ...

മാർട്ടിൻ എന്ന വ്യക്തി അവൾക്ക് എത്രത്തോളം അനിവാര്യനാണെന്ന് അറിയാൻ അയാളുടെ സാന്നിദ്ധ്യം ഇല്ലാതിരുന്ന ഒരാഴ്ച അവളെ സഹായിച്ചു. മാർട്ടിനും അറിയട്ടെ, ആൻമരിയ കുരിശിങ്കൽ അയാൾക്ക് ആരായിരുന്നെന്ന് മുന്നോട്ടുള്ള ജീവിതത്തിൽ ആൻമരിയയെ വേണമോ എന്ന് അയാൾക്ക് തീരുമാമെടുക്കാം.

എത്രയൊക്കെ സ്വന്തമാണെന്ന്, അടുപ്പമുണ്ടെന്ന് പറഞ്ഞാലും ആരും ആർക്കും അത്രയൊന്നും അനിവാര്യരല്ലെന്ന് മേരിക്കുഞ്ഞിന് ഇപ്പോൾ മനസിലാവുന്നു. സന്ധ്യാപ്രാർത്ഥനക്കിടയിൽ ആലോചിച്ചുകൂട്ടിയതാണിതൊക്കെ. പ്രാർത്ഥന കഴിഞ്ഞ് മുറിയിലെത്തി കട്ടിലിൽ കിടന്ന ഫോണെടുത്ത് നോക്കിയപ്പോൾ അതാ കിടക്കുന്നു മാർട്ടിന്റെ വാട്ട്സ്ആപ്പ് മെസേജ്.

മാർട്ടിന്റെ മെസ്സേജ്..

മേരിക്കുഞ്ഞിന്റെ ഉള്ളം ഭയം കൊണ്ട് വിറച്ചു തുള്ളിപ്പോയി. ഉറക്കത്തിനിടയിൽ കരണത്തടി കിട്ടിയതു പോലെ കട്ടിലിൽ നിന്ന് പിടഞ്ഞെണീറ്റു ഫോണിലേക്ക് നോക്കിനിന്ന് വിറച്ചു. തന്റെ കയ്യിൽ ഇരിക്കുന്നത് ഫോണല്ല, ഏതു നിമിഷവും പൊട്ടി ത്തെറിക്കാൻ ശക്തിയുള്ള ബോംബായിട്ടാണ് അവൾക്ക് തോന്നിയത്. അത് ദൂരേക്ക് വലിച്ചെറിഞ്ഞു കളയാൻ അവൾക്ക് അടക്കാനാവാത്ത വിഭ്രാന്തി ഉണ്ടായി.

നീല ബോക്സിങ്ങ് ഗ്ലൗസണിഞ്ഞ് എതിരാളിയുടെ മുഖത്തേക്ക് പഞ്ച് ചെയ്യാനെന്ന പോലെ തീക്ഷ്ണമായ കണ്ണു കളോടെ നിൽക്കുന്ന മാർട്ടിന്റെ പ്രൊഫൈൽ ചിത്രത്തിൽ അവൾ ഒരിക്കൽ കൂടി നോക്കി. ഏസി പരമാവധി കൂട്ടിയിട്ടിട്ടും ചെന്നികളിൽ നിന്ന് വിയർപ്പിന്റെ നദികൾ ഉത്ഭവിച്ചു.

കഴിഞ്ഞയാഴ്ച്ച മാർട്ടിന്റെ ഫ്ളാറ്റിൽ നടന്ന, മാർട്ടിനിൽ നിന്ന് രണ്ടു ചുവട് പിന്നിലേക്ക് നടക്കാൻ അവളെ പ്രേരിപ്പിച്ച, ഹൃദയത്തിന്റെ ആഴത്തിൽ പോറലേൽപിച്ച ദിവസം ഈച്ചകളെ പോലെ അവളുടെ ഓർമയിൽ ഇരമ്പിയാർത്തു. ഒരാഴ്ച മുൻപ് കഴിഞ്ഞുപോയതെല്ലാം ഇപ്പോൾ നടന്നുകൊണ്ടിരിക്കുന്നതു പോലെ ദയയില്ലാതെ വേട്ടയാടി. ഉള്ളിൽ പൂർണ്ണമായും നശിക്കാതെ കിടന്നിരുന്ന തീവ്രഭയത്തിന്റെ അണുക്കൾ തലച്ചോറിൽ ഇഴയുന്ന തറിഞ്ഞു. കണ്ണുകൾ ഇറുക്കിയടച്ച് തലയിണയിൽ മുഖമമർത്തി ഏറെ നേരം കിടന്നു.

തലനാരിഴക്കാണ് മേരിക്കുഞ്ഞ് മാർട്ടിന്റെ രാക്ഷസകരങ്ങളിൽ നിന്ന് കുതറിയോടി ലിഫ്റ്റിൽ ചാടിക്കയറി രക്ഷപ്പെട്ടത്. ഒരാഴ്ച കഴിഞ്ഞിട്ടും താനെങ്ങിനെ അവിടെ നിന്ന് രക്ഷപ്പെട്ടുവെന്ന് അവൾക്ക് പിടികിട്ടിയിട്ടില്ല. എഴുന്നേറ്റിരുന്ന് ഇടത്തെ കൈത്തണ്ടയിൽ നോക്കി ക്കൊണ്ട് മേരിക്കുഞ്ഞ് പറഞ്ഞു.

അത്ഭുതകരമായ രക്ഷപ്പെടൽ.

മാർട്ടിൻ ഒടുക്കത്തെ പിടുത്തം പിടിച്ചതിന്റെ ചുവന്ന പാട് കൈത്തണ്ടയിൽ നിന്ന് മാഞ്ഞു പോയിരിക്കുന്നു. എന്നാൽ, കൈഞരമ്പുകൾ ഞെരിഞ്ഞമരുന്ന വേദന ഇപ്പോളും മാഞ്ഞിട്ടില്ല.

കൈത്തണ്ടയിൽ നിന്ന് മാഞ്ഞിട്ടും ഉള്ളിൽ അഗാധത യിലെവിടെയോ ആ വേദന ആണ്ടുകിടക്കുന്നുണ്ട്.

സ്വന്തം ഉയിരിനെയും വാരിപ്പിടിച്ച് ഓടുന്ന ഒരാൾക്ക് അയാളെ ഓടിക്കുന്ന ആളെക്കാൾ വേഗവും കരുത്തും ഉണ്ടാവുമെന്ന് അവൾ പണ്ട് എവിടെയോ വായിച്ചിട്ടുണ്ട്. എങ്ങിനെയാണ് താൻ ലിഫ്റ്റിന്റെ അടുത്തേക്കോടിയെത്തിയതെന്നും കൈത്തണ്ടയിൽ

ബലമായി അമർന്നിരുന്ന മാർട്ടിന്റെ കൈകൾ കുടഞ്ഞെറിഞ്ഞ് ലിഫ്റ്റിലേക്ക് ചാടിയതെന്നും അവൾക്കിപ്പോളും തെളിഞ്ഞിട്ടില്ല. അതിനെക്കുറിച്ച് ഓർക്കുമ്പോളൊക്കെ അത്രയും വേഗത്തിൽ ഓടാനൊക്കെ തനിക്ക് കഴിയുമോ എന്ന് ആശ്ചര്യപ്പെടുകയും ചെയ്തു.

മാർട്ടിന്റെ മെസേജ് വായിക്കാതെ അവഗണിക്കാൻ മേരിക്കുഞ്ഞ് ഒരു ശ്രമം നടത്തിനോക്കി. അങ്ങിനെ ഒരു സന്ദേശം വന്നിട്ടേയില്ലാത്തതു പോലെ കണക്കാക്കാൻ ശ്രമിച്ചു. അവഗണനയാണ് ചിലർക്കുള്ള ഏറ്റവും വലിയ പ്രതികാരം. അവർ ഈ ലോകത്തിലേ ഇല്ലെന്ന മട്ടിൽ ഉള്ള അവഗണന. ഫോൺ ഓഫ് ചെയ്ത് വീണ്ടും കിടന്നു. ലോകത്തിൽ നിന്ന് പിൻവലിയാനെന്ന പോലെ പുതപ്പ് കൊണ്ട് തലവഴി മൂടി.

പക്ഷെ മൊബൈൽഫോൺ എന്ന ഉപകരണം മാത്രമേ ഓഫായിട്ടുള്ളു എന്ന് മേരിക്കുഞ്ഞ് പുതപ്പിനുള്ളിൽ കിടന്ന് തിരിച്ചറിയുകയായിരുന്നു. എത്രമാത്രം നിശ്ചലമാക്കി വെക്കാൻ ശ്രമിച്ചിട്ടും മനസിന്റെ ഉള്ളിൽ ഒരു അറിയിപ്പുശബ്ദം അസഹനീയമായി ചിലച്ച് അവളെ അലോസരപ്പെടുത്തി. അയാളുടെ സന്ദേശം തന്റെ ഫോണിൽ വന്നു കിടക്കുന്നുണ്ട് എന്ന ചിന്ത ഒരുവേള ഭ്രാന്തിന്റെ വക്കിൽ കൊണ്ടുചെന്നു നിറുത്തുക വരെ ചെയ്തു. ഇരിക്കണമോ നിൽക്കണമോ കിടക്കണമോ എന്നറിയാതെ എഴുന്നേറ്റും ഇരുന്നും കിടന്നും അവൾ നേരം പോക്കി. വെറുമൊരു വാട്ട്സ്ആപ്പ് സന്ദേശത്തിനുപോലും മാനസികനില തെറ്റിക്കുവാൻ കഴിയുന്ന തരത്തിൽ എത്രമാത്രം ദുർബലനാണ് ഒരാൾ. അകത്ത് ചിലച്ചുകൊണ്ടിരിക്കുന്ന ഫോൺ ഓഫാവാതെ പുറത്തെ ഫോൺ ഓഫ് ചെയ്തുവെക്കുന്നത് കൊണ്ട് ഒരു പ്രയോജനവുമില്ല.

മേരിക്കുഞ്ഞ് ഫോൺ സ്വിച്ച് ഓൺ ചെയ്തു. മൊബൈലിൽ സമയം പുലർച്ചെ രണ്ടുമണി എന്നു കാണിച്ചു. സന്ദേശം വായിക്കാതെ, അതിനി എന്തുതന്നെയായാലും അതിലെ ഉള്ളടക്കം അറിയാതെ തനിക്കിനി മുന്നോട്ടു പോകാനാവില്ല, വിറക്കുന്ന കരങ്ങളിൽ ഫോൺ പിടിച്ച് പിടച്ചുതുള്ളുന്ന നെഞ്ചോടെ അവൾ അയാളുടെ സന്ദേശം തുറന്നു.

അത്യാവശ്യമായി കാണണം

രണ്ടേ രണ്ടു വാക്കുകൾ മാത്രം. മേരിക്കുഞ്ഞിന്റെ ഹൃദയം ചില്ലുകഷണം പോലെ ഞെരിഞ്ഞു പൊടിഞ്ഞുപോയി. അവൾ പകപ്പോടെ തന്നോട് തന്നെ ചോദ്യങ്ങൾ ഉന്നയിച്ചു.

എന്തിനാണ് കാണുന്നത്? എന്താവശ്യത്തിന്? കഴിഞ്ഞ ആഴ്ച ഇങ്ങനെയൊരു സന്ദേശം സൃഷ്ടിച്ച വിങ്ങുന്ന വേദന ഇപ്പോളും തന്നിൽ അടങ്ങിയിട്ടില്ല. ഭയമാണ് തനിക്ക്.

നേരംവെളുക്കുന്നതു വരെ ചിന്തിച്ചു. എന്തു മറുപടി പറയണം? മുറിക്കു പുറത്തെ മാവിലത്തളിരുകളിൽ വെയിൽ വീഴുന്നത് നോക്കിയിരുന്നു. കട്ടിലിൽ നിന്നെഴുന്നേറ്റു വാഷ്ബേസിനിലെ കണ്ണാടിയിൽ നോക്കി.

കാണാം.

വലിയ കണ്ണാടിയിലൂടെ സ്വന്തം കണ്ണുകളിലേക്കുറ്റു നോക്കി ഉറച്ച തീരുമാനത്തിലെത്തി. കാണാം.

മുറിക്കുള്ളിലേക്ക് മെല്ലെമെല്ലെ കയറിവരുന്ന സൂര്യപ്രകാശം പോലെ ഒരു ധൈര്യം അകക്കാമ്പിലേക്ക് കയറി വന്ന് അവളെ തൊട്ടു. അതവളുടെ ഉള്ളിലെ സത്യത്തിന്റെ തിളങ്ങുന്ന പ്രകാശം ആയിരുന്നു.

വരുന്നിടത്തുവച്ച് കാണാം. നേരിടുക തന്നെ. എന്റെ ഭാഗത്ത് തെറ്റില്ലെങ്കിൽ പിന്നെ ആരെ ഭയപ്പെടണം?

ആത്മധൈര്യത്തോടെ കാലുകൾ നീട്ടിവച്ച് കൈകൾ വീശി അവൾ പൂമുഖത്തെത്തി പത്രം വായിക്കുന്ന ഡാഡിയെ നോക്കി. പത്രത്താൾ മറിക്കുന്നതിനിടയിൽ തല ഉയർത്തി നോക്കി ഡാഡി പത്രത്തിലേക്ക് തിരിച്ചുപോയി. പ്രഭാതത്തിലെ സുഖശീതളമായ കാറ്റ് അവളുടെ കവിളിൽ അലസമായി തട്ടി.

മേരിക്കുഞ്ഞ് ഫോണെടുത്തു മറുപടി എഴുതി.

കാണാം. എവിടെ?

ബോക്സിങ്ങ് ക്ലബ്. 11AM.

ഓക്കേ

മറുപടി അയച്ചു കഴിഞ്ഞപ്പോൾ വേണ്ടായിരുന്നു എന്ന് തോന്നി. അന്നത്തെപ്പോലെ നിയന്ത്രണം വിട്ട് പെരുമാറിയാൽ? രക്ഷപ്പെടാനുള്ള സകല പഴുതുകളും അടച്ചിട്ടാണ് ഇത്തവണ വിളിക്കുന്നതെങ്കിലോ? ഒരു മുൻകരുതൽ എടുക്കുന്നത് നന്നായിരിക്കും. ആദ്യം തോന്നിയത് സേവിയെ വിളിക്കാനാണ്. പക്ഷേ അവനോട് കഥ മുഴുവൻ വിളമ്പേണ്ടി വരും. അതുകൊണ്ട് വേണ്ട. കവിത കൂടെ വരാമെന്നേറ്റപ്പോൾ അല്പം ആശ്വാസമായി.

മേരിക്കുഞ്ഞിനെപ്പോലെയല്ല കവി. കരാട്ടെ ബ്ളാക്ക് ബെൽറ്റ് തേർഡ് ഡാൻ ആണവൾ. എന്തിനെയും നേരിടാനുള്ള മനക്കരുത്തും ശാരീരികബലവും അവൾക്കുണ്ട്. കഠിനങ്ങളായ യാത്രകൾ തനിച്ചു ചെയ്യുന്നതിന്റെ തന്റേടവും പ്രതിസന്ധികളെ

നേരിടാനുള്ള കരുത്തുമുണ്ട്. കൂടെ വരാമെന്ന് ഏറ്റതിന്റെ ഒപ്പം അവൾ ഒരു ഡിമാൻഡ് കൂടി വെച്ചു.

ഇന്നത്തോടെ എല്ലാം തീർത്തേക്കണം..

ഇത് അവസാനത്തെ കൂടിക്കാഴ്ച ആവാനുള്ള എല്ലാ സാദ്ധ്യതയും ഉണ്ട്.

കവിയുടെ ബുള്ളറ്റിനു പിന്നിലിരുന്ന് മൂന്ന് കിലോമീറ്റർ അകലെയുള്ള ബോക്സിങ്ങ് ക്ലബ്ബിലേക്ക് നീങ്ങുമ്പോൾ മേരിക്കുഞ്ഞ് പഴയ കോളേജ് കാലം വെറുതെ ഓർത്തു.

ഇന്നത്തെ ദിവസം കൊണ്ട് എല്ലാം അവസാനിക്കുന്നു. അഞ്ചു വർഷം നീണ്ട, സിനിമയെ വെല്ലുന്ന ഒരു പ്രണയകഥയുടെ ക്ളൈമാക്സ്. ഇനി ഇരുവർക്കും അവരവരുടെ വഴികൾ. മാർട്ടിൻ, ഒറ്റ ദിവസം കൊണ്ട് നമ്മൾ കൂടിച്ചേരാനാവാത്ത അകലത്തിൽ പകുത്തു പോയിരിക്കുന്നു. അവൾ പറഞ്ഞു.

'എന്തെങ്കിലും പറഞ്ഞൊ നീയ്?'

ബുള്ളറ്റിനു വേഗം കൂട്ടി തല പിന്നിലേക്ക് ചരിച്ച് കവി ചോദിച്ചു.

'ഇല്ല കവി..'

പുറത്തു വെയിൽ കനക്കുകയാണ്.. മേരിക്കുഞ്ഞിന്റെ ഉള്ളിലും.

എത്രയോ പ്രണയികൾ കൊഴിഞ്ഞ മണ്ണാണിത്.

എണ്ണിയാലൊടുങ്ങാത്ത തീവ്രപ്രണയങ്ങൾ ജീവനോടെയും അല്ലാതെയും കുഴിച്ചുമൂടപ്പെട്ട മണ്ണ്. അതിൽ ഇന്ന് മേരിക്കുഞ്ഞിന്റെയും മാർട്ടിന്റെയും പേരുകൾ കൂടി കാലം രേഖപ്പെടുത്തുന്നു. ഇത് തുടക്കമോ അവസാനമോ അല്ല. തുടർച്ചയാണ്. അനസ്യൂതമായ തുടർച്ച.

ഫ്ളാറ്റിൽ നിന്ന് തലനാരിഴയ്ക്ക് രക്ഷപ്പെട്ട ദിവസം രാത്രി അവൾക്ക് ഒരു പോള കണ്ണടക്കാൻ കഴിഞ്ഞില്ല. അവളുടെ മുടിയിൽ അയാളുടെ ഉറച്ച മാംസപേശികളുള്ള കൈകൾ ചുറ്റിവലിക്കുന്ന, ശിരസ്സ് പറിഞ്ഞു പോകുമെന്ന പോലെ അസഹ്യമായ വേദന.

ഇങ്ങനെയൊരു മാർട്ടിനെ അവൾ ഇതിനു മുൻപ് കണ്ടിട്ടില്ലായിരുന്നു. ഇത്രയും ഭീതിജനകമായ മുഖം. ക്രോധവിഷം പത്തിവിടർത്തിയ കണ്ണുകൾ ഊണിലും ഉറക്കത്തിലും അവളെ ഭയപ്പെടുത്തി.

ഒരുപക്ഷെ താൻ അവിടെ നിന്ന് രക്ഷപ്പെട്ടില്ലായിരുന്നെങ്കിൽ ഒരു മരണം സംഭവിക്കുമായിരുന്നു എന്ന് അവൾ നടുങ്ങി. ഓർമ്മകൾ സമനില തെറ്റിക്കാതിരിക്കാനവൾ കഠിനമായി ശ്രമിച്ചു.

കഴിയാവുന്നത്ര നിയന്ത്രിച്ചിട്ടും കറുത്ത ദിനത്തിന്റെ കടുംവേദന മേരിക്കുഞ്ഞിന്റെ ഹൃദയത്തിന്റെ വാതിലിൽ അതി ശക്തിയോടെ മുട്ടിക്കൊണ്ടിരുന്നു.

മിനിസ്റ്റേഡിയത്തിനു മുൻപിലെ കൊന്നമരത്തിന്റെ തണലിൽ കവി ബുള്ളറ്റ് നിറുത്തി. സൺ ഗ്ളാസ് അഴിച്ച് നീല ജീൻസിന്റെ പോക്കറ്റിൽ തിരുകി പച്ചയും കറുപ്പും നിറമുള്ള ജാക്കറ്റിന്റെ ഇരുകൈകളും നിക്ഷേപിച്ച് അല്പം ദൂരെ കിടന്നിരുന്ന ഫോർച്ച്യൂണറിലേക്ക് താടിയാട്ടി കവിത പറഞ്ഞു.

'വണ്ടി കിടപ്പുണ്ട്. നീ കേറിക്കോ..'

'നീ വരുന്നില്ലേ'

'ഞാൻ ഇവിടെയുണ്ട്. ഒന്നുകൊണ്ടും പേടിക്കണ്ട. പ്രശ്ന മാണെങ്കിൽ ഒരു മിസ്കാൾ. ഞാൻ എത്തിക്കോളാം.'

ആത്മവിശ്വാസം തുളുമ്പിനിൽക്കുന്ന കവിതയുടെ ശബ്ദം. അവളുടെ വാക്കുകളിൽ നിന്ന് കടുകോളം ധൈര്യം കടമെടുത്ത് മേരിക്കുഞ്ഞ് സ്റ്റേഡിയത്തിലേക്ക് ചുവടുകൾ വെച്ചു.

സാധാരണ സ്റ്റേഡിയത്തിന്റെ മുറ്റത്ത് വണ്ടികൾ പാർക്ക് ചെയ്യാൻ സ്ഥലം കിട്ടാറില്ല. ഇന്നിപ്പോൾ ഒറ്റ വണ്ടി പോലുമില്ല. മാർട്ടിന്റെ കാർ മാത്രമേ ഉള്ളു. വെള്ള ഫോർച്ച്യൂണർ.

മാർട്ടിന്റെ കാർ കണ്ടപ്പോൾ തന്നെ തന്റെ ധൈര്യം ഓട്ടപ്പാത്ര ത്തിൽ ജലമെന്നതുപോലെ ചോർന്നു പോകുന്നത് അവളറിഞ്ഞു. സൂര്യൻ അതിന്റെ തുളച്ചു കയറുന്ന വെയിൽ നാളങ്ങളെ മണ്ണിൽ അമർത്തുവാൻ തുടങ്ങിയിരുന്നു. മേരിക്കുഞ്ഞിന്റെ നിറുകയിലും സൂര്യന്റെ ചൂട് വീണ് പൊള്ളി.

കാണാമെന്ന് പറഞ്ഞതിലും രണ്ടു മണിക്കൂർ വൈകിയാണ് അവൾ സ്റ്റേഡിയത്തിലേക്കെത്തിയത്. കുറെനേരം കാത്തുനിന്നു മടുത്ത് പോകുമെങ്കിൽ പോകട്ടെ എന്ന് കരുതി. ആരെയും ഒന്നി നെയും ഒരു ഒരുനിമിഷം പോലും കാത്തുനിന്ന് ശീലമില്ലാത്ത ആളാണ്.

പക്ഷെ, മേരിക്കുഞ്ഞിന്റെ പ്രതീക്ഷകളെ തകിടംമറിച്ചു കൊണ്ട് മാർട്ടിൻ തടിയൻ കയറു കൊണ്ട് അടയാളപ്പെടുത്തിയ ബോക്സിങ്ങ് റിംഗിനു പുറത്ത് ഇടവേളകളിൽ വിശ്രമിക്കു വാനിട്ടിരുന്ന നീലയും മഞ്ഞയും ചായമടിച്ച ബെഞ്ചിൽ ഇരുകൈകളും വിടർത്തിവച്ച് പിൻതിരിഞ്ഞിരിക്കുകയായിരുന്നു. തലയിലെ ചുവന്ന ഹെഡ്ഗാർഡും ഗ്ലൗസും അഴിച്ചിട്ടുണ്ടായിരു ന്നില്ല. അതീവനിശബ്ദതയോടെ റിംഗിലേക്ക് കണ്ണുകൾ തറച്ച് ഇരിക്കുകയാണെന്ന് തോന്നി.

പിന്നിലെത്തി മുരടനക്കിയപ്പോൾ മാർട്ടിൻ പെട്ടെന്ന് തിരിഞ്ഞ് അവളെ കണ്ട് ഭവ്യതയോടെ എഴുന്നേറ്റു. അയാൾ ആരുടെ യെങ്കിലും മുന്നിൽ വിനയത്തോടെ നിൽക്കുന്നത് ആദ്യമായിട്ടാണ് മേരിക്കുഞ്ഞ് കാണുന്നത്.

'വരൂ..'

ഹെഡ്ഗാർഡ് ഊരി ബെഞ്ചിന്റെ അരികിലേക്ക് നീക്കിവച്ച് ചുണ്ടുകളും കൈകളും ഒരുമിച്ചു വിടർത്തി മാർട്ടിൻ മേരിക്കുഞ്ഞിനെ സ്വാഗതം ചെയ്തു. പ്രായമുള്ളവരെ കാണുമ്പോൾ തലേക്കെട്ട് അഴിക്കുന്ന പോലെ തിടുക്കപ്പെട്ടായിരുന്നു അയാളുടെ പ്രവർത്തി.

അഭ്യർത്ഥന സ്വീകരിച്ചെന്ന മട്ടിൽ മേരിക്കുഞ്ഞ് ബെഞ്ചിന്റെ വലത്തേ അറ്റത്തിരുന്നു, കൃത്യമായ ദൂരം പാലിച്ചുകൊണ്ട്. അവളുടെ ഏതാജ്ഞയും ശിരസ്സാവഹിക്കാൻ തയ്യാറായ ഒരു വിധേയനെപ്പോലെ മാർട്ടിൻ ബെഞ്ചിന്റെ ഇടത്തെ അറ്റത്തിരുന്നു.

മേരിക്കുഞ്ഞ് ബോക്സിങ്ങ് റിംഗിലേക്ക് കണ്ണുനീട്ടി വെറുതെ ഇരുന്നു. കാണികളോ കളിക്കാരോ ആരവങ്ങളോ ഇല്ലാതെ ബോക്സിംഗ് റിംഗ് ഏകാന്തദ്വീപ് പോലെ ഉറങ്ങിക്കിടന്നു. റിംഗിനെ ചതുരത്തിൽ ചുറ്റി നീലയും ചുവപ്പും ചായമടിച്ച റോപ്പുകൾ. മാർട്ടിൻ എഴുന്നേറ്റുപോയി കൂളറിൽ നിന്ന് വെള്ളമെടുത്തു കുടിച്ച് തിരികെ ബെഞ്ചിൽ വന്നിരുന്നു.

കുറച്ചു ദിവസങ്ങൾ കൊണ്ടു തന്നെ മാർട്ടിൻ തീർത്തും അവശനായെന്ന് അയാളുടെ ചലനങ്ങൾ പറഞ്ഞു. ഉള്ളിൽ അതിതീവ്രതയിൽ മിടിച്ച കുറ്റബോധത്തിന്റെ മുഴങ്ങുന്ന ഘടി കാരം രക്തം ഒഴിഞ്ഞുപോയ മുഖത്ത് ക്ഷീണത്തിന്റെ അനുരണ നങ്ങൾ വരച്ചു. കടലാസ് പോലെ വിളർത്ത മുഖത്തോടെ അയാൾ മേരിക്കുഞ്ഞിനെ നോക്കി. രണ്ടു മണിക്കൂറിൽ കൂടുതൽ അയാളെ കാത്തു നിർത്തിച്ചതിൽ അവൾക്ക് കുറ്റബോധം തോന്നി. മാർട്ടിന്റെ തിളക്കമില്ലാത്ത കണ്ണുകളിൽ ഉറക്കം നഷ്ടപ്പെട്ട രാവു കളുടെ രേഖകൾ. അയാൾ ബെഞ്ചിൽ ഒന്നനങ്ങി ഇരുന്നത് മേരി ക്കുഞ്ഞ് ബെഞ്ചിന്റെ ചലനം കൊണ്ടറിഞ്ഞു.

എന്നാൽ, അവളെ ഞെട്ടിച്ചുകൊണ്ട് മാർട്ടിൻ തേങ്ങിക്കരയാൻ തുടങ്ങി. ഒരു കുഞ്ഞു കരയുന്നതു പോലെ നിഷ്കളങ്കമായി. ആദ്യമായി ആണ് ഒരു പുരുഷൻ ഇങ്ങനെ കരയുന്നത് കാണുന്നത്. കാളക്കൂറ്റനെപ്പോലെ കരുത്തരായ മനുഷ്യരൊക്കെ ഇങ്ങനെ യാണോ? നിർന്നിമേഷയായി അയാളെ നോക്കി നിൽക്കാനേ അവൾക്ക് കഴിഞ്ഞുള്ളു.

മാർട്ടിന്റെ ഇതുവരെ കാണാത്ത വേറൊരു മുഖം മേരിക്കുഞ്ഞ്

കണ്ടു നിൽക്കുകയായിരുന്നു.

കഴിഞ്ഞയാഴ്ച്ച വെളിപ്പെടുത്തപ്പെട്ട അതിക്രൂരനായ കാട്ടുമൃഗത്തിൽ നിന്ന് ഒരാഴ്ച്ച പിന്നിടുമ്പോളേക്കും അതിലോലനായ ഒരു കുട്ടിയിലേക്ക്. എന്തൊരു വിചിത്ര സൃഷ്ടിയാണ് ഈ മനുഷ്യൻ.

കരച്ചിലിന്റെ ഒരു നിമിഷാർദ്ധത്തിൽ, ലോകൈക അമ്മയുടെ മുന്നിൽ നിൽക്കുന്ന ഘോരപാപിയെപ്പോലെ മാർട്ടിൻ മേരിക്കുഞ്ഞിനു മുന്നിൽ മുട്ടുകുത്തിനിന്നു. ബോക്സിങ്ങ് ഗ്ലൗസ്ധരിച്ച കൈകൾ കൊണ്ട് അവളുടെ കൈകൾ അയാളുടെ കൈകൾക്കുള്ളിലാക്കി. വിശുദ്ധ ദൈവമാതാവിന്റെ കൈമൊത്തുന്നതു പോലെ അവളുടെ കൈവെള്ളയിൽ മൊത്തി. അവളുടെ ഉള്ളംകൈകൾ മാർട്ടിന്റെ കണ്ണീരും വിയർപ്പും വീണു നനഞ്ഞു.

'എന്നോട് ക്ഷമിക്കൂ മേരിക്കുഞ്ഞേ'

പാതിമുറിഞ്ഞുപോയ വാക്കുകളാൽ മാർട്ടിൻ വിക്കിവിക്കി പറഞ്ഞൊപ്പിച്ചു. അയാളുടെ വായിൽ നിന്നും മൂക്കിൽ നിന്നും സ്രവങ്ങൾ ഒഴുകി മേരിക്കുഞ്ഞിന്റെ കൈകളിൽ വീണു. ക്ഷമാപണ പൂർവം അവളുടെ കൈകൾ തുടച്ചുകൊണ്ട് മാർട്ടിൻ പറഞ്ഞു.

'എന്നോട് ക്ഷമിക്കൂ മേരിക്കുഞ്ഞേ'

മേരിക്കുഞ്ഞിന്റെ വരണ്ടുകിടന്ന ഉള്ളം ആത്മവേദനയുടെ മഴയാൽ നനഞ്ഞുകുതിർന്നു. ഒരാഴ്ച്ച മുൻപ് അയാളിൽ നിന്നേറ്റ മുറിവ് പെട്ടെന്ന് ഉണങ്ങിയതു പോലെ. കെട്ടിയുയർത്തിയ പ്രതിരോധ ക്കോട്ട ഒറ്റ നിമിഷം കൊണ്ട് അടിയോടെ ഒലിച്ചുപോയതുപോലെ. നാളെ ഭാരതത്തിന്റെ അഭിമാനമാകാൻ വെമ്പുന്ന കായികതാര മാണ് ഇന്ന് അവളുടെ മുന്നിൽനിന്ന് നായെപ്പോലെ കരയുന്നത്. യാചിക്കുന്നത്.

മേരിക്കുഞ്ഞിന് മഴ പോലെ പെയ്തുകൊണ്ടിരുന്ന അയാളെ സമാധാനിപ്പിക്കാതിരിക്കാൻ കഴിയുമായിരുന്നില്ല. അവൾ അയാളുടെ തോളിൽ മൃദുവായി തൊട്ട് ആശ്വസിപ്പിച്ചു.

'സാരമില്ല മാർട്ടിൻ...'

അവളുടെ സ്പർശനമേറ്റ് അയാളുടെ തേങ്ങലിന്റെ സമയ ക്രമം കുറഞ്ഞുവന്നു പതിയെ ഇല്ലാതായി.

ഏകദേശം അര മണിക്കൂറോളം ഇരുവരും നിശബ്ദരായി ഇരുന്നു കാണണം. ഒരാഴ്ച്ച പങ്കുവെക്കാൻ കഴിയാതിരുന്ന ഒരു പാട് വിശേഷങ്ങൾ അവരുടെ ഉള്ളിലൂടെ മലവെള്ളം പോലെ ഒഴുകിപ്പോയി. മാർട്ടിൻ തന്നെയാണ് മൗനം ഭഞ്ജിച്ചത്. കര ച്ചിലിന്റെ തുടർച്ച പോലെ അയാൾ തുടർന്നു.

'പെട്ടെന്ന് എനിക്ക് ജീവിതം നഷ്ടപ്പെടുന്നത് പോലെ, നിന്നെ നഷ്ടപ്പെടുന്നത് പോലെ തോന്നിപ്പോയി. എത്ര വന്നാലും ഞാനൊരു മലയാളിയല്ലേ മേരിക്കുഞ്ഞേ....'

അവൾ മാർട്ടിനെ എഴുന്നേൽപ്പിച്ച് അവളോട് ചേർത്തു നിറുത്തി ആശ്വസിപ്പിച്ചു.

'സാരമില്ല മാർട്ടിൻ...നമുക്ക്... നമുക്കെല്ലാം മറക്കാം'

മേരിക്കുഞ്ഞ് അയാളുടെ കൈയിൽ പിടിച്ച് പഞ്ചിംഗ് ബാഗി നടുത്തേക്ക് കൊണ്ടുപോയി. ബുദ്ധി വികസിക്കാത്ത ഒരാളെ പ്പോലെ മാർട്ടിൻ അവളെ പിന്തുടർന്നു. പഞ്ചിംഗ് ബാഗിന് മുന്നിൽ ഒരു മന്ദബുദ്ധിയെപ്പോലെ നിന്ന് അയാൾ മേരിക്കുഞ്ഞിനെ നോക്കി. അവൾ സമാശ്വാസത്തിന്റെ പുഞ്ചിരിയോടെ മൗത്ത്ഗാർഡ് എടുത്ത് അയാളുടെ പല്ലുകൾക്കിടയിൽ വച്ചുകൊടുത്തു. ഹെഡ് ഗാർഡ് തലയിലും. ഇപ്പോളും ഒന്നും പിടികിട്ടിയില്ലെന്ന് അയാളുടെ കണ്ണുകൾ അവളോട് വീണ്ടും പറഞ്ഞു.

'പഞ്ച് ചെയ്യൂ മാർട്ടിൻ.. പരിശീലിക്കൂ നമുക്ക് ലോകം കീഴടക്കണം.'

മാർട്ടിൻ മേരിക്കുഞ്ഞിനെ നോക്കി പുഞ്ചിരിച്ചു. വേദനയുടെ കാർമേഘങ്ങൾ ഒഴിഞ്ഞുപോയ ചിരി. പഴയ മാർട്ടിന്റെ ഉത്സാഹമുള്ള ചിരി. അയാളുടെ കണ്ണുകളിലേക്ക് പിണങ്ങിപ്പോയ സ്വപ്നങ്ങൾ തിരിച്ചെത്തുന്നത് അവൾ കണ്ടു.

അയാൾ പഞ്ച് ചെയ്യാൻ തുടങ്ങി. കൂടുതൽ ആക്രമണോൽ സുകതയോടെ.

മേരിക്കുഞ്ഞ് ബോക്സിങ്ങ് ക്ളബ്ബിന്റെ പുറത്തേക്കുള്ള വാതിലിന് നേർക്ക് നടക്കുന്നത് കണ്ട് മാർട്ടിൻ പഞ്ചിംഗ് നിറുത്തി. പോവുകയാണോ എന്ന അർത്ഥത്തിൽ അവളെ നോക്കി. വാതിൽ ക്കലെത്തി മേരിക്കുഞ്ഞ് തിരിഞ്ഞുനിന്ന് മാർട്ടിനെ നോക്കി. അയാൾ ഒന്നും മനസിലാവാത്ത കൊച്ചുകുട്ടിയെ പോലെ അവളെ പരിസരം മറന്ന് നോക്കി നിൽക്കുകയായിരുന്നു. അവൾ മാർട്ടിനെ നോക്കി പുഞ്ചിരിച്ചു കൈ വീശി. പിന്നെ വാതിലിനപ്പുറം മറഞ്ഞു.

പതിനാറ്

ഇത്തവണ ജീപ്പിൽ കയറുമ്പോൾ തന്നെ സേവി മേരിക്കുഞ്ഞിനോട് പോകുന്ന സ്ഥലം കൃത്യമായി പറഞ്ഞു.

അവർ ഒരുമിച്ച് പഠിച്ച സ്കൂൾ.

സ്കൂളെന്നു കേട്ടപ്പോൾ തന്നെ അവളുടെ മനസെന്ന കൊച്ചുകുട്ടി വിവരിക്കുവാനാവാത്തൊരു ആഹ്ലാദത്താൽ തുള്ളിത്തുളുമ്പി. ആ നിമിഷം തന്നെ അവൾ ഹൃദയം കൊണ്ട് സ്കൂൾ മുറ്റത്തേക്ക് ഓടി എത്തിക്കഴിഞ്ഞു.

നിമിഷാർദ്ധം പോലും ആവശ്യമില്ല, വർത്തമാനകാലത്തിൽ നിന്ന് ഭൂതകാലത്തിന്റെ തണലിലേക്ക് ഓടിയെത്താൻ. കണ്ണൊന്ന് ചുമ്മാ അടച്ച് തുറക്കുകയേ വേണ്ടൂ. കുട്ടിക്കാലത്തിന്റെ ഹരിതാഭമായ ഏദൻതോട്ടത്തിലെത്തിക്കഴിഞ്ഞു. വീണ്ടുമൊന്ന് ഇമചിമ്മിത്തുറന്നാലോ കാലടികളെ ചുട്ടുപൊള്ളിക്കുന്ന വർത്തമാനകാല മരുഭൂമിയിലേക്ക്. ഭൂതകാലവും വർത്തമാനവും ഒരേ സമയം അയവിറക്കുന്ന മൃഗമാണ് മനുഷ്യൻ.

മേരിക്കുഞ്ഞ് വിരലുകൾ വിടർത്തി ഒപ്പം പഠിച്ച കൂട്ടുകാരെ വിരലിൽ തൊട്ടെണ്ണി ഓർത്തെടുക്കാൻ ശ്രമിച്ചു.

കൊണ്ടാട്ടം മീര, പുൽച്ചാടി പാർവതി, വട്ടക്കണ്ണി മൈമൂന, രാജി അങ്ങനെ പലരെയും. തവളയുടെ മുഖമുള്ള പ്രകാശനെ ഓർത്ത് മേരിക്കുഞ്ഞ് ചോദിച്ചു.

'തവള പ്രകാശനൊക്കെ ഇപ്പോൾ എവിടെയാടാ?'

'അറിയില്ല മേരിക്കുഞ്ഞേ.. എല്ലാരേം നമുക്ക് കണ്ടുപിടിക്കണം...'

'എല്ലാരേം കാണണം. എന്ത് രസമായിരിക്കും. അല്ലേ സേവീ..'

മേരിക്കുഞ്ഞിന്റെ ശരീരം ആവേശം കൊണ്ട് വിറച്ചു. സേവി അവളെ നോക്കി പുഞ്ചിരിക്കുക മാത്രം ചെയ്തു.

മലയടിവാരത്തിലുള്ള സർക്കാർ സ്കൂളിലായിരുന്നു അവർ പഠിച്ചത്. മലയിറങ്ങിവരുന്ന മണ്ണുപാതക്ക് താഴെയുള്ള, ചേണിപിടിച്ച ഓടുകൾ ഉള്ള, ചെങ്കല്ല് പാകിയ നെടുനീളൻ വരാന്തയുള്ള പള്ളിക്കൂടം. വലിയ ജനാലക്കുള്ള സ്ഥാനം ഒഴിച്ചിട്ട തേക്കാത്ത ചെങ്കൽ ചുവരുകൾ. പല്ലുപൊന്തിയ മുഖങ്ങൾ പോലെ മിനുസപ്പെടുത്താത്ത ചെങ്കല്ലുകൾ. ചിതൽ തിന്ന മരപ്പലകകൾ കൊണ്ട് വേർതിരിക്കപ്പെട്ട ക്ലാസ് മുറികൾ. പലകകളിൽ

കുഞ്ഞുകണ്ണുകളുടെ വലുപ്പമുള്ള തുളകൾ. ടീച്ചർമാർ ക്ലാസിൽ ഇല്ലാത്ത സമയങ്ങളിൽ തുളകളിലൂടെ ചില വികൃതികളുടെ കൃഷ്ണമണികൾ കാണാം. കറുത്ത് പളുങ്കഗോട്ടി പോലെ തിളങ്ങുന്ന കൃഷ്ണമണികൾ. അപ്പുറത്തെ ക്ലാസിലെ ചില കുട്ടികളുടെയാണ്. ചിലപ്പോൾ ചോക്കുപൊടി പുരണ്ട മരപ്പലക കൾക്ക് മുകളിലൂടെ പറന്നു വരുന്ന കടലാസ് വിമാനങ്ങൾ. കുറ്റി പ്പെൻസിലുകൾ. ഉച്ചയ്ക്ക് ചോറുപാത്രങ്ങൾ ഡെസ്കിലിടിച്ച് തുറക്കുന്നതിന്റെ ശബ്ദങ്ങൾ. മുട്ട വറുത്തതിന്റെ മണം. കറി പ്പാത്രങ്ങളിലേക്ക് നീണ്ടുവരുന്ന ആർത്തിപിടിച്ച കൈകൾ. കുപ്പി വളകൾ നുറുങ്ങുന്ന ശബ്ദം.

കയ്യിലിരുന്ന ഫോൺ കരഞ്ഞപ്പോൾ മേരിക്കുഞ്ഞ് നാരങ്ങാ മുട്ടായിയുടെ മധുരമുള്ള സ്കൂളോർമകളിൽനിന്ന് പകലിന്റെ ചൂടിലേക്ക് ഉണർന്നു. മാർട്ടിനാണ്. ഫോണെടുക്കണോ കട്ട് ചെയ്യണോ എന്ന് ഒരു നിമിഷം സംശയിച്ചിരുന്നപ്പോൾ സേവി ഓർമപ്പെടുത്തി.

'ഫോണെടുക്കെടോ...'

എന്തായാലും ഇനി ഫോൺ എടുക്കാതിരിക്കാനാവില്ല. അവൾ മടിച്ചുമടിച്ച് ഫോൺ ചെവിയിൽ വച്ചു. അപ്പുറത്ത് മാർട്ടിന്റെ അധികാരം തിളയ്ക്കുന്ന ശബ്ദം.

'നീ എവിടെയാ?'

'പഴയ സ്കൂളിലേക്ക് സേവിയുടെ ഒപ്പം'

മേരിക്കുഞ്ഞിന്റെ വാക്കുകളുടെ അരികുകളിൽ തങ്ങിനിൽ ക്കുന്ന നേർത്ത ഭയം. മാർട്ടിൻ പറയുന്നത് ഒന്നും സേവി കേൾക്കല്ലേ എന്ന അങ്കലാപ്പ്.

'ഉം...'

ഉറപ്പിച്ചൊരു മൂളലും തൊട്ടടുത്ത നിമിഷം ഫോൺ കട്ടാക്കലും ഒപ്പം കഴിഞ്ഞു. മേരിക്കുഞ്ഞ് ചമ്മലോടെ മുഖം കുനിച്ചു. സേവിക്ക് വല്ല സംശയവും തോന്നിക്കാണുമോ? എന്താണാവോ മാർട്ടിന്റെ മൂളലിന്റെ അർത്ഥം? ആലോചിച്ചിട്ട് ഒന്നും പിടികിട്ടുന്നില്ല. സമ്മതി ച്ചുവെന്നോ? അതോ... എന്തായാലും ഇഷ്ടപ്പെട്ടുകാണാൻ ഒട്ടും സാദ്ധ്യതയില്ല.

ഫോൺ ബാഗിൽ നിക്ഷേപിച്ച് മേരിക്കുഞ്ഞ് പുറത്തേക്കു നോക്കി ഇരുന്നു. സേവിയെ നോക്കാനാഗ്രഹിച്ചെങ്കിലും കടുത്ത ചമ്മൽ അവളെ അതിൽ നിന്ന് വിലക്കി. ഉത്തരം കിട്ടാത്ത കുറേ ചോദ്യങ്ങൾ ഉള്ളിലേക്ക് തിക്കിത്തിരക്കി കയറിവന്നു. താനെന്തിനാണ് അയാളെ ഇത്ര ഭയപ്പെടുന്നത്? അയാളുടെ

ശബ്ദം കേൾക്കുമ്പോൾ വിറക്കുന്നത്? മറ്റെങ്ങുമില്ലാത്ത വിധത്തിൽ അയാളുടെ ചോദ്യങ്ങൾക്ക് മുന്നിൽ പതറിപ്പോകുന്നത്?

സേവി മേരിക്കുഞ്ഞിനെ നോക്കി. പുറത്തേക്ക് നോക്കി ഗാഢമായി ആലോചിച്ചിരിക്കുകയാണ് അവൾ. ഇപ്പോൾ വന്ന കോൾ അവളെ നിശബ്ദയാക്കിയിരിക്കുന്നു. ആഹ്ലാദത്തിന്റെ മലമുകളിൽ നിന്ന് ആത്മസംഘർഷത്തിന്റെ അഗാധഗർത്തത്തിലേക്ക് അവൾ തല കുത്തനെ വീണിരിക്കുന്നു. സേവി അവളോട് ചോദിച്ചു.

'എന്ത് പറ്റി? ആരായിരുന്നു ഫോണിൽ?'

'ഒന്നുമില്ല, ഒരു ഫ്രണ്ട്...'

അവളുടെ ശബ്ദത്തിൽ അവൾ പോലുമറിയാതെ നേർത്തൊരു വിറയൽ കടന്നുവരുന്നത് അവൾ അറിയാതിരുന്നില്ല. അവിരാമം തുടരുന്ന നുണപറച്ചിലുകൾ. ഒന്നിനു മേൽ ഒന്നായി കെട്ടിപ്പൊക്കുന്ന നുണകളുടെ ഗോപുരം. ഒരു നുണമറയ്ക്കാൻ അതിന്റെ മേലെ അതിനേക്കാൾ വലിയ നുണ. ഒരാൾക്കും ഒരാവശ്യത്തിനും പ്രയോജനപ്പെടാത്ത കള്ളങ്ങൾ പറയുന്നതിന്റെ വിങ്ങൽ. തന്റെ ഇതുവരെയുള്ള ജീവിതം ഒരു പുസ്തകമെന്ന പോലെ സേവിയുടെ മുന്നിൽ വിടർത്തി വെക്കാൻ അവൾ ആഗ്രഹിച്ചു. പക്ഷെ, ഉള്ളിലെ കുഞ്ഞു മൊട്ടുസൂചിയോളം വലിപ്പമുള്ള സ്വാർത്ഥത ആ നിമിഷവും അവളെ മാർട്ടിനെക്കുറിച്ച് പറയുന്നതിൽ നിന്ന് തടഞ്ഞു.

ഭ്രാന്തുപിടിപ്പിക്കുന്ന ചിന്തകളിൽ നിന്ന് പുറത്തുകടക്കാൻ അവൾ വയലാറിന്റെ ഒരു ഗാനം മൂളാൻ ആരംഭിച്ചു. പാടിയിട്ടും പാടിയിട്ടും ഉള്ളിൽനിന്നും ഉത്ഭവിക്കുന്നില്ലെന്ന് വിരസതയോടെ പറഞ്ഞ് പാട്ടുമൂളൽ പാതിവരിയിൽ നിറുത്തി സേവിയുടെ നേർക്ക് തിരിഞ്ഞു.

'സേവീ....'

'ഉം?'

'ഒരു ദിവസം എന്നോട് എന്തോ ഒരു കാര്യം പറയാനുണ്ടെന്ന് പറഞ്ഞു.'

'ഓ അതോ... പറയാം.. സമയം ആവട്ടെ... മേരിക്കുഞ്ഞ് ഒരിക്കൽ എന്നോട് എന്തോ പറയാനുണ്ട് എന്ന് പറഞ്ഞല്ലോ. എന്താണത്?'

'പറയാം... സമയം ആയി വരുന്നു...'

മാർട്ടിനെക്കുറിച്ച് പറയാൻ ഭാവിച്ചപ്പോളേക്കും അല്പം ദൂരെ ഒരു പൊട്ടുപോലെ അവളുടെ പഴയകാല സ്കൂളിന്റെ ഓടുപാകിയ നരച്ച തല കണ്ടു. അപ്പോൾ അവളുടെ മിഴികൾ ശംഖു

പുഷ്പങ്ങൾ പോലെ വിടർന്നുവന്നു. നീലക്കുറിഞ്ഞികൾ പൂത്ത പോലെ മനതാരിൽ ആഹ്ലാദം നിറഞ്ഞു. മുടി ഇടതുവശത്തേക്ക് ചീവി നീല റിബ്ബൺ കെട്ടിയ പെൺകുട്ടിയുടെ കണ്ണുകളോടെ സ്കൂളിനെ കണ്ടു.

മലമുകളിൽ കൊഴുക്കട്ട വല്യമ്മിച്ചിയുടെ വീടിനും അപ്പു റത്ത് നിന്നുത്ഭവിച്ച് സ്കൂൾ ഗേറ്റിലെത്തി വലത്തോട്ട് തിരിഞ്ഞു പോകുന്ന കറുത്ത നദി പോലെ വലിയ ടാർറോഡ്. താൻ പഠി ക്കുമ്പോൾ ഇത് കഷ്ടിച്ച് രണ്ടുപേർക്ക് മാത്രം തോളുകൾ മുട്ടാതെ നടക്കാവുന്ന ചെമ്മൺ പാതയായിരുന്നുവെന്ന് അവളോർത്തു. എല്ലാത്തിനെയും എല്ലാവരെയും വളർത്തുന്ന കാലം തന്റെ കുട്ടി ക്കാല ഗ്രാമത്തെയും വളർത്തിയിരിക്കുന്നു. ഇനിയൊരു തിരിച്ചു പോക്കില്ലാത്ത വിധത്തിൽ ഗ്രാമവും അതിന്റെ ചെറുബാല്യം കടന്നിരിക്കുന്നു. ചിലപ്പോൾ തങ്ങളെ കാണുമ്പോൾ ഗ്രാമവും അതിന്റെ ചെറുപ്പകാലത്തെ തിരികെ പിടിക്കുന്നുണ്ടാവണം.

ജീപ്പ് സ്കൂൾ വളപ്പിലേക്ക് പ്രവേശിച്ചപ്പോൾ മൈതാനത്തിന്റെ അതിരുകൾ സംരക്ഷിച്ചിരുന്ന വട്ടമരങ്ങൾ തലയാട്ടിച്ചിരിച്ചു. മൈതാനമദ്ധ്യത്തിൽ നിന്നിരുന്ന കാരക്കാ മരത്തിന്റെ കുരുന്നി ലകൾ വെയിലേറ്റു തിളങ്ങി. മൈതാനവും കടന്ന് നീളൻ വരാ ന്തയുടെ വലതു വശത്തുള്ള പ്രധാന വാതിലിനു മുന്നിൽ ജീപ്പ് ബ്രേക്കിട്ടു.

മേരിക്കുഞ്ഞിന്റെ ഹൃദയാന്തരാളം ഒരു കുരുവിയുടെ ചിറകുകൾ പോലെ ചിറകുവിരിച്ചു. നിൽക്കാൻ കാത്തിരിക്കുകയായിരുന്നുവെന്ന പോലെ അവൾ ജീപ്പിൽ നിന്ന് ചാടി. ക്ളാസുകൾക്കിടയിലെ ചെറിയ ഇടവേളയിൽ കാരക്ക പെറുക്കാൻ ഓടിയിരുന്ന പോലെ മേരിക്കുഞ്ഞ് കാരക്ക മരത്തിനു നേരെ ഓടുന്നത് സേവി ജീപ്പിൽ ചാരിനിന്ന് വീക്ഷിച്ചു. അപ്പോൾ വീണ നാലോ അഞ്ചോ കാരയ്ക്ക കളെടുത്ത് തിരിച്ചോടി സേവിയുടെ അരികിലെത്തി ഉള്ളം കൈ വിടർത്തി.

'എടുക്കൂ സേവീ...'

സേവി മേരിക്കുഞ്ഞിന്റെ മൃദുലമായ കൈവെള്ളയിൽ കാണപ്പെട്ട രണ്ട് കാരക്കകളിൽ ഒന്നെടുത്ത് വായിലിട്ട് നുണഞ്ഞു. മേരിക്കുഞ്ഞ് കാരയ്ക്ക വായിലിട്ട് സേവിയെ നോക്കി ചിരിച്ചു.

ബാല്യത്തിന് എന്തൊരു സ്വാദ്....

അത്ഭുത ലോകത്തിലെത്തിയ ആലീസിന്റെ ശരീര ഭാഷയോടെ മേരിക്കുഞ്ഞ് പള്ളിക്കൂടത്തിന്റെ വരാന്തയിലേക്ക് ആദ്യത്തെ ചുവട് വച്ചു. ആദ്യത്തെ ചുവടിൽ തന്നെ രോമാഞ്ചം കൊണ്ട്

മേലാകെ പൂത്തുകയറി അവളെ വിറപ്പിച്ചു. ചെങ്കല്ല് പാകിയിരുന്ന വരാന്തയിൽ ഇന്ന് റെഡ്ഓക്സൈഡ്. അപ്പൂപ്പൻ താടി കാറ്റിൽ ഒഴുകി നീങ്ങുന്നത് പോലെ അവൾ വരാന്തയിലൂടെ പറന്നു നീങ്ങി.

മേരിക്കുഞ്ഞ് കണ്ണിൽനിന്ന് മറഞ്ഞപ്പോൾ സേവി ജീപ്പിന്റെ ഡാഷ് തുറന്ന് അതിനുള്ളിൽ സൂക്ഷിച്ചിരുന്ന കത്തിയെടുത്ത് അതിന്റെ തിളങ്ങുന്ന മൂർച്ചയിൽ തള്ളവിരൽ ഓടിച്ചു.

ആരെങ്കിലും കാണുന്നില്ലായെന്ന് ചുറ്റും നോക്കി ഉറപ്പുവ രുത്തി കത്തി പാന്റിന്റെ പോക്കറ്റിൽ ഭദ്രമായി നിക്ഷേപിച്ച് മേരി ക്കുഞ്ഞ് പോയ വഴിയിലൂടെ നടന്നു.

ഒരുപാടുവർഷങ്ങൾക്ക് ശേഷമാണ് സേവിയും മേരി ക്കുഞ്ഞും സ്കൂളിൽ എത്തുന്നത്. കാലം തങ്ങളുടെ പള്ളി ക്കൂടത്തിലും അനവധി മാറ്റങ്ങൾ വരുത്തിയിരിക്കുന്നു.

തേക്കാത്ത ഇഷ്ടികകൾ തേച്ച് മിനുസപ്പെടുത്തി വെള്ളപ്പെയിന്റ് പൂശിയിരിക്കുന്നു. മതിലുകളിൽ ഉണ്ടായിരുന്ന വലിയ ചതുരൻ തുളകൾക്ക് പകരം നീലചായമടിച്ച മരയഴികളുള്ള ജനാലകൾ സ്ഥാനം പിടിച്ചിരിക്കുന്നു ക്ളാസുകൾ തമ്മിൽ വേർതിരിച്ചി രുന്ന തുളകൾ നിറഞ്ഞ മരപ്പലകകൾക്ക് പകരം ഇടഭിത്തികൾ കുറേക്കൂടി നല്ല ഉറപ്പുള്ള കാലുകളുള്ള ബെഞ്ചും ഡെസ്കും, മുകളിൽ ഒരു ഫാൻ.

സേവി നടന്നെത്തിയപ്പോൾ മേരിക്കുഞ്ഞ് വിസ്മയം തുളുമ്പി വീഴുന്ന കണ്ണുകളോടെ സ്കൂൾ വരാന്തയുടെ ഉത്തരത്തിൽ തൂങ്ങിക്കിടക്കുന്ന വലിയ മണിയെ നോക്കി നിൽക്കുകയായിരുന്നു. ഒരു കറുത്ത പൂർണ്ണചന്ദ്രൻ. മമ്മിയുടെ ദോശത്തവ തൂക്കിയി ട്ടിരിക്കുന്നത് പോലെ. ഒരുപക്ഷെ, കുട്ടികൾ കട്ടിത്താടിയും ചുവന്ന കണ്ണുകളുമുള്ള ഹെഡ്മാസ്റ്റർ പ്രശോഭനൻ മാഷി നേക്കാൾ ഭയപ്പെടുകയും സ്നേഹിക്കുകയും ചെയ്ത യഥാർത്ഥ സ്ക്കൂൾ അധികാരി. സ്കൂൾ മുഴുവൻ നിറഞ്ഞു നിൽക്കുന്ന മണി ശബ്ദത്തിന്റെ പ്രതിധ്വനി.

ഒരേ മണിശബ്ദത്തിനു തന്നെ പല നേരങ്ങളിൽ പല മാന ങ്ങൾ.ഓരോ നേരവും ഓരോ ഭാഷകൾ. പ്രഭാതത്തിലെ മൂന്നാം മണി എത്ര കുട്ടികളുടെ ഹൃദയങ്ങളിലാണ് തീ കോരിയിട്ടിട്ടുള്ളത്. മൂന്നാം മണിക്കൊപ്പം തങ്ങളുടെ സമയം ചിട്ടപ്പെടുത്തുവാനാ വാതെ പഠനം അവസാനിപ്പിച്ചവർ എത്രയോ. വിശക്കുന്നു വിശക്കു ന്നുവെന്ന് വയറ് കരഞ്ഞു തുടങ്ങുമ്പോളേക്ക് ചോറുണ്ടോളൂ എന്ന് ഉച്ചക്കത്തെ മണി എന്തൊരു ആശ്വാസമാണ്. എന്തു മാത്രം കൊതി

യോടെയാണ് വൈകിട്ടത്തെ മണിശബ്ദത്തിനായി കാത്തിരിക്കുന്നത്. ഇതിനേക്കാൾ മധുരമൂറുന്ന ശബ്ദം സ്കൂൾ കാലഘട്ടത്തിൽ കുട്ടികൾക്ക് വേറെ കേൾക്കാനില്ല. കൂടു തുറന്നു വിടുന്ന കിളി കളെപ്പോലെ സ്വാതന്ത്ര്യത്തിന്റെ നിലക്കാത്ത ആരവങ്ങൾ.

സ്കൂളിന്റെ മുക്കും മൂലയും മേരിക്കുഞ്ഞ് അനുനിമിഷം വർദ്ധിച്ചുവന്ന കൊതിയോടെ നടന്നുകണ്ടു.

തങ്ങൾ ഇരിക്കുകയും നിൽക്കുകയും ചെയ്ത ഓരോ ഇടങ്ങ ളിലും തൊട്ടും തലോടിയും അനുഭവിച്ചും നടന്നു. വരാന്തയിലെ തൂണുകൾ കണ്ടപ്പോൾ ഒളിച്ചും പാത്തും കളിച്ചത് ഓർത്തു. പുറത്ത് നിരയായുള്ള ടാപ്പുകൾ കണ്ടപ്പോൾ ചോറുപാത്രം കഴുകി ശരീരം എച്ചിലാക്കി മടങ്ങിയ നട്ടുച്ചകൾ ഓർത്തു.

അഞ്ച് ബി എന്നെഴുതിയ, വാതിൽ പിടിപ്പിച്ചിട്ടില്ലാത്ത ക്ലാസി നകത്ത് കയറി മേരിക്കുഞ്ഞ് താൻ പണ്ട് ഇരുന്നിരുന്ന ബെഞ്ചിൽ ഇരുന്നു.

പണ്ട്, പഠിച്ചു കൊണ്ടിരുന്നപ്പോൾ അവിടെയിരുന്നു നോക്കി യാൽ ദൂരെ മലമുകളിലേക്കും സ്കൂൾ ഗേറ്റിൽ നിന്ന് തിരിഞ്ഞ് മല യടിവാരത്തിലേക്കും നീളുന്ന ഒറ്റയടിപ്പാത കാണാമായിരുന്നു. തല മുഴുവൻ സോപ്പുപത കൊണ്ട് പൊതിഞ്ഞത് പോലെ മഞ്ഞിൽ തല പൊതിഞ്ഞു നിൽക്കുന്ന മലയിലേക്ക് കയറിപ്പോകുന്ന ഒറ്റ യടിപ്പാത. ഒറ്റയടിപ്പാതക്ക് ഇരുവശവും രണ്ടാൾ വട്ടം പിടിച്ചാൽ എത്താത്ത മരങ്ങൾ. തേക്കും, വീട്ടിയും, കാഞ്ഞിരവും, മാവും, പ്ലാവും, ബദാമും.

കാലം മാറിയിരിക്കുന്നു. ഇപ്പോൾ ഒറ്റയടിപ്പാതക്ക് പകരം വിശാലമായ കറുത്ത ടാർറോഡ്. ചുറ്റുപാടുകളിൽ സർവാധി കാരത്തോടെ വിരാജിച്ച വൻവൃക്ഷങ്ങൾ അകാലചരമം പൂകി യിരിക്കുന്നു. ഇനിയിവിടെ പുലരാനാവില്ലെന്ന് മഞ്ഞുപാളികൾ സ്ഥലം വിട്ടിരിക്കുന്നു. കരിഞ്ചേരയുടെ ഉടൽ പോലെ നീണ്ടു കിടക്കുന്ന റോഡിൽ കുഞ്ഞു തണൽ പോലുമില്ലാതെ സൂര്യരശ്മി കൾ വീണു പൊള്ളുന്നു.

മേരിക്കുഞ്ഞ് അവൾ കൈകൾ കുത്തി ഇരുന്ന ഡെസ്കിലൂടെ കണ്ണോടിച്ചു. ഡെസ്കിന്റെ പ്രതലത്തിൽ കോമ്പസും പേനയും കൊണ്ട് കോറിയിട്ട ഇപ്പോൾ ആ ബെഞ്ചിൽ ഇരിക്കുന്ന ഒരുകുട്ടി യുടെ പേരും ഏതോ ഒരു പെൺകുട്ടിയുടെ പേരും. പേരുകൾക്ക് നടുവിൽ കൃത്യമാകാത്ത ആകൃതിയിലുള്ള ഒരു പ്രണയചിഹ്നം. മൂന്നിന്റെ ഗുണന പട്ടിക.

പ്രണയചിഹ്നത്തിന്റെ വക്കുകളിൽ മൃദുലമായി വിരലോടിച്ച്

ഇടതു വശത്തെ രണ്ടാമത്തെ ബെഞ്ചിലേക്ക് ചൂണ്ടി മേരിക്കുഞ്ഞ് പറഞ്ഞു.

'സേവി ദാ അവിടെയായിരുന്നു. ഞാൻ ഇവിടെ. എന്റെ ബെഞ്ചിൽ കൊണ്ടാട്ടം മീര, പുൽച്ചാടി പാർവതി, വട്ടക്കണ്ണി മൈമൂന. മണ്ടൻ സുഭാഷ്, തവള പ്രകാശൻ. നിന്റെ ബെഞ്ചിൽ.'

അവൾ മുഴുവൻ കുട്ടികളുടെയും പേരുകൾ പൂർത്തീകരിക്കുന്നതിന് മുൻപേ സേവി എഴുന്നേറ്റു മേരിക്കുഞ്ഞിന്റെ കയ്യിൽ പിടിച്ചു. എന്തിനാണെന്നറിയാതെ അവൾ എഴുന്നേറ്റ് സേവിയെ നോക്കി. സേവി അവളെ ക്ലാസ് ടീച്ചറുടെ മേശക്കരികിലേക്ക് ആനയിച്ചു.

'വാ.. ഒരു ജോലിയുണ്ട്...'

ഇരുവരും ടീച്ചറുടെ മേശക്കു മുന്നിലെത്തി നിന്നു. വിജയക്ഷ്മി ടീച്ചർ ഇവിടെയാണ് നിന്നിരുന്നത് എന്ന് അവൾ ഓർത്തു. മേശയിൽ പിൻഭാഗം ചാരി. ചെറുവിരലിനും തള്ളവിരലിനും ഇടയിൽ പാഠപുസ്തകം ഉറപ്പിച്ച്.

മേശപ്പുറത്ത് എന്തോ ഒന്ന് ഒരു തുണിക്കഷണം കൊണ്ട് മൂടിവച്ചിരിക്കുന്നത് മേരിക്കുഞ്ഞ് കണ്ടു. സേവി പോക്കറ്റിൽ സൂക്ഷിച്ചിരുന്ന കത്തിയെടുത്ത് അവൾക്ക് നേരെ നീട്ടി.

'ഇന്നാ തുടങ്ങിക്കോ...'

'കത്തിയോ? ഇതെന്തിനാ?'

അവളുടെ സംശയത്തിനു മറുപടിയായി സേവി മേശപ്പുറത്ത് വിരിച്ചിരുന്ന തുണി മെല്ലെ നീക്കി. അപ്പോൾ കാണപ്പെട്ട ചതുര ക്കവർ തുറന്ന് അതിനുള്ളിലേക്ക് അവളുടെ ശ്രദ്ധ ക്ഷണിച്ചു. വെളുത്ത കവറിന്റെ ഉള്ളിലേക്ക് നോക്കിയ മേരിക്കുഞ്ഞ് ഒരു നിമിഷം അത്ഭുത പരതന്ത്രയായി. കവറിനുള്ളിൽ മനോഹരമായി അലങ്കരിച്ച ഒരു ബർത്ത്ഡേ കേക്ക്. അവൾക്ക് ഏറ്റവും പ്രിയപ്പെട്ട വാൻചോ. വെളുത്ത കേക്കിൽ ചോക്കലേറ്റ് കൊണ്ട് ഹാപ്പി ബർത്ത്ഡേ ആൻ മരിയ എന്ന്. അത്ഭുതവും വിസ്മയവും നിറഞ്ഞ കണ്ണുകളോടെ അവൾ സേവിയെ നോക്കി. സേവി അക്ഷമനായി.

'എന്താ നോക്കി നിൽക്കുന്നത്? നിന്റെ ബർത്ത്ഡേ എങ്ങിനെ ഓർത്തു എന്നായിരിക്കും?'

അവൾ ഒന്നും പറഞ്ഞില്ല. അവനെ നോക്കിനിൽക്കുക മാത്രം ചെയ്തു. സേവി അവന്റെ ഫുൾസ്ലീവ് ഷർട്ടിന്റെ ഇടത്തെ കപ്പ് അഴിച്ച് മുകളിലേക്ക് തെറുത്തുകയറ്റി. സേവിയുടെ ഇടത്തെ കൈത്തണ്ടയിൽ തന്റെ പിറന്നാൾ ദിനം പച്ചകുത്തിയിരിക്കുന്നത്

അവൾ കണ്ടു. കണ്ണുകൾ അറിയാതെ നിറയുന്നത് അവൾ അറിഞ്ഞു. സേവി പറഞ്ഞു

'ഓക്കേ ഇനി തുടങ്ങിക്കോ...'

മൃദുലവികാരങ്ങൾ നിറഞ്ഞു വഴിയുന്ന ഹൃദയത്തോടെ അവൾ കത്തികൊണ്ട് കേക്കിന്റെ നടുവിൽ സ്പർശിച്ചു. പക്ഷെ, കേക്കിൽ തൊട്ട കത്തി പിന്നോട്ടെടുത്ത് അവൾ സേവിയെ നോക്കി. മേരിക്കുഞ്ഞ് സ്നേഹം കൊണ്ട് അവശയായതു പോലെ സേവിക്ക് തോന്നി. അവൾ സംശയത്തോടെ അവനെ നോക്കി.

'എന്റെ പിറന്നാൾ ദിനം നിനക്കറിയാമായിരുന്നു. സമ്മതിച്ചു പക്ഷേ, വേറൊരു കാര്യം ചോദിക്കട്ടെ. എനിക്ക് ഏറ്റവും പ്രിയപ്പെട്ട കേക്കാണ് വാൻചോ. അത് നീ എങ്ങിനെ അറിഞ്ഞു?'

സേവി പുഞ്ചിരിതൂകി അവളെ നോക്കി. മുന്നിൽ കെട്ടിവച്ചിരുന്ന കൈകൾ അഴിച്ച് പിന്നിൽ കെട്ടിനിന്ന് അവളോട് പറഞ്ഞു.

'ഈ കേക്ക് നിനക്ക് ഏറ്റവും ഇഷ്ടമുള്ളതാണെന്ന് സത്യത്തിൽ എനിക്ക് അറിയില്ലായിരുന്നു. വാക്കുകൾ മാത്രമല്ല, ഹൃദയങ്ങളും പരസ്പരം ആശയവിനിമയം നടത്താറുണ്ട്. മുറിക്കൂ മേരിക്കുഞ്ഞേ...'

കേക്കിൽ കത്തി സ്പർശിച്ചപ്പോൾ പിന്നിൽ രണ്ടു പേരുടെ കയ്യടികൾ കേട്ട് അവൾ പിന്നിലേക്ക് തിരിഞ്ഞു നോക്കി.

അവൾക്ക് അവളുടെ കണ്ണുകളെ വിശ്വസിക്കാനായില്ല.

പതിനേഴ്

കൈകൾ താളത്തിൽ കൊട്ടി ഹാപ്പി ബർത്ത്ഡേ ഗാനം ആലപിച്ച് പത്തു പതിനഞ്ച് ചെറുപ്പക്കാർ. അഞ്ചെട്ട് ആണുങ്ങളും ബാക്കി പെണ്ണുങ്ങളും. അവർ മേരിക്കുഞ്ഞിനെ നോക്കി പുഞ്ചിരിച്ചു. അവരുടെ കണ്ണുകളിൽ പുഴപോലെ കരകവിഞ്ഞൊഴുകുന്ന സ്നേഹവും വർഷങ്ങൾക്കു ശേഷം ആത്മസുഹൃത്തിനെ കണ്ടു മുട്ടിയ ആഹ്ലാദവും.

മാംസളമായതെങ്കിലും ചുളിവ് വീണ കൈകൾ കൊട്ടിക്കൊണ്ട് ഏറ്റവും മുന്നിൽ നിൽക്കുന്ന, തലയിലെ മുടി മുഴുവനും പഞ്ഞി പോലെ വെളുത്ത, തടിച്ച സ്ത്രീയെ മേരിക്കുഞ്ഞിന് ഒറ്റനോട്ട ത്തിൽ മനസിലായില്ല. അവരുടെ മൂക്കിനു താഴെ പൊടിച്ചു നിന്ന വെളുത്ത രോമങ്ങൾ അവളെ സപ്തവർണ്ണപ്പൂക്കൾ പൂത്തു നിന്ന കുട്ടിക്കാലത്തിന്റെ ഓർമകളുടെ താഴ്‌വരയിലേക്ക് കൊണ്ടു പോയി. വെളുപ്പിൽ വലിപ്പമുള്ള കറുത്ത വട്ടപ്പൊട്ടുകളുള്ള ഒരു സാരിത്തുമ്പ് ക്ലാസ്മുറിയിൽ ഇടംവലം പാറി നടക്കുന്ന ഒരോർമ ആത്മാവിൽ ചിറകടിച്ചപ്പോൾ മേരിക്കുഞ്ഞ് മന്ത്രിച്ചു. വിജയക്ഷ്മി ടീച്ചർ...

സന്തോഷമോ സങ്കടമോ അതോ രണ്ടും കൂടിയോ എന്താണെന്ന് വിവേചിച്ചറിയാൻ കഴിയാത്ത ഒരു വികാരത്താൽ മേരിക്കുഞ്ഞിന്റെ ഉള്ളം പിടഞ്ഞു. പ്രായാധിക്യത്താൽ തളർന്നതെങ്കിലും ടീച്ചറുടെ മിഴികൾ, കണ്ണടച്ചില്ലിനടിയിൽ, വാത്സല്യത്തിര അലയടിക്കുന്ന കടൽ കണക്ക് തിളങ്ങി. സ്വർഗ്ഗസ്ഥനായ പിതാവേ ചൊല്ലുന്ന ഭാവത്തോടെ കരങ്ങൾ വിടർത്തിപ്പിടിച്ച് വിജയലക്ഷ്മിടീച്ചർ മേരിക്കുഞ്ഞിനെ തന്റെ മാറിലേക്ക് ക്ഷണിച്ചു.

'വരൂ എന്റെ കുട്ടീ...'

ടീച്ചറിൽ നിന്ന് ഒരു നിമിഷം പോലും കണ്ണുകൾ പറിക്കാനാ വാതെ, സ്വയം മറന്ന് ടീച്ചറെത്തന്നെ നോക്കിനിന്നു പോയി അവൾ. സ്നേഹനിധിയായ ഒരമ്മയുടെ വാത്സല്യനിർഭരമായ ക്ഷണമെന്ന പോലെ ടീച്ചർ അവളെനോക്കി. അവരുടെ സ്നേഹത്താൽ തിളങ്ങിയ കണ്ണുകളുടെ പ്രഭയിൽ മയങ്ങിയെന്നതു പോലെ അവളുടെ കാലുകൾ ടീച്ചറുടെയടുത്തേക്ക് അവൾ പോലുമറിയാതെ ചലിച്ചു. ടീച്ചറുടെ അടുത്തെത്തിയപ്പോൾ, കുഞ്ഞുകുട്ടി അമ്മയുടെ തോളിൽ അർദ്ധമയക്കത്തിലെന്നോണം, വിജയക്ഷ്മി ടീച്ചറുടെ വിടർത്തി

പിടിച്ച കരവലയത്തിലേക്ക് അവൾ ചാഞ്ഞുപോയി. മേരിക്കുഞ്ഞിന്റെ ഭാരം താങ്ങാനാവാതെ പെട്ടെന്ന് പിന്നിലേക്ക് മലർന്നുപോയ ടീച്ചറെ തവള പ്രകാശന്റെ കരങ്ങൾ താങ്ങി. ആലിംഗനബദ്ധരായി സ്വയം മറന്ന് നിൽക്കുന്നതിനിടയിൽ ടീച്ചറുടെ ചുണ്ടുകൾ തന്റെ നെറ്റിത്തടത്തിലും കവിളുകളിലും അമരുന്നത് അവൾ ഹൃദയം കൊണ്ട് തൊട്ടറിഞ്ഞു. വാർദ്ധക്യം വിറപ്പിക്കുന്നുണ്ടെങ്കിലും വാത്സല്യത്തിന്റെ മണിമുത്തുകൾ ഉതിർന്നുവീഴുന്ന വിരൽത്തുമ്പുകൾ മുടിയിഴകളിൽ ഒഴുകി നടക്കുന്നത് അവൾ അനുഭവിച്ചു.

അമ്മമാറിന്റെ സുഖമുള്ള ഇളം ചൂടിലൊളിച്ച് മേരിക്കുഞ്ഞ് അൽപനേരം നിന്നു. അന്നു മുഴുവൻ വിക്സ് മണമുള്ള, ശ്വാസമെടുപ്പിന്റെ നേർത്ത ശബ്ദം പുറപ്പെടുവിക്കുന്ന നെഞ്ചിൽ തല ചായ്ച്ചുകിടക്കാനവൾ കൊതിച്ചു. അവളെ നെഞ്ചിൽ നിന്നടർത്തി മാറ്റാൻ ടീച്ചർക്കും മനസ്സുവന്നില്ല

ഒറ്റമരം പോലെ കെട്ടുപിണഞ്ഞ് എത്രനേരം രണ്ടുപേരും അങ്ങിനെ നിന്നുവെന്നറിയില്ല. വിജയലക്ഷ്മി ടീച്ചറുടെ ഹൃദയമിടിപ്പിന്റെ ഈണം ശ്രദ്ധിച്ചു നിൽക്കുമ്പോൾ തന്റെ അകക്കാമ്പിലെവിടെയോ ജലം നിറച്ചുവെച്ച ചില്ലുപാത്രം തകർന്നു വീഴുന്നത് അവൾക്കനുഭവപ്പെട്ടു. മുന്നറിയിപ്പില്ലാതെ അലച്ചുവന്ന പെരുമഴ പെയ്ത് മനസിലെ വരണ്ടു കിടന്ന മണ്ണ് ഉർവ്വരമാക്കുന്നതും അവളറിഞ്ഞു. പരിസരം മറന്ന് പൊട്ടിക്കരഞ്ഞ മേരിക്കുഞ്ഞിനെ ചേർത്തുപിടിച്ച ടീച്ചറുടെ കണ്ണുകളും, ഓർമ്മകൾ ഞെരിച്ചിട്ടാവണം, നിറഞ്ഞൊഴുകി.

ഹൃദയാന്തർഭാഗത്തെ ഉൾക്കാടിന്റെ ഫലഭൂയിഷ്ഠതയിൽ ഒരു വലിയ ആൽമരത്തിന്റെയും അതിന്റെ സുരക്ഷിതത്വത്തിലും, തണലിലും, തണുപ്പിലും പുലർന്ന ഒരുകുഞ്ഞു ചെടിയുടെയും അടിവേരുകൾ തമ്മിൽ കണ്ടെത്തുന്നു. ഒരിക്കലും കാണാൻ കഴിയാത്തത്ര ദൂരേക്ക് പറിച്ചുനടപ്പെട്ടിട്ടും അവയുടെ വേരുകൾ പരസ്പരം തേടിവരുന്നു.

കർക്കിടകത്തിലെ പെരുമഴ പോലെ മേരിക്കുഞ്ഞ് ആർത്തലക്കുന്നത് ഉള്ളുലക്കുന്ന പെരുപ്പത്തോടെ സുഹൃത്തുക്കൾ നോക്കി നിന്നു. ടീച്ചറുടെ തത്തപ്പച്ചയിൽ ചുവന്ന പൂക്കളുള്ള കോട്ടൺസാരി മേരിക്കുഞ്ഞിന്റെ കണ്ണീർ വീണു കുതിർന്നു.

എത്ര ദുർബലമാണ് മനുഷ്യന്റെ മൃദുലവികാരങ്ങളുടെ തടയണ. അങ്ങിനെയൊരു തടയണ ഉണ്ടോ എന്നുപോലും ചിലപ്പോൾ സംശയം. തോന്നാം. ഇനി ഉണ്ടെങ്കിൽ തന്നെ തൊട്ടാലലിയുന്ന ഏതോ പദാർത്ഥം കൊണ്ട് നിർമിച്ചതാണത്.

അതോ പുറത്തോ? തന്റെ മേൽ മാത്രമല്ല, താൻ പഠിപ്പിച്ച കുട്ടികളുടെ മേലും കാലം ഒരുപാട് കടന്നു കയറാൻ തുടങ്ങിയിരിക്കുന്നു.

ഓരോ സുഹൃത്തുക്കളും അവരവരുടെ ഇത്രയും വർഷങ്ങളുടെ വിശേഷങ്ങളെല്ലാം മേരിക്കുഞ്ഞിനോടും സേവിയോടും പങ്കുവെച്ചു. കുടുംബത്തെക്കുറിച്ച് ജോലിയെക്കുറിച്ച്. കുട്ടികളെക്കുറിച്ച് സ്വപ്നങ്ങളെക്കുറിച്ച്. എല്ലാം.

പഞ്ചായത്തിൽ ഗുമസ്തയാണ് വട്ടക്കണ്ണി മൈമൂന. അവളുടെ വട്ടകണ്ണ് ഇപ്പോളും അതേ പോലെ തന്നെ. കണ്ണിനു മുകളിൽ ഒരു വട്ടക്കണ്ണട വച്ചിട്ടുണ്ടെന്ന് മാത്രം.

അനൂപ് ടൗണിൽ ഓട്ടോറിക്ഷ ഓടിക്കുന്നു. പതിനാല് വർഷങ്ങൾക്ക് ശേഷവും അവൻ വിജയലക്ഷ്മി ടീച്ചറെയും, പനങ്കുല പോലെ മുടിയുള്ള സാറ ടീച്ചറെയും ഇടത്തെ കണ്ണിന് നേരിയ തിരിവുള്ള പ്രശോഭനൻ മാഷിനെയും വലതുകാലിൽ ലേശം ഞൊണ്ടുള്ള അറ്റൻഡർ ഉലകേശനെയും ഭംഗിയായി അനുകരിച്ചു കാണിച്ചത് കണ്ട് ടീച്ചർ കുലുങ്ങിക്കുലുങ്ങി ചിരിച്ചു.

പുൽച്ചാടി പാർവതി ഒരുമിച്ച് കോളേജിൽ പഠിച്ചിരുന്ന ഒരു മുസ്‌ലിം പയ്യനുമൊത്ത് ഒളിച്ചോടി ഇപ്പോൾ കുടുംബമായി ബാംഗ്ലൂരിലാണെന്ന് മണ്ടൻ സുഭാഷ്.

മേരിക്കുഞ്ഞ് കേട്ട ഏറ്റവും ഗംഭീരൻ തമാശ മണ്ടൻ സുഭാഷിനെക്കുറിച്ചായിരുന്നു. നേരെ ചൊവ്വേ നാല് വാക്ക് സംസാരിക്കാൻ അറിയാതിരുന്ന അവൻ സുപ്രീം കോടതിയിൽ തിരക്കുള്ള വക്കീലാണത്രെ. ഓർത്തോർത്ത് മേരിക്കുഞ്ഞ് ഒരുപാട് ചിരിച്ചു.

'ഇവനോ? എല്ലാ വിഷയങ്ങൾക്കും വട്ടപ്പൂജ്യം കിട്ടിയിരുന്ന ഇവൻ...'

സുഭാഷും അവനെപ്പറ്റിയുള്ള തമാശകൾ ആസ്വദിച്ച് കൂടെച്ചിരിച്ചു. എല്ലാവരും സ്കൂളിൽ ഒത്തുകൂടുന്ന കാര്യം സേവി വിളിച്ചുപറഞ്ഞപ്പോൾ ഡൽഹിയിൽ നിന്ന് ഇന്നലെ രാത്രി പറന്നെത്തിയതാണ് അവൻ. രാജിയെക്കുറിച്ച് ചോദിച്ചപ്പോളാണ് കഴിഞ്ഞയാഴ്ച്ച അവൾ ആത്മഹത്യ ചെയ്ത വിവരം തവള പ്രകാശനിൽ നിന്നറിയുന്നത്.

'എന്തിനായിരുന്നു അവൾ?'

'അറിയില്ല'.

പ്രകാശനും ഷാജുവും പോയിരുന്നു, അവസാനമായി രാജിയെ കാണാൻ. പത്രത്തിൽ നിന്ന് മരണവാർത്ത അറിഞ്ഞതാണ്. ഏതോ സ്വകാര്യ സ്ഥാപനത്തിൽ ജോലി ആയിരുന്നു അവൾക്ക്.

രോഗികളായ മാതാപിതാക്കളുടെ ഏക ആശ്രയമായിരുന്നു.

സേവി അവിടെയിരുന്നുതന്നെ എല്ലാരുടെയും നമ്പറുകൾ വാങ്ങി വാട്ട്സ്ആപ്പ് ഗ്രൂപ് ഉണ്ടാക്കി. പിരിയാൻ നേരമായപ്പോൾ മേരിക്കുഞ്ഞിന് ശരീരത്തിൽ നിന്ന് മാംസം പറിഞ്ഞു പോവുന്ന വേദന അനുഭവപ്പെട്ടു.

മണ്ടൻ സുഭാഷും ഷാജുവും പരസ്പരം കെട്ടിപ്പിടിച്ചു കരയുന്നു. വട്ടക്കണ്ണി മൈമൂനയുടെ കണ്ണുകളിൽ കണ്ണീരിന്റെ നനവ്. വിജയലക്ഷ്മി ടീച്ചർ കണ്ണടയൂരി കണ്ണുകൾ സാരിത്തുമ്പിൽ തുടച്ച് നെടുവീർപ്പിട്ടുകൊണ്ട് കണ്ണട വീണ്ടും മൂക്കിലുറപ്പിച്ചു. സാറ ടീച്ചറെയും പ്രശോഭനൻ മാഷിനെയും ഉലകേശൻ ചേട്ടനെയും ഇനി വരുമ്പോൾ തീർച്ചയായും കാണാമെന്ന് മേരിക്കുഞ്ഞ് ടീച്ചർക്ക് ഉറപ്പുകൊടുത്തു.

എല്ലാവരോടും യാത്ര പറഞ്ഞ് സേവിയും മേരിക്കുഞ്ഞും ജീപ്പിൽ കയറി. ജീപ്പ് ഗേറ്റു കടന്നു മറയുന്നതുവരെ പരസ്പരം കൈകൾ വീശി.

ഇപ്പോൾ ജീപ്പ് വഴിയിലൂടെ കുതിച്ചുപായുകയാണ് സേവിയും മേരിക്കുഞ്ഞും നിശ്ശബ്ദരായിരുന്നു. ഇരുവരും ഏതോ ഓർമകളിൽ മുങ്ങിപ്പൊങ്ങി പുഴയിലൂടെന്ന വണ്ണം ഒഴുകുകയായിരുന്നു. മേരിക്കുഞ്ഞ് വിളിച്ചു

'സേവീ...'

'എന്തോ?'

'എനിക്കൊരു കാര്യം പറയാനുണ്ട്.'

'പറഞ്ഞോളൂ..

'പറയട്ടെ സേവീ? വണ്ടി നിറുത്തൂ.'

റോഡരികിലെ വലിയൊരു കൊന്ന മരത്തിന്റെ തണലിൽ സേവി ജീപ്പ് ഒതുക്കിനിറുത്തി.

പതിനെട്ട്

രാവിലെ പതിവുപോലെ പൂമുഖത്തെ ചാരുകസേരയിൽ ഇരുന്ന് ദിനപത്രം സൂക്ഷ്മമായി പരിശോധിക്കുകയായിരുന്നു മാത്തച്ചൻ. അരികിലെ ടീപ്പോയിൽ വച്ചിരുന്ന ഗ്ലാസ്സിൽ നിന്ന് ആവിപറക്കുന്ന ഗ്രീൻടീ മൊത്തിക്കുടിച്ച് അയാൾ വാർത്തകളിലേക്ക് ആകാംക്ഷയോടെ കൂപ്പുകുത്തി.

കൃത്യം ആറുമണിക്ക് മാത്തച്ചൻ ഉണരും. പ്രഭാതകൃത്യങ്ങൾ നിർവഹിച്ചശേഷം വീട്ടിലെ ട്രെഡ് മില്ലിൽ പത്തോ പതിനഞ്ചോ മിനിറ്റ് നടത്തം. അരമണിക്കൂർ വിയർപ്പാറ്റി കുളി കഴിഞ്ഞ് പൂമുഖത്തേക്ക്. കുടിക്കാൻ ഒരു ഗ്ലാസ് ചൂട് ഗ്രീൻടീയും വായിക്കാൻ ചൂടുവാർത്തകൾ ഒളിപ്പിച്ചുവച്ച ദിനപത്രവും പൂമുഖത്തു തയ്യാറായിരിക്കും.

മാത്തച്ചന്റെ ഒരു ദിവസം അങ്ങിനെ ആരംഭിക്കുകയാണ്.

സൂര്യൻ പ്രകാശം കൊണ്ടും താപം കൊണ്ടും നഗരത്തെ തന്റെ നിശബ്ദസാന്നിധ്യം അറിയിക്കാൻ ആരംഭിച്ചിരുന്നു. മുറ്റത്ത് നിന്നിരുന്ന നെല്ലിയും മൂവാണ്ടൻ മാവും തങ്ങളുടെ ഇലകളിൽ പ്രകാശത്തെ ഒരു തളികയിലെന്നതുപോലെ സ്വീകരിച്ചു.

ഗ്രീൻ ടീ ഒരിറക്ക് കുടിച്ച് കപ്പ് അരികിലെ ടീപ്പോയിൽ വച്ച് മാത്തച്ചൻ പത്രം നിവർത്തി.

ചിലപ്പോൾ അയാൾക്ക് തോന്നാറുണ്ട്, അയാൾ രാവിലെ എഴുന്നേൽക്കുന്നത് തന്നെ പത്രം നോക്കാനാണെന്ന്. പത്രം വിശദമായി വായിക്കാനാവാത്ത ദിവസങ്ങളിൽ ശ്വാസം നേരെ ചൊവ്വേ കിട്ടാത്ത ഒരാളെപ്പോലെ മാത്തച്ചൻ കടുത്ത അസ്വസ്ഥത പ്രകടിപ്പിക്കും. അന്ന് മുഴുവൻ അയാൾക്ക് എല്ലാവരോടും ശുണ്ഠി ആയിരിക്കും. ടീവിയിലെയോ മറ്റു സമൂഹമാധ്യമങ്ങളിലെയോ വാർത്തകൾ പത്രത്തിന് പകരം വെക്കാൻ അയാൾക്കാവില്ല.

മുൻപേജിൽ ചുവന്ന അക്ഷരത്തിൽ കൊടുത്തിട്ടുള്ള പ്രധാന വാർത്തയിൽ മാത്തച്ചൻ ആരംഭിച്ചു. നഗരത്തെ നടുക്കിയ കൊലപാതകവാർത്തയുടെ പശ്ചാത്തല സംഗീതമെന്ന പോലെ ജാൻസി അടുക്കളയിൽ പാത്രങ്ങളുമായി മല്ലിടുന്ന ശബ്ദം അയാൾ കേട്ടു.

ആദ്യത്തെ അക്ഷരം മുതൽ പ്രിന്റഡ് ആൻഡ് പബ്ലീഷ്ഡ് വരെ വിശദമായ വായനയാണ് മാത്തച്ചന്റെ കാലങ്ങളായുള്ള ശീലം.

കുവൈറ്റിൽ ജോലി ചെയ്യുന്ന കാലം മുതൽ തുടങ്ങിയ ശീലമാണ്.

ജനിച്ചു വളർന്ന, മലകൾ അതിരിട്ട, നിറയെ മരങ്ങളുള്ള കുഗ്രാമത്തിൽ നിന്ന് ആകാശത്തെ തൊട്ടുരുമ്മി നിൽക്കുന്ന കോൺക്രീറ്റ് കാടുകളും മൂക്കുപൊത്തിക്കുന്ന മാലിന്യക്കുന്നുകളും നിറഞ്ഞ നഗരത്തിൽ ചേക്കേറി ആറാമത്തെ വർഷം കുവൈറ്റിലേക്ക് പറന്നതാണയാൾ. ഭാര്യയെയും ഇത്തിരിപ്പോന്ന ഓമന മകളെയും നഗരത്തിലെ വലിയ വീട്ടിൽ തനിച്ചാക്കിക്കൊണ്ട്.

ഇരുപതു വർഷങ്ങൾ നീണ്ടുനിന്ന പ്രവാസകാലം. ചുട്ടു പൊള്ളിക്കുന്ന മരുഭൂമിയിൽ. അകവും പുറവും ചുട്ടുപഴുപ്പിച്ച കാരിരുമ്പ് പോലെ പൊള്ളിയ ജീവിതം. ജീവിതമെന്ന് ആ കാലത്തെ വിളിക്കാമോയെന്നു പോലും സംശയമാണ്. മരുഭൂമിയുടെ നടുവിൽ സാന്ത്വനത്തിന്റെ കുഞ്ഞു വേനൽമഴയ്ക്കായ് തപസിരുന്ന ഇരുപത് വർഷങ്ങൾ. മനസിയെും ശരീരത്തെയും തണുപ്പിക്കാൻ എത്തുന്ന ഇളംകാറ്റിനെ സ്വപ്നം കണ്ട് ഉറങ്ങാതെ കിടന്ന രാത്രികൾ. ഭാര്യ യുടെയും മകളുടെയും നനുത്ത ഓർമകളിൽ കെട്ടിപ്പിടിച്ചുകിടന്ന് മാത്തച്ചൻ ഏകാന്തതയുടെ ചാവുകടൽ നീന്തിക്കടന്നു.

ജനിച്ച നാടിനും ചേക്കേറിയ നാടിനും അധികപ്പറ്റാണ് പ്രവാസി. പൊടിച്ച മണ്ണിൽ നിന്ന് വേരോടെ അറുക്കപ്പെട്ട് പറിച്ചുനട്ട മണ്ണിൽ വേരു പിടിക്കാനാവാത്ത ഒരു ചെടി. മുകളിലേക്ക് വളർന്ന് ഇലകളും കായ്കളും വിടർത്തുന്നുണ്ടെങ്കിലും അടിവേരുകൾ മണ്ണിലേക്ക് ആഴ്ന്നിറങ്ങുന്നില്ലെന്ന ബോധ്യം പ്രവാസിയെ ഭയ പ്പെടുത്തുന്നുണ്ട്. വിദേശനാട് അവന്റെ ഓരോതുള്ളി രക്തവുമൂ റ്റിയെടുക്കുമ്പോൾ ജനിച്ച നാട് മടിശീലയിൽ പിടുത്തമിടുന്നു. ആരോഗ്യം ക്ഷയിക്കുമ്പോൾ വിദേശനാട്ടിൽ അവൻ മുറിയുടെ മൂലയിൽ ഉപേക്ഷിക്കപ്പെട്ട വെറും കോറത്തുണി. മടിശീലയുടെ കനം കുറയുമ്പോൾ പിറന്ന നാടും തള്ളിക്കളയുന്നുണ്ട് പ്രവാ സിയെ. ഉറങ്ങിക്കിടക്കുമ്പോൾ അവനെ തട്ടിയുണർത്തി ഇനി ജോലിയില്ല എന്ന് വിദേശനാട്. കാലിയായ കീശയുമായി ഇങ്ങോട്ടു വരണ്ട എന്ന് പെറ്റനാട്.

വീഴാതിരിക്കാൻ മുകളിൽ കൈ പിടിക്കാനോ മണ്ണിൽ കാലുറപ്പിച്ചു നിൽക്കുവാനോ ഉള്ള ഇടങ്ങൾ അപ്രത്യക്ഷമായ ഒരാൾ എന്നും ഒരു പ്രവാസിയുടെ അബോധമനസിൽ വല്ലാതെ തേങ്ങുന്നുണ്ട്. അവിടെയും ഇവിടെയും കൊള്ളാത്ത ഒരാൾ. മേലും കീഴും പിടുത്തമില്ലാതെ വായുവിൽ തൂങ്ങിനില്ക്കുന്ന ഒരാൾ ഇതാണ് മാത്തച്ചന്റെ കണ്ടും കേട്ടും അറിഞ്ഞുമുള്ള അനുഭവം. ഇപ്പോൾ ആലോചിക്കുമ്പോൾ ഇടയ്ക്കിടെ കുറ്റബോധം വന്നു

കഴുത്തുഞെരിക്കാറുണ്ട്. ജീവന്റെ ജീവനായ മകളേയും ഭാര്യയേയും ഇരുപതു വർഷക്കാലം പിരിഞ്ഞു നിന്നതിന്. ചിലപ്പോൾ ആശ്വാസം തോന്നുകയും ചെയ്യും. നല്ലൊരു വീടുവച്ചു. അത്യാവശ്യത്തിനു ബാങ്ക് ബാലൻസ് ആയി. നഗരത്തിൽ രണ്ടു വീടുകൾ വാടകയ്ക്ക് കൊടുത്തിരിക്കുന്നു. ഒരു ഷോപ്പിംഗ് കോംപ്ലക്സ് ഉണ്ട്.

മുൻപേജിലെ പ്രധാന വാർത്ത വായിച്ചതിനു ശേഷം മുറ്റത്തേക്ക് നോക്കിയപ്പോൾ പോർച്ചിൽ കിടക്കുന്ന പുത്തൻ ഇന്നോവ ക്രിസ്റ്റ കണ്ടപ്പോൾ പഴയകാലങ്ങളൊക്കെ ഓർത്തു പോയതാണ് മാത്തച്ചൻ. മകൾക്ക് വിവാഹ സമ്മാനമായി വാങ്ങിയതാണ് പുതിയ ഇന്നോവ.

മകളെ നോക്കുന്ന വാത്സല്യത്തോടെ മാത്തച്ചൻ ഇന്നോവയെ നോക്കി. ഇതുവരെ നമ്പർ കിട്ടിയിട്ടില്ല. 1111 നു വേണ്ടി കാത്തിരിക്കുകയാണ്. മേരിക്കുഞ്ഞ് ജനിച്ച ദിവസവും മാസവും.

മകളും മാർട്ടിനും പുതിയ കാറിൽ ഇരുന്ന് യാത്ര പറഞ്ഞു പോകുന്നത് മനസ്സിൽ കണ്ട് ഊറിച്ചിരിച്ച് അയാൾ വീണ്ടും പത്രത്തിലേക്ക് തിരിച്ചുപോയി. നഗരഹൃദയത്തെ ഭീതിയിലാഴ്ത്തിയ കൂട്ടക്കൊലയുടെ കൂടുതൽ വിശദമായ വാർത്തകൾ ഉൾപേജിലുണ്ട്. ജിജ്ഞാസയോടെ ആ വാർത്തയിലേക്ക് പ്രവേശിച്ചതും ഒരു ചുവന്ന ബി എം ഡബ്ലിയു ഗേറ്റു കടന്ന് തന്റെ നേരെ വരുന്നത് കണ്ട് മാത്തച്ചൻ വാർത്തയിൽ നിന്ന് തലയുയർത്തി.

മുറ്റത്തേക്ക് ചാഞ്ഞു കിടക്കുന്ന നെല്ലിമരത്തിന്റെ തണലിൽ കാർ ഒതുക്കിയിട്ട് മാർട്ടിന്റെ അമ്മാവൻ തോമസ് എബ്രഹാം കാറിൽ നിന്ന് പുറത്തേക്കിറങ്ങി. ഒത്ത വണ്ണവും പൊക്കവുമുള്ള ആജാനബാഹു. മുടി മുഴുവനും വടിച്ചു നീക്കിയ തല വെയിലിൽ ചെമ്പുകുടം പോലെ വെട്ടിത്തിളങ്ങി. കറുത്ത വലിപ്പമുള്ള സൺഗ്ലാസ് കൊണ്ട് കണ്ണുകൾ മറച്ചിരിക്കുന്നു. സിഗരറ്റിന്റെ ഇടതടവില്ലാത്ത ഉപയോഗം മൂലം കരുവാളിച്ച വലിയ ചുണ്ടുകൾ. മസാച്ച്യുസെറ്റ്സിൽ സ്ഥിരതാമസം. വല്ലപ്പോളും മാത്രം നാട്ടിലേക്ക് വരവ്.

തോമസ് എബ്രഹാമിനെ കണ്ട് മാത്തച്ചൻ കണ്ണടയൂരി ടീപ്പോയിൽ വച്ച് ആഹ്ലാദത്തോടെ മുറ്റത്തേക്ക് ചാടിയിറങ്ങി വന്ന് അയാളുടെ കൈകളിൽ അമർത്തിപ്പിടിച്ചു. പിടികിട്ടാപ്പുള്ളിയെ പിടികിട്ടിയത് പോലെ അയാളുടെ കൈയിൽ മുറുകെപ്പിടിച്ചു. അകത്തേക്ക് നോക്കി ഉറക്കെ വിളിച്ചു

'അയ്യോ ഇതാരാ വന്നിരിക്കുന്നത്? ജാൻസിയെ.. മാർട്ടിന്റെ അങ്കിൾ വന്നിരിക്കുന്നു. വാ കേറി വാ...'

തോമസിന്റെ കയ്യിൽ പിടിച്ച് സ്വീകരണ മുറിയിലേക്ക് കയറിയ മാത്തച്ചൻ പരിഭ്രമം തുളുമ്പി വീഴുന്ന കണ്ണുകളോടെ ചുറ്റുപാടും നോക്കി. മുറിയാകെ അലങ്കോലപ്പെട്ടു കിടക്കുന്നത് കണ്ട് ലജ്ജ യോടെ പറഞ്ഞു.

'ശോ.. ഇവിടെല്ലാം വൃത്തികേടായി കിടക്കുവാ... ഒന്നും തോന്നരുത് കേട്ടോ...'

മാത്തച്ചൻ സോഫയുടെ ചുളിവുകൾ നിവർത്തി ഇരിക്കാന ഭ്യർത്ഥിച്ചു. തോമസ് എബ്രഹാം സോഫയിൽ ഉപവിഷ്ടനായി സൺ ഗ്ലാസ് അഴിച്ച് പോക്കറ്റിൽ നിക്ഷേപിച്ച് മാത്തച്ചനെ നോക്കി ചിരിച്ചു. സിഗരറ്റിന്റെ കറ പിടിച്ചു കറുത്ത പല്ലുകൾ. ചുണ്ടിന്റെ ഇടത്തെ കോൺ കൊണ്ട് അല്പം വിളറിയ ചിരി. അപ്രതീക്ഷിതമായി വിശിഷ്ടാതിഥി കയറിവന്നതിന്റെ വെപ്രാളം മൂലം അടഞ്ഞുപോയ മാത്തച്ചന്റെ ശബ്ദം.

'എന്തൊക്കെയുണ്ട് വിശേഷങ്ങൾ?'

കാലുകൾ ആട്ടിക്കൊണ്ട് തോമസ് സുഖം തന്നെയെന്ന് പറഞ്ഞെങ്കിലും, അയാളുടെ ഹൃദയം അത്രമേൽ സുഖകരമ ല്ലാത്തൊരു വാർത്ത തന്നെ അറിയിക്കാൻ വെമ്പൽ കൊള്ളുന്നതായി മാത്തച്ചന് അനുഭവപ്പെട്ടു.

ഇഷ്ടപ്പെടാത്ത ഒരു നിശബ്ദത അവർക്കിടയിലേക്ക് വലിഞ്ഞു കയറിവന്നു. ചോദിക്കാൻ മടിച്ച് മാത്തച്ചനും പറയാൻ മടിച്ച തോമസും അൽപനേരം ഇരുന്നു. അവരുടെ കണ്ണുകൾ പരസ്പരം മുട്ടി തങ്ങളിൽത്തന്നെ തിരിച്ചു വന്നു. അടുക്കളയിൽ നിന്ന് കയ്യും മുഖവും കഴുകി വന്ന ജാൻസി തന്റെ ആഹ്ലാദം നിറഞ്ഞ ശബ്ദവും ചലനങ്ങളും കൊണ്ട് സ്വീകരണമുറിയിൽ ചടഞ്ഞുകിടന്ന മൗന ത്തെ തുരത്തിയപ്പോൾ മാത്തച്ചൻ ആശ്വാസത്തോടെ ഒന്നനങ്ങി. തോമസ് ചിരിച്ചു. ജാൻസി ചോദിച്ചു.

'അല്ല ഇതാര്? ഒറ്റക്കെയുള്ളോ? റോസിലി ചേച്ചിയെ കൊണ്ടു വരാഞ്ഞതെന്താ?'

'ഞാൻ ഇന്നലെ എത്തിയതേ ഉള്ളു. ഒഫീഷ്യൽ യാത്രയല്ലേ. പെട്ടെന്ന് തിരിച്ചുപോകണം'.

'ഏ സി ഓൺ ചെയ്യ്. കുടിക്കാൻ എടുക്കു ജാൻസി'

തിടുക്കത്തിൽ നിർദ്ദേശങ്ങൾ നൽകി മാത്തച്ചൻ തിരക്കുകൂട്ടി. ജാൻസി ഏ സി ഓൺ ചെയ്ത് ചായയിടാൻ അകത്തേക്ക് പോയി. മാത്തച്ചൻ അത്യുത്സാഹത്തോടെ വിശേഷങ്ങളിലേക്ക് പ്രവേശിച്ചു കഴിഞ്ഞു.

'അമേരിക്കയിൽ വിശേഷങ്ങൾ? ആന്റിയും മക്കളുമൊക്കെ?'

'എല്ലാരും സുഖമായിരിക്കുന്നു. മോൾ എവിടെ?'

'അവൾ പുറത്തേക്കു പോയി. ചേട്ടന്റെ വീട്ടിൽ. ജോൺ ചേട്ടനെ അറിയില്ലേ? ചേട്ടന്റെ മോൾ ഒരു യാത്ര പോകുന്നുണ്ട്.'

നാട്ടുവിശേഷങ്ങളും വീട്ടുകാര്യങ്ങളും വിസ്തരിച്ച് രണ്ടു പേരും കുറേനേരം ഇരുന്നു. ഇതിനിടയിൽ ജാൻസി കൊണ്ടുവന്ന ചായയും അച്ചപ്പവും തീർന്നതറിഞ്ഞില്ല. മാത്തച്ചന്റെ സ്നേഹ പൂർണമായ നിർബന്ധത്താൽ പ്ളേറ്റിൽ ബാക്കി വന്ന അച്ചപ്പമെടുത്ത് കടിച്ച് മുണ്ടിൽ വീണ അച്ചപ്പത്തരി വിരലുകൾ കൊണ്ട് തട്ടി ക്കളഞ്ഞ് തോമസ് പറഞ്ഞു

'നാട്ടീ വരുമ്പോൾ മാത്രേ ഇതൊക്കെ കിട്ടു. അമേരിക്കേൽ എല്ലാമുണ്ട്. എന്നിട്ടും ദരിദ്രരാണ്. ഇവിടെ നമുക്ക് പണത്തിന്റെ കുറവ് മാത്രേ ഉള്ളു. നമ്മടെ നാട് തന്നെയാ സ്വർഗം.'

തോമസ് പറഞ്ഞത് അക്ഷരംപ്രതി ശരിയാണെന്ന് മാത്തച്ചൻ തലയാട്ടി. തോമസും മാത്തച്ചനും ഏതാണ്ട് സമപ്രായക്കാരാണ്. ഒരേ സാമൂഹ്യ രാഷ്ട്രീയ കാലഘട്ടങ്ങളിൽ ബാല്യവും കൗമാരവും പിന്നിട്ടവർ. ഏകദേശം ഒരേ കാലഘട്ടത്തിൽ തന്നെയാണ് ഒരാൾ ജോലിതേടി കുവൈറ്റിലേക്കും മറ്റെയാൾ അമേരിക്കയിലേക്കും പറന്നത്.

അവർ തമ്മിൽ കുടുംബപരമായും സാമൂഹ്യപരമായും സമാനതകളും ഒട്ടേറെ. അതിനാൽ പങ്കുവെക്കാൻ വിശേഷങ്ങളും അനവധി. ഒരിക്കലും അവസാനിക്കാത്ത വിശേഷങ്ങൾ. എപ്പോളോ തോമസ് വാച്ചിൽ നോക്കി സമയം കുറെ ആയിരിക്കുന്നു എന്ന് ധൃതികാട്ടി.

'കർത്താവേ, സമയം പോയതറിഞ്ഞില്ല. നമുക്ക്... ഒന്ന് മുറ്റത്തേക്കിറങ്ങി നിന്നാലോ? ദേ ആ മാവിൻചുവട്ടിൽ നിന്നാൽ ഇതിനേക്കാൾ സുഖമാ. ദൈവത്തിന്റെ ഏ സി. ഒരു പ്രധാന കാര്യം....'

ഇത്രയധികം നേരം സംസാരിച്ചിട്ടും താനിപ്പോളും പറയാ നുദ്ദേശിച്ച കാര്യത്തിലേക്ക് എത്തിയിട്ടില്ല എന്ന് തോമസിന്റെ ചീർത്ത കണ്ണുകൾ മാത്തച്ചനോട് പറഞ്ഞു. തോമസിന് പറയാനുള്ള കാര്യം കേൾക്കാൻ മാത്തച്ചന്റെ ശ്രവണേന്ദ്രിയം സ്വയം പരുവപ്പെട്ടു.

'അത് ശരിയാ.'

എന്തിനെന്നറിയാത്ത ജാള്യതയുടെ മേലങ്കിയെടുത്തണിഞ്ഞ് മാത്തച്ചൻ തോമസിന് പിന്നാലെ നടന്നു. ആട്ടിടയൻ തൊഴു ത്തിലേക്ക് തെളിച്ചുകൊണ്ടു പോവുന്ന ആടിനെപ്പോലെ.

മാവിൻ ചുവട്ടിൽ വച്ച് രഹസ്യമായ, മറ്റുള്ളവരോട് പറയാൻ

മടിക്കുന്ന എന്തോ ഒന്ന് തോമസ് തന്നോട് പങ്കുവെക്കാൻ ആഗ്രഹിക്കുന്നുണ്ട്. തോമസിന്റെ മെതിയടികളെ പിന്തുടരുമ്പോൾ മാത്തച്ചൻ ഓർത്തു.

തോമസ് മാവിൻ ചുവട്ടിലെത്തി നിന്നപ്പോൾ മാവിലകൾ കാൽക്കീഴിൽ ഞെരിഞ്ഞമരുന്ന ശബ്ദം മാത്തച്ചൻ കേട്ടു. മാവ് നീട്ടി നൽകിയ ഇത്തിരിപ്പോന്ന തണലിൽ തോമസിന്റെ വാക്കുകൾക്കുവേണ്ടി കാത്തുനിൽക്കുമ്പോൾ മക്കളെക്കുറിച്ചായിരിക്കുമോ ഇയാൾ പറയാൻ പോകുന്നത് എന്ന ചിന്ത അയാളുടെ ഉള്ളിലൂടെ കടന്നുപോയി.

തോമസ് കോളറില്ലാത്ത ഷർട്ടിന്റെ പോക്കറ്റിൽ നിന്ന് സിഗരറ്റെടുത്ത് കത്തിച്ച് അയാളുടെ വലിപ്പമുള്ള മുഖത്തിന് ചേരാത്ത ചെറിയ കണ്ണുകളുയർത്തി ആകാശത്തേക്ക് നോക്കി പുക പറപ്പിച്ചതിനുശേഷം മാഞ്ചുവട്ടിൽ വീണുകിടന്നിരുന്ന ഉണക്കയിലകളിലേക്ക് ദൃഷ്ടികൾ തറപ്പിച്ച് ഏതാനും സെക്കൻഡുകൾ നിന്നു. തുടങ്ങേണ്ടതെങ്ങിനെയെന്ന് ആലോചിക്കുകയാവണം തോമസ്. മാത്തച്ചൻ മനസ്സിൽ കണക്കുകൂട്ടി. മണ്ണിൽ നിന്ന് പെട്ടെന്ന് കണ്ണുകൾ പറിച്ച് മാത്തച്ചനെ നോക്കി ഒരു ഇളിഭ്യച്ചിരി ചിരിച്ച് ക്ഷമാപണ ശബ്ദത്തിൽ സിഗരറ്റ് ഉയർത്തി കാണിച്ച് തോമസ് പറഞ്ഞു.

'സോറി... ഒരു നിമിഷം...'

മാത്തച്ചൻ കുഴപ്പമില്ലെന്ന് തലയാട്ടി. ഒരു കാറ്റ് കടന്നുവന്ന് സിഗരറ്റു പുകച്ചുരുളുകളെ ദൂരേക്ക് വലിച്ചു കൊണ്ടുപോയി. മാവിൽ നിന്ന് മൂന്നുനാലു ഉണക്കയിലകൾ നൃത്തം ചെയ്ത് താഴെയെത്തി. കയ്യിലെ ട്രേയിൽ രണ്ടു ഗ്ലാസുകളിൽ ജ്യൂസുമായി ജാൻസി പൂമുഖപ്പടി ഇറങ്ങുന്നത് കണ്ട് തോമസ് അരുതാത്തതെന്തോ ഒളിക്കാൻ ശ്രമിക്കുന്ന ഭാവത്തോടെ സിഗരറ്റു വലിച്ചെറിഞ്ഞ് ഉപ്പൂറ്റി കൊണ്ട് ചവിട്ടി ഞെരിച്ചു.

'ഇത് കുടിക്കൂ.. ചൂടല്ലേ...'

ട്രേയിൽ നിന്ന് ജ്യൂസ് നിറച്ച ഗ്ലാസ് എടുത്തപ്പോൾ തോമസിന്റെ സ്വർണ്ണ ബ്രെസ്‌ലെറ്റിൽ പ്രകാശം വീണു. അയാൾ നന്ദിയോടെ ജാൻസിയെ നോക്കി.

'ഭക്ഷണം ഇപ്പൊ ആകും. കഴിച്ചിട്ട് പോയാൽ മതി'.

പൊള്ളിയതു പോലെ ചുണ്ടുകൾ ഗ്ലാസ്സിൽ നിന്ന് വലിച്ചെടുത്ത് തോമസ് പറഞ്ഞു.

'അയ്യോ പറ്റില്ല എനിക്ക് ഉച്ചക്കുള്ള ഫ്ളൈറ്റിന് പോകണം. ഒരു കാര്യം ഞങ്ങൾ സംസാരിച്ചോട്ടെ?'

'ഓ അതിനെന്താ.. ഞാൻ ദേ പോയി...'

വേഗത്തിൽ ജ്യൂസ് വലിച്ചുകുടിച്ച് ഗ്ലാസ് ട്രേയിൽ തിരികെ വച്ച് മുണ്ടിന്റെ തുമ്പുയർത്തി ചുണ്ടുകൾ തുടച്ച് മാത്തച്ചനും തോമസിനെ കേൾക്കാൻ തയ്യാറായി.

പാചകം ചെയ്യുന്നതിനിടയിൽ ആംഗ്യവിക്ഷേപങ്ങളോടെ സംസാരിക്കുന്ന തോമസിനെ ജാൻസി അടുക്കള ജനാലയിലൂടെ ശ്രദ്ധിച്ചു. മാത്തച്ചനെയും. മുഴുവൻ സമയവും തോമസ് തന്നെയാണ് സംസാരിക്കുന്നത്. മാത്തച്ചനാവട്ടെ, ആദ്യത്തെ ഒന്നോ രണ്ടോ വട്ടമുള്ള പ്രതികരണങ്ങൾക്കുശേഷം ഇപ്പോളയാൾ ചെറിയൊരു മൂളൽ പോലും പുറപ്പെടുവിക്കാനാവാത്ത വിധത്തിൽ പരി പൂർണ്ണമായും തോമസിന് കീഴ്പ്പെട്ടു നിൽക്കുന്നത് ജാൻസി കണ്ടു. സംസാരത്തിന്റെ ചൂട് സിരകളെ സ്പർശിക്കുമ്പോൾ തോമസ് മുന്നോട്ട് കയറുകയും മാത്തച്ചൻ പിന്നോട്ടിറങ്ങുകയും ചെയ്തു. മാത്തച്ചന്റെ മുഖത്ത് ആദ്യമുണ്ടായിരുന്ന പ്രസാദാത്മകത മാഞ്ഞു വിഷാദത്തിന്റെ നേർത്ത കറുപ്പ് വ്യാപിക്കുന്നു.

വാക്കുകൾ പൊള്ളിക്കുന്നതു പോലെ മുഖത്ത് നിന്നും ചെന്നി യിൽ നിന്നും വിയർപ്പു ചാലുകൾ പൊട്ടിയൊലിക്കുന്നു തളർന്നു തുടങ്ങിയ കണ്ണുകളിൽ വളർന്നുവരുന്ന കുറ്റബോധത്തിന്റെ മിന്ന ലാട്ടങ്ങൾ. ജാൻസിയുടെ ഉള്ളിൽ അകാരണമായ ഒരു ഭയത്തിന്റെ ചെടി പൊടുന്നനെ പൊട്ടിമുളച്ചു.

'എന്തോ പ്രശ്നമുണ്ട്...'

ജാൻസി സ്വയം പറഞ്ഞു. ഉത്തരം കിട്ടാത്ത ആലോചനയിൽ വട്ടം കറങ്ങി അടുക്കളജോലികൾ പൂർത്തിയാക്കി.

തോമസ് യാത്രപറഞ്ഞ നേരത്ത് ജാൻസി അയാളെ യാത്ര യാക്കാൻ പൂമുഖത്തെ പടിയിലേക്കിറങ്ങി നിന്നു. ആവർത്തന വിരസങ്ങളായ തമാശകൾ പറഞ്ഞ് മടുപ്പിക്കുന്ന അന്തരീക്ഷം ഊർജ്ജസ്വലമാക്കാൻ ശ്രമിച്ചെങ്കിലും തോമസ് അതിൽ സമ്പൂർണ്ണമായി പരാജയപ്പെട്ടു. തന്നെ വളരെയാഴത്തിൽ ബാധിച്ച ഇതികർത്തവ്യതാമൂഢതയിൽ നിന്ന് മാത്തച്ചനപ്പോളും പുറത്ത് കടന്നിട്ടുണ്ടായിരുന്നില്ല.

തോമസ് കാർ തിരിച്ച് പോക്കറ്റിൽ നിന്ന് കൂളിങ് ഗ്ലാസ് എടുത്തു കണ്ണുകൾക്ക് മേൽ വച്ച് കാറിന്റെ ഗ്ലാസ് താഴ്ത്തി ഒരിക്കൽ കൂടി മാത്തച്ചനോടും ജാൻസിയോടും യാത്ര പറഞ്ഞു.

ജാൻസി ശരിയെന്ന് തലയാട്ടി. തോമസ് തന്നെ നോക്കി കൈവീശിയത് പക്ഷെ, മാത്തച്ചൻ കാണുന്നുണ്ടായിരുന്നില്ല. അയാൾ പൂന്തോട്ടത്തിലെ ശില്പം പോലെ നിൽക്കുകയായിരുന്നു. തോമസിന്റെ കാർ ഗേറ്റു കടന്ന് പോയതിനു ശേഷവും അയാൾ

അവിടെനിന്ന് അനങ്ങിയില്ല. രക്താണുക്കൾ പെറ്റുപെരുകുന്നതു പോലെ ജാൻസിക്ക് ഭയം പെരുകി വന്നു. തോമസ് ജാൻസിയുടെ മനസ്സിൽ ഉപേക്ഷിച്ചുപോയ സംശയത്തിന്റെ വാൾമുന അവരെ കുത്തിനോവിക്കാൻ തുടങ്ങി.

ഉച്ചക്ക് ഭക്ഷണം വിളമ്പുമ്പോൾ തോമസ് എന്താണ് പറഞ്ഞതെന്ന് ജാൻസി മാത്തച്ചനോട് ചോദിച്ചു. തോമസ് പോയി ക്കഴിഞ്ഞപ്പോൾ മുതൽ പിന്നാലെ നടന്ന് ചോദിക്കുന്നതാണ്. പക്ഷെ ഒരു ചോദ്യം പോലും അയാൾ കേട്ടതായി ജാൻസിക്ക് തോന്നിയില്ല. മാത്തച്ചന് കേൾവിശക്തി നഷ്ടപ്പെട്ടോയെന്ന് പോലും അവർ സംശയിക്കാതിരുന്നില്ല. ജാൻസി അയാൾക്ക് മുന്നിൽ കൊണ്ടുവച്ച ഭക്ഷണം അയാൾ കണ്ടിട്ടു കൂടിയില്ല. നിശ്ചലനായി ഡൈനിംഗ് ടേബിളിൽ ഇരിക്കുന്ന ഭർത്താവിനെ ജാൻസി നോക്കി. മാത്തച്ചന്റെ മനസ് അയാൾക്ക് പോലും അജ്ഞാതമായ ഏതോ വന സ്ഥലികളിൽ അനാഥമായി ചുറ്റിത്തിരിയുകയാണെന്ന് ജാൻസിക്ക് തോന്നി.

ഒന്നോ രണ്ടോ ചോറ് മടുപ്പോടെ പെറുക്കിക്കഴിച്ച് എഴുന്നേറ്റ് കൈ കഴുകി ഊമയെപ്പോലെ സോഫയിലേക്ക് മറിഞ്ഞുവീണ മാത്തച്ചനോട് ജാൻസി വീണ്ടും ചോദിച്ചു. ഇത്തവണ വർദ്ധിച്ച അക്ഷമയിൽ.

'എന്താ തോമസച്ചായൻ പറഞ്ഞത്?'

'അത്.. അതൊന്നുമില്ല'

മാത്തച്ചൻ നിഷേധാർത്ഥത്തിൽ തലകുലുക്കി. ഒരിടത്തും തൊടാതെയുള്ള വാക്കുകൾ. എത്രചോദിച്ചിട്ടും കൃത്യമായ മറുപടി ഇല്ല.

ഭാര്യയുടെ ചോദ്യശരങ്ങളാൽ സഹി കെട്ടപ്പോൾ അയാൾ ഇത്ര മാത്രം പറഞ്ഞു. മറ്റാരോടോ പറയുന്ന ഭാവത്തിൽ.

'അവളുടെ കല്യാണം വേഗം നടത്തണം. അല്ലെങ്കി കാര്യ ങ്ങളൊക്കെ...' അത്രയും വാക്കുകൾ പറഞ്ഞതിന് ശേഷം മാത്തച്ചൻ സോഫയിൽ ഒരു ശവത്തെപ്പോലെ കിടന്നു കണ്ണടച്ചു. ഉച്ച ഭക്ഷണത്തിനുശേഷം അയാൾ പതിവുള്ള മയക്കത്തിലേക്ക് കട ക്കുകയാണ്. കിടന്നാൽ ആ നിമിഷം തന്നെ ഉറങ്ങുന്നയാൾ ഇന്ന് കണ്ണ് തുറിച്ച് മുകളിലേക്ക് നോക്കി കിടക്കുകയാണ്. ജാൻസി വന്ന് മാത്തച്ചന്റെ തലക്കൽ ഇരുന്നു.

'അതിനിപ്പോ എന്താ ഉണ്ടായത്? അയാൾ എന്ത് പറഞ്ഞു?'

വിളർത്ത മുഖത്തോടെ മാത്തച്ചൻ സോഫയിൽ എഴുന്നേറ്റ് ചമ്രം പടിഞ്ഞിരുന്നു. ചത്ത കണ്ണുകൾ ഉയർത്തി ജാൻസിയെ

നോക്കി. അവസാനത്തെ അക്ഷരങ്ങൾ ചിതറിപ്പോയ ശബ്ദത്തിൽ പറഞ്ഞു.

'അയാൾ പറഞ്ഞത്...'

മാത്തച്ചൻ എന്തോ ഓർത്തു പാതിയിൽ നിറുത്തി. വിറക്കുന്ന വിരലുകൾ സോഫയിൽ ഓടിച്ചു. അട്ടയെപ്പോലെ ചുരുണ്ടുകിടന്ന സോഫവിരികൾ നേരെയിട്ടു. ഇനി തുടരണമോയെന്ന് സന്ദേഹിച്ചു. തുടങ്ങിപ്പോയില്ലേ, പൂർത്തിയാക്കാതിരിക്കുന്നതെങ്ങിനെ എന്ന് വിഷാദിച്ചു.

ജാൻസി വീണ്ടും നിർബന്ധിച്ചപ്പോൾ അയാൾ തുടർന്നു.

'ഒരു പെൺകുട്ടിയുടെ അപ്പനമ്മമാർക്ക് കേൾക്കാൻ അത്ര സുഖമുള്ള കാര്യമൊന്നുമല്ല.'

അയാൾ പറയാൻ തുടങ്ങി.

പത്തൊൻപത്

പ്രാർത്ഥനാമുറിയിൽ, വള്ളത്തെ വിഴുങ്ങുവാൻ അലറിയടുക്കുന്ന തിരമാലകളുടെ നേരെ കയ്യുയർത്തി കടലിനെ ശാന്തമാക്കുന്ന ഈശോയുടെ ചിത്രത്തിനു മുന്നിൽ മുട്ടുകുത്തി നിന്ന് ജപമാല എത്തിക്കുകയാണ് താഴത്തേൽ ഭവനം.

തിരുരൂപത്തിനു മുന്നിൽ ആത്മാവിന്റെ അഗ്നിനാളം പോലെ ജ്വലിക്കുന്ന മെഴുതിരി. വെളുത്ത പെയിന്റടിച്ച മതിലിലേക്ക് ചരിഞ്ഞു കിടക്കുന്ന മെഴുതിരിയുടെ ഭീമാകാരമായ കറുത്ത നിഴൽ. വെളിച്ചത്തിനു പിന്നിൽ എപ്പോളും പതുങ്ങിനിൽക്കുന്ന ഇരുട്ടിന്റെ നിത്യ സാന്നിദ്ധ്യം. അരികിൽ മെഴുതിരിക്കു കൂട്ടായി സ്വയമെരിഞ്ഞു വീഴുന്ന ചന്ദനത്തിരി. ചാരമായി മാറുമ്പോളും ചന്ദനത്തിരി പുറപ്പെടുവിക്കുന്ന സൗരഭ്യം.

എന്നും കൃത്യം ഏഴുമണിക്ക് സന്ധ്യാപ്രാർത്ഥന ജാൻസിക്ക് ശ്വാസവായു പോലെ നിർബന്ധമാണ്. ആകാശം ഇടിഞ്ഞു വീഴുന്നെന്ന് പറഞ്ഞാൽ പോലും സന്ധ്യാപ്രാർത്ഥനയുടെ കാര്യത്തിൽ ഒരു വിട്ടുവീഴ്ചയുമില്ല.

ഒരു മണിക്കൂറിനടുത്തുവരെ നീണ്ടുനിൽക്കുന്ന തീക്ഷ്ണ പ്രാർത്ഥന. ദിവ്യരഹസ്യങ്ങളുടെ ഉരുക്കഴിക്കൽ. പരിശുദ്ധ ദൈവ മാതാവിനോടുള്ള ലുത്തിനിയക്കു ശേഷം ബൈബിൾ വായന. വണക്കമാസമാണെങ്കിൽ ഒരു മണിക്കൂറിൽ കൂടുതൽ നീണ്ടു പോകും.

പ്രാർത്ഥിക്കുമ്പോൾ മാത്തച്ചനോ മേരിക്കുഞ്ഞോ യാതൊരു വിധ ഉദാസീനതയും വരുത്തുന്നത് ജാൻസിക്കിഷ്ടമല്ല. മടിയോ കടത്തുകഴിക്കലോ ഒട്ടും തന്നെ സഹിക്കുകയുമില്ല.

ജാൻസി യേശുവിന്റെ മണവാട്ടി ആകേണ്ടതായിരുന്നുവെന്ന് മാത്തച്ചൻ വല്ലപ്പോളും കളിയാക്കും. മമ്മിയുടെ പ്രാർത്ഥനയുടെ ആവേശം കാണുമ്പോൾ ഡാഡി പറയുന്നത് ശരിയാണെന്ന് മേരിക്കുഞ്ഞിനും തോന്നാറുണ്ട്.

ജർമൻ ഫുടബോൾ ടീമിലെ കളിക്കാരന്റെ മുഖമുള്ള, മുടിയും താടിയും നീട്ടിയ ഈശോയുടെയും, അരികിലായി സ്വർണ്ണ നിറമുള്ള രാജകീയ മേലങ്കിയണിഞ്ഞ വേളാങ്കണ്ണിയമ്മയുടെയും വലിയ ചിത്രങ്ങളും വിശുദ്ധ ഗീവർഗീസ് കറുത്ത സർപ്പത്തിന്റെ വായിൽ കുന്തംകൊണ്ട് കുത്തിപ്പിളർത്തുന്ന രൂപവുമുള്ള പ്രാർത്ഥനാ

മുറിയിൽ, ഇരുട്ടിൽ പൂച്ചയുടെ കണ്ണുകൾ പോലെ വെട്ടിത്തിളങ്ങുന്ന, നീലയും വെളുപ്പും നിറങ്ങളുള്ള കൊന്തമണികൾ വിരലുകളാൽ ഉരുട്ടി ഹൃദയം ഈശോയിൽ പൂർണ്ണമായി അർപ്പിച്ച് കണ്ണുകൾ അടച്ച് മുട്ടുകുത്തി നിൽക്കുകയാണ് ജാൻസി. സമീപത്തായി മാത്തച്ചനും മേരിക്കുഞ്ഞും.

പ്രാർത്ഥനക്കിടയിൽ പതിവില്ലാതെ എവിടെയൊക്കെയോ ജാൻസിക്ക് വാക്കുകൾ മുറിയുന്നുണ്ടെന്ന് മേരിക്കുഞ്ഞിന് അനുഭവപ്പെടാൻ തുടങ്ങി. ശബ്ദത്തിലെ ഇടർച്ചയും വാക്കുകൾക്കിടയിൽ അകലവും വർദ്ധിച്ചുവരുന്നു. അവൾക്ക് ഓർമവെച്ചതിനു ശേഷം ഇതുവരെ സംഭവിക്കാത്ത വാക്കുപിഴകൾ. പ്രാർത്ഥന മറന്നുപോയതുപോലെ അടുത്ത വാക്കിനു വേണ്ടിയുള്ള അക്ഷമ നിറഞ്ഞ കാത്തിരിപ്പുകൾ.

നന്മ നിറഞ്ഞ മറിയം ചൊല്ലുമ്പോൾ വാക്കുകൾക്ക് തപ്പുന്ന മമ്മിയെ കണ്ട് മേരിക്കുഞ്ഞ് അത്ഭുതപ്പെട്ടു. തീക്ഷ്ണമായ പ്രാർത്ഥനയും അചഞ്ചലമായ ഭക്തിയും ഉള്ള മമ്മിക്ക് ഇതെന്തു പറ്റി?

ഡാഡി ഇതുവല്ലതും കാണുന്നുണ്ടോ എന്ന് അവൾ തലതിരിച്ച് പിന്നിൽ ഇരിക്കുന്ന മാത്തച്ചനെ നോക്കി. കരിങ്കൽശില പോലെ, എവിടെയോ തന്നെത്തന്നെ നഷ്ടപ്പെടുത്തി, പ്രാർത്ഥനാമുറിയിലെ കസേരയുടെ കാലുകളിൽ ചാരി, കാലുകൾ മുന്നോട്ടു നീട്ടിവച്ച് ഇരിക്കുകയാണ് അയാൾ. ഇന്നത്തെ പ്രാർത്ഥനയിൽ ഡാഡി അല്പംപോലും ശ്രദ്ധയോ താല്പര്യമോ പ്രകടിപ്പിക്കുന്നില്ലെന്ന് അപ്പോളാണ് അവൾ ശ്രദ്ധിച്ചത്. ജപമാല തീരുന്നതു വരെ മുട്ടുകുത്തി കണ്ണടച്ചു കൈകൾ വിടർത്തി നിൽക്കുന്ന ആളാണ്. ഇന്നിപ്പോൾ അതൊന്നും ഇല്ല. വെള്ളക്കടലാസ് പോലെ വിളറിയ മുഖം. കണ്ണുകളിൽ എരിയുന്ന അക്ഷമ. മുഖമുയർത്തി ഈശോയെ ഒന്ന് നോക്കുന്നുപോലുമില്ല.

മാത്തച്ചന്റെ ഹൃദയത്തിൽ പക്ഷെ, രക്തരൂക്ഷിതമായ ഒരു യുദ്ധം അരങ്ങേറുകയായിരുന്നു. തന്നോട് തന്നെയോ ആരോടാണെന്നോ എന്തിനാണെന്നോ അറിയാത്ത അതിഘോര യുദ്ധം. അന്ന് രാവിലെ മാർട്ടിന്റെ അമ്മാവൻ അയാളോട് മകളെക്കുറിച്ച് പറഞ്ഞ വാക്കുകൾ മാത്തച്ചനെ തലങ്ങും വിലങ്ങും വെട്ടി മുറിവേല്പിച്ചുകൊണ്ടിരിക്കുന്നു. ഒന്നു തടയുവാൻ പോലുമാവാതെ യുദ്ധക്കളത്തിൽ മാത്തച്ചൻ ഒരു കബന്ധമായി നിൽക്കുന്നു.

പ്രാർത്ഥന കഴിഞ്ഞ് ഡാഡിക്ക് സ്തുതി കൊടുത്തപ്പോളാണ് മേരിക്കുഞ്ഞിന് കാര്യങ്ങൾ അല്പം കൂടി തെളിഞ്ഞുകിട്ടിയത്.

അവളുടെ സ്തുതി സ്വീകരിച്ചു, സ്വീകരിച്ചില്ല എന്ന മട്ടിലൊരു തണുതണുപ്പൻ പ്രതികരണം. തന്റെ മുഖത്തേക്ക് ഒന്ന് നോക്കുന്നതു പോലുമില്ല. തൊലിപ്പുറമുള്ള സ്തുതി സ്വീകരണം. ഹൃദയം കൊണ്ട് അല്ല. ഡാഡിയിൽ നിന്ന് പിന്തിരിഞ്ഞ് അവൾ സ്തുതി നൽകുവാനായി മമ്മിയെ നോക്കി. എന്നും അവളുടെ സ്തുതിവാങ്ങാൻ കാത്തു നിൽക്കാറുള്ള മമ്മി ഇന്ന് അതിനു നിൽക്കാതെ തിരക്കിട്ട് അടുക്കളയിലേക്ക് ഓടിക്കഴിഞ്ഞു.

ഇന്നെന്താ ഇങ്ങനെ?

അമ്പരന്നുകൊണ്ട് മമ്മിക്കുള്ള സ്തുതിക്കായി കൂട്ടിപ്പിടിച്ച കൈകളോടു കൂടിത്തന്നെ മേരിക്കുഞ്ഞ് പ്രാർത്ഥനാ മുറിയിലെ കസേരയിൽ ഇരുന്നുപോയി. മരണത്തിലേക്ക് അതിവേഗത്തിൽ അടുത്തു കൊണ്ടിരിക്കുന്ന ചന്ദനത്തിരിയും വെളിച്ചം കെട്ട കണ്ണുകളോടെ മെഴുതിരിയും അവൾക്ക് കൂട്ടിരുന്നു. മമ്മി അടുക്കളയിലേക്കും ഡാഡി പൂമുഖത്തേക്കും പാലായനം ചെയ്തുകഴിഞ്ഞു. പതറിപ്പോയ കണ്ണുകളോടെ മേരിക്കുഞ്ഞ് വേളാങ്കണ്ണി മാതാവിനെ നോക്കി. ഒന്നും മനസിലാവുന്നില്ല.

കവിതയുടെ വീട്ടിൽ പോയി വന്നപ്പോൾ മുതൽ മേരിക്കുഞ്ഞ് ശ്രദ്ധിച്ചതാണ് വീടിനെ ചുറ്റിപ്പറ്റി നിൽക്കുന്ന ശ്മശാനമൂകത. ശരീരത്തിലെ രോമകൂപങ്ങളിൽ കൊടുംതണുപ്പിന്റെ സൂചികൾ ആഴ്ന്നിറങ്ങുന്നതുപോലെ കുത്തിക്കയറുന്ന നിശബ്ദതയുടെ മൂർച്ച. മൗനത്തിന് തന്നെയാണ് വാക്കുകളേക്കാൾ ആഴവും പരപ്പും എത്രയോ അധികം വ്യാപ്തിയും. പ്രിയപ്പെട്ടവരുടെ നിഗൂഢ മൗനവും കടുത്ത അവഗണനയും ഒരാളെ കോൺസൻട്രേഷൻ ക്യാമ്പിലേക്ക് തള്ളിവിടുന്നു. വായുശൂന്യമായ അറയിലേക്ക്. ഈ വീട്ടിലെ വായു വലിച്ചെടുക്കപ്പെട്ടിരിക്കുന്നു. മൂക്കു തുറന്ന് ശ്വാസം അകത്തേക്ക് വലിച്ച് മേരിക്കുഞ്ഞ് സ്വയം പറഞ്ഞു. വായുവില്ലാതെ ആർക്കും അധികനേരം നിൽക്കാനാവില്ല. വല്ലാതെ ശ്വാസം മുട്ടിത്തുടങ്ങുന്നു

പ്രാർത്ഥനാ മുറിയിലെ കസേരയിൽ ഇരുന്നു തന്നെ കവിതയുടെ വീട്ടിൽ നിന്ന് തിരിച്ചെത്തിയതിനു ശേഷമുള്ള ഓരോ നിമിഷവും മേരിക്കുഞ്ഞ് ഒരു കുറ്റാന്വേഷണ വിദഗ്ധയുടെ മനസോടെ ചികഞ്ഞെടുത്തു പരിശോധിക്കാൻ ആരംഭിച്ചു.

വീട്ടിൽ വന്നുകയറിയിട്ടിതേവരെ മമ്മിയും ഡാഡിയും തന്നോട് ഒരു വാക്കുപോലും സംസാരിക്കുകയോ മുഖത്തേക്ക് നോക്കുക പോലുമോ ചെയ്തിട്ടില്ലെന്നവൾ കണ്ടെത്തി.

ചോദ്യങ്ങൾക്കൊന്നും കൃത്യമായ മറുപടിയില്ല. അവൾ

അങ്ങോട്ടോ ഇങ്ങോട്ടോ മാറുമ്പോൾ മാത്രം അടക്കിപ്പിടിച്ച ശബ്ദത്തിൽ വീട് പിറുപിറുക്കുന്നത് അവൾ കേട്ടു. സൂക്ഷ്മമായി ശ്രദ്ധിച്ചാൽ മാത്രം ചുണ്ടുകൾ അനങ്ങുന്നത് കാണാം മേരിക്കുഞ്ഞിനെ കാണുമ്പോൾ സ്വിച്ചിട്ടതു പോലെ നിന്നുപോകുന്ന കുശുകുശുപ്പുകൾ. പെട്ടെന്നുതന്നെ, ബസ് സ്റ്റോപ്പിൽ ബസിറങ്ങുന്ന രണ്ട് അപരിചിതർ രണ്ട് വശങ്ങളിലേക്ക് പിരിയുന്നത് പോലെ തിടുക്കത്തിൽ മുറിയിലേക്കും അടുക്കളയിലേക്കും വഴി പിരിയുന്ന ഡാഡിയും മമ്മിയും.

പ്രാർത്ഥനാമുറിയിൽ നിന്നെഴുന്നേറ്റ് അടുക്കളയിലേക്ക് നടക്കുമ്പോൾ മേരിക്കുഞ്ഞ് പിറുപിറുത്തു.

ഈ വീട്ടിൽ ഞാനറിയാത്ത എന്തോ സംഭവിച്ചിട്ടുണ്ട്..

അടുക്കളയിലെ ഗ്രാനൈറ്റ് ടോപ്പ് ആണ് വീട്ടിലെ മേരിക്കുഞ്ഞിന്റെ ഇഷ്ട ഇടം. ഗ്രാനൈറ്റ് ടോപ്പിന്റെ മുകളിൽ കയറിയിരുന്നാണ് അവൾ മമ്മിയോടു വിശേഷങ്ങളെല്ലാം പങ്കുവെക്കുന്നത്. മമ്മി അപ്പോൾ ചപ്പാത്തിയോ ദോശയോ അപ്പമോ ചുടുകയോ പപ്പടം വറുക്കുകയോ എന്തെങ്കിലും ആയിരിക്കും. മമ്മി ചൂടോടെ കൊടുക്കുന്ന ഭക്ഷണം കഴിച്ച് ഇരുവരും മമ്മിയുടെ അടുക്കള ജോലികൾ തീരുന്നതു വരെ തമാശ പറഞ്ഞും തർക്കിച്ചും തല്ലുപിടിച്ചും നേരം പോക്കും.

മേരിക്കുഞ്ഞ് അടുക്കളവാതിലിൽ തോളമർത്തി കൈകൾ കെട്ടി നിന്ന് മമ്മിയെ നോക്കി, തുറന്നിട്ട ടാപ്പിനു മുന്നിൽ നിന്ന് പാത്രങ്ങൾ കഴുകി റാക്കിൽ അടുക്കിവെക്കുകയാണ് ജാൻസി. പാത്രങ്ങൾ കഴുകാൻ മറന്ന് ഗാഢമായ ചിന്തയിലാണ്. ഫ്രിഡ്ജിനു നേരെ തിരിഞ്ഞപ്പോൾ കൺമുന കൊണ്ട് മമ്മി അവളെ കണ്ടെന്ന് തോന്നി. സ്വതവേ തുടുത്ത മുഖം കറുത്തിരുളുന്നു. കരിമേഘങ്ങൾ ഉരുണ്ടുകൂടി മാനം കറുത്തത് പോലെ.

മമ്മി ഫ്രിഡ്ജിൽ നിന്ന് പാൽപാക്കറ്റ് എടുക്കുന്നത് കണ്ടുകൊണ്ട് അവൾ മുന്നോട്ടു നടന്ന് ഗ്രാനൈറ്റ് ടോപ്പിൽ കയറിയിരുന്ന് കുറച്ചു മമ്മിയോടും കൂടുതൽ തന്നോടുമെന്ന പോലെ പറഞ്ഞു.

'കവി വ്യാഴാഴ്ച്ച പോകും. രണ്ടാഴ്ച്ച കഴിഞ്ഞേ വരൂ.'

ജാൻസി കിച്ചൺസിങ്കിലേക്ക് മൂന്നുനാലു പാത്രങ്ങൾ എറിഞ്ഞിട്ട് ടാപ്പ് തിരിച്ചു. പാത്രങ്ങൾ ഉറക്കെ കരഞ്ഞ് പെട്ടെന്ന് നിശബ്ദരായി. അത്രനേരം പുറത്തു ചാടാൻ വെമ്പി നിന്നിരുന്ന ജലധാര കുതിച്ചൊഴുകി സിങ്കിനുള്ളിൽ കിടന്നിരുന്ന സ്റ്റീൽ പാത്രങ്ങളെ സ്നാനം ചെയ്യിച്ചു. എത്ര പൂട്ടിവെക്കാൻ ശ്രമിച്ചിട്ടും ഒഴുകി വരുന്ന ഒരു ജലധാര തന്റെയുള്ളിലും ആവിർഭവിക്കുന്നത്

ജാൻസി അറിഞ്ഞു. തോമസ് എബ്രഹാം വന്നു പോയപ്പോൾ മുതൽ പൊട്ടിയൊലിക്കുന്ന കണ്ണീരിന്റെയും ആകുലതയുടെയും ജലധാര.

കവിതയെ ജീവനാണ് ജാൻസിക്ക്. മേരിക്കുഞ്ഞിന് തന്നെ ചിലപ്പോൾ സംശയം തോന്നാറുണ്ട്, മമ്മിക്ക് അവളെക്കാൾ സ്ഹേം കവിതയോടാണെന്ന്.

ജാൻസിക്ക് കവിതയോടുള്ള ഏക പരിഭവം അവൾ പരിചയമില്ലാത്ത സ്ഥലങ്ങളിൽ ഒറ്റക്ക് കറങ്ങി നടക്കുന്നുവെന്നതാണ്. മറ്റെല്ലാ കാര്യങ്ങളിലും ചക്കരയും ഈച്ചയുമായ ജാൻസിയമ്മയും ജാൻസിയമ്മയുടെ കവിയും ഈയൊരൊറ്റ വിഷയത്തിൽ ശത്രു പക്ഷത്താണ്. മെക്കാനിക്കൽ എഞ്ചിനീയറിംഗിൽ എംടെക്കും ലണ്ടനിലെ സർവകലാശാലയിൽ നിന്ന് എംബിഎയും കഴിഞ്ഞവൾ ജോലിക്ക് ശ്രമിക്കാതെ തെണ്ടി നടക്കുന്നുവെന്ന് ജാൻസി. എന്റെ സ്വപ്നങ്ങൾക്ക് ജാൻസിയമ്മ വിഘാതം സൃഷ്ടിക്കരുതെന്ന് കവിത.

കുടുംബത്തിലുള്ളവർ കവി എന്നാണ് അവളെ വിളിക്കാറ്. കവി യാത്ര പോകുന്ന വിവരമറിഞ്ഞാൽ രണ്ടുമൂന്ന് ദിവസത്തേക്ക് ഉയർന്ന രക്തസമ്മർദ്ദവും തലവേദനയും മൂലം കിടപ്പിലായിരിക്കും ജാൻസി. ഊണിലും ഉറക്കത്തിലും ഈശോ എന്റെ കുട്ടി എന്നൊരൊറ്റ വാചകവും.

'ഇവളെന്നെ ആധിപിടിപ്പിച്ച് കൊല്ലാൻ വേണ്ടി ജനിച്ചവളാ...'

ജാൻസി കാണുന്നവരോടൊക്കെ പറഞ്ഞുകൊണ്ടിരിക്കും. യാത്ര കഴിഞ്ഞ് അവൾ സുരക്ഷിതയായി തിരിച്ചെത്തുന്നത് വരെ പതിവിൽ കൂടുതൽ പ്രാർത്ഥനയും ധ്യാനവും ബൈബിൾ വായനയും. കവി തിരിച്ചെത്തിക്കഴിഞ്ഞാൽ മേരിക്കുഞ്ഞിന്റെ പാടാണ്. മൂന്നോ നാലോ പള്ളികളിൽ നേർച്ച നേർന്നിട്ടുണ്ടാവും. അവിടൊക്കെ നേർച്ചകഴിക്കാൻ കൊണ്ടുപോകണം.

ജാൻസിയമ്മയെ ഒരേ സമയം വല്ലാത്ത പേടിയും അതിലേറെ സ്നേഹവുമാണ് കവിതക്ക്. ജാൻസിയുടെ വാക്കുകൾക്കപ്പുറം അവൾക്കൊരു തീരുമാനവുമില്ല. ബുള്ളറ്റിൽ ചുറ്റുന്ന കാര്യം ഒഴിച്ച്. ഒരിക്കൽ മേരിക്കുഞ്ഞ് അതിനെക്കുറിച്ച് തർക്കിച്ചപ്പോൾ അവൾ പറഞ്ഞു. കുറച്ചു ശക്തിയായിത്തന്നെ

'അതിൽ തൊട്ടുകളിക്കേണ്ട. അതെന്റെ തൊഴിലും പാഷനുമാണ്.'

കവി അങ്ങിനെയാണ്. പ്രായോഗികവും ചടുലവും ശക്തവുമായ തീരുമാനങ്ങൾ. ഒറ്റക്കുള്ള യാത്രകൾ അവളെ അതിശക്തയായ ഒരു വനിതയായി തീർത്തിരിക്കുന്നു. യാത്രകളിൽ കവി നേരിട്ട

നല്ലതും തീയതുമായ അനുഭവങ്ങൾ വ്യക്തിത്വത്തെയും ലോക ത്തോടുള്ള അവളുടെ കാഴ്ചപ്പാടിയെും പാകപ്പെടുത്തിയിരിക്കുന്നു.

ഇന്ന് കവിതയുടെ കാര്യം എടുത്തിട്ടിട്ടും ജാൻസിയുടെ ഭാഗ ത്തുനിന്ന് പ്രതികരണമൊന്നും ഇല്ലാതിരുന്നത് മേരിക്കുഞ്ഞിനെ അതിശയിപ്പിച്ചു. ഇത്ര നേരം ഇരുന്നിട്ടും മമ്മി മുഖം പോലും തരു ന്നില്ല. താനിവിടെ ഇരിക്കുന്നത് മമ്മി കാണുന്നുണ്ടോ എന്ന് പോലും സംശയം തോന്നുന്നു. ഇത്ര കടുത്ത അവഗണന മുൻപൊരിക്കലും താൻ നേരിട്ടിട്ടില്ല. പാത്രങ്ങൾ കഴുകലും ചപ്പാത്തി ചുടലും ഒക്കെയായി ഒരിക്കലുമില്ലാത്ത തിരക്ക് തന്നെ. മമ്മി വാർഡ് റോബിൽ നിന്ന് എന്തോ എടുക്കാൻ തിരിഞ്ഞപ്പോൾ അവൾ മമ്മിയുടെ മുഖത്തിന്റെ ഇടതുവശം കണ്ടു. കുഴഞ്ഞുമറിഞ്ഞൊരു പദപ്രശ്നത്തെ നേരിടുന്ന മുഖഭാവം.

രണ്ടുമൂന്നു ദിവസങ്ങളായി മേരിക്കുഞ്ഞും കവിയും എന്നും ഒരുമിച്ചുണ്ടായിരുന്നു. യാത്രയിൽ ഉപയോഗിക്കാനുള്ള സാധനങ്ങൾ വാങ്ങാൻ കവിതക്കൊരു കൂട്ട്. എന്തോരം മുന്നൊരുക്കങ്ങളാണ് ഒരു യാത്ര പോകാൻ എന്ന് കണ്ട് മേരിക്കുഞ്ഞ് അതിശയപ്പെടുക യായിരുന്നു. കവിതക്ക് അറിയാത്തതൊന്നുമില്ല മേരിക്കുഞ്ഞിന്റെ ജീവിതത്തിൽ. മമ്മിയോട് പോലും പറയാത്ത, മാർട്ടിന്റെ ഭാഗത്തു നിന്നുണ്ടായ, മേരിക്കുഞ്ഞിനെ അത്യന്തം വേദനിപ്പിച്ച സംഭവം ഉൾപ്പെടെ.

പർച്ചേസിങ്ങിനിടയിൽ കടുത്ത ചൂടിൽ നിന്ന് പുറത്തു ചാടി ഉള്ളം കുളിർപ്പിക്കാൻ ഐസ്ക്രീം നുണയുന്നതിനിടയിൽ അവർ മാർട്ടിനെക്കുറിച്ച് സംസാരിച്ചു. മാർട്ടിൻ എന്ന് കേട്ടപ്പോൾ കവിയുടെ രക്തം തിളക്കുന്നത് മേരിക്കുഞ്ഞ് കണ്ടു. ഐസ്ക്രീമിന്റെ തണുപ്പിലും അവൾ വല്ലാതെ അക്ഷോഭ്യയായി.

'ഇങ്ങനെ ഒരുത്തന്റെ കൂടെ നീ എങ്ങിനെയാണ് മുന്നോട്ടു പോകുന്നത്? ഇമോഷണൽ സ്റ്റെബിലിറ്റി ഇല്ലാത്തവന്റെ കൂടെ? അവനെ വിട്ടുകള മേരിക്കുഞ്ഞേ.'

'ഇല്ല... കവി, ഇനി പിന്മാറാൻ പറ്റില്ല. ഇനി ഞാനൊരാളായിട്ട് വേണ്ടെന്നു വെച്ചാൽ അത് വലിയ ദുരന്തമാവും.'

'വേണ്ടെന്ന് വച്ചില്ലെങ്കിൽ നിന്റെ ജീവിതവും ദുരന്തമാവും.'

'സാരമില്ലെടീ... ഡാഡിയെയും മമ്മിയെയും വേദനിപ്പിക്കാൻ വയ്യ'

സേവിയെക്കുറിച്ച് എത്ര പറഞ്ഞാലും കേട്ടിരിക്കാൻ കവിക്ക് വളരെ ഇഷ്ടമായിരുന്നു. പിന്നെയും പിന്നെയും അവനെക്കുറിച്ചു പറയൂ എന്ന് അവൾ പ്രോത്സാഹിപ്പിച്ചു കൊണ്ടിരുന്നു. ഐസ്ക്രീം

നുണഞ്ഞുകൊണ്ട് രഹസ്യം ചുഴിഞ്ഞെടുക്കുന്ന ഒരാളുടെ മുഖത്തോടെ അവൾ കണ്ണിറുക്കി.

'നിനക്കവനെ ഇഷ്ടമല്ലേ മേരിക്കുഞ്ഞേ...'

'ഇഷ്ടമാണ്. അവൻ നല്ലൊരു ഫ്രണ്ട് അല്ലെ. അല്ലാതൊന്നുമില്ല.'

'ഇനി അവൻ നിന്നെ ഇഷ്ടമാണെന്ന് പറഞ്ഞാലോ?'

'അവന് അങ്ങിനെയൊന്നും ഇല്ല. ഇനി അവൻ പറഞ്ഞാലും ഒന്നും ചെയ്യാൻ പറ്റില്ല. താമസിച്ചു പോയി. ഒരുപക്ഷെ, അവനെ ഞാൻ നേരത്തെ കണ്ടിരുന്നെങ്കിൽ...'

'മേരിക്കുഞ്ഞേ... നീ പറയുന്നത് കേട്ടിട്ട് എനിക്ക് അവനോട് വല്ലാത്ത പ്രണയം തോന്നുന്നു. ഞാൻ അവനെ കെട്ടിയാലോ?'

'അറിഞ്ഞുകൊണ്ട് അവന്റെ ജീവിതം നശിപ്പിക്കാൻ ഞാൻ കൂട്ട് നിൽക്കില്ല.'

അവളെ കളിയാക്കാൻ അങ്ങിനെ പറഞ്ഞെങ്കിലും സേവിയും കവിയും നല്ല ചേർച്ചയായിരിക്കുമെന്ന് മേരിക്കുഞ്ഞിന് നേരത്തെ തന്നെ പലവട്ടം തോന്നിയിരുന്നു. അവസരം കിട്ടുമ്പോൾ അവളെക്കുറിച്ച് സേവിയോട് സൂചിപ്പിക്കണമെന്നും മനസ്സിൽ പണ്ടേ കുറിച്ചിട്ടതാണ്.

പ്രഷർ കുക്കർ ഉറക്കെ കൂവുന്ന ശബ്ദം. അവൾ മമ്മിയെ നോക്കി. അടുക്കളയിലെ ജനാലയിലൂടെ പുറത്തെ ഇരുട്ടിലേക്ക് നോക്കി സ്വയം മറന്ന് നിൽക്കുന്നു മമ്മി. ശരീരം അടുക്കളയിൽ. പക്ഷെ മമ്മിയുടെ മനസ് ഇവിടെയില്ല. ജോലി ചെയ്യുന്നുണ്ടെന്ന് മാത്രമേ ഉള്ളു. വേറെ എവിടെയോ കുടുങ്ങിക്കിടക്കുന്ന മനസ്.

'ആൻ മരിയ...'

പൂമുഖത്തിരുന്നു ഡാഡി ഇടറിയ ശബ്ദത്തിൽ വിളിക്കുന്നത് മേരിക്കുഞ്ഞ് കേട്ടു. മേരിക്കുഞ്ഞ് എന്നല്ലാതെ ആൻ മരിയ എന്നൊരു വിളി പതിവില്ലല്ലോ എന്നോർത്ത് അവൾ ഗ്രാനൈറ്റ് ടോപ്പിൽ നിന്നിറങ്ങി പൂമുഖത്തേക്ക് നടന്നു.

പിന്നിൽ മകളുടെ പാദസരക്കിലുക്കം കേട്ടപ്പോൾ കസേരയിൽ ഇരിക്കുകയായിരുന്ന ഡാഡി ഒന്നനങ്ങിയിരുന്നു. വട്ടത്തിൽ മുടി കൊഴിഞ്ഞ അയാളുടെ നിറുകയിൽ പൂമുഖത്തെ ബൾബിന്റെ പ്രകാശം വീണു തിളങ്ങി.

മേരിക്കുഞ്ഞ് മാത്തച്ചനു മുന്നിൽ പൂമുഖത്തെ തൂണിൽ ചാരി ഇരുന്നു. പൂമുഖപ്പടികളിൽ കാലുകൾ നീട്ടിവച്ചിരുന്ന് ഡാഡിയെ നോക്കി. അയാൾ കണ്ണടയൂരി മുണ്ടിന്റെ കോന്തലയിൽ തുടച്ച് വീണ്ടും കണ്ണുകളിൽ ഉറപ്പിച്ച് ശബ്ദം കനപ്പിച്ചു.

'മോളെ...'

'എന്താ ഡാഡീ...?'

മാത്തച്ചൻ തുടരാൻ അല്പം കൂടി സമയമെടുത്തു. പറയാനുള്ള വാക്കുകൾ അയാൾ ഉള്ളിൽ നിന്ന് പെറുക്കിയെടുത്ത് അടുക്കി വെക്കുകയായിരുന്നു. ഗേറ്റിനു മുകളിൽ പടർത്തിയ മുല്ലച്ചെടിയിൽ കാറ്റുപിടിക്കുന്നു.

'മോളെ തോമസ് പാപ്പൻ വന്നിരുന്നു. മാർട്ടിന്റെ അമ്മാവൻ. കല്യാണം ഇനിയും നീട്ടിക്കൊണ്ടു പോകാൻ പറ്റില്ലെന്ന് പറഞ്ഞു. ഉടനെ തന്നെ നടത്താമെന്ന് ഞാൻ അയാൾക്ക് ഉറപ്പുകൊടുത്തു. എല്ലാരോടും കൂടി ആലോചിച്ചപ്പോൾ അടുത്തമാസം ഏഴാം തീയതിയാണ്...'

മേരിക്കുഞ്ഞ് ചെവി ഡാഡിയുടെ നേർക്കും കണ്ണുകൾ മുറ്റത്ത് ചെടികൾക്കിടയിൽ പതുങ്ങുന്ന ഇരുട്ടിലേക്കും കൊടുത്തിരുന്നു. മാത്തച്ചൻ അവസാനിപ്പിക്കുന്നതിന് മുന്നേ ഇരുട്ടിൽ അരുതാത്തതെന്തോ കണ്ടപോലെ മേരിക്കുഞ്ഞ് പകച്ചെണീറ്റു. കൈകൾ കെട്ടിനിന്ന് ഡാഡിയുടെ കണ്ണുകളിലേക്ക് അക്ഷോഭ്യയായി നോക്കിനിന്നു. മാത്തച്ചനും ഒന്ന് ഭയന്നതു പോലെ താനറിയാതെ അനങ്ങി. അവളുടെ കണ്ണുകൾ അലയൊഴിഞ്ഞ ആഴി പോലെ ശാന്തമായിരുന്നു. മാത്തച്ചന്റെ കണ്ണുകളോ ഒരു കപ്പൽഛേദത്തെ മുന്നിൽ കാണുന്ന കപ്പിത്താന്റേത് പോലെ പതറിയും കാണപ്പെട്ടു.

'പറ്റില്ല ഡാഡീ...'

കരിങ്കല്ലുപോലെ ഘനമാർന്ന മേരിക്കുഞ്ഞിന്റെ ശബ്ദം. കരിങ്കല്ലിനാൽ മുഖത്തടി കിട്ടിയതുപോലെ മാത്തച്ചൻ കസേരയിൽ നിന്നുണർന്നു. മാത്തച്ചന് കഴിക്കാൻ ഗുളികയും വെള്ളവുമായി വന്ന ജാൻസിയുടെ കയ്യിൽ നിന്ന് ഗുളിക തെറിച്ച് സോഫയ്ക്കടിയിലേക്ക് ഉരുണ്ടുപോയി.

മാത്തച്ചന്റെ തലച്ചോറിൽ നിന്ന് ക്ഷമയുടെ കിളി കൂടുവിട്ട് ചിറകടിക്കുന്നത് ജാൻസി നിശ്ചലയായി കണ്ടുനിന്നു. ഉള്ളിൽ കത്തിയ അഗ്നി കരിച്ചു കളഞ്ഞ മുഖവുമായി അയാൾ മകൾക്ക് അഭിമുഖമായി നിന്നു. അവളുടെ കഴുത്തിന് പിടിച്ച് ഞെരിക്കാൻ അയാളുടെ കൈകൾ നീണ്ടുചെന്നു. വാക്കുകളിൽ നേരിയൊരു ഇടർച്ച പോലും ഇല്ലാതെ അവൾ തുടർന്നു.

'ഏഴാം തീയതിയും എട്ടാം തീയതിയും പറ്റില്ല. തീസീസ് സബ്മിറ്റ് ചെയ്യാനുള്ള ദിവസമാണ്. അതിനു ശേഷം എന്ന് വേണമെങ്കിലും തീരുമാനിച്ചോളൂ.'

ഇത്രയും പറഞ്ഞതിനുശേഷം വെട്ടിത്തിരിഞ്ഞ് അകത്തേക്ക് പോകുന്ന മകളെ തുടർച്ചയായി രണ്ടുവട്ടം ഇടിവെട്ടേറ്റവനെ

പോലെ മാത്തച്ചൻ നോക്കി നിന്നു. ജാൻസി സോഫയിൽ കൈകൾ അമർത്തി മോഹാലാസ്യത്തിന്റെ മുനമ്പിലെന്ന വണ്ണം നിൽക്കുന്നത് മാത്തച്ചൻ മങ്ങിവരുന്ന കാഴ്ചയിൽ കണ്ടു. അന്ധനെപ്പോലെ വേച്ചുവേച്ച് നടന്ന് അയാൾ ചാരുകസേരയിൽ അഭയം പ്രാപിച്ചു. മകളുടെ പ്രതികരണങ്ങൾ ഏൽപിച്ച ആഘാതം മാത്തച്ചന്റെ ഹൃദയത്തെ നിമിഷനേരത്തേക്ക് നിശ്ചലമാക്കിക്കളഞ്ഞിരുന്നു.

പൂർവസ്ഥിതിയിലേക്ക് തിരിച്ചെത്താൻ മാത്തച്ചൻ കുറച്ചധികം സമയമെടുത്തു. കണ്ണുകൾ കൂടുതൽ തുറന്ന് അയാൾ മുറ്റത്തേക്ക് നോക്കി. ചെമ്പരത്തിച്ചെടികളിൽ നിലാവ് വീഴുന്നു. നക്ഷത്രങ്ങൾ നുണക്കുഴിക്കവിളുകൾ കാട്ടിച്ചിരിക്കുന്നു. പിച്ചകപ്പൂവുകൾ സുഗന്ധം കൊണ്ടുവരുന്നു.

അത്യധികമായ ആനന്ദം കൊണ്ട് മാത്തച്ചൻ പരവശനായി. ഉലകം കീഴടക്കിയ ചക്രവർത്തിയെപ്പോലെ അയാളെഴുന്നേറ്റു ഹൃദയം കരകവിഞ്ഞൊഴുകിയ ആനന്ദം പങ്കുവെക്കാൻ ജാൻസിയെ തിരഞ്ഞു.

പ്രധാനമുറിയിൽ, യേശുവിനു മുന്നിൽ മുട്ടുകുത്തി നിന്ന് നന്ദി പറയുകയായിരുന്ന ജാൻസിയുടെ അരികിൽ മാത്തച്ചനും മുട്ടുകുത്തി ഈശോയെ എന്നുറക്കെ വിളിച്ചു. ഇരുട്ടുകുത്തിക്കിടന്ന ഹൃദയങ്ങളിൽ എത്രപെട്ടെന്നാണ് യേശു നിലാവിന്റെ വെളുത്ത റോസാദളങ്ങൾ വിതറിയതെന്ന് അയാൾ നന്ദിപറഞ്ഞു. ജാൻസി അയാളുടെ ബലമില്ലാത്ത തോളിൽ മുഖമമർത്തി വിതുമ്പി. ആഹ്ലാദം കൊണ്ട് വിറയ്ക്കുന്ന വിരലുകളാൽ അയാൾ ജാൻസിയുടെ കണ്ണീരൊഴുകുന്ന കവിളുകളിൽ മെല്ലെ സ്പർശിച്ചു.

മകൾക്ക് ഏറ്റവുമിഷ്ടപ്പെട്ട കുക്കുമ്പർ ജ്യൂസ് ഉണ്ടാക്കി അവളുടെ മുറിയിലേക്ക് ചെല്ലുമ്പോൾ മേരിക്കുഞ്ഞ് തീസീസിന്റെ അവസാന ഭാഗങ്ങൾ എഴുതുകയായിരുന്നു. കുക്കുമ്പർജ്യൂസ് മേശപ്പുറത്തുവച്ച് ജാൻസി പിന്നിലൂടെ കൈകൾ ചുറ്റി മകളെ കെട്ടിപ്പിടിച്ചു. വെള്ളത്തിന്റെ ടാപ്പ് തുറന്നതുപോലെ ജാൻസിയുടെ കണ്ണുകളിൽ നിന്ന് ആഹ്ലാദക്കണ്ണീർ പുറത്തുചാടി മേരിക്കുഞ്ഞിന്റെ കവിളുകളെ നനച്ചു. മേരിക്കുഞ്ഞ് മമ്മിയുടെ കണ്ണീരണിഞ്ഞ മുഖം ഒരു പനീർപുഷ്പത്തെയെന്ന പോലെ കൈകളിൽ എടുത്തുയർത്തി. മാർദ്ദവം നഷ്ടപ്പെട്ട കവിളുകളിൽ ഉമ്മവെച്ചു.

'എന്താ മമ്മീ ഇത്?'

അത്യന്തം ആഹ്ലാദത്തോടെ മാത്തച്ചൻ അടുത്തമാസം പതിനൊന്നാം തീയതി മനസമ്മതം നടത്താമെന്ന് ചേട്ടൻ ജോണിനോട് വിളിച്ചു പറയുന്ന ശബ്ദശകലം മേരിക്കുഞ്ഞിന്റെയും ജാൻസിയുടേയും

വല്യമ്മിച്ചിയെക്കുറിച്ചുള്ള ഒരാളുടെ ഓർമ്മകൾ വേറൊരാളിൽ സമാനമായി ആവർത്തിക്കുന്നില്ല. വല്യമ്മിച്ചിയോടിടപെട്ട ഓരോ ജീവിക്കുമുണ്ട് അവരെക്കുറിച്ച് മറ്റുള്ളവർക്കില്ലാത്ത തികച്ചും തനതായ ഓർമ്മകൾ.

വല്യമ്മിച്ചിയെക്കുറിച്ചുള്ള ഓർമകളുടെ ഓളങ്ങളിലൂടെ നീന്തുമ്പോൾ തങ്ങളുടെ വീടുകൾ നിന്നിരുന്ന ഭാഗം കഴിഞ്ഞു പോയത് മേരിക്കുഞ്ഞും സേവിയും അറിഞ്ഞതേയില്ല. അവരുടെ വീടുകൾക്ക് മുന്നിലൂടെ മഞ്ഞച്ചേര പോലെ ഇഴഞ്ഞിഴഞ്ഞ് പോയിരുന്ന ഒറ്റയടിപ്പാതയുടെ അറ്റത്താണ് കൊഴുക്കട്ട വല്യമ്മിച്ചിയുടെ വീട്. അവരുടെ വീടുകളും കഴിഞ്ഞ് നാലഞ്ച് വീടുകൾ കൂടി കഴിഞ്ഞ് ഒറ്റയടിപ്പാത അവസാനിക്കുന്നിടത്ത് എവിടെയോ.

അവർ ചെറുപ്പത്തിൽ നടന്നിരുന്ന, കൂട്ടംകൂടി ജീവിച്ച പുൽനാമ്പുകളെ തമ്മിലകറ്റി രൂപപ്പെട്ട ഒറ്റയടിപ്പാത ഇന്നില്ല. പുരോഗതിയുടെ അടയാളം പോലെ, ചെമ്മൺപാതയെ തള്ളി നീക്കി ആ സ്ഥാനത്ത് വിശാലമായ ടാർറോഡ് സ്ഥാനം പിടിച്ചിരിക്കുന്നു. ഒരിക്കലിവിടെ ഉണ്ടായിരുന്നുവെന്ന മുദ്ര പോലും അവശേഷിപ്പിക്കാതെ, അതിലൂടെ സഞ്ചരിച്ചവരുടെ മാത്രം ഓർമകളുടെ ശേഖരത്തിലേക്ക് ഒറ്റയടിപ്പാത പരിപൂർണ്ണമായി ക്ലിപ്തപ്പെട്ടിരിക്കുന്നു. ഒന്നോ രണ്ടോ തലമുറകൾക്ക് ശേഷം ആ കുഞ്ഞുവഴി ഗ്രാമത്തിന്റെ ചരിത്രത്തിൽ നിന്നുതന്നെ എന്നേക്കുമായി പിൻവാങ്ങും.

'പതിനൊന്ന് മണിയായി.'

ജീപ്പിന്റെ വേഗത അല്പം കൂടി കൂട്ടി വാച്ചിൽ നോക്കി അക്ഷമയോടെ സേവി പറഞ്ഞു.

വല്യമ്മിച്ചിയുടെ യഥാർത്ഥത്തിലുള്ള പേരെന്താണെന്ന് ഇന്നും സേവിക്കും മേരിക്കുഞ്ഞിനുമറിയില്ല. അതിന്റെ ആവശ്യവുമുണ്ടായിരുന്നില്ല. താൻ ഏർപ്പെടുന്ന തൊഴിൽ തന്നെ ഒരാളുടെ വിലാസമാകുമെങ്കിൽ അതിനേക്കാൾ മികച്ചൊരു വിലാസം അയാൾക്ക് കിട്ടാനുമില്ല. ഉള്ളിൽ ശർക്കര മധുരം ഒളിപ്പിച്ച കൊഴുക്കട്ട എന്ന പേരിനേക്കാൾ മനോഹരമായ മറ്റൊരു പേരും വല്യമ്മിച്ചിക്ക് ചേരുകയുമില്ല.

വെളുക്കുന്നതിന് മുൻപേ ഉണർന്ന്, ആകാശം നോക്കി നിൽക്കുന്ന ചിമ്മിനിയുള്ള തന്റെ വീട്ടിലിരുന്ന് പത്തുമുപ്പത് കൊഴുക്കട്ടയുണ്ടാക്കി വള്ളിക്കുട്ടയിൽ അടുക്കി, സൂര്യൻ മുറ്റത്ത് വെയിൽ പാകിത്തുടങ്ങുന്ന നേരത്ത് വീട്ടിൽ നിന്നിറങ്ങി മൂന്നു കിലോമീറ്ററോളം നടന്ന് മലയടിവാരത്തിലുള്ള പാണ്ടൻ ലോറപ്പന്റെ,

പരുത്തിപ്പത്തലുകളിൽ മെടയോല കൊണ്ട് വശങ്ങളും മുകൾ ഭാഗവും മറച്ച ചായക്കടയിലെത്തിക്കലാണ് വല്യമ്മിച്ചിയുടെ ജോലി.

കൊഴുക്കട്ടകൾ രാവിലെ ഏഴുമണിക്ക് തന്നെ കടയിലേക്ക് പോകുവാൻ തയ്യാറായിട്ടുണ്ടാവും. വെളുത്തു തുടുത്ത് ഉള്ളിൽ മധുരച്ചക്കര വച്ച സുന്ദരികൾ.

അവസാനത്തെ കൊഴുക്കട്ടയും കുട്ടയിൽ വച്ചു കഴിഞ്ഞ് വല്യമ്മിച്ചി കുളിക്കാൻ കയറുമ്പോളേക്കും രണ്ടുവീടപ്പുറത്തെ തട്ടാത്തി അന്നമ്മയുടെ പതിനെട്ടുകാരൻ മകൻ പൊട്ടൻ പ്രാഞ്ചി എന്ന് വിളിപ്പേരുള്ള ഫ്രാൻസീസ് സേവ്യർ, പട്ടിച്ചെവിപോലെ തൂങ്ങിയ കീറിയ പോക്കറ്റുള്ള അഴുക്കുപിടിച്ച ഷർട്ടു ധരിച്ച് ചെളിമണ്ണിൽ നിരങ്ങിയ അടയാളങ്ങൾ പേറിയതും കാട്ടുപൊന്ത യിലൂടെ ഓടിയപ്പോൾ കാശിത്തുമ്പയുടെ തരികൾ പറ്റിപ്പിടിച്ച തുമായ നരച്ച ട്രൗസറുമിട്ട് നാക്കു പുറത്തിട്ട് അണച്ചുകൊണ്ട് ഓടിവരും. വരാന്തയിലെ നീലയും മഞ്ഞയും നിറങ്ങളുടെ നീളൻ വരകളുള്ള തുണിവിരിച്ച ചാരുകസാലയിൽ കാലുകൾ കസേര ക്കയ്യിലേക്ക് ഉയർത്തിവച്ച് കാജാബീഡി പുകച്ചു തള്ളിക്കൊണ്ടിരുന്ന വല്യമ്മിച്ചിയുടെ ഭർത്താവ് അന്തപ്പൻ അകത്തേക്ക് മുഖമൽപം തിരിച്ച് ഉറക്കെ പറയും.

'തങ്കമ്മോ, പ്രാഞ്ചി എത്തിട്ടോ...'

അപ്പോൾ അന്തപ്പന്റെ കഴുത്തിലെ വട്ടത്തിലുള്ള ചുളിവുകൾ കൂടുതൽ തെളിവോടെ പ്രത്യക്ഷപ്പെടും. അന്തരീക്ഷത്തിൽ മുറി ബീഡി കൊണ്ട് അർദ്ധവൃത്തം ചമക്കുന്നത് താൽക്കാലികമായി നിറുത്തിവച്ച് കുറ്റിബീഡി മുറ്റത്തേക്കെറിഞ്ഞ് മുണ്ടുയർത്തി കാക്കി ട്രൗസറിന്റെ പോക്കറ്റിൽ ബീഡിക്കോ തീപ്പെട്ടിക്കോ പരതുന്ന തിനിടയിൽ മുഷിഞ്ഞ മുഖം ചെരിച്ച് പ്രാഞ്ചിയോട് പറയും.

'അവിടിരീഡാ...'

ഇരിക്കുവാനുള്ള അയാളുടെ ആജ്ഞക്കു വേണ്ടി കാത്തു നിൽക്കുകയായിരിക്കും പ്രാഞ്ചി അതുവരെ. നീളമുള്ള ചുവന്ന നാക്കു പുറത്തിട്ട് കണ്ണുകൾ കൊഴുക്കട്ട നിറച്ച കുട്ടയിൽ ഉറപ്പിച്ച് പ്രാഞ്ചി വല്യമ്മിച്ചിയുടെ വീടിന്റെ എതിർവശത്തെ വഴിക്കല്ലിന്റെ മുകളിൽ കുന്തിച്ചിരിക്കും. അപ്പോൾ അവനെ അനുസരണയുള്ള ഒരു നായയെ പോലെ തോന്നിക്കും.

വീട്ടിലെ ഏകമുറിയിൽ ചട്ടയുടെ വാൽ ഞൊറിഞ്ഞു ഉടുക്കുകയോ മുടി ചീകിക്കെട്ടുകയോ ചെയ്യുകയാവും വല്യമ്മിച്ചി അപ്പോൾ. അന്തപ്പന്റെ ചുളുങ്ങിയ മുതുകിനു പിന്നിലൂടെ അവരുടെ വെളുത്ത വട്ടമുഖം എത്തിനോക്കും.

'കർത്താവേ അവനെത്തിയോ?'

വല്യമ്മിച്ചിയുടെ ശബ്ദം കേൾക്കുമ്പോൾ പ്രാഞ്ചി ഹാജർ വെക്കുന്നതു പോലെ ഒന്നെണീറ്റ് നിന്ന് പിന്നെയും പഴയപടി കല്ലിൽ ഇരിക്കും. സെക്കൻഡുകൾ നീങ്ങുന്നതനുസരിച്ച് അവന് അക്ഷമ കൂടിക്കൂടിവരും.

പതിനെട്ട് വയസ്സായെങ്കിലും അഞ്ചു വയസുകാരന്റെ ബുദ്ധിയെ ഉള്ളു പ്രാഞ്ചിക്ക്. പാണ്ടൻ ലോറപ്പന്റെ ചായക്കടയുടെ മുന്നിലെ റോഡിന്റെ എതിർവശത്തുള്ള ഗ്രാമച്ചന്തയിലെ ഉണ്ട റാവുത്തരുടെ അരിക്കടയിൽ അരിച്ചാക്ക് ചുമക്കലാണ് തൊഴിൽ. പത്തു വയസുള്ളപ്പോൾ കടയിൽ പണിക്ക് പോയിത്തുടങ്ങിയതാണ് പ്രാഞ്ചി. ഉറച്ച മസിലുകൾ. വിരിഞ്ഞ നെഞ്ച്. അല്പം പോലും മാംസം തൂങ്ങാത്ത വടിവൊത്ത ശരീരം. ഒരു ദിവസം മുഴുവനും കാളയെപ്പോലെ പണിയെടുക്കും. അഞ്ചുപേർ പിടിച്ചാൽ പൊങ്ങാത്ത കരിങ്കല്ല് ഒറ്റക്ക് പൊക്കുന്നത് ഒരിക്കൽ സേവി നേരിട്ടു കണ്ടതാണ്. പക്ഷെ, ബുദ്ധി കൊണ്ട് ഉറുമ്പിന്റെയത്ര പോലുമില്ല.

വെളുത്ത ചട്ടയും മുണ്ടും ഉടുത്ത് ചട്ടയുടെ മേൽ കടും പച്ചനൂൽ കൊണ്ട് പൂക്കൾ തുന്നിയ കവിണി പുതച്ച് കൊഴുക്കട്ട വല്യമ്മിച്ചി മുറ്റത്തേക്കിറങ്ങും. അപ്പോളും അന്തപ്പന്റെ കറുത്തു കരുവാളിച്ച വിരലുകൾക്കിടയിൽ അറ്റം ചുവന്ന ബീഡി മൂന്നാം കണ്ണു പോലെ എരിയുന്നുണ്ടാവും. ബീഡിപ്പുക തലക്ക് ചുറ്റും പരന്ന് അയാളുടെ മുഖം അവ്യക്തമായിരിക്കും.

വല്യമ്മിച്ചി വള്ളിക്കുട്ടയെടുത്ത് ഒക്കത്തുവക്കുമ്പോൾ പ്രാഞ്ചി വഴിക്കല്ലിൽ നിന്ന് ചാടിയിറങ്ങി വല്യമ്മിച്ചിക്കു മുന്നിലെത്തി കുട്ട ക്കുള്ളിലിരുന്ന് ചിരിക്കുന്ന കൊഴുക്കട്ടയിലേക്ക് കൊതിയോടെ നോക്കി നിൽക്കും. ഒലിച്ചിറങ്ങുന്ന മൂക്കട്ടയുടെയും ഉമിനീരിന്റെയും മിശ്രിതം പ്രാഞ്ചി ഇടംകയ്യുയർത്തി ഉരം കൊണ്ട് ഇടയ്ക്കിടെ തുടച്ചു കൊണ്ടിരിക്കും. കുട്ടയിൽനിന്ന് രണ്ടു കൊഴുക്കട്ടകൾ എടുത്ത് പ്രാഞ്ചിക്ക് നീട്ടുമ്പോൾ വല്യമ്മിച്ചിയുടെ കണ്ണുകൾ പൂത്ത നക്ഷത്രങ്ങൾ പോലെയിരിക്കും. നരച്ച പീലികളുള്ള കണ്ണുകളിൽ സ്നേഹവാത്സല്യത്തിന്റെ തിളക്കം.

'ഇന്നാടാ. കൊതിയാ.. കൊണ്ടുപോയി തിന്ന്....'

വല്യമ്മിച്ചിയുടെ കയ്യിൽ നിന്ന് കൊഴുക്കട്ട രണ്ടും ആർത്തി യോടെ വാങ്ങി ഒരു കൊഴുക്കട്ട ഷർട്ടിന്റെ കീറിയ പോക്കറ്റിൽ തിരുകി മറ്റേ കൊഴുക്കട്ട തിന്നും കൊണ്ട് പ്രാഞ്ചി ഒറ്റയടി പ്പാതയിലൂടെ ഉറക്കെ കൂവിക്കൊണ്ട് ഓടും. അവന്റേത് മാത്രമായ, ആർക്കും തിരിയാത്ത ഭാഷയിൽ പറഞ്ഞുകൊണ്ട്.

'കൊഴുക്കട്ട വല്യമ്മിച്ചി വരുന്നുണ്ടേ... കൊഴുക്കട്ട വല്യമ്മിച്ചി വരുന്നുണ്ടേ...'

പിൽക്കാലത്ത് ഹാംലിനിലെ കുഴലൂത്തുകാരനെ വായിച്ചപ്പോൾ സേവി പ്രാഞ്ചിയെ ഓർത്തു. വീട്ടിനുള്ളിൽ പഠിച്ചു ധാരയിലെന്നോണം വീട്ടുവേലിക്കലേക്ക് ആകർഷിച്ചു കൊണ്ടു വന്ന കുഴലില്ലാത്ത ആ കുഴലൂത്തുകാരനെ. ഒരു കിളിപ്പാട്ടു പോലെ അയത്നലളിതമായ ഈണം എത്ര ശ്രമിച്ചിട്ടും അതേ താളത്തിൽ ഓർമ്മിച്ചെടുക്കാൻ സേവിക്ക് കഴിഞ്ഞില്ല. ശുദ്ധമായ പുഴവെള്ളം പോലെ നേർമയും തെളിമയും ഉള്ളതായിരുന്നു എന്ന് മാത്രം പ്രാഞ്ചിയുടെ ശബ്ദത്തെക്കുറിച്ച് അയാളോർത്തു.

എത്ര പെട്ടെന്നാണ് വീട്ടുവേലിക്കൽ കുഞ്ഞുമുഖങ്ങൾ നിറയുന്നത്. വേലിക്കരികിൽ അമ്മമാർ നട്ടുനനച്ചു വളർത്തുന്ന മനോഹര സൂനങ്ങൾ പോലെ. വേലിക്കൽ നിന്ന കുട്ടികൾക്കെല്ലാം വല്യമ്മിച്ചിയുടെ വകയായി കൊഴുക്കട്ടയും കുഞ്ഞു തലോടലും ചിലപ്പോൾ നെറുകയിൽ ഒരുമ്മയും കിട്ടി. മേരിക്കുഞ്ഞിനും കിട്ടിയിട്ടുണ്ട് ചിലപ്പോളൊക്കെ കൊഴുക്കട്ട മധുരം കിനിഞ്ഞ ഉമ്മ. രാസ്നാദിപ്പൊടിയും വിയർപ്പും കൂടിക്കുഴഞ്ഞ് ഒന്നായ മണമാണ് വല്യമ്മിച്ചിയുടെ ചുംബനത്തിനെന്ന് ജീപ്പിലിരുന്ന് അവൾ ഓർത്തു.

ആ സമയം കൊണ്ട് പ്രാഞ്ചി മലയിറങ്ങിക്കഴിഞ്ഞിരിക്കും. വലിയ കാലുകൾ നീട്ടിവച്ച് നിമിഷനേരം കൊണ്ടാണ് അവൻ മലയിറങ്ങി ലോറപ്പന്റെ കടയിൽ എത്തുന്നത്. മൂന്നു ചുവടുകൾ കൊണ്ട് സ്വർഗ്ഗവും ഭൂമിയും പാതാളവും അളന്നുതീർത്ത ദേവനെപ്പോലെ.

മുഖത്തും വിരൽ മുട്ടുകളിലും വെള്ളപ്പാണ്ടുള്ള ലോറപ്പൻ, ചതുരൻ പ്ലാസ്റ്റിക്ക് പാത്രത്തിൽ നിറച്ചുവെച്ച, ഗ്ലാസ്സുകൾ കഴുകിക്കഴുകി കറുത്ത വെള്ളത്തിൽ ഗ്ലാസ് മുക്കുകയോ ഉയർത്തിപ്പിടിച്ച വലം കൈവിരലിൽ തൂക്കിയിട്ട വലിയ കപ്പിൽ നിന്ന് മറുകൈയിൽ പിടിച്ച ഗ്ലാസിലേക്ക് ചായ കൊണ്ടൊരു മഴവിൽരേഖ തീർക്കുകയോ ആയിരിക്കും. കടയിൽ ഇരുന്ന് ഉറക്കെ രാഷ്ട്രീയം ചർച്ചചെയ്തു കൊണ്ടിരുന്ന ഉമ്മറോ ബാലാനന്ദനോ ആരെങ്കിലും പറയും

'ലോറപ്പോ, കൊഴുക്കട്ടയുടെ പൈലറ്റ് വരുന്നുണ്ട്'

അപ്പോൾ ലോറപ്പൻ ചെയ്തുകൊണ്ടിരുന്ന പ്രവർത്തി പാതി വഴിയിൽ അവസാനിപ്പിച്ച് പുറത്തേക്ക് ചാടിയിറങ്ങി റോഡിൽ നിന്ന് കൈപ്പത്തി വിടർത്തി കണ്ണുകൾക്ക് മുകളിൽ വച്ച് വഴിയുടെ അറ്റത്തേക്ക് നോക്കി നിൽക്കും. വഴിയുടെ അറ്റത്ത് അപ്പോൾ

സൂര്യൻ മഞ്ഞിനെ തുരത്താൻ ആരംഭിച്ചിട്ടുണ്ടാവും. ചായക്കടയുടെ മുകളിലിരുന്ന് ഒരു കാക്ക ചുണ്ടുകൾ കഴുക്കോലിൽ ഉരച്ച് അക്ഷമ കാട്ടും. വഴിയുടെ തുമ്പത്ത് വല്യമ്മിച്ചിയുടെ ശരീരം പ്രത്യക്ഷപ്പെടുമ്പോൾ ലോറപ്പൻ ഉത്സാഹിക്കും.

'വരണൊണ്ട് ഉമ്മറെ... ഇപ്പ തരാ... ഒന്ന് വേഗം വാ... എന്റെ കൊഴുക്കട്ടേ'

ലോറപ്പനെ കാണുമ്പോൾ വല്യമ്മിച്ചി നടപ്പിന് വേഗം കൂട്ടും. ആവേശവും കിതപ്പും അല്പം കൂടി കൂടും. ചട്ട വിയർപ്പിൽ ഒട്ടും.

'ദാ വരാണ്..'

വല്യമ്മിച്ചി ലോറപ്പന്റെ അടുത്തെത്തിക്കഴിയുമ്പോൾ വള്ളിക്കുട്ട പിടിച്ച് താഴേക്ക് വച്ച് ആവശ്യത്തിലധികം കുനിഞ്ഞ് അയാൾ ചോദിക്കും.

'നാട്ടുക്കാർക്ക് മുഴുവൻ കൊടുത്തുകഴിഞ്ഞ് ഈ പാവം ലോറപ്പന് വല്ലോം കാണുവോ എന്തോ?'

* * *

മുറ്റത്ത് പന്തലിൽ കരിവീട്ടിയുടെ നിറമുള്ള പെട്ടിയിൽ കിടത്തിയ വല്യമ്മിച്ചിയുടെ മൃതശരീരത്തിനു മുന്നിൽ നിശബ്ദ പ്രാർത്ഥന അർപ്പിച്ച് സേവിയും മേരിക്കുഞ്ഞും അൽപനേരം നിന്നു. തലക്കൽ സ്വർണ്ണക്കുരിശ്. വെളിച്ചം പകർന്ന് സ്വയം ഉരുകി വീഴുന്ന മെഴുതിരികൾ. കത്തിയെരിയുന്ന ചന്ദനത്തിരികൾ.

വല്യമ്മിച്ചിയെ അവസാനമായി കാണാൻ പരിചയക്കാർ വന്നും പോയുമിരുന്നു. പലതും സേവിക്ക് പരിചയമുള്ള മുഖങ്ങൾ. ഒരു വൃത്തം പൂർത്തിയായിരിക്കുന്നു. സേവി സ്വയമെന്നപോലെ പറഞ്ഞു. ജന്മത്തിൽ നിന്നാരംഭിച്ച് മരണത്തിൽ പൂർത്തീകരിക്കുന്ന ജീവിതവൃത്തം.

സേവി പറമ്പിന്റെ ചുറ്റുപാടും കണ്ണോടിച്ചു. കവുങ്ങിൽ നിന്ന് തെങ്ങിലേക്ക് വലിച്ചുകെട്ടിയ അയയിൽ വല്യമ്മിച്ചി രാവിലെ തിരുമ്മിയിട്ട ചട്ടയുടെയും മുണ്ടിന്റെയും വെള്ളം തോർന്നിട്ടില്ല. കവുങ്ങിന്റെ നേരിയ തണലിൽ ഇഴപൊട്ടിയ കസേരയിൽ ഇരിക്കുന്ന ലോറപ്പൻ. വിരലുകളിൽ ഒതുങ്ങി നിന്നിരുന്ന വെള്ളപ്പാണ്ട് ശരീരം മുഴുവൻ പടർന്നിരിക്കുന്നു. കസേരക്കയ്യിൽ ചാരിനിൽക്കുന്ന അയാളുടെ ഊന്നുവടി. കാലം അയാൾക്ക് നൽകിയ കൃത്രിമകാൽ. വെള്ളനിറമുള്ള ചുണ്ടുകൾ വിടർത്തിയും ചുരുക്കിയും ലോറപ്പൻ എന്തോ ആലോചനയിലാണ് അയാളുടെ ഓർമകൾക്ക് ചൂടുള്ള കൊഴുക്കട്ട ഗന്ധമായിരിക്കണം.

സേവി ശബ്ദം താഴ്ത്തി മേരിക്കുഞ്ഞിനോട് ചോദിച്ചു

'വല്യമ്മിച്ചി ഉണ്ടാക്കുന്ന കൊഴുക്കട്ടക്ക് എങ്ങിനെയാ ഇത്ര സ്വാദുണ്ടായത്? അറിയാമോ?'

മേരിക്കുഞ്ഞ് അറിയാത്തതു പോലെ സേവിയെ നോക്കി ചിരിച്ചു.

'സ്നേഹം. കൊഴുക്കട്ടയിൽ വല്യമ്മിച്ചി ഒരു സ്പൂൺ സ്നേഹം ചേർത്തിരുന്നു. സ്നേഹമില്ലാത്ത ഭക്ഷണം, അതെത്ര മധുരമായാലും വേഗം മടുക്കും.'

സത്യമാണെന്ന് മേരിക്കുഞ്ഞിന് തോന്നി. അവൾ അവനെ നോക്കി. സേവിയുടെ കണ്ണുകൾ എന്തോ ഓർത്ത് വല്ലാതെ തിളങ്ങി. അപ്പോൾ അവന് ഒരു തത്വജ്ഞാനിയുടെ മുഖമായിരുന്നുവെന്ന് മേരിക്കുഞ്ഞ് കണ്ടു.

വല്യമ്മിച്ചിക്ക് അവസാന യാത്ര തിരിക്കുവാനുള്ള സമയം അടുത്തു കൊണ്ടിരിക്കുന്നു. കൂടുതൽ തീക്ഷ്ണമാവുന്ന പ്രാർത്ഥനകൾ. ഉയർന്നുവരുന്ന കരച്ചിലുകളുടെ ശബ്ദങ്ങൾ.

വീട്ടുവരാന്തയിൽ തന്റെ ചാരുകസേരയിൽ പതിവ് ഇരുപ്പിരിക്കുകയാണ് അന്തപ്പൻ. ബീഡി കയ്യിലില്ലായിരുന്നെങ്കിലും ഉള്ളതു പോലെ അയാൾ വിരലുകൾ പിടിച്ചിരിക്കുന്നു

ചരമഗാനത്തിന്റെ ശോകമൂകമായ ഈരടികൾ കൂടുതൽ ഉച്ചത്തിലായിത്തുടങ്ങി. അതിനും മീതെ സ്വന്തക്കാരുടെ തേങ്ങലുകൾ.

വല്യമ്മച്ചിയുടെ മകൻ അഗസ്റ്റിൻ വന്ന് സേവിയുടെ കൈ പിടിച്ചു. ഐസ് കൊണ്ട് നിർമ്മിച്ച കൈപ്പത്തി പോലെ ഭയപ്പെടുത്തുന്ന തണുപ്പ് പടർന്ന അഗസ്റ്റിന്റെ കൈ. അമ്മമാർ മരിക്കുന്ന ദിവസം എല്ലാ മക്കളുടെയും ശരീരം ഇങ്ങനെയായിരിക്കും. കൊടും തണുപ്പിൽ ഒറ്റപ്പെട്ടു പോയവന്റെ മനസും ശരീരവും. ഇരുൾ മൂടിയ പൊട്ടക്കിണർ പോലെ അഗസ്റ്റിന്റെ കണ്ണുകൾ. തണുത്തുറഞ്ഞ അവന്റെ ശബ്ദം.

'ഒന്നും ഉണ്ടാരുന്നില്ല. കൊഴുക്കട്ടേം കൊണ്ട് ഇറങ്ങാൻ പോവാരുന്നു. പെട്ടെന്ന് ഒരു നെഞ്ചുവേദന വന്ന് കുട്ട അരമതിലിൽ വച്ചു വരാന്തയിൽ ഇരുന്നു.' അരമതിലിൽ ഇരുന്ന കൊഴുക്കട്ടകൾ നിറഞ്ഞിരുന്ന കുട്ടയിൽ നോക്കി അഗസ്റ്റിൻ നെടുവീർപ്പിട്ടു. സേവിയുടെയും മേരിക്കുഞ്ഞിന്റെയും കണ്ണുകൾ കുട്ടയിൽ തടഞ്ഞുനിന്നു. കുട്ടയിൽ തൊട്ടുനോക്കിയാൽ ഇപ്പോളും ചൂടുണ്ടാകും. വല്യമ്മിച്ചിയുടെ ശരീരത്തിന്റെ ചൂട്. നനുത്ത വിരലുകളുടെ പാട് കുട്ടയുടെ അടിവശത്ത് ഇപ്പോളും.

അച്ചനും കപ്യാരും വരുന്നത് കണ്ടപ്പോൾ അഗസ്റ്റിൻ സേവിയുടെ കൈവിട്ട് ഓടിപ്പോയി.

ദൂരെ നിന്ന് പ്രാഞ്ചി പന്തലിലേക്ക് ഓടി വരുന്നതു കണ്ടു. പ്രാഞ്ചിയെ കണ്ട് വരാന്തയിലെ ചാരുകസേരയിൽ ഇരുന്നിരുന്ന അന്തപ്പൻ ദൈനംദിന ഓർമയിൽ അകത്തേക്ക് തലതിരിച്ചു

'തങ്കമ്മേ.. പ്രാഞ്ചി വന്നൂട്ടോ....'

അങ്ങിനെ പറഞ്ഞതിന് ശേഷമായിരിക്കണം തന്റെ ഭാര്യ മരിച്ചുകിടക്കുകയാണെന്നും അവൾക്ക് അന്ത്യയാത്രക്കുള്ള സമയം അടുത്തെന്നും അയാൾ ഓർത്തത്. അതിഭീകരമായ യാഥാർഥ്യത്തിൽ അന്തപ്പൻ ഒന്ന് നടുങ്ങുന്നത് മേരിക്കുഞ്ഞ് കണ്ടു.

പ്രാഞ്ചി വഴിക്കല്ലിന്മേലിരുന്ന് എല്ലാവരെയും നോക്കി. അവന്റെ സമീപം തട്ടാത്തി അന്നമ്മ അവന്റെ തോളിൽ കൈകൾ അമർത്തി നിന്നിരുന്നു. ഒറ്റനോട്ടത്തിൽ അവരെ കുതിരയുടെ കടിഞ്ഞാൺ പിടിച്ചു നിൽക്കുന്ന കുതിരക്കാരിയെപ്പോലെ തോന്നിച്ചു.

പ്രാഞ്ചിയെന്ന ഫ്രാൻസിസ് സേവ്യറുടെ കോലൻ മുടികളിൽ കാലം വെളുത്ത ചായം പൂശിയിരിക്കുന്നു. അവനെ നോക്കി നിൽക്കുമ്പോൾ തട്ടാത്തി അന്നമ്മയുടെ മകൻ ഫ്രാൻസിസ് സേവ്യറിൽ നിന്ന് പിയട്രോ ബെർണാഡോണിന്റെ മകൻ ഫ്രാൻസീസിലേക്ക് അധികം ദൂരമില്ലെന്ന് തോന്നി. പൊട്ടൻ പ്രാഞ്ചിയും അസീസിയിലെ വിശുദ്ധ ഫ്രാൻസിസും എവിടെയൊക്കെയോ പരസ്പരം പുണരുന്നുണ്ട്.

പുരോഹിതന്റെ പ്രാർത്ഥനകൾക്ക് ശേഷം നാലഞ്ചുപേർ ചേർന്ന് വല്യമ്മിച്ചിയുടെ മൃതദേഹം വഹിച്ച പെട്ടി പുറത്തെടുത്തു റേന്ത ധരിച്ച് കുരിശുകൾ പിടിച്ച ആളുകൾക്കു പിന്നാലെ നടന്നു.

മൃതദേഹവും വഹിച്ചുകൊണ്ട് പള്ളിയിലേക്കുള്ള വിലാപയാത്രയിൽ സേവിയും മേരിക്കുഞ്ഞും അണിനിരന്നു. തുടർച്ചയായി വിളിച്ചു കൊണ്ടിരുന്ന മാർട്ടിന്റെ കോൾ മേരിക്കുഞ്ഞ് കട്ട് ചെയ്തു. പ്രാഞ്ചി വിലാപയാത്രക്ക് മുൻപേ ഓടി.

'കൊഴുക്കട്ട വല്യമ്മിച്ചി വരുന്നുണ്ടേ... കൊഴുക്കട്ട വല്യമ്മിച്ചി വരുന്നുണ്ടേ...'

വല്യമ്മിച്ചിയുടെ അവസാനയാത്ര കാണാൻ വഴിക്കിരുവശവുമുള്ള വീടുകളിലെ ആബാലവൃദ്ധം കാത്തു നിന്നിരുന്നു.

ചരിത്രം ചെറിയ വ്യത്യാസങ്ങളോടെ ആവർത്തിക്കുന്നത് മേരിക്കുഞ്ഞ് അറിഞ്ഞു. വല്യമ്മിച്ചിയുടെ വരവറിയിച്ചുകൊണ്ട് പ്രാഞ്ചി മുന്നേ ഓടിക്കഴിഞ്ഞു. വല്യമ്മിച്ചിയെ കാണാൻ വീടുകൾക്കു മുന്നിൽ ആളുകൾ നിരന്നുകഴിഞ്ഞു. പക്ഷെ നരച്ച ഓടുകളുണ്ടായിരുന്ന, നിറയെ ചെടികളുണ്ടായിരുന്ന കുഞ്ഞുവീടുകൾക്ക് പകരം ഇന്ന് രണ്ടുനില വീടുകൾ. ഒറ്റച്ചെടി പോലുമില്ലാത്ത

ടൈലുകൾ പാകിയ മുറ്റങ്ങൾ. ഉയരമുള്ള മതിലുകളും ഇരുമ്പു ഗേറ്റും. ഗേറ്റുകളിൽ നിൽക്കുന്ന കുട്ടികൾക്ക് കീറാത്ത പളപളാ മിന്നുന്ന ഉടുപ്പുകൾ.

താഴെപ്പള്ളിയുടെ സിമിത്തേരിയിൽ അടക്കം കഴിഞ്ഞ് പോരുമ്പോൾ നളിനാക്ഷന്റെ മകൻ മുരളിയുടെ ചായക്കടയിൽ നിന്ന് അവർ ചായ കുടിച്ചു. രണ്ടുപേർ ഒരു ഫ്ളെക്സ് ബോർഡ് കൊണ്ടുവന്ന് സ്കൂൾ ഗേറ്റിനു മുന്നിൽ വച്ചു. ബോർഡിൽ കൊഴുക്കട്ട വല്യമ്മിച്ചിയുടെ ചിരി തൂകുന്ന മുഖം. സ്കൂളിലെ ആദ്യകാല വിദ്ധ്യാർത്ഥിയായിരുന്ന കെ ടി തങ്കമണിക്ക് ആദരാഞ്ജലികൾ എന്ന് താഴെ ചുവന്ന അക്ഷരത്തിൽ.

തിരിച്ചു പോരുമ്പോൾ ഉച്ചയായിരുന്നു. നഗരത്തിലേക്ക് പ്രവേശിക്കുന്ന ഭാഗത്ത് എത്തിയപ്പോൾ സേവി ജീപ്പ് റോഡരികിലെ മരത്തണലിലേക്ക് ഒതുക്കി നിറുത്തി ജീപ്പിൽ നിന്നിറങ്ങി മേരിക്കുഞ്ഞിനെ ക്ഷണിച്ചു.

'ഇറങ്ങി വാ ഇവിടെ ഇത്തിരി ജോലിയുണ്ട്.'

ഇരുപത്തിയൊന്ന്

ഭ്രാന്തെടുത്തു പായുന്ന നഗരത്തിന്റെ പുറം പൊള്ളിക്കുന്ന ഉച്ചച്ചൂടിലേക്ക് കാൽവെക്കുമ്പോൾ മേരിക്കുഞ്ഞ് സേവിയുമൊത്ത് നടത്തിയ മുൻയാത്രകളെക്കുറിച്ച് ഓർത്തുപോയി. സേവിയുടെ കൂടെ നടത്തിയ ഓരോ യാത്രയും വലിയ അത്ഭുതങ്ങളായിരുന്നു. ഓരോ കാൽവയ്പും വിസ്മയങ്ങൾ.

ജീപ്പിന്റെ പിൻവശത്തുള്ള അരവാതിലിന്റെ കൊളുത്ത് നീക്കുകയായിരുന്നു സേവി. അവന്റെ നീണ്ട മൂക്ക്. ഒതുങ്ങിയ കവിളുകൾ. തോളിലേക്ക് വീണുകിടക്കുന്ന മുടി എല്ലാം അവളിൽ കൗതുകം സൃഷ്ടിച്ചു. ചിലപ്പോ അവൾക്ക് തോന്നാറുണ്ട് സേവി ഒരു മാന്ത്രികനാണെന്ന്. തന്റെ മാന്ത്രിക തൊപ്പിയിൽ നിന്ന് അത്ഭുതങ്ങൾ വിരിയിച്ചെടുക്കുന്ന മാന്ത്രികൻ.

ഇന്നെന്താണാവോ സേവിയുടെ പുതിയ മാജിക് എന്നോർത്തു നിൽക്കുമ്പോൾ അവൻ ജീപ്പിന്റെ പച്ചനിറമുള്ള അരവാതിൽ തുറന്നു വെച്ച് പിന്നിലെ പോക്കറ്റിൽ നിന്ന് ടൗവലെടുത്ത് വിരലുകൾ തുടച്ച് മേരിക്കുഞ്ഞിനെ നോക്കി ഇടത്തെ പുരികം ഉയർത്തിച്ചിരിച്ചു.

'തുടങ്ങാം മേരിക്കുഞ്ഞേ?'

എന്താണ് തുടങ്ങേണ്ടത് എന്ന് മനസിലായില്ലെങ്കിലും അവൾ തല ചലിപ്പിച്ച് തുടങ്ങാം എന്ന് പറഞ്ഞു.

തലയ്ക്കു നേരെ മുകളിൽ എത്തി സൂര്യൻ അവളുടെ നെറുകയിൽ കുത്താൻ തുടങ്ങിയിരുന്നു. ഉച്ചവെയിൽ കാഞ്ഞു കിടക്കുന്ന മുതലയെപ്പോലെ അല്പം ദൂരെയായി റെയിൽവേ മേൽപ്പാലം. പാലത്തിനു മുകളിൽ അപ്പുറത്തെ അറ്റത്തേക്കിറങ്ങാൻ ഊഴം കാത്തു കിടക്കുന്ന വലുതും ചെറുതുമായ വാഹനങ്ങളുടെ നിര. പലനിറങ്ങളുള്ള വാഹനങ്ങളാൽ തീർക്കപ്പെട്ട ഒരു മഴവില്ല്.

ഉച്ചവെയിലിന്റെ കൊത്തിപ്പറിക്കുന്ന ചൂട് പുറത്തും കൊഴുക്കട്ട വല്യമ്മിച്ചിയുടെ മരണം ഉണ്ടാക്കിയ മരവിപ്പ് അകത്തും ഒരു പോലെ പ്രവർത്തിച്ച് മേരിക്കുഞ്ഞിനെ തളർത്തിയിരുന്നുവെങ്കിലും ജിജ്ഞാസ നിറഞ്ഞ മിഴികളാൽ അവൾ സേവിയുടെ അടുത്ത നിർദ്ദേശത്തിന് കാത്തു നിന്നു.

ജീപ്പിന്റെ ഇരിപ്പിടങ്ങൾക്കിടയിൽ ഇരുന്നിരുന്ന ഒരു മേശയുടെ മുകൾഭാഗം അവളുടെ ശ്രദ്ധയിൽ പെട്ടു. സേവി അതിന്റെ ഒരു

വശത്തു പിടിച്ചു കൊണ്ട് മേരിക്കുഞ്ഞിനെ നോക്കി.

'പിടിക്കെടീ...'

ജീവിതത്തിലിന്നേവരെ ഒരു കുഞ്ഞു പാത്രം പോലും എടുത്തിട്ടില്ലാത്ത മേരിക്കുഞ്ഞ് മേശയുടെ എതിർ വശത്ത് പിടിച്ചു. മേശമേലുള്ള അവളുടെ പിടുത്തം കണ്ട് സേവിക്ക് ചിരിയാണ് വന്നത്.

'തുമ്പിയെ പിടിക്കുന്നത് പോലെയല്ല.. അമർത്തി പിടിക്ക്...'

എന്തിനാണിത് ചെയ്യുന്നതെന്ന് പിടികിട്ടിയില്ലെങ്കിലും മേശയുടെ മുകൾഭാഗം ജീപ്പിൽ നിന്ന് താഴെ റോഡിലിറക്കിവെക്കാൻ അവൾ സേവിയെ സഹായിച്ചു.

കാറ്റിൽ തണൽമരത്തിൽ നിന്ന് കുരുന്നിലകൾ അവർക്കു മേൽ ഉതിർന്നുവീണു. അവരെ തരിമ്പും ഗൗനിക്കാതെ വാഹനങ്ങൾ പുഴയിലൂടെന്ന വണ്ണം റോഡിലൂടെ ഒഴുകിപ്പോയി.

മേശയുടെ മുകൾ ഭാഗം നാലുവരിപ്പാതയുടെ അരികിലെ തണൽമരത്തിന്റെ തടിയിൽ ചാരി വെച്ചപ്പോൾ മേരിക്കുഞ്ഞ് ശരിക്കും ക്ഷീണിച്ചുപോയി. ഇരുകൈകളും ഇടുപ്പിൽ കുത്തിനിന്ന് കിതപ്പോടെ ഇനി എന്താണെന്ന് അവനോട് മൗനമായി ചോദിച്ചു.

'ഹോ... അപ്പോളേക്കും ക്ഷീണിച്ചോ?'

'പിന്നേ... മേശ ചുമക്കലല്ലേ എന്റെ പണി... ഒന്നു പോടാ...'

മേരിക്കുഞ്ഞ് മുഖം കോട്ടിപ്പറഞ്ഞു. സേവി ജീപ്പിന്റെ സീറ്റിനടിയിൽ നിന്ന് നാലു മേശക്കാലുകൾ വലിച്ചെടുത്ത് ഓരോന്നായി മേശമേൽ പിടിപ്പിച്ചു. കാലുകൾ അതാത് സ്ഥാനങ്ങളിൽ ഉപവിഷ്ടരാവുന്നതും അതൊരു വട്ടമേശയായി രൂപാന്തരപ്പെടുന്നതും മേരിക്കുഞ്ഞ് കണ്ടു. അവളുടെ അത്ഭുതം ഒരുപടി കൂടി ഇരട്ടിപ്പിച്ചു കൊണ്ട് മരത്തണലിലേക്ക് നീക്കിയിട്ട മേശയിലേക്ക് സേവി ജീപ്പിൽ നിന്ന് ഒരു വലിയ സ്റ്റീൽ പാത്രവും രണ്ടുമൂന്ന് ചെറിയ പാത്രങ്ങളും എടുത്ത് വെച്ചു.

'ഇതെന്തൊക്കെയാ?'

മേരിക്കുഞ്ഞ് ജിജ്ഞാസയോടെ ചോദിച്ചു. സേവി അവളുടെ ചോദ്യം ശ്രദ്ധിച്ചതു പോലുമില്ല. മേശപ്പുറത്ത് അടുക്കിവച്ചിരുന്ന സ്റ്റീൽ പാത്രങ്ങൾ വിരൽ തൊട്ട് എണ്ണുകയായിരുന്നു അവൻ. മേരിക്കുഞ്ഞ് കൂട്ടത്തിൽ വലിയ പാത്രം തുറന്നു. പാത്രത്തിൽ നിറയെ ചോറായിരുന്നു. പൂ പോലെയുള്ള വെളുത്ത ചോറ്.

'ഇതെന്താ ചോറോ?'

പാത്രമടച്ചുവച്ച് മേരിക്കുഞ്ഞ് സേവിക്കു നേരെ തിരിഞ്ഞു. സേവി ചെറിയ കറിപ്പാത്രത്തിൽ നിന്ന് അല്പം നാരങ്ങാ അച്ചാർ

സ്പൂണിൽ കോരിയെടുത്ത് മേരിക്കുഞ്ഞിന്റെ കൈവെള്ളയിൽ ഇറ്റിച്ചു.

'അച്ചാറോ? ഇവിടിരുന്ന് ചോറ് കഴിക്കാനാണോ? ഈ ഡേർട്ടി പ്ളേസിൽ ഇരുന്ന്? എനിക്കിതൊന്നും പറ്റില്ല.'

നാരങ്ങാ അച്ചാർ രുചിച്ചുകൊണ്ട് അവൾ സേവിയെ നോക്കി തന്റെ അസംതൃപ്തി അറിയിച്ചു.

അവൾക്ക് ഇപ്പോളും കാര്യങ്ങൾ മനസിലായിട്ടില്ലെന്ന് സേവി അവളുടെ കണ്ണുകളിൽ വായിച്ചു.

അവൾ ഓരോ പാത്രങ്ങളും തുറന്ന് പരിശോധിച്ച് തന്നോടു തന്നെയെന്ന പോലെ പറയുന്നത് അവൻ നേർത്ത പുഞ്ചിരിയോടെ കേട്ടു നിന്നു.

'കാബേജ് കറി, കൂട്ടുകറി, പപ്പടം, ചമ്മന്തി...'

ഇതൊക്കെ എന്തിനാണെന്ന് ചോദിക്കാൻ തുടങ്ങിയപ്പോൾ സേവി അവളോട് വിടർന്നു ചിരിച്ച് പിന്നിലേക്ക് നോക്കൂ എന്ന് ആംഗ്യം കാട്ടി.

മേരിക്കുഞ്ഞ് ഞെട്ടിത്തിരിഞ്ഞ് പുറകോട്ടുനോക്കി. തെരുവിൽ ജീവിക്കുന്ന, വഴിയോരങ്ങളിൽ ഉറങ്ങുന്ന എട്ടുപത്തു മനുഷ്യർ മേശക്കരികിൽ തന്നെ നോക്കി നിൽക്കുന്നത് കണ്ട് അവൾ അമ്പരക്കുകയും അതിലേറെ ഭയപ്പെടുകയും ചെയ്തു.

'ഇവരൊക്കെ?'

കുഞ്ഞുനാഗത്തിന്റെ വണ്ണമുള്ള സ്വർണ്ണമാലയിൽ കോർത്തിട്ടിരുന്ന സ്വർണ്ണക്കുരിശിൽ തള്ളവിരലും ചൂണ്ടുവിരലും കൊണ്ട് അമർത്തിപ്പിടിച്ച് ഉള്ളിൽ സ്വർഗ്ഗസ്ഥനായ പിതാവേ ഉരുവിട്ട് അവൾ ചോദ്യഭാവത്തിൽ തല തിരിച്ച് സേവിയെ നോക്കി. അവന്റെ ഭാഗത്ത് നിന്ന് മറുപടി ലഭിക്കാതെ വന്നപ്പോൾ മുന്നിൽ നിൽക്കുന്ന ആളുകളെ ഒരിക്കൽകൂടി ശ്രദ്ധിച്ചു. മേശക്കരികിൽ നിന്നവരിൽ മൂന്ന് യാചകർ ഉണ്ടായിരുന്നു. രോഗികളും വേശ്യകളും വൃദ്ധരും കുട്ടികളും ഉണ്ടായിരുന്നു. അകാരണമായ ഒരു ഭയത്താൽ സേവിയുടെ പിന്നിലേക്ക് ഒളിച്ച മേരിക്കുഞ്ഞിന്റെ കയ്യിൽ പിടിച്ച് സേവി അവളെ മുന്നോട്ട് നീക്കി നിറുത്തി.

'പേടിക്കണ്ട. അവരാരും നമ്മളെ ഒന്നും ചെയ്യില്ല. പാവങ്ങളാണ്.'

കൂട്ടത്തിൽ നിന്നിരുന്ന ഏകദേശം ഇരുപത്തിയാറ് വയസ് തോന്നിച്ച ഒരു പെണ്ണ് മേരിക്കുഞ്ഞിനെ കറ പുരണ്ട പല്ലുകൾ കാട്ടിച്ചിരിച്ചു. അവളുടെ മുഖത്ത്, കാലത്തിന്റെ ചൂടുകാറ്റേറ്റ് ജീവിതം വരണ്ടുങ്ങിയ ചിരി. മാസങ്ങളായിട്ടുണ്ടാവണം അവളുടെ ചട

പിടിച്ച ശിരസിൽ ജലം വീണിട്ട്. മുഷിഞ്ഞുലഞ്ഞ ഉടുപ്പിന്റെ തുമ്പ് കൊണ്ട് അവൾ വെയിലേറ്റു കരുവാളിച്ച മുഖം അമർത്തിതുടച്ചു. തുടച്ചാലും തുടച്ചാലും പോകാത്ത ദുരന്തജന്മത്തിന്റെ മായാ മുദ്രകൾ. അരികിൽ മകളെന്ന് തോന്നിച്ച പതിനാലുകാരി ഏഴെട്ടു മാസം പ്രായമുള്ള കുട്ടിയെ ഒക്കത്ത് എടുത്തുനിന്നിരുന്നു. കുഞ്ഞിന് വിശക്കുന്നുണ്ടെന്ന് പെൺകുട്ടി സേവിയോട് പറയുന്നുണ്ടായിരുന്നു. മുരടിച്ച ഒരു ചെടിക്കൂമ്പ് പോലെ വാടിനിന്ന പിഞ്ചുകുഞ്ഞിന്റെ മുഖത്തേക്ക് നോക്കിനിൽക്കവേ ഭയത്തിന്റെ കലക്കവെള്ളം മെല്ലെ ഒഴുകിപ്പോയി മേരിക്കുഞ്ഞിൽ സഹാനുഭൂതിയുടെ തെളിഞ്ഞ നീരുറവ പൊട്ടി.

തെരുവുമനുഷ്യർ നീട്ടിപ്പിടിച്ച ഓരോ സ്റ്റീൽ പാത്രങ്ങളിലും രണ്ട് കയിൽ ചോറ് വീതം വീണു. കൂട്ടുകറിയും. ഇതികർത്തവ്യതാമൂഢയെ പോലെ നിന്ന മേരിക്കുഞ്ഞിനോട് സേവി പറഞ്ഞു.

'കാബേജ് വിളമ്പിക്കോ മേരിക്കുഞ്ഞേ....'

മേരിക്കുഞ്ഞ് ആദ്യം കാബേജ് കറി സ്പൂണിൽ എടുത്ത് ചോറ് നിറച്ച പാത്രങ്ങളുടെ അരികിൽ ഇട്ടു. അതിനു ശേഷം ചമ്മന്തി. അച്ചാർ.

മേരിക്കുഞ്ഞിനിത് ജീവിതത്തിലെ ആദ്യത്തെ അനുഭവം. മനുഷ്യന്റെ പ്രാഥമികാവശ്യമായ, അവൾ ഇതേവരെ അറിഞ്ഞിട്ടില്ലാത്ത വിശപ്പെന്ന പ്രതിഭാസത്തിലേക്ക് ഒരു വെളിച്ചം വീശൽ. എരിയുന്ന വയറുകളിലേക്കുള്ള മാമോദീസ. ഇത്രയുംനാൾ ശ്രദ്ധിക്കപ്പെടാതിരുന്ന ഉൾക്കാഴ്ച്ച. സ്നേഹത്തിന്റെ, കരുതലിന്റെ, നന്മയുടെ ഒറ്റഞരമ്പ് സിരകളിൽ മിടിക്കാൻ തുടങ്ങുന്നത് അവൾക്കനുഭവപ്പെട്ടു.

എട്ടുപത്തു വയറുകൾ ആസ്വദിച്ചു ഭക്ഷണം കഴിക്കുകയായിരുന്നു. മരത്തിൽ ചാരിനിന്നും, മരത്തിന്റെ വേരിലിരുന്നും. നാക്കുകൊണ്ട് പല്ലിട കുത്തിയും. മേരിക്കുഞ്ഞിനെയും സേവിയേയും നോക്കിച്ചിരിച്ചും. വിശപ്പകറ്റിയതിന്റെ നന്ദി. കുട്ടീ നിനക്ക് വഴിയരികിലെ അസൗകര്യങ്ങളിൽ ഭക്ഷണം കഴിക്കാനാവാത്തത് വിശപ്പെന്ന കൊടുംഭീകരൻ നിന്റെ ആമാശയത്തെ ഇതുവരെ കാർന്നു തിന്നിട്ടില്ലാത്തത് കൊണ്ടാണെന്ന് ഓരോരുത്തരും തന്നോട് പറയുന്നതുപോലെ അവൾക്ക് തോന്നി. കത്തുന്ന വിശപ്പിന് ഒരു ഡേർട്ടീ പ്ളേസും ബാധകമല്ലെന്നും.

സേവി ഓരോരുത്തരെ കുറിച്ചും മേരിക്കുഞ്ഞിനോട് വിവരിച്ചു. പത്താമത്തെ വയസിൽ ഭിക്ഷാടനത്തിന് ഇറങ്ങിയ മുത്തുവേൽ. സർക്കാർ ഭിക്ഷാടനം നിരോധിച്ചപ്പോൾ ഭിക്ഷാടന മാഫിയ അയാളെ

തള്ളിക്കളഞ്ഞു. വളരെ ചെറുപ്പത്തിലേ വേശ്യയാവേണ്ടി വന്ന ജാനകി. പ്രായം കടന്നുപോയപ്പോൾ ആർക്കും വേണ്ട. ഇരുപത്തിയാറു കാരിയുടെ മകളാണ് പതിനാലുകാരി. പതിനാലു വയസ്സിനുള്ളിൽ എത്രപേർ അവളെ ബലാൽസംഗം ചെയ്തിട്ടുണ്ടെന്ന് അവൾക്കറി യില്ല. അവളുടെ രണ്ടാമത്തെ പ്രസവമാണ്. ആദ്യത്തെ കുട്ടി മരിച്ചു പോയി. അവളുടെ പത്താം വയസിലാണെന്ന് തോന്നുന്നു ആദ്യത്തെ പ്രസവം.

മേരിക്കുഞ്ഞ് കുട്ടിയെ ഹൃദയത്തിൽ നിന്ന് തുളുമ്പിയ വാത്സല്യത്തോടെ നോക്കി. പതിനാലുകാരി അമ്മ അവൾക്ക് ചോറ് ഉടച്ചു വായിൽ വെച്ച് കൊടുക്കുകയാണ്. അച്ഛനാരെന്നറിയാത്ത കുട്ടി റോഡരികിൽ ആകാശത്തേക്ക് നോക്കിക്കിടന്ന് കൈകാലു കൾ അനക്കിക്കളിക്കുന്നു. നീലാകാശം മുഖം ചെറുതാക്കിയും വീർപ്പിച്ചും അവളെ കളിപ്പിക്കുന്നു.

ചോറിനായി വീണ്ടും പാത്രം നീട്ടിയ ഇരുപത്തിയാറുകാ രിയുടെ ജലം വറ്റിയ കിടങ്ങുകൾ പോലുള്ള മിഴികൾ മേരിക്കു ഞ്ഞിന്റെ നെഞ്ചിന്റെ ഉൾഭാഗത്തെവിടെയോ ശക്തിയായി കൊളു ത്തി വലിച്ചു. ഏകദേശം ഒരേ പ്രായത്തിൽ ജീവിക്കുന്ന രണ്ടു പേർ. എന്നാൽ വൈരുദ്ധ്യങ്ങളിൽ തളിർത്ത രണ്ട് ജീവിത ങ്ങൾ. കീറാത്ത ഉടുവസ്ത്രം പോലുമില്ലാത്ത, വിളർത്തൊട്ടിയ, മുഖത്തേക്കാൾ വലിയ മിഴികളുള്ള ഒരു തെരുവുപെണ്ണിന്റെയും, ഭക്ഷണവും വസ്ത്രവും മാത്രമല്ല, എല്ലാം ആവശ്യത്തിലധികമുള്ള മേരിക്കുഞ്ഞിന്റെയും ജീവിതം.

തെരുവിൽ ജീവിക്കുന്നവർക്കെല്ലാം ആൺപെൺ വ്യത്യാസ മില്ലാതെ ഒരേ മുഖവും ശരീരവുമാണെന്ന് അവൾ കണ്ടെത്തി. ഒരുവേള ഇവർക്ക് മുഖങ്ങളോ ശരീരങ്ങളോ ഉണ്ടോ എന്ന് പോലും അവൾക്ക് സംശയം തോന്നാതിരുന്നില്ല. അടിമകളുടേത് പോലെ കുനിഞ്ഞ തോളുകൾ. അദൃശ്യമായ ചങ്ങലകളാൽ കെട്ടപ്പെട്ടിരിക്കുന്നു എന്ന പോലുള്ള കാൽചലനങ്ങൾ. വെളിച്ചവും ഇരുട്ടും ഇവർക്കുണ്ടോ എന്നറിയില്ല. മാറിവരുന്ന ഋതുക്കൾ അവരെ ആശങ്കപ്പെടുത്തുന്നില്ല. വിശപ്പ്, പൊള്ളുന്ന വിശപ്പ്. അത് മാത്ര മായിരിക്കണം ഇവരെ വിഷമിപ്പിക്കുന്നത്. വിശപ്പ് ഏത് ഇരുട്ടിലും ഇവർക്ക് വെളിച്ചം പകരും. ഏത് വഴിയല്ലാത്ത വഴിയിലൂടെയും വിശപ്പ് അവരെ നയിച്ചുകൊണ്ടുപോകും.

നൂറ്റാണ്ടുകൾക്ക് മുൻപ് ആദിമ മനുഷ്യനെ മുന്നോട്ടു നടത്തിയ ഒരേ ഒരു വികാരവും അത് മാത്രമായിരുന്നു. വിശപ്പ്. മനുഷ്യന്റെ ആദ്യത്തെ ജൈവിക ചോദന.

മറ്റെല്ലാ വികാരങ്ങളും അസ്തമിച്ചാലും അണയാത്ത കനൽ. വിശപ്പകറ്റാനുള്ള ശ്രമങ്ങളായിരുന്നു ചരിത്രത്തിലെ ആദ്യത്തെ വഴിവിട്ടുള്ള യാത്ര. ആദ്യത്തെ ആയുധം രൂപപ്പെടുത്തിയതും വിശപ്പകറ്റാൻ ആയിരിക്കണം.

പതിയെപ്പതിയെ അവന്റെ വയർ അവളുടെയും, കുട്ടികളുടേയും വയറുകളിലേക്ക് വളർന്ന് ഒറ്റവയറായി. ഒരാൾക്ക് വിശന്നപ്പോൾ എല്ലാവർക്കും വിശന്നു. അവളുടെ വിശപ്പകറ്റാൻ, കുഞ്ഞുങ്ങളുടെ വിശപ്പകറ്റാൻ അവൻ പരിചയമില്ലാത്ത മേഖലകളിലേക്ക് കടന്നു. പുതിയ പാതകൾ തെളിച്ചു. യുദ്ധം ചെയ്തു. മരിച്ചു. കൊന്നു. അതിജീവിച്ചു. ആധുനിക കാലഘട്ടത്തിലും ഈ ആദിമമനുഷ്യരും എങ്ങിനെയൊക്കെയോ പുലരുന്നുണ്ട്.

ഭിക്ഷക്കാരനായ കുട്ടിയും കുഷ്ഠരോഗിയും വേശ്യയും എല്ലാവരും അനുഭവങ്ങളുടെ തിളക്കുന്ന കടലുകൾ. എല്ലാവരും അവരവരിൽ തന്നെ മഹാ അത്ഭുതങ്ങൾ.

അവൾ എല്ലാവർക്കും കറികൾ വിളമ്പി. ഭക്ഷണം സ്വീകരിക്കുന്നതിനിടയിൽ അനുഗ്രഹം ചൊരിയുന്ന കണ്ണുകളോടെ ഒരു കുഷ്ഠരോഗി സേവിയോട് പറഞ്ഞു.

'അണ്ണാ, പൊണ്ടാട്ടി റൊമ്പ അഴകാരിക്ക്..'

മേരിക്കുഞ്ഞ് നാണിച്ചുപോയി. ഉള്ളിൽ ഒരു വർണ്ണപ്പടക്കം പൊട്ടുന്നത് പോലെ അവൾക്ക് തോന്നി.

സംതൃപ്തരായി ഭക്ഷണം കഴിച്ച് എല്ലാവരും പിരിഞ്ഞു പോയതിനു ശേഷം മേശയും മറ്റുള്ളവയും തിരികെ വെയ്ക്കുന്നതിനിടക്ക് സേവി അവളെ നോക്കി.

'എങ്ങിനെയുണ്ട് ഈ ടാസ്ക്?'

'കുറെ പാപങ്ങൾ തീർന്നു. ഇനിയുമുണ്ടോ ഇതുപോലത്തെ പരിപാടികൾ?'

'ഉണ്ട്, ഇനിയുമുണ്ട്. ഒരു സ്ഥലത്തുകൂടി നിന്നെ ഞാൻ കൊണ്ടുപോകും. അവിടെ വച്ച് ഒരുപാട് നാളായി പറയാൻ മാറ്റി വച്ച കാര്യം നിന്നോട് ഞാൻ വെളിപ്പെടുത്തും.'

ഒരു പ്രൊഫഷണൽ നാടകത്തിന്റെ ഡയലോഗ് പറയുന്ന ഭാവത്തിലാണ് സേവി അത് പറഞ്ഞത്. അതേ ശൈലിയിൽ തന്നെ മേരിക്കുഞ്ഞ് തിരിച്ചടിച്ചു.

'എനിക്കും ഒരു കാര്യം പറയാനുണ്ട്. ഞാനും അത് അവിടെ വച്ച് നിന്നോട് വെളിപ്പെടുത്തും.'

'കാണാം..'

അവൻ ചിരിച്ചു. അവൾ ആവർത്തിച്ചു.

'കാണാം...'

ജീപ്പിൽ ചാരി കൈകൾ കെട്ടിനിന്ന് മുഖത്തോടുമുഖം നോക്കി നിൽക്കുകയായിരുന്നു ഇരുവരും. മുകളിൽ വലിയ മരത്തിന്റെ തണൽ അവർക്ക് കുട പിടിച്ചു. എന്തുകൊണ്ടാണെന്നറിയില്ല, ആ നിമിഷത്തിൽ മേരിക്കുഞ്ഞിന് സേവിയോട് അടക്കാനാവാത്ത പ്രണയം തോന്നിപ്പോയി. ഉള്ളിൽ നയാഗ്രാവെള്ളച്ചാട്ടം പോലെ തിമിർത്തൊഴുകിവന്ന പ്രണയം തുളുമ്പിപ്പോകാതെ അടക്കി വെക്കാൻ അവൾ നന്നേ വിഷമിച്ചു. കണ്ണുകളിൽ നിന്ന് കണ്ണുകൾ പറിക്കാതെ ഇരുവരും പരിസരം മറന്ന് നോക്കിനിന്നു.

എതിർവശത്തു നിന്നുവന്ന ഒരു നീല ബിഎംഡബ്ലിയു കാർ ജീപ്പിൽ ചാരി സേവിയെ പ്രണയപൂർവം നോക്കിനിന്ന മേരിക്കുഞ്ഞിനെ കണ്ട് ഒരു നിമിഷം നിറുത്തിയത് ഇരുവരും അറിഞ്ഞില്ല.

കാറിന്റെ വിൻഡോഗ്ളാസ് മെല്ലെ താഴ്ന്നു. കാറിലിരുന്ന് ആരോ മേരിക്കുഞ്ഞിനെ നോക്കി. കറുത്ത ഫിലിം ഒട്ടിച്ച ഗ്ളാസ് മുകളിലേക്കുയർന്നു. ശരവേഗത്തിൽ നീല ബിഎംഡബ്ലിയു വളവിൽ അപ്രത്യക്ഷമായി.

ഇരുപത്തിരണ്ട്

വൈകുന്നേരം ബാൽക്കണിയിൽ കടലിലേക്ക് നോക്കി ഇരിക്കുകയായിരുന്നു മാർട്ടിൻ. അപ്പുറത്തെ ഫ്ളാറ്റിൽ താമസിക്കുന്ന നഗരത്തിലെ പ്രമുഖ വ്യവസായിയും മാർട്ടിന്റെ നല്ലൊരു സുഹൃത്തുമായ പ്രകാശ് ചന്ദ്രനിൽ നിന്ന് കുറച്ചുമുമ്പ് വന്ന ഒരു ഫോൺ കോളുണ്ടാക്കിയ തിരമാലയിൽ പെട്ട് അയാൾ ദിശ നഷ്ടപ്പെട്ട കപ്പൽ പോലെ ആടിയുലഞ്ഞു.

കാണാൻ ഇഷ്ടപ്പെടാത്ത ഒരു സാഹചര്യത്തിൽ അയാൾ മേരിക്കുഞ്ഞിനെ കണ്ടത്രേ!

ഉത്തരം ലഭിക്കാത്ത പ്രഹേളിക പോലെ കടൽ മാർട്ടിന്റെ മുന്നിൽ പരന്നുകിടന്നു. കടലിനേക്കാൾ വലിയ സമസ്യയായി പ്രകാശ് ചന്ദ്രന്റെ വാക്കുകൾ അയാളുടെ ഉള്ളിൽ ആർത്തിരമ്പി.

സൂര്യൻ കടലിൽ അസ്തമിച്ചു. അതിനേക്കാൾ വളരെ മുൻപേ തന്നെ മാർട്ടിന്റെ ഉള്ളിൽ ഇരുട്ടു വീണിരുന്നു.

* * *

രാത്രിയിൽ, ഒരു ദുർബല നിമിഷത്തിൽ സേവിയോട് പ്രണയം തോന്നിപ്പോയകാര്യം കവിതയോട് പറഞ്ഞ് മേരിക്കുഞ്ഞ് കുറെയേറെ ചിരിച്ചു. ഫോൺ വെച്ചതിനു ശേഷം, പക്ഷെ, അങ്ങിനെയൊരു ചിന്ത അപ്പോൾ തന്നെ അവൾ തിരുത്തുകയും ചെയ്തു. ഞാൻ വിവാഹിതയാവാൻ പോവുന്ന ആളാണ്. ഇവിടെ മറ്റു ചിന്തകൾക്കൊന്നും സ്ഥാനമില്ല.

മുറിയിൽ രാത്രിയുറക്കം കാത്തു കിടക്കുകയായിരുന്നു മേരിക്കുഞ്ഞ്. പതിവില്ലാത്ത വീർപ്പുമുട്ടലിൽ വലഞ്ഞപ്പോൾ എഴുന്നേറ്റു ജനാലപ്പാളികൾ തുറന്നിട്ടു. പുറത്തു പെരുമഴയുടെ ചെണ്ടപ്പെരുക്കം. തിരികെ കട്ടിലിൽ വന്നിരുന്ന് ജനാലക്കു പുറത്ത് വീണുകിടന്ന ഇരുട്ടിലേക്ക് നോക്കി. തുറന്നിട്ട ജനാലയിലൂടെ ഇരച്ചു കയറിയ കാറ്റ് ദേഹം വിറപ്പിച്ചപ്പോൾ കട്ടിലിൽ മടക്കിവെച്ചിരുന്ന പുതപ്പിന് പരതി.

പുതപ്പുകൊണ്ട് മേലാസകലം മൂടി ഇരിക്കുമ്പോൾ അന്നേ ദിവസം സേവിയുമൊത്തുണ്ടായ നിമിഷങ്ങൾ ഓരോന്നോരോന്നായി സിനിമയുടെ ഗാനരംഗമെന്നപോലെ അവളുടെ മനസ്സിൽ ചലിക്കാൻ തുടങ്ങി.

ആത്മനിയന്ത്രണം കൈവിട്ടുപോയ ഏതോ ദുർബല

നിമിഷത്തിലാണ് സേവിയോട് തനിക്ക് അനുരാഗം തോന്നി പ്പോയതെന്ന് മേരിക്കുഞ്ഞ് ഓർത്തെടുത്തു.

രാജ്യത്തിന്റെ പ്രതിരോധം ഉലയുന്ന നിമിഷത്തിൽ തക്കം പാർത്തിരുന്ന് ആക്രമിക്കുന്ന ശത്രുക്കളെപ്പോലെ, മനസ് ചെറു തായൊന്ന് ചാഞ്ചാടിയ വേളയിൽ, പ്രണയം ഒരു തീവണ്ടി പോലെ ഇരച്ചുവന്നു. കണ്ണിണകൾ ചിമ്മിത്തുറക്കുന്ന ശരവേഗ ത്തിൽ. എങ്ങോ പതുങ്ങിയിരുന്ന പോലെ പ്രണയത്തീവണ്ടി.

കൊഴുക്കട്ട വല്യമ്മിച്ചിയുടെ മരണ ചടങ്ങിൽ പങ്കെടുത്ത തിനുശേഷം തെരുവിൽ അലയുന്നവർക്ക് ഉച്ചഭക്ഷണം നൽകി ഏകദേശം മൂന്നു മണിയോടടുപ്പിച്ച് നഗരത്തിൽ മേരിക്കുഞ്ഞിന്റെ കാർ പാർക്ക് ചെയ്തിരുന്ന സ്ഥലത്ത് തിരികെ എത്തിയപ്പോളാ യിരുന്നു പ്രണയത്തീവണ്ടി ധൃതിപിടിച്ച് കടന്നുവന്നത്. അല്ല, അതിനൊക്കെ വളരെ മുൻപേ തന്നെ, അരികുജീവിതങ്ങൾക്ക് ഭക്ഷണം നല്കിക്കഴിഞ്ഞ് മേശയും പാത്രങ്ങളുമെല്ലാം തിരികെ ജീപ്പിൽ അടുക്കിവെക്കുമ്പോളേ ദൂരെനിന്ന് കേൾക്കാമായിരുന്നു അതിന്റെ സൈറൺ.

ജീപ്പിൽ നിന്നിറങ്ങിയതിനുശേഷം കാറിൽ കയറുന്നതിനു മുൻപ് മേരിക്കുഞ്ഞ് സേവിയോട് യാത്ര പറയുകയായിരുന്നു. രണ്ടു വട്ടം യാത്ര പറഞ്ഞിട്ടും, പോകാൻ വട്ടംകൂട്ടിയിട്ടും സേവി ക്കരികിൽ നിന്ന് ശരീരം ചലിപ്പിക്കുവാൻ ആവാത്ത പോലെ മേരിക്കുഞ്ഞിന് തോന്നി. കാലുകൾ ഉറപ്പിച്ച മണ്ണിൽ വേരുപിടിച്ച സസ്യംപോലെ. സുഖകരമായ ഒരു തണുപ്പിന്റെ ആന്തരികാ ലസ്യത്തിൽ അദൃശ്യമായ ചരടിൽ തന്നെ ആരോ കെട്ടിയിട്ടിരി ക്കുന്ന അനുഭവം.

'പൊക്കോട്ടെ സേവീ...?'

'പൊക്കോളൂ...'

അവൾ അനുവാദം ചോദിച്ചു കൊണ്ടിരുന്നു. അവൻ അനു വാദം കൊടുത്തുകൊണ്ടും. പക്ഷെ, പോകുന്നതിൽ നിന്ന് ഒന്നും അവളെ തടയാനില്ലാതിരുന്നിട്ടും അവൾക്ക് പോകാനായില്ല.

മേരിക്കുഞ്ഞ് പോവുകയില്ലെന്ന് അവനും അറിയാമായിരുന്നു. അവനോട് സംസാരിച്ചു കൊണ്ടിരിക്കാൻ, അവന്റെ കണ്ണിൽ കണ്ണെടുക്കാതെ നോക്കിയിരിക്കാൻ മേരിക്കുഞ്ഞ് കൊതിച്ചു. സെക്കൻഡുകൾ നിമിഷങ്ങളും നിമിഷങ്ങൾ മണിക്കൂറുകളുമായി പെരുകിയിട്ടും സേവി അവളുടെ താമരയിതൾ പോലെ വിടർന്ന മിഴികളിൽ അടയിരുന്നു. അവനഭിമുഖമായി തന്റെ കാറിൽ ചാരി അവനെ നോക്കി നിൽക്കുകയായിരുന്നു മേരിക്കുഞ്ഞ്.

പകൽവെളിച്ചം പിന്നിലേക്ക് നടന്നു തുടങ്ങിയിരുന്നു. നക്ഷത്രപ്പൂക്കൾ തുന്നിയ കറുത്ത സാരിത്തുമ്പ് വീശി ത്രിസന്ധ്യ എത്തിയിട്ടും പിരിയാനാവാത്ത രണ്ടു ഹൃദയങ്ങൾ. വാക്കുകൾ കണ്ഠനാളങ്ങളെ വിട്ടു പറന്നിട്ടും വാക്കുകളൊഴിയാത്ത മിഴികൾ. ഹൃദയങ്ങളുടെ ഹരിതാഭമായ അടിവാരങ്ങളിൽ കൊളുത്തി വലിക്കുന്ന നോട്ടങ്ങൾ. മനുഷ്യനിർമ്മിത ഭാഷകളാൽ പൂരിപ്പിക്കാനാവാത്ത ഒരു വാക്ക് അന്തരാത്മാവിൽ പക്ഷിത്തൂവൽ കൊണ്ട് എഴുതപ്പെടുന്നത് അവൾ അറിഞ്ഞു. മേരിക്കുഞ്ഞ് ഇതുവരെ കണ്ടിട്ടില്ലാത്തൊരു സംഗീത ഉപകരണത്തിൽ പ്രപഞ്ചം അതിന്റെ അദൃശ്യവിരലുകളാൽ അതിലോലമായ ഒരു പ്രണയഗീതം മീട്ടാൻ തയ്യാറെടുക്കുന്നു.

പക്ഷെ, കുറച്ചുനേരങ്ങളായി തന്നെ പൊതിഞ്ഞുനിന്ന അതിസുഖദമായ സ്വപ്നാടനത്തിൽ നിന്ന് അവൾ ഞെട്ടിയുണർന്നു. എവിടെയെത്തി എന്നറിയാൻ മമ്മിയുടെ വിളി വന്നപ്പോളായിരുന്നു അത്. ഫോൺ സ്ക്രീനിൽ മമ്മിയുടെ ചിരിക്കുന്ന മുഖം തെളിഞ്ഞപ്പോൾ അവൾ വീണ്ടും മാർട്ടിന്റെ വധുവായി മാറി. അൽപനേരമെങ്കിലും വികാരം തന്നെ കീഴ്പ്പെടുത്തിയതിൽ സ്വയം ലജ്ജിച്ചു കൊണ്ട് മേരിക്കുഞ്ഞ് മമ്മിയുടെയും ഡാഡിയുടെയും മകളെക്കുറിച്ചുള്ള സ്വപ്നങ്ങളെ തെളിച്ചെടുത്തു കൊണ്ട് അവളെ സർപ്പം പോലെ ചുറ്റിപ്പിണഞ്ഞ പ്രണയത്തിൽ നിന്ന് പാലായനം ചെയ്തു.

അതൊക്കെ ഓർത്തുകിടന്ന് ഉറങ്ങിപ്പോയത് മേരിക്കുഞ്ഞ് അറിഞ്ഞില്ല.

*　　　*　　　*

അർദ്ധരാത്രിയിലും മാർട്ടിൻ പ്രകാശിന്റെ വാക്കുകളിൽ എല്ലിൻമുട്ടി കിട്ടിയ മൃഗത്തെപ്പോലെ കെട്ടിമറിയുകയായിരുന്നു. പക്ഷെ ഏതോ ഒരു നിമിഷത്തിൽ വിശ്വപ്രകൃതി അയാളുടെ ഇരുട്ടുമൂടിക്കിടന്ന ഹൃദയവനനിബിഡതയിലേക്ക് വെളിച്ചത്തിന്റെ ഒരു തരി എറിഞ്ഞു. പ്രത്യാശയുടെ ഒരു കിരണം.

മേരിക്കുഞ്ഞും ഒരു മനുഷ്യനല്ലേ. അവൾക്കുമുണ്ടാവില്ലേ ബന്ധങ്ങൾ. സൗഹൃദങ്ങൾ. സാഹോദര്യങ്ങൾ.

മാർട്ടിൻ കിടക്ക വിട്ടെഴുന്നേറ്റ് മുറിയുടെ ജനാലകൾ മലർക്കെ തുറന്നിട്ട് പുറത്തെ പ്രകൃതിയുടെ വിസ്മയങ്ങളെ അകത്തേക്ക് കടന്നുവരുവാൻ അനുവദിച്ചു. കാറ്റ് മുഖത്തടിച്ചപ്പോൾ അയാൾ പുഞ്ചിരിച്ചു.

ഒന്നുമുണ്ടാവില്ല. അവർ തമ്മിൽ വളരെ നല്ലൊരു സൗഹൃദം

മാത്രമാണെന്നെനിക്ക് തോന്നുന്നു. നാളെ രാവിലെ അവളോട് ശാന്തമായി ചോദിച്ചു മനസിലാക്കാം.

തിരികെ വന്ന് കിടന്നപ്പോൾ തന്നെ മാർട്ടിൻ ഉറങ്ങിപ്പോയി. ഉറക്കത്തിൽ അയാൾ മധുരമുള്ള ഒരു സ്വപ്നം കണ്ടു. അയാളും അവളും. അയാളുടെ മടിയിൽ അയാളുടെ അതേ മുഖമുള്ള ഒരാൺ കുട്ടിയും.

* * *

രാവിലെ ഉറക്കത്തിൽ നിന്ന് കണ്ണുകൾ തുറക്കുന്നതിനു മുൻപ് വെളിച്ചം ഉള്ളം തട്ടിത്തുറന്നപ്പോൾ മേരിക്കുഞ്ഞിന്റെ ചുണ്ടിലേക്ക് തലയും വാലുമില്ലാത്ത ഒരു വാചകം വന്നുകയറി.

പ്രണയം തികച്ചും സ്വാഭാവികമായ, ജൈവികമായ ഒരു പ്രക്രിയയാണ്.

പുലർകാലമയക്കത്തിന്റെ കുളിരിൽ അവൾ സ്വയം ന്യായീ കരിക്കാൻ ശ്രമങ്ങൾ നടത്തിക്കൊണ്ടിരുന്നു.

എനിക്ക് സേവിയോട് പ്രണയം തോന്നിയെങ്കിൽ എന്താണ് തെറ്റ്?

ഒരാൾക്ക് വേറൊരാളോട് പ്രണയം തോന്നിയാൽ തോന്നുന്ന യാൾക്കു പോലും അയാളുടെ പ്രണയത്തെ തടഞ്ഞുനിർത്താൻ കഴിയുമെന്ന് തോന്നുന്നില്ല. വിവാഹിതനാണോ അല്ലയോ എന്നത് പ്രണയത്തിന് ബാധകമല്ല. ഭർത്താവെന്നോ ഭാര്യയെന്നോ സുഹൃത്തെന്നോ ഉള്ള പദവികളാൽ പ്രണയത്തിനു അതിർ വരമ്പ് കെട്ടുന്നത് നിരർത്ഥകമാണ്. മറ്റാരോടെങ്കിലും ഒരിക്കൽ പോലും പ്രണയം തോന്നിയിട്ടില്ലാത്ത ഒരു മനുഷ്യൻ ഉണ്ടാകുമോ? ചിലർ വേണ്ടപ്പെട്ടവരുടെ സന്തോഷത്തിനു വേണ്ടി മനസെന്ന കിണറിന്റെ അഗാധതയിൽ അത് ഒളിപ്പിക്കുന്നു. മറ്റുചിലർ മുൻ പിൻ നോക്കാതെ കിണറ്റിലേക്ക് ചാടുന്നു.

മേരിക്കുഞ്ഞ് എഴുന്നേറ്റു നടന്ന് കണ്ണാടിയുടെ മുന്നിൽ ചെന്നു നിന്ന് തന്റെ പ്രതിബിംബത്തോട് പറഞ്ഞു.

വിവാഹം എന്നത് ഒരു കരാറാണ്. കുടുംബമഹിമ, സമൂഹ ത്തിലെ നിലയും വിലയും, ജാതി, മതം പണം, തൊഴിൽ എന്നിവ കൃത്യമായി അളന്ന്, കണക്കുകൂട്ടി തുലനം ചെയ്ത് ഏർപ്പെടുന്ന കരാർ. അതിലേർപ്പെടുന്ന വ്യക്തികൾക്ക് മുഖങ്ങളില്ല. കാരണം, വിവാഹം സമൂഹത്തിന്റെ ആവശ്യമാണ്. എന്നാൽ പ്രണയത്തിൽ രണ്ടു ഹൃദയങ്ങളൊഴിച്ച് മറ്റൊന്നിനും സാദ്ധ്യതയില്ല. എന്തു കൊണ്ടെന്നാൽ പ്രണയം ആത്മാവിന്റെ ആവശ്യമാണ്.

വിവാഹബന്ധത്തിന് ലിഖിതവും അലിഖിതവുമായ നിയമങ്ങ

ളുണ്ട്. ആടയാഭരണങ്ങളും ചമയങ്ങളും ഏച്ചുകെട്ടലുകളും ഉണ്ട്. പക്ഷെ ഏച്ചുകെട്ടലുകൾ അഴിച്ചു കളയുന്നതാണ് പ്രണയം. ശരിയല്ലേ?

പല്ലുതേച്ചു മുഖം കഴുകുന്നതിനിടയിൽ അവൾ കണ്ണാടിയിലെ പ്രതിബിംബത്തോട് ചോദിച്ചു. പ്രതിബിംബം ചിരിച്ചു കൊണ്ട് അവളോട് തലകുലുക്കി.

എന്നെ സംബന്ധിച്ച് ഞാനിപ്പോൾ കരാറിൽ ഏർപ്പെട്ടു കഴിഞ്ഞു. ഇനി കരാർ ലംഘനം അനുവദനീയമല്ല.

ഇങ്ങനെ പറഞ്ഞുകൊണ്ട് കൈവിട്ടുപോയ തന്റെ മനസ് തിരികെ പിടിച്ചിരിക്കുന്നുവെന്ന് സ്വയം ബോധ്യപ്പെടുത്തി മേരിക്കുഞ്ഞ് പൂമുഖത്തേക്ക് നടന്നു. മതിലിനരികിൽ പടർന്നു കിടന്നിരുന്ന മുല്ലയിൽ നിന്ന് പൂക്കളടർത്തി മാലയുണ്ടാക്കി പ്രാർത്ഥനാമുറിയിലെ പരിശുദ്ധ അമ്മയുടെ ചിത്രത്തിൽ ചാർത്തണമെന്ന തീരുമാനത്തോടെ മുറ്റത്തേക്കിറങ്ങി.

മുല്ലച്ചെടി പുഞ്ചിരിപല്ലുകൾ കാട്ടി കുനിഞ്ഞ് മുഴുവൻ പൂക്കളും അടർത്തിയെടുക്കാൻ അനുവദിച്ചു. കുഞ്ഞുപാത്രത്തിൽ മുല്ലപ്പൂക്കൾ പൊട്ടിച്ചിടുമ്പോൾ പൂമുഖത്തിരുന്ന ഡാഡി മനസമ്മതത്തിനുള്ള ഒരുക്കങ്ങളെക്കുറിച്ച് ജ്യേഷ്ഠൻ ജോണപ്പാപ്പനോട് ഫോണിൽ വിശദീകരിക്കുന്നത് കേട്ടു.

കൺവെൻഷൻ സെന്റർ ബുക്ക് ചെയ്തു. ഒരുലക്ഷത്തി നാല്പതിനായിരം രൂപയാണ് വാടക.

മാർട്ടിന്റെ ഭാര്യയാകാൻ മനസു കൊണ്ട് തയ്യാറായി മേരിക്കുഞ്ഞ് തിരുഹൃദയത്തിന്റെ നടയിലേക്ക് ചെന്നു.

ഉച്ചഭക്ഷണം കഴിച്ചതിനുശേഷം കവിതയെ വിളിച്ചു. ഒന്നുകൂടി ആലോചിച്ചുകൂടെ എന്ന് അവൾ. ഇനി ഒരു ആലോചനയുമില്ലെന്ന് മേരിക്കുഞ്ഞ്. കവിത ദേഷ്യപ്പെട്ടു ഫോൺ വെക്കുന്നതിനു മുൻപ് മേരിക്കുഞ്ഞ് തിടുക്കത്തിൽ പറഞ്ഞു.

'ഉടനെ സേവിയെ ഞാൻ കാണുന്നുണ്ട്. അന്ന് ഞാൻ നിന്റെ കാര്യം പറയും.'

'എന്ത്?'

'നിനക്ക് അവനോട് കടുത്ത പ്രണയമാണെന്ന്...'

അപ്പുറത്ത് നിന്ന് ദേഷ്യത്തിൽ ഫോൺ കട്ട് ചെയ്യുന്ന ശബ്ദം കേട്ട് മേരിക്കുഞ്ഞ് ചിരിച്ചു.

മനസമ്മത തീയതി തീരുമാനിച്ചതോടെ വീടുണർന്നു കഴിഞ്ഞു. നവവധുവിന്റെ മോടിയോടെ പുത്തൻ നിറങ്ങളണിയുകയാണ് വീട്. മാത്തച്ചനും ജാൻസിയുമാണ് ഇന്ന്

ലോകത്തിൽ ഏറ്റവും ആഹ്ലാദഭരിതരായ അപ്പനമ്മമാർ. നഗരത്തിന്റെ ഹൃദയത്തിൽ തന്നെ ഹാൾ ബുക്ക് ചെയ്തു കഴിഞ്ഞു. ഭക്ഷണം നാട്ടിലെ ഏറ്റവും മികച്ച കേറ്ററിംഗ് സ്ഥാപത്തെ ഏല്പിച്ചു.

ഒന്നിനും ഒരു കുറവും വരാതിരിക്കാൻ മാത്തച്ചൻ അതീവ ജാഗ്രതയോടെ ഓടി നടന്നു.

ഏകമകളുടെ വിവാഹമാണ്. എത്രയോ കാലങ്ങളായി സ്വപ്നം കണ്ടുനടന്ന മാമാങ്കമാണ് സംഭവിക്കാൻ പോകുന്നത്. ക്ഷണക്കത്ത് പ്രിന്റ് ചെയ്ത് കിട്ടി. ദൂരെയുള്ളവരെയൊക്കെ ഫോണിൽ ക്ഷണിക്കാൻ തുടങ്ങിയിരിക്കുന്നു മാത്തച്ചൻ.

'ഹെലോ മനു, ഇത് ഞാനാണ്. എം ജെ മാത്യു, അടുത്ത മാസം ഒൻപതിന് മകളുടെ വിവാഹമാണ്. കാർഡ് വാട്ട്സ്ആപ്പിൽ ഇടാം. മനുവും കുടുംബവും എന്തായാലും വരണം.'

രണ്ടു ദിവസങ്ങൾക്ക് ശേഷം, മമ്മിയോട് പറഞ്ഞ് സേവിക്കു വേണ്ടി മാറ്റിവച്ചിരുന്ന വിവാഹ ക്ഷണക്കത്ത് ഭദ്രമായി ബാഗിൽ എടുത്തുവച്ച് മേരിക്കുഞ്ഞ് സേവിയെ കാണാൻ ഇറങ്ങി.

തലേന്ന് കാണണമെന്ന് അവനെ അറിയിച്ചപ്പോൾ മേരിക്കുഞ്ഞിനെ അത്ഭുതപ്പെടുത്തുന്ന ഒരിടത്തേക്ക് കൊണ്ടുപോകാമെന്ന് സേവി പറഞ്ഞിരുന്നു.

അവൾ സ്ഥിരമായി കാർ പാർക്ക് ചെയ്യുന്നിടത്ത് അവൻ തന്റെ തത്തപ്പച്ച നിറമുള്ള ജീപ്പുമായി കാത്തുകിടന്നിരുന്നു. ദൂരെ നിന്ന് അവളുടെ കാർ കണ്ടപ്പോൾ അവൻ ആഹ്ലാദത്തോടെ കൈ വീശി.

ഇത്തവണ സേവി മേരിക്കുഞ്ഞിനെ കൊണ്ടുപോയത് പുതിയൊരു സ്ഥലത്തേക്കായിരുന്നു. അവൾ ഇതുവരെ യാത്ര ചെയ്തിട്ടില്ലാത്ത ഒരു പാതയിലൂടെ.

എന്തുകൊണ്ടോ അങ്ങേയറ്റം നിശ്ശബ്ദനായിരുന്നു സേവി. എന്തൊക്കെയോ കണക്കുകൂട്ടലുകൾ ഉള്ളിൽ നടത്തിക്കൊണ്ടിരിക്കുന്നത് പോലെ.

മേരിക്കുഞ്ഞും കൂടുതലായി ഒന്നും സംസാരിക്കാൻ മുതിർന്നില്ല. സേവിയോട് പറയാനുള്ള തന്റെ വിവാഹക്കാര്യത്തിന്റെ റിഹേഴ്സൽ നടക്കുകയായിരുന്നു അവളുടെ മനസ്സിൽ.

മൊട്ടക്കുന്നിന്റെ മുകളിലേക്ക് കയറിപ്പോകുന്ന ചെങ്കൽ പടവുകൾക്കു താഴെ റോഡരികിൽ സേവി ജീപ്പ് ഒതുക്കിനിറുത്തി. മേരിക്കുഞ്ഞ് ജീപ്പിൽ നിന്ന് പടവുകളിലേക്ക് കാലുകൾ വച്ചു. പടവിന്റെ ഇരു വശങ്ങളിലും കവുങ്ങും കുരുമുളകും പടർന്ന് പന്തലിച്ച

പാവലും പീച്ചിങ്ങയും പടവലവും മറ്റു ഫലവൃക്ഷങ്ങളും.

ജീപ്പിൽ നിന്നിറങ്ങി പടവിൽ നിന്ന് മേരിക്കുഞ്ഞ് മുകളിലേക്ക് നോക്കി. ആകാശത്തേക്ക് കയറിപ്പോകുന്ന കൽപടവ്. മുകളിൽ കൽപടവിനെ തൊട്ടു നിൽക്കുന്ന നീലമേഘങ്ങൾ. അവളെ കണ്ടപ്പോൾ കൽപടവിൽ നീണ്ടുനിവർന്ന് കിടന്നിരുന്ന ഒരു പൂച്ച എഴുന്നേറ്റു മൂരിനിവർത്തി. അതിന്റെ കണ്ണുകളിൽ വർഷങ്ങ ളുടെ പരിചിതഭാവം.

സേവി ആദ്യത്തെ പടവിൽ കയറിനിന്ന് താഴെ റോഡിൽ നിന്ന മേരിക്കുഞ്ഞിന് നേരെ തിരിഞ്ഞു നിന്ന് ഇരുകൈകളും വിടർത്തിപ്പിച്ചു.

'വെൽക്കം. മേരിക്കുഞ്ഞേ...'

ഒന്നും പിടികിട്ടാതെ അവൾ അവനെ നോക്കി. പക്ഷെ സേവി നിശബ്ദനായി മുകളിലേക്ക് കയറുകയാണ് ചെയ്തത്. അവനു പിന്നാലെ ആശ്ചര്യത്തിന്റെ ആവരണങ്ങൾ അണിഞ്ഞ് മേരി ക്കുഞ്ഞും.

പടവുകൾ അവളെ കൊണ്ടുപോയി നിറുത്തിയത് ഒരു കുഞ്ഞു വീടിന്റെ മുറ്റത്തായിരുന്നു. മനോഹരങ്ങളായ, പല നിറങ്ങളുള്ള റോസാപുഷ്പങ്ങൾ ഇളംകാറ്റിൽ തലയാട്ടിനിന്ന മുറ്റം. അതിരു കളിൽ പിച്ചിയും തെച്ചിയും ചെമ്പരത്തിയും നന്ത്യാർവട്ടവും. പൂത്തുനിൽക്കുന്ന കണിക്കൊന്നയുടെ സ്വർണ്ണനിറം. പടർന്ന് പന്തലിച്ച, കായകൾ പൊഴിക്കുന്ന കാരയ്ക്കാമരം. കുംബ്ളൂസ് നാരങ്ങാമരം. അവയ്ക്കിടയിൽ മനോഹരമായ ഒരു ഓടിട്ട വീട്.

സ്വപ്നത്തിൽ നിന്ന് നോക്കുന്ന ഭാവത്തിൽ മേരിക്കുഞ്ഞ് സേവിയെ നോക്കി. എന്താണ് നടക്കുന്നതെന്ന് അവൾക്കപ്പോളും തിരിഞ്ഞു കിട്ടിയിരുന്നില്ല. കൊന്നമരത്തിലിരുന്ന് ഒരു കുയിൽ ഉറക്കെ പാടി. സേവി തലയുയർത്തി കുയിലിനെ നോക്കിയതിനു ശേഷം കുയിലിന്റെ തുടർച്ചയെന്നോണം മേരിക്കുഞ്ഞിനോട് പറഞ്ഞു

'എല്ലാം നീ സ്വപ്നം കണ്ടതുപോലെ...'

അവൾ അവിശ്വസനീയതയോടെ സേവിയെയും ചുറ്റുപാടു കളെയും നോക്കി. നീയെന്താണ് ഉദ്ദേശിക്കുന്നതെന്ന് അവളുടെ പകച്ച മിഴികൾ അവനോട് ചോദിച്ചു.

അവനോ, അവന്റെ ബാഗിൽ നിന്ന് നിറംമങ്ങി പിഞ്ഞി ത്തുടങ്ങിയ ഒരു കടലാസ് എടുത്തു. വർഷങ്ങളുടെ പഴക്കമുള്ള കടലാസ് ഹൃദയത്തിനു നേരെ പിടിച്ച് തുറന്നു. അവന്റെ ഹൃദ യത്തിന്റെ കിളിവാതിൽ തുറക്കുന്നത് പോലെയായിരുന്നു അത്.

ഇരുപത്തിമൂന്ന്

പൊടുന്നനെ സൂര്യൻ ആകാശത്തു നിന്ന് ബഹിഷ്കൃതനാക്കപ്പെട്ടു. നീലയും വെള്ളയും നിറങ്ങളുള്ള സാരികളണിഞ്ഞു വാനിൽ പാറിപ്പറന്നു നടക്കുകയായിരുന്ന മേഘസുന്ദരികൾ കാണാമറയത്ത് ഒളിച്ചു. ഇരുട്ടുപക്ഷി അതിന്റെ ഭീമൻ ചിറകുകളാൽ ആകാശത്തെ മൂടി. ദൂരെയെങ്ങോ മുഴങ്ങിക്കേട്ട ഇടിവെട്ടിന്റെ പ്രകമ്പനം വീടിന്റെ മേൽക്കൂരക്കു മുകളിൽ വലിയ വായിൽ വന്നലച്ചുവീണു.

തറയോട് പാകിയ വരാന്തയിലെ മരത്തൂണിൽ ചാരി മുറ്റത്തേക്ക് കണ്ണുകൾ ഉറപ്പിച്ച് സേവി അവനെ തന്നെ നഷ്ടപ്പെടുത്തി വരാന്തയിൽ നിന്നു. ഇനിയെന്താണ് മുന്നോട്ടുള്ള വഴിയെന്ന് അവൻ ഏറെ നേരമായി ആലോചിക്കുകയായിരുന്നു. സേവിയുടെ നയനങ്ങൾ ജലംവറ്റിയ തടാകങ്ങൾ പോലെ വറ്റിവരണ്ടു കാണപ്പെട്ടു. റോഡിനപ്പുറത്തുനിന്ന് കൂമ്പിയടഞ്ഞ കണ്ണുകളോടെ ആകാശത്തെ ചുംബിക്കുന്ന മലയെ ഒന്ന് നോക്കി സേവിയുടെ മിഴികൾ മേരിക്കുഞ്ഞിലേക്ക് തിരികെ വന്നു.

ഇരുകാലുകളും തളർന്നുപോയ ഒരാൾ വീൽചെയറിൽ ഇരിക്കുന്നത് പോലെ മേരിക്കുഞ്ഞ് കസേരയിൽ ഇരിക്കുന്നത് കണ്ടു. വളരെ മുൻപ് വെനീസ് ബിനാലെയിൽ കണ്ട, കസേരയിൽ ഇരിക്കുന്ന ഒരു സ്ത്രീശില്പത്തിന്റെ ഇൻസ്റ്റലേഷൻ അവൻ ഓർത്തു.

ഹൃദയധമനികളെ തുരന്ന് സൂക്ഷ്മമായ വായ്ത്തലയുള്ള എന്തോ ഇറങ്ങിപ്പോകുന്ന വേദന.

ഒന്നും വേണ്ടായിരുന്നു. അവളെയിത്രയും വേദനിപ്പിക്കേണ്ട ആവശ്യം ഉണ്ടായിരുന്നില്ല. രണ്ടു വ്യക്തികളുടെ ജീവിതത്തെ ബാധിക്കുന്ന വിഷയം സംസാരിക്കുന്നതിനു മുൻപേ തന്നെ, കാര്യങ്ങളിൽ കുറേക്കൂടി വ്യക്തത വരുത്തേണ്ടതായിരുന്നു. പറയേണ്ട കാര്യങ്ങൾ പറയേണ്ട സമയത്തുപറയാതെ നീട്ടിക്കൊണ്ടുപോയതു കൊണ്ട് മാത്രം ഇന്ന് തീർത്തും ഒഴിവാക്കാമായിരുന്ന ഒരു സന്ദർഭം സൃഷ്ടിക്കപ്പെട്ടു.

തന്റെ പ്രണയം മേരിക്കുഞ്ഞിനോട് തുറന്നുപറയാൻ ഒന്നും രണ്ടുമല്ല, പതിനാല് വർഷങ്ങളാണ് സേവി കാത്തിരുന്നത്. പുഴയിലെ ജലം പോലെ ഒഴുകിപ്പോയ പതിനാലു വർഷങ്ങൾ.

ആകാശത്തിലെ മേഘം പോലെ ഒഴുകി നടന്ന പതിനാല് വർഷങ്ങൾ. സ്വപ്നങ്ങളുടെ, പ്രതീക്ഷകളുടെ, കാത്തിരിപ്പിന്റെ പതിനാലു വത്സരങ്ങൾ.

കുട്ടിക്കാലത്തേ തമ്മിൽ പിരിഞ്ഞു പോയതെങ്കിലും മേരിക്കുഞ്ഞിന്റെ മുഖം അവന്റെ ഉള്ളിൽ മായാത്ത ഒരു മുദ്ര പതിപ്പിച്ചിരുന്നു. ഈ പതിനാല് വർഷങ്ങൾക്കിടയിൽ വളർച്ചയുടെ ഘട്ടങ്ങളിൽ അവളിൽ ഉരുത്തിരിയാൻ സാദ്ധ്യതയുള്ള മാറ്റങ്ങൾ വരെ സേവി വളരെ കൃത്യമായി ഊഹിച്ചിരുന്നു.

അതുകൊണ്ട് മാത്രമാണ് അന്തമില്ലാത്ത പാതപോലെ നീണ്ടുകിടന്ന പതിനാല് വർഷങ്ങൾക്കിപ്പുറം റെയിൽവേ സ്റ്റേഷനിലെ ബഞ്ചിൽ ഇരുന്ന പെൺകുട്ടിയെ അവൻ ഒറ്റനോട്ടത്തിൽ അറിഞ്ഞത്.

ആത്മാവിന്റെ നോട്ടമായിരുന്നു അത്. ഒരാത്മാവ് മറ്റൊരാത്മാവിനെ കണ്ടെത്തുന്ന നോട്ടം. ആത്മാവിന്റെ അംശത്തെ തിരിച്ചറിയൽ.

ആ തിരിച്ചറിയൽ ഒറ്റ ദിവസം കൊണ്ട് ഉണ്ടായതുമല്ല. പത്തുപതിനാല് വർഷങ്ങളുടെ, മേരിക്കുഞ്ഞിനെ മാത്രം ധ്യാനിച്ച, സാഗരംപോൽ ആഴമാർന്ന സ്നേഹത്തിന്റേയും, പ്രണയത്തിന്റേയും, അവളോടുള്ള അചഞ്ചലമായ ഭക്തിയുടേയും ഫലം.

ഒരു മനുഷ്യന്റെ ജീവിതകാലത്തിൽ പതിനാലു വർഷം നിസ്സാരമായ ഒരു കാലയളവല്ല. സേവി താൻ പിന്നിട്ട പതിനാലു വർഷങ്ങൾ പഴയ ഡയറിയുടെ താളുകൾ മറിക്കുന്നതുപോലെ ഓർത്തെടുക്കുകയായിരുന്നു. പതിനാലു വർഷങ്ങൾ അയാൾക്കു മുന്നിൽ വച്ചുനീട്ടിയ അനവധിയായ പ്രലോഭനങ്ങളെ മറികടക്കാൻ അയാൾക്ക് ഓമനത്തമുള്ള ഒരു കുഞ്ഞു മുഖം മാത്രം മതിയായിരുന്നു. വലത്തേക്ക് ചരിച്ചുചീവിയ മുടിയുള്ള, വാലിട്ടെഴുതിയ വലിയ കണ്ണുകളുള്ള പത്തുവയസുകാരിയുടെ നിഷ്കളങ്ക മുഖം.

സത്യത്തിൽ സേവി അന്നത്തെ ദിവസം റെയിൽവേ സ്റ്റേഷനിൽ എത്തിയത് ഒരിടത്തും പോകുവാൻ ആയിരുന്നില്ല. അവന്റെ ആത്മാവ് അവനെ വലിച്ചുകൊണ്ട് പോവുകയായിരുന്നു. അല്ലെങ്കിൽ അവളുടെ ആത്മാവ് അവനെ വിളിച്ചതായിരിക്കണം, വരൂ ഞാനിവിടെ കാത്തിരിക്കുന്നുവെന്ന്.

അങ്ങിനെ കാത്തുകാത്തിരുന്നു മുന്നിൽവന്ന പ്രണയിനിയോട് പതിനാലുവർഷം ഉള്ളിന്റെയുള്ളിൽ തുറക്കാതെ അടച്ചു വച്ച ചെപ്പു തുറന്നപ്പോൾ പക്ഷേ, അതേറ്റ് അവൾക്ക് മുറിവേറ്റിരിക്കുന്നു. ആത്മാവില്ലാത്ത ശില പോലെ അവൾ ഇവിടെ ഇരിക്കുന്നു.

പാവം മേരിക്കുഞ്ഞ്. കഥയിൽ ഇങ്ങനെ ഒരു യൂടേൺ അവൾ തെല്ലും കരുതിയിട്ടുണ്ടാവില്ല. താനും ഇത് പ്രതീക്ഷിച്ചതല്ല. എന്തൊക്കെ തരം അത്ഭുതങ്ങളാണ് കാലം നമുക്കായി കാത്തു വച്ചിരിക്കുന്നത്. ജീവിതപാതയുടെ ഓരോ വളവിലും വെട്ടിതിരിവുകൾ. ഓരോ തിരിവിലും വിസ്മയങ്ങൾ. അത്ഭുതങ്ങളുടെ ഇടനാഴിയല്ലെങ്കിൽ പിന്നെന്താണ് ജീവിതം.

ആകാശം കാണാനാവാത്തത്ര സമൃദ്ധമായി ഇലവിടർത്തി നിന്ന മഴമരത്തിൽ നിന്ന് അനുസ്യൂതം പൊഴിയുന്ന കായ്കൾ പോലെ മുറ്റത്ത് വീണ മഴത്തുള്ളികൾ മണ്ണിൽ കുഴിയാനക്കുഴികളുണ്ടാക്കി. മേഘങ്ങളിൽ നിന്നിറ്റുവീഴുന്ന ജലകണത്തെ അമൃതകണമെന്ന പോലെ നാവിൽ സ്വീകരിക്കാൻ അതിരിലെ ചെമ്പരത്തികൾ കട്ടചുവപ്പ് ചുണ്ടുകൾ വിടർത്തി.

കസേരയുടെ കൈകളിൽ താങ്ങി മേരിക്കുഞ്ഞ് എഴുന്നേൽക്കുന്നതും അവൾ തനിക്കുനേരെ പതറിയ ചുവടുകൾ വെക്കുന്നതും സേവി കൺകോണിലൂടെ കണ്ടു.

അവൾ ഇരുന്നിരുന്ന കസേരക്കരികിൽ ചിത്രപ്പണികൾ ചെയ്ത കുപ്പിയിൽ നിന്നിരുന്ന മണിപ്ലാന്റ് ചെടിയിൽ കാറ്റു പിടിച്ചു. മേരിക്കുഞ്ഞിന്റെ എഴുന്നേൽക്കലിന്റെ പെട്ടെന്നുള്ള പ്രതിപ്രവർത്തനമെന്നതുപോലെ സേവിയുടെ ശരീരം അവൻ പോലും അറിയാതെ അനങ്ങി. തൂണിൽ നിന്ന് ശരീരത്തെ വേർപെടുത്തി മരുഭൂമി പോലെ വരണ്ടുണങ്ങിയ കണ്ണുകൾ കൊണ്ട് സേവി അവളെ നേരിട്ടു. അലയാഴി പോലെ അവന് ഒട്ടും മനസിലാകാത്ത വികാരങ്ങൾ അലയടിക്കുന്ന കണ്ണുകളാൽ അവൾ തന്റെ കണ്ണുകളിലേക്കുറ്റു നോക്കിനിൽക്കുന്നത് സേവി കണ്ടു. ആഴങ്ങളിൽ എവിടെയോ തൊടുന്ന നോട്ടം. അവളുടെ കണ്ണുകളിൽ പ്രതീക്ഷയുടെ മിന്നാമിന്നികൾ തിളങ്ങുന്നത് കണ്ട് സേവി ചിരിച്ചു. ചിരിയല്ലാത്തൊരു ചിരി. ഇനിയും ചിരിയാകാനിരിക്കുന്ന ഒരു ചിരി.

എന്നാൽ മറുപടിയായി അവൾ അവനോട് ചിരിക്കുകയോ അവന്റെ കണ്ണുകളിൽ നിന്ന് അവളുടെ ദൃഷ്ടി പിൻവലിക്കുകയോ ചെയ്തില്ല. സേവിയുടെ മുഖത്തിനെ അതിന്റെ സമ്പൂർണ്ണമായ ഒരു സമഗ്രതയിൽ വീക്ഷിക്കുകയായിരുന്നു അവൾ. തോളറ്റം വെട്ടിയിട്ട നീളൻ മുടികൾ അലസമായി വീണുകിടക്കുന്ന അവന്റെ വട്ടമുഖത്തെ. ചുവന്നു തുടുത്ത കവിളുകളെ. നിരയൊത്ത വെളുത്ത പല്ലുകളെ. ആഴമുള്ള കണ്ണുകളെ. വില്ലുകൾ പോലെ വളഞ്ഞ പുരികങ്ങളെ. കണ്ണുകളാൽ നോക്കിത്തുടങ്ങി പതുക്കെ പുറം കണ്ണുകളടച്ച് അകക്കണ്ണ് തുറന്ന് മേരിക്കുഞ്ഞ് സേവിയെ

നോക്കി. നോക്കിനിൽക്കെ, അവന്റെ ശരീരം അപ്രത്യക്ഷമാവുന്നത് മേരിക്കുഞ്ഞ് കണ്ടു. ശരീരത്തിലെ കോവിലിൽ ജ്വലിക്കുന്ന അഗ്നിനാളം മാത്രം തുടിക്കുന്നു. പ്രപഞ്ചശക്തിയുടെ ആധാരം.

പതുക്കെ അവളുടെ കണ്ണുകളിൽ നിന്ന് കൃഷ്ണമണികൾ ഒഴിഞ്ഞു പോയി അവ നിന്നിരുന്ന സ്ഥാനം ശൂന്യമായി മാറുന്നത് സേവി കണ്ടു. മേരിക്കുഞ്ഞിന്റെ മുഖത്തുനോക്കി നിൽക്കാൻ കഴിയാതെ അവൻ മുറ്റത്തേക്ക് മുഖം തിരിച്ചു.

ഓടുകളിൽ നിന്ന് വെള്ളച്ചാട്ടങ്ങൾ പോലെ മണ്ണിൽ കുത്തി വീഴുന്ന മഴവെള്ളം പ്രാണികൾക്ക് നീരാടാൻ കുളങ്ങൾ നിർമ്മിക്കുന്നു. താടിയിൽ മേരിക്കുഞ്ഞിന്റെ തണുത്തുറഞ്ഞ വിരലുകൾ സ്പർശിച്ചപ്പോൾ തലയുയർത്തി നോക്കാതെ തന്നെ സേവി അവൾക്ക് നേരെ തിരിഞ്ഞു. മേരിക്കുഞ്ഞ് അവന്റെ വിളർത്ത മുഖം അവളുടെ മുഖത്തിനു നേരെ പിടിച്ചുയർത്തി. ഇപ്പോൾ അവളുടെ കണ്ണിലെ കറുത്ത കൃഷ്ണമണികൾ തിരിച്ചെത്തിയിരിക്കുന്നു. പെയ്യാൻ ഓങ്ങി നിൽക്കുന്ന മഴമേഘങ്ങൾ പോലെ അവ ഘനീഭവിച്ചു നിന്നു. വീട്ടുമുകളിലെ ഓടിൽ ആർത്തലച്ചു വീണ മഴവെള്ളത്തോടൊപ്പം അവളുടെ ശബ്ദവും അവൻ കേട്ടു.

'നീയെന്നെ ഇത്രയധികം...'

എവിടെ നിന്നോ പുറപ്പെട്ട, ആകാശം പിളർത്തിയ ഇടിമിന്നൽ അവളുടെ വാക്കുകൾ പാതിയിൽ അറുത്തു കളഞ്ഞു.

ഒരു നിമിഷത്തെ ഞെട്ടലിനുശേഷം അവൾ സമനില വീണ്ടെടുത്തെങ്കിലും തുടർന്ന് പറയാനാവാതെ വാക്കുകളുടെ തുറക്കാത്ത ഗുഹാവാതിലിൽ മുട്ടി തളർന്നു.

'നീ..നീ..സേവീ... നീ...'

എന്തൊക്കെയോ പിറുപിറുത്തു കൊണ്ട് മേരിക്കുഞ്ഞ് കയ്യിൽ പിടിച്ചിരുന്ന വിവാഹക്ഷണക്കത്ത് എടുത്ത് നെടുകെയും കുറുകെയും കീറാൻ ആരംഭിച്ചു. സേവി അവളെ അതിൽ നിന്ന് തടയാൻ ശ്രമിച്ചു.

'മേരിക്കുഞ്ഞേ... എന്താ കാണിക്കുന്നത്?'

പക്ഷേ ക്ഷണക്കത്ത് കീറുന്നതിൽ നിന്ന് സേവിക്ക് അവളെ തടയാൻ കഴിഞ്ഞില്ല. വരാന്തയിലെങ്ങും ചിതറിവീണ കടലാസുകഷണങ്ങളെ ഓടിയെത്തിയ കാറ്റ് ഏറ്റെടുത്ത് മുറ്റത്തേക്ക് കൂട്ടിക്കൊണ്ടു പോയി. ക്ഷണക്കത്ത് ഒരിക്കലും കീറാൻ പാടില്ലായിരുന്നുവെന്ന പോലെ അവൻ മേരിക്കുഞ്ഞിനെ നോക്കി. മഴവെള്ളത്തിൽ ഒഴുകിനടക്കുന്ന കടലാസ് കഷണങ്ങളിൽ നിന്ന് കണ്ണുകൾ മാറ്റാതെ മേരിക്കുഞ്ഞ് പറഞ്ഞു.

'മാർട്ടിനുമായുള്ള കല്യാണം ഞാൻ ഉപേക്ഷിക്കുകയാണ്.'

അവിശ്വസനീയമായത് കേട്ടതു പോലെ സേവി ഞെട്ടിത്തിരിഞ്ഞ് അവളെ നോക്കി. അവന്റെ കണ്ണുകളും മുഖവും കറുത്ത് കരുവാളിച്ചിരുന്നു. ശരീരമാസകലം വേദനിക്കുന്നവന്റെ അടഞ്ഞ ഒച്ചയിൽ സേവി അവളെ തടഞ്ഞു. ഒച്ചയില്ലാത്ത ഒരൊച്ചയിൽ.

'ഇനി ഉപേക്ഷിക്കാൻ പറ്റില്ല മേരിക്കുഞ്ഞേ... നമ്മൾ, നമ്മൾ അത്രയേറെ വൈകിപ്പോയി.'

'സേവീ... ഇപ്പോളും ഇഷ്ടം പോലെ സമയമുണ്ട്. മനസമ്മതത്തിന്റെ തീയതി നിശ്ചയിച്ചത് മാത്രമേയുള്ളൂ മനസമ്മതം കഴിഞ്ഞിട്ടില്ല..'

'മനസമ്മതം കഴിയാത്തത് നിന്റെ ഉള്ളിൽ മാത്രമാണ് മേരിക്കുഞ്ഞേ. നിന്റെ മമ്മിയുടെയും ഡാഡിയുടെയും ഹൃദയത്തിൽ, എന്തിന് മാർട്ടിന്റെ ഉള്ളിൽ പോലും നിന്റെ മനസമ്മതം ഒരായിരം തവണ പൂർത്തിയായിട്ടുണ്ടാവും'.

പൊടുന്നനെ എവിടെന്നോ ധൈര്യം കിട്ടിയവനെപ്പോലെ സേവി അവളെ നോക്കി. പൊടുന്നനെ ധൈര്യം ചോർന്നു പോയവളെപ്പോലെ മേരിക്കുഞ്ഞ് തലകുനിച്ചു. സേവി പറഞ്ഞു.

'നിനക്ക് പൂർത്തിയാക്കാനുള്ളത് ഇനി മനസമ്മതത്തിന്റെ വെറും സാങ്കേതികത്വം മാത്രമാണ് മേരിക്കുഞ്ഞേ...'

ഉള്ളിൽനിന്ന് അണപൊട്ടിയ ദേഷ്യം അവളെ കുതറിച്ചു. മേരിക്കുഞ്ഞ് സേവിയിൽ നിന്ന് ഒന്നുരണ്ടു ചുവട് പിന്നിലേക്ക് മാറി. അവൻ അവളെ എല്ലാം മറന്ന് സ്വീകരിക്കുമെന്ന്, നെഞ്ചോട് ചേർത്തു നിറുത്തുമെന്ന് മേരിക്കുഞ്ഞ് ആത്മാർത്ഥമായി പ്രതീക്ഷിച്ചിരുന്നു. കാലുതെറ്റി വീഴാതിരിക്കാനെന്ന പോലെ തൂണിൽ കൈകൾ ചുറ്റി സേവി തുടർന്നു.

'വേണ്ട.. നമ്മൾ പലപ്പോഴും നമ്മൾ മാത്രമല്ല. പലതായി ചേർന്ന ഒന്നാണ് നമ്മൾ. നിന്റെ മമ്മിയുടെ മുഖം ഒന്നോർത്തു നോക്കൂ. നിന്നെ കാണുമ്പോൾ ആഹ്ലാദിക്കുന്ന അവരുടെ മുഖം. വാത്സല്യം കൊണ്ട് നിറഞ്ഞു തുളുമ്പുന്ന ഡാഡിയെ ഒന്നോർത്തു നോക്കൂ. മാർട്ടിനെ.. അയാളുടെ അമ്മച്ചിയെ...'

അവളുടെ ഓർമ്മകൾ ഒറ്റനിമിഷം കൊണ്ട് ഒരു അതിവേഗ തീവണ്ടിയായി. ഓരോ ജാലകത്തിലും പ്രിയപ്പെട്ടവരുടെ മുഖങ്ങൾ. ഡാഡി. മമ്മി. കവി ജോണപ്പാപ്പൻ. മാർട്ടിൻ. മാർട്ടിന്റെ അമ്മാവൻ. മാർട്ടിന്റെ അമ്മച്ചി.

മാർട്ടിന്റെ അമ്മച്ചിയിൽ തട്ടി ഓർമകളുടെ തീവണ്ടി നിന്നു പോയി. അവരെ ഓർത്തപ്പോൾ മേരിക്കുഞ്ഞിന് ഒരുവിധത്തിലും

കണ്ണുനീർ തടഞ്ഞു നിറുത്താൻ കഴിഞ്ഞില്ല. ഇന്നും രാവിലെ അമ്മ ച്ചിയോട് വിശേഷങ്ങൾ പറഞ്ഞതേയുള്ളു, വീഡിയോകോളിൽ. എത്രയും സ്നേഹനിധിയായ അമ്മ. അവളോട് പുഞ്ചിരിയോടു കൂടി മാത്രം സംസാരിക്കുന്ന അമ്മച്ചിയുടെ മുഖം നോക്കി ഇരിക്കുമ്പോൾ അവൾ ഓർക്കുകയായിരുന്നു. വിടർന്നു നിൽക്കുന്ന ഒരു ചുവന്ന റോസാപുഷ്പം പോലെയുള്ള മുഖം. എന്തൊക്കെ പ്രശ്നങ്ങളുണ്ടായിട്ടും മാർട്ടിനിൽ നിന്ന് താൻ വിട്ടുപോകാത്തതിന്റെ ഏറ്റവും പ്രധാന കാരണം ഒരുപക്ഷേ, ഈ അമ്മയായിരിക്കുമെന്ന് അവൾക്ക് തോന്നി. മനസ് വല്ലാതെ കലങ്ങി മറിഞ്ഞ ചില നിമിഷങ്ങളിൽ ഈ അമ്മയുടെ തോളിൽ ഒന്ന് തല ചായ്ക്കാൻ അവൾ എത്ര മോഹിച്ചിട്ടുണ്ട്.

പ്രശാന്ത സുന്ദരമായ ആ പനിനീർ പുഷ്പത്തിന്റെ മുഖം മനസ്സിൽ വിടർന്നപ്പോൾ യുദ്ധത്തിൽ വമ്പൻ തോൽവി പിണഞ്ഞ ഒരാളെ പോലെ അവൾ വീണ്ടും കസേരയെ ശരണം പ്രാപിച്ചു.

സേവി ആലോചനയോടെ നീളൻ വരാന്തയുടെ ഒരറ്റം മുതൽ മറ്റേ അറ്റം വരെ നടന്നു. അവൻ കൈകൾ പിന്നിലേക്ക് പിണച്ചുവച്ച് വിരലുകൾ കോർത്തു പിടിച്ചിരുന്നു. വരാന്തയുടെ ഏകദേശം നടുവിൽ എത്തിയപ്പോൾ സ്വിച്ചിട്ടപോലെ നിന്ന് പുറത്തേക്കു തലതിരിച്ചു നോക്കി.

മഴ തോർന്നിട്ടുണ്ടായിരുന്നില്ല. വിടരും മുൻപേ പൂവിനെ ചുംബിച്ച മരണത്തെപ്പോലെ അപരാഹ്നം തുടങ്ങുന്നതിനു മുൻപേ തന്നെ സന്ധ്യയുടെ കറുത്ത ഇരുട്ട് അതിനുമേൽ അടയി രിക്കാൻ തുടങ്ങിയിരുന്നു. പെട്ടെന്ന് വീശിയ കാറ്റടിച്ച് മുറ്റത്തെ കാരയ്ക്കാമരത്തിൽ നിന്ന് തുരുതുരാ കാരയ്ക്കകൾ പൊഴിഞ്ഞു. മുഖത്തേക്ക് മുള്ളുകൾ പോലെ കുത്തിയ ചാറ്റൽമഴത്തുള്ളികളെ കൈകൾ കൊണ്ട് തടുക്കാൻ ശ്രമിച്ച് സേവി നടത്തം പുനരാ രംഭിച്ചു. അവൻ അപ്പോളും കൈകൾ പിന്നിൽ പിണച്ചുതന്നെ പിടിച്ചിരുന്നു.

ദൂരെ, മലയുടെ മൂക്കിൻതുമ്പിൽ ആകാശത്ത് ഒരുവെള്ളി വെളിച്ചത്തിന്റെ ഉറവ പൊട്ടുന്നത് സേവി കണ്ടു. ഒരു വിദ്യുൽ പ്രകാശം പോലെ ആ വെളിച്ചത്തിന്റെ വലയം വലുതായി വലുതായി വരുന്നു.

അതുകണ്ടപ്പോൾ അവന്റെയുള്ളിൽ പ്രകാശത്തിന്റെ കുഞ്ഞു നക്ഷത്രം പൊട്ടി വീണു. കറുത്ത ആകാശത്തു പരക്കുന്ന പാൽ നിലാവെട്ടം പോലെ മലമുകളിൽ തൂവെള്ളവെളിച്ചം പരക്കുന്നു. പ്രത്യാശയുടെ അതീവ സാന്ദ്രമായ വിരൽത്തുമ്പ് നീണ്ടു വന്ന്

അവനെ തൊട്ടു. മലവെള്ളം പോലെ ഇരമ്പി വന്ന ആഹ്ലാദത്തിൽ അവൻ മേരിക്കുഞ്ഞിനെ നോക്കി. അവളോട് ഇതുവരെ ചിരിക്കാത്ത തെളിഞ്ഞൊരു ചിരി ചിരിച്ചു.

ബുദ്ധന്റെ ചിരി. നീണ്ട പതിനാലു വർഷത്തെ അനസ്യൂതമായ ധ്യാനം പൂർത്തിയാക്കിയ താപസന്റെ ചിരി.

മേരിക്കുഞ്ഞ് തലയുയർത്തി അവനെ നോക്കി. അവൾക്ക് പക്ഷെ, കരച്ചിലാണ് വന്നത്.

സേവി ചിരിക്കാൻ തുടങ്ങി. മെല്ലെ തുടങ്ങിയ ചിരി പതിയെപ്പതിയെ പൊട്ടിച്ചിരിയായി മാറി. നിറകൺ ചിരിയോടെ അവൻ അവളെ നോക്കി. മേരിക്കുഞ്ഞ് ഈർഷ്യയോടെ ചോദിച്ചു.

'എന്താടാ ചിരിക്കുന്നത്?

'ജീവിതത്തിന്റെ ഓരോരോ തമാശകൾ ഓർത്തു ചിരിച്ചതാണ്.'

അത്രയും പറഞ്ഞ് സേവി വീണ്ടും ചിരി തുടർന്നു. തുടർച്ചയായി തമാശ കേൾക്കുന്നതുപോലെ ഇരുന്നും നിന്നും കിടന്നും ചിരിച്ചു. ചിരിച്ചു ചിരിച്ചു കണ്ണുകൾ നിറഞ്ഞു.

മാലപ്പടക്കം പോലെ നീണ്ടുകിടന്ന ചിരിപ്പടക്കത്തിന്റെ ഏതോ ഒരു കണ്ണിയിൽ വെച്ച് മേരിക്കുഞ്ഞിന്റെ ആത്മസംഘർഷങ്ങളുടെ വിഴുപ്പുകെട്ടുകൾ ബന്ധിച്ചിരുന്ന കയർ പൊട്ടി.

മനസിലെയും മുഖത്തെയും കാർമേഘങ്ങൾ പെട്ടെന്നൊഴിഞ്ഞു പോകുന്നത് അവൾ അറിഞ്ഞു. ഒരു കൊച്ചുകുട്ടിയെപ്പോലെ അവൾ സുന്ദരിയും നിഷ്കളങ്കയുമായി. സംഘർഷഭരിതമായ മണിക്കൂറുകൾക്കു ശേഷം അവൾ ആദ്യമായി ചിരിച്ചു. അവൾക്കും ചിരി അടക്കിനിർത്തുവാൻ കഴിഞ്ഞില്ല. ഒരുപാട് നാളുകൾക്കു ശേഷം അന്ന് മേരിക്കുഞ്ഞ് ഹൃദയം തുറന്ന് ചിരിച്ചു.

അന്തരീക്ഷത്തെ പൊതിഞ്ഞു നിന്ന കാർമേഘം തോറ്റു പിൻവാങ്ങി. മേഘപാളികൾക്കിടയിലൂടെ സൂര്യൻ ചിരിച്ചുകൊണ്ട് പുറത്തു വന്നു. മഴ ഒഴിഞ്ഞ് മുറ്റത്ത് വെയിൽ പരന്നു. സേവി അവളോട് പറഞ്ഞു.

'ഇതൊക്കെ ഇങ്ങനെ ചിരിച്ചു തള്ളാവുന്നതേയുള്ളു നമുക്ക്. കാലത്തിന്റെ ഒരു കോമഡിയായി.'

'പതിനാല് വർഷം... സേവീ... നീ'

'വിട്ടുകളയെടോ... എല്ലാ ഇഷ്ടങ്ങളുടെയും അവസാനം വിവാഹമല്ല. വിവാഹം കൊണ്ട് ഒന്നും അവസാനിക്കുകയുമില്ല. നല്ല സുഹൃത്തുക്കളായിരിക്കാൻ ഒന്നിന്റെയും ആവശ്യമില്ല.'

സേവി അവന്റെ വലത്തേ കൈ അവളുടെ നേരെനീട്ടി. നിശ്ചയദാർഢ്യമുള്ള കൈ. അവൾ അവന്റെ മുഖത്തേക്ക് ആശ്ചര്യത്തോടെ

നോക്കി. ആത്മാർത്ഥ സ്നേഹത്തിന്റെ മധുരമുള്ള ചിരി അവൻ അവൾക്കു സമ്മാനിച്ചു. അവൻ നീട്ടിയ കയ്യിൽ മേരിക്കുഞ്ഞ് പിടിച്ചു.

'ഇതെന്താ ഒരു ഉഷാറില്ലാത്തത്? ഒന്നുറപ്പിച്ചു പിടിക്കെടോ...'

മേരിക്കുഞ്ഞിനെയും കയറ്റി അവളുടെ വീട്ടിലേക്ക് നീങ്ങുമ്പോൾ ജീപ്പിന്റെ അകം ആഹ്ലാദം കൊണ്ട് ശബ്ദമുഖരിതമായിരുന്നു. തമാശകളും കളിയാക്കലുകളും ബാല്യത്തിലെ മധുരിക്കുന്ന ഓർമകളും പങ്കിട്ട് മേരിക്കുഞ്ഞിന്റെ വീടിനടുത്ത് എത്തിയതറിഞ്ഞില്ല. അവൾ ആവശ്യപ്പെട്ടതനുസരിച്ച് വീടിന്റെ കുറച്ചു വീടുകൾക്ക് മുന്നിൽ സേവി ജീപ്പ് നിറുത്തി.

'ഇവിടെ നിറുത്തിയാൽ മതി. നിന്റെ ജീപ്പിൽ നിന്നിറങ്ങുന്നത് കണ്ട് ആർക്കും ഇനി അറ്റാക്ക് വരണ്ട.'

ജീപ്പിൽ നിന്നിറങ്ങുമ്പോൾ പൊട്ടിച്ചിരിയുടെ അകമ്പടിയോടെ മേരിക്കുഞ്ഞ് ആത്മഗതം പറഞ്ഞു. റോഡിലേക്കിറങ്ങിനിന്ന് അവൾ സേവിയെ നോക്കി.

'സേവി മനസമ്മതത്തിന് വരില്ലേ?'

'ഉറപ്പായും വരും'

ആ നിമിഷം ഒരു കാർ തന്റെ വീടിന്റെ ഗേറ്റിൽ നിന്ന് പുറത്തെ റോഡിലേക്കിറങ്ങുന്നത് മേരിക്കുഞ്ഞ് കണ്ടു. കട്ട ചുവപ്പു നിറമുള്ള ബിഎംഡബ്ലിയു. മാർട്ടിന്റെ അങ്കിൾ തോമസ് എബ്രഹാമിന്റെ കാർ.

'തോമസ്പാപ്പൻ എന്തിനാണിപ്പോൾ..?'

പെരുവിരലിൽ നിന്നോടിയെത്തിയ വിറയലോടെ മേരിക്കുഞ്ഞ് വീട്ടിലേക്ക് ചുവടുകൾ വച്ചു.

ഇരുപത്തിനാല്

മാത്തച്ചനും ജാൻസിയും പൂമുഖത്ത് നിൽക്കുന്നുണ്ട്. അവരുടെ മുഖം നിറയെ ആഹ്ലാദം. മേരിക്കുഞ്ഞ് ആശ്വാസത്തോടെ നെടുവീർപ്പിട്ടു. ഈശോയേ. കുഴപ്പമൊന്നുമില്ല.

'തോമസ് പാപ്പൻ വന്നിട്ട് ഇപ്പോൾ പോയതേയുള്ളു.'

മുറ്റത്തേക്ക് ഓടിയിറങ്ങി മകളുടെ അടുത്തേക്ക് വേഗത്തിൽ നടന്നെത്തി മാത്തച്ചൻ ആവേശ പൂർവം അവളുടെ കയ്യിൽ പിടിച്ചു. മുണ്ടുമടക്കിക്കുത്തി മകളുടെ ഒപ്പം തിരികെ വീട്ടിലേക്ക് നടക്കുമ്പോൾ അയാൾ കിതച്ചു.

'മനസമ്മതത്തിന് വരാൻ എന്തോ അസൗകര്യമുണ്ടെന്ന്. അത് പറയാൻ വന്നതാ. നിനക്കൊരു സമ്മാനോം തന്നിട്ടുണ്ട്...'

പൂമുഖത്തേക്ക് കയറുമ്പോൾ ജാൻസി ചെവിയോട് ചേർത്തു പിടിച്ച് ഒരു ഡയമണ്ട് പെൻഡന്റ് ഉയർത്തിക്കാട്ടി. മമ്മിയുടെ വിരലുകൾക്കിടയിൽ തൂങ്ങിയാടിയ പെൻഡന്റിലേക്ക് മേരിക്കുഞ്ഞ് ഇഷ്ടത്തോടെ നോക്കി. ഒറ്റനോട്ടത്തിൽ മീൻമുള്ള് പോലെ തോന്നിക്കുന്ന മനോഹരമായ പെൻഡന്റ്. അതിൽ ഉണക്കമുന്തിരിക്കുലകളുടെ ആകൃതിയിലുള്ള സ്വർണ്ണ മുത്തുകൾ.

'നല്ല ഭംഗിയുണ്ടല്ലേ. മനസമ്മതത്തിന് ഇടാം.'

ജാൻസി മേരിക്കുഞ്ഞിനെ നോക്കി. അവരുടെ കണ്ണുകളിൽ അഭിമാനം.

മാത്തച്ചനും ജാൻസിയും ഏറെ പ്രാർത്ഥനയോടെ കാത്തിരുന്ന ആ സ്വപ്നദിവസം വന്നുചേർന്നു ഇന്നവരുടെ പ്രിയമകളുടെ മനസു ചോദ്യമാണ്.

സൂര്യൻ ഊർജ്ജസ്വലനായി വാനിൽ നിലയുറപ്പിച്ച പ്രഭാതമായിരുന്നു. വസന്തമാസത്തിലെ തിങ്കളാഴ്ച്ച. മുറ്റത്തെ പൂക്കളും ചെടികളുമെല്ലാം ആഹ്ലാദവതികളായി സൂര്യനു നേരെ തലനീട്ടി പുഞ്ചിരിച്ചു കൊണ്ടിരുന്നു. അനുവാദമില്ലാതെ പ്രവേശിച്ച കാറ്റ് താഴത്തേൽ ഭവനത്തിന്റെ പ്രധാന ഗേറ്റിനുമുകളിൽ മഴവില്ലുപോലെ വളച്ചുറപ്പിച്ച ഇരുമ്പുകമ്പികളിൽ തൂങ്ങിക്കിടന്നിരുന്ന മുല്ലവള്ളികളെ തലോടുന്നതു കണ്ടു മുല്ലയിൽ നിറയെ പൂവുകൾ. മതിലിനരികിൽ നിന്ന തെച്ചിയും പിച്ചിയും തമ്മിൽ മുഖം നോക്കി കണ്ണെഴുതി. മൂവാണ്ടൻ മാവിൽ വന്നിരുന്ന കിളികൾ പള്ളിയിലേക്കിറങ്ങാൻ നേരമായെന്ന് ധൃതികൂട്ടി മാവിൻ കൊമ്പിലിരുന്ന അണ്ണാറക്കണ്ണൻ

മേരിക്കുഞ്ഞിന്റെ മനസമ്മതംകൂടാൻ തിടുക്കത്തിൽ ഒരുങ്ങി.

താഴത്തേൽ ഭവനം അതിരാവിലെ തന്നെ കുളിച്ചൊരുങ്ങി പുത്തൻ വസ്ത്രങ്ങളണിഞ്ഞു പതിവിലും വിടർന്ന ചിരിയോടെ ഉമ്മറവാതിൽ മലർക്കെ തുറന്നിട്ട് അതിഥികളെ കാത്തുനിന്നു.

വിവാഹം തീരുമാനിക്കപ്പെട്ട പെൺകുട്ടിയുടെ വീട് വെറുമൊരു വീടല്ല. മേരിക്കുഞ്ഞിന്റെ വീടും മുൻപ് അവിടെയുണ്ടായിരുന്ന വീടല്ല. കാൽവിരൽകൊണ്ട് തറയിൽ ചിത്രമെഴുതുന്ന മണവാട്ടി പെണ്ണ്. പെയിന്റുമണം മാറാത്ത വീടിന്റെ മതിലുകളിൽ നിന്ന് തൊട്ടെടുക്കാം മണവാട്ടിയുടെ കവിളുകളിലെ തുടിപ്പ്. സൂക്ഷ്മമായി ചെവിയോർത്താൽ കേൾക്കാൻ കഴിയും പ്രതീക്ഷയുടെ, ആഹ്ലാദത്തിന്റെ കിളിപ്പേച്ച്.

ആഹ്ലാദവും വിങ്ങലും കടൽത്തിര പോലെ കയറുകയും ഇറങ്ങുകയും ചെയ്തുകൊണ്ടിരുന്ന മനസോടെ മാത്തച്ചനും ജാൻസിയും വീട് നിറഞ്ഞുനിൽക്കുകയായിരുന്നു.

ഓളമില്ലാത്ത പുഴ പോലെ ഒഴുകുന്ന രണ്ടു ജീവിതങ്ങളായിരുന്നു ഇതു വരെ അവരുടേത്. പുതുതായി ഒന്നുമില്ല. എന്നാൽ മേരിക്കുഞ്ഞിന്റെ വിവാഹം തീരുമാനിക്കപ്പെട്ടതോടെ അവരുടെ ജീവിതം അത്യന്തം ചലനാത്മകവും കാവ്യാത്മകവും പ്രതീക്ഷാനിർഭരവുമായിരിക്കുന്നു.

ഗാർസ്യാ മാർക്കേസിന്റെ നോവലുകളിലെ മാജിക്കൽ റിയലസം കണക്ക്, പ്രതീക്ഷിക്കാൻ ഒന്നുമില്ലാതിരുന്ന മാത്തച്ചന്റെയും ജാൻസിയുടെയും കൈകളിലേക്ക് ജീവിതം ഏറ്റവും മനോഹരവും ചാരിതാർഥ്യം നിറഞ്ഞതുമായ ഉത്തരവാദിത്വം വച്ചുനീട്ടിയിരിക്കുന്നു. തങ്ങളുടെ മകളുടെ ജീവിതത്തിലെ ഏറ്റവും മനോഹരമായ മുഹൂർത്തത്തിന് നെടുനായകത്വം വഹിക്കുന്നതിന്റെ വിണ്ണോളം ചെന്നുമുട്ടുന്ന ആഹ്ലാദം അവരെ സ്വർഗീയാനന്ദത്തിലേക്ക് നയിച്ചു. അതേ സമയം തന്നെ, ഇത്ര നാൾ തങ്ങളെ സജീവമായി നിലനിർത്തിയ മകൾ വീടിന്റെ പടി കടന്നു പോവുകയാണെന്ന നേർത്ത വിങ്ങൽ അവരെ പാതാളത്തിലേക്ക് ചവിട്ടിത്താഴ്ത്തുകയും.

ഇന്നുമുതൽ ഈ വീട് രണ്ടു വൃദ്ധർ അന്തിയുറങ്ങുന്ന സത്രം മാത്രമായി മാറുമെന്ന ചിന്തയുടെ കുഞ്ഞു മുള്ള് തിളച്ചുമറിയുന്ന സന്തോഷത്തിലും അവർ രണ്ടു പേരെയും തിരിഞ്ഞു കുത്താതിരുന്നില്ല. അതിഥികളെ സ്വീകരിക്കുന്ന തിരക്കിനിടയിൽ കണ്ണുകൾ പരസ്പരം വന്നു മുട്ടുമ്പോൾ ജാൻസിയും മാത്തച്ചനും ഓർത്തു.

ഇനിയീ വീടിന്റെ പരിസരങ്ങളിൽ മൗനം വന്ന് നിറഞ്ഞ് ഒഴുകാത്ത ജലം പോലെ കെട്ടിക്കിടക്കും. പതിയെപ്പതിയെ അടുക്കളയ്ക്ക്

അതിന്റെ രുചിമുകുളങ്ങൾ നഷ്ടപ്പെടാനാരംഭിക്കും. കാലുകൾ മുറികൾ വിട്ടിറങ്ങുവാൻ മടിച്ചു തുടങ്ങും. മനസും ശരീരവും വീടിന്റെ മുറികളിലെ ഇത്തിരിച്ചതുരത്തിൽ മാത്രമായി പരിമിതപ്പെട്ടു തുടങ്ങും. ആറു മാസത്തിലൊരിക്കലോ മറ്റോ പടികടന്നു വരുന്ന മകളെക്കാത്ത് മനസും ശരീരവും ഓരോ നിമിഷവും ദ്രവിച്ചുകൊണ്ടിരിക്കുന്ന രണ്ടു ജന്മങ്ങൾ.

ബന്ധുക്കളും സുഹൃത്തുക്കളും ഒറ്റയും തെറ്റയുമായി വീട്ടിലേക്ക് എത്തിത്തുടങ്ങി.

കുറച്ചുപേർ പള്ളിയിലേക്ക് എത്തിക്കോളാമെന്ന് അറിയിച്ചിട്ടുണ്ട്. ജോണപ്പാപ്പനും മേഴ്സിയമ്മയും ഇന്നലെ രാത്രി തന്നെ എത്തി. തലതൊട്ടപ്പനും തലതൊട്ടമ്മയും.

കവി ലഡാക്കിലാണ്. മനസമ്മതത്തിനുഎത്താൻ പാകത്തിൽ അവിടന്നു പുറപ്പെട്ടതുമാണ്. പക്ഷെ, വഴിയിൽ എന്തോ തടസ്സം. പാട്നിടോപ്പിൽ കുടുങ്ങിക്കിടക്കുകയാണ് എന്ന് വിളിച്ചിരുന്നു. വളരെ സങ്കടകരമായ അവസ്ഥ.

യൂറിക് ആസിഡിന്റെ അസുഖം മൂലം കാലുകൾ രണ്ടും മന്തുപോലെ നീരുവച്ചിരുന്നിട്ടും ജോണപ്പാപ്പനും മേഴ്സിയമ്മയും മേരിക്കുഞ്ഞിന്റെ മനസമ്മതം കൂടാൻ അതീവ സന്തോഷത്തോടെ ഓടിവന്നിരിക്കുകയാണ്.

കൃത്യം പതിനൊന്ന് മണിക്കാണ് ഇടവകപ്പള്ളിയിൽ വച്ച് ചടങ്ങ് ആരംഭിക്കുക. വീട്ടിൽ നിന്ന് അര മണിക്കൂർ യാത്രയെ ഉള്ളു പള്ളിയിലേക്ക്.

വീട്ടിലേക്ക് എത്തിക്കൊണ്ടിരിക്കുന്ന അതിഥികളെ യഥാവിധി സ്വീകരിച്ച് സൽക്കരിക്കുന്നതിന്റെ തിരക്കാണ് ജാൻസിക്ക്. ഓരോരുത്തരുടെയും ഇഷ്ടാനിഷ്ടങ്ങൾ ചോദിച്ചറിഞ്ഞ് കുടിക്കാൻ ചായ, തണ്ണിമത്തൻ ജ്യൂസ്, അച്ചപ്പം ലഡു മുതലായ ലഘുഭക്ഷണങ്ങൾ. ചന്ദനനിറമുള്ള പട്ടുസാരിയിൽ ജാൻസി വീടു മുഴുവൻ നിറഞ്ഞു നിൽക്കുന്നു. ഒറ്റനോട്ടം കൊണ്ട് വീട് മുഴുവൻ നിയന്ത്രിക്കുന്ന ഗൃഹനാഥയുടെ അസാമാന്യമായ ചാതുര്യത്തോടെ ഓരോരുത്തരുടെ അടുത്തും വീടിന്റെ മുക്കിലും മൂലയിലും ജാൻസി എത്തി.

മാത്തച്ചനാവട്ടെ, ചന്ദനനിറമുള്ള ഷർട്ടും വെള്ളമുണ്ടുമാണ് വേഷം. കഷണ്ടിത്തലയിലെ അല്പം മുടി കറുപ്പിച്ചിട്ടുണ്ടെന്നത് ഒഴിച്ചാൽ വേറെ ആഡംബരങ്ങൾ ഒന്നുമില്ല. വീട്ടുവാതിൽക്കൽത്തന്നെ നിന്ന് ഓരോരുത്തരെയും കൈ പിടിച്ച് അകത്തേക്ക് ആനയിക്കുകയാണ് അയാൾ. സ്വതവേ ചുവന്നുതുടുത്ത മുഖം സന്തോഷത്താൽ വെട്ടിത്തിളങ്ങുകയാണ്. ഇടയ്ക്ക് ആരോ

ചോദിക്കുന്നത് കേട്ടു.

'മോളെവിടെ?'

'ഒരുങ്ങുവാണു, മുകളിലുണ്ട്.'

മാത്തച്ചൻ അഭിമാനത്തോടെ ചിരിച്ചു. ബ്യുട്ടീഷ്യൻ കൂടിയായ പ്രിയ സുഹൃത്ത് മീന അവളെ ഒരുക്കുന്നു.

അതിഥികളോട് വിശേഷങ്ങൾ തിരക്കുന്നതിനിടയിൽ മാത്തച്ചൻ ഇടത്തെ കൈകുടഞ്ഞ് വാച്ചിൽ നോക്കി. ഇനി മുക്കാൽ മണിക്കൂറേ സമയമുള്ളൂ എന്നോർത്തപ്പോൾപരിഭ്രമം പ്രളയജലം പോലെ ഇരച്ചു കയറി.

രക്തസമ്മർദ്ദത്തിനുള്ള മരുന്ന് കഴിക്കുന്നുണ്ട് മാത്തച്ചൻ. അല്പം പോലും സമ്മർദ്ദം താങ്ങാൻ ഈയിടെയായി കഴിയുന്നില്ല. തലഞരമ്പുകളിലൂടെ ശരം പോലെ എന്തോ പായുന്നതനുഭവപ്പെട്ടപ്പോൾ അയാൾ അക്ഷമയോടെ ജാൻസിയെ വിളിച്ചു.

'സമയം ആകാറായി. ഇറങ്ങാൻ പറയു.'

തല പാളിപ്പോകുന്നതുപോലെ തോന്നിയപ്പോൾ മാത്തച്ചൻ വേഗം മുന്നിൽ കണ്ട കസേരയിൽ ഇരുന്നു. സമയം ആകാറായെന്ന് ഭാര്യയോട് പറഞ്ഞതിനെ ഓർത്ത് വല്ലാതെ ഭയന്നു. ചിലപ്പോൾ മനുഷ്യന്റെ നാവിൽ നിന്ന് അറിയാതെ വരുന്ന വാക്കുകൾ സത്യമാകുന്നതയാൾ കേട്ടിട്ടുണ്ട്. സമയം ആകാറായി എന്ന വാക്ക് കൊണ്ട് നാവ് എന്താണ് ഉദ്ദേശിച്ചത്?.

ഓർത്തപ്പോൾ പെട്ടെന്നൊരു കിതപ്പ് അയാളെ പിടികൂടി. ചങ്കിടിപ്പിന്റെ അളവ് ഓരോ നിമിഷവും വർദ്ധിച്ചു വരുന്നു. അതിലേവന്ന അനിയന്റെ മകളെ വിളിച്ച് രണ്ടു ഗ്ലാസ് വെള്ളം വാങ്ങിക്കുടിച്ചു.

സർവാഭരണവിഭൂഷിതയായി മുകളിൽ നിന്ന് ഇറങ്ങി വരുന്ന മേരിക്കുഞ്ഞിനെ കണ്ടപ്പോൾ മാത്തച്ചൻ എല്ലാ ക്ഷീണവും മറന്ന് എഴുന്നേറ്റു പോയി.

'ഇറങ്ങണ്ടേ..?'

മാത്തച്ചൻ അക്ഷമയോടെ ചോദിച്ചു.

പൊന്മാൻ നിറമുള്ള സാരിയിൽ ഒരു വനദേവതയെപ്പോലെ സാരിത്തുമ്പ് വീശിനിന്ന മകളെ ആഹ്ലാദത്തോടെ നോക്കിനിൽക്കുമ്പോൾ, ഈയൊരു നിമിഷത്തിനാണ് ഈ ജന്മം തപസുചെയ്തതെന്ന് ജാൻസിയുടെ ഉള്ളം തുടിച്ചു. ആത്മനിർവൃതിയുടെ തിരത്തള്ളലിൽ ജാൻസി നിറഞ്ഞു വഴിഞ്ഞു.

പ്രധാനമുറിയിലെ ഈശോയുടെ രൂപത്തിന് മുന്നിൽ നിന്നുള്ള അല്പനേരത്തെ പ്രാർത്ഥനക്ക് ശേഷം ജാൻസി മകളെ കൈപിടിച്ച്

വീടിനു പുറത്തേക്ക് ഇറക്കുന്നത് കണ്ടുനിന്ന മാത്തച്ചൻ മനസ്സിൽ ഓർത്തു.

അമ്മയുടെ തനിപ്പകർപ്പ് തന്നെ മകൾ.

ഇരുപത്തിയഞ്ച് വർഷങ്ങൾക്കു മുൻപുള്ള ഒരു ആഗസ്റ്റ് മാസത്തിൽ മാത്തച്ചൻ എന്ന എം. ജെ മാത്യുവിന്റെ കരംഗ്രഹിച്ച് കടന്നു വന്ന ജാൻസി ഫ്രാൻസിസ് എന്ന വെളുത്തു കൊലുന്നനെയുള്ള പെൺകുട്ടിയും ഇവളെപ്പോലെ തന്നെയിരുന്നു. മേരിക്കുഞ്ഞിന്റെ അതേ രൂപലാവണ്യം. അതേ പരിഭ്രമം. അതേ നോട്ടം. അതേ നടത്തം. അതേ ചിരി.

ചരിത്രത്തിന്റെ തനിയാവർത്തനം. പതിനാല് വർഷങ്ങൾക്ക് ശേഷം ചരിത്രം അതേപടി പുനരവതരിക്കുന്നു.

ഫോട്ടോഗ്രാഫർമാരും വീഡിയോഗ്രാഫർമാരും ആളുകളെ അവർക്കിഷ്ടമുള്ള രീതിയിൽ ചാഞ്ഞും ചരിഞ്ഞുമൊക്കെ നിർത്തുകയാണ്. ഫോട്ടോക്കും വീഡിയോയ്ക്കും മുന്നിൽ നിൽക്കുന്നവരൊക്കെ ഇതുവരെ ഒളിഞ്ഞുകിടക്കുകയായിരുന്ന തങ്ങളുടെ അഭിനയപാടവം പുറത്തെടുക്കാനുള്ള കഠിനമായ ശ്രമത്തിലാണ്. ക്യാമറക്കാരുടെ പൂർണ്ണ നിയന്ത്രണത്തിലാണ് ഇനി സകല ചടങ്ങുകളും സകല മനുഷ്യരും. മനുഷ്യന്റെ സ്വാഭാവികതയ്ക്ക് മേൽ ഇലക്ട്രോണിക് മീഡിയയുടെ സമ്പൂർണ്ണ ആധിപത്യം. പള്ളിയിലെ ചടങ്ങുകളൊക്കെ ഇപ്പോൾ തികച്ചും അപ്രധാനമാണ്. എല്ലാ ആഘോഷങ്ങളും റിച്ച് ഫ്രെയിമിൽ സെറ്റ് ചെയ്ത സിനിമകളാണ്. ഒരുപക്ഷെ, അവയേക്കാൾ മനോഹരം. മുന്നിൽ വന്നുപെടുന്ന ഓരോ വ്യക്തിയും നിറങ്ങൾ ചാലിച്ച ഫ്രെയിമുകളിൽ രചിക്കപ്പെടുന്ന കവിതകൾ.

മേരിക്കുഞ്ഞിന് സമ്മാനമായി കൊടുക്കാൻ വാങ്ങിയ ഇന്നോവ ക്രിസ്റ്റ പൂക്കൾ കൊണ്ടും ഇലകൾ കൊണ്ടും മനോഹരമായി ഒരുങ്ങി വീട്ടുമുറ്റത്ത് കാത്ത് നിന്നിരുന്നു.

മേരിക്കുഞ്ഞും ജാൻസിയും മാത്തച്ചനും അടുത്ത ബന്ധുക്കളും ഇന്നോവയിൽ കയറി. ശേഷിച്ചവർ മറ്റു കാറുകളിൽ പിന്നാലെ. കാറിനുള്ളിൽ പ്രതീക്ഷയുടെയും ഉത്കണ്ഠയുടെയും അടക്കിപ്പിടിച്ച ശബ്ദങ്ങൾ.

കാർ പള്ളിമുറ്റത്തേക്ക് പ്രവേശിച്ചപ്പോൾ ജാൻസി അതിദീർഘമായി നിശ്വസിച്ചു. താലിയിൽ കോർത്തിട്ടിരുന്ന കുരിശുരൂപം കയ്യിലെടുത്ത് ബാവാക്കും പുത്രനും വരച്ചു. മാത്തച്ചൻ വാച്ചിൽ നോക്കി സ്വയം ആശ്വസിക്കുന്ന പോലെ പറഞ്ഞു.

'അഞ്ചുമിനിറ്റുണ്ട്...'

പള്ളിമുറ്റത്തെ അത്തിമരത്തിന്റെ തണലിൽ നിറുത്തിയിട്ട കാറിൽ നിന്ന് എല്ലാവരും ഇറങ്ങി മരത്തിന്റെ തണലിലേക്ക് ഒതുങ്ങി നിന്നു. മാർട്ടിനും ബന്ധുക്കളും മുൻപേ തന്നെ എത്തിയിട്ടുണ്ട്. പള്ളിയുടെ അപ്പുറത്തെ വശത്ത് ഓഡിറ്റോറിയം നീട്ടിക്കൊടുത്ത തണലിൽ അഭയം പ്രാപിച്ചിരിക്കുകയാണ് അവർ.

ഓഡിറ്റോറിയത്തിന്റെ തണലിൽ മാർട്ടിൻ ആരോടോ ഫോണിലാണ്. സംസാരത്തിനിടയിൽ അയാൾ മേരിക്കുഞ്ഞിന് നേരെ ചിരിയോടെ കൈയുയർത്തി. മറുപടിയായി മാത്തച്ചനും കയ്യുയർത്തി. കറുത്ത സ്യൂട്ടിലും നേർപ്പിച്ചുവെട്ടിയ ബുൾഗാൻ താടിയിലും മാർട്ടിൻ തലയെടുപ്പോടെ നിന്നു.

ഓഡിറ്റോറിയത്തിനരികിൽ നിന്ന് മാർട്ടിന്റെ അമ്മച്ചി വെയിലിനെ മുറിച്ച് ഓടിവന്ന് മേരിക്കുഞ്ഞിന്റെ കവിളിലും താടിയിലും സ്നേഹത്തോടെ പിടിച്ചോമനിച്ച് കൊച്ചുകൊച്ചു വിശേഷങ്ങൾ അന്വേഷിച്ച് തിരിച്ചുപോയി. അവരുടെ സ്പർശത്തിൽ പുറത്തെ പൊള്ളുന്ന ചൂടിലും അകമനസിൽ എന്തെന്നില്ലാത്ത കുളിർമ അവൾ അനുഭവിച്ചു.

മേരിക്കുഞ്ഞിന്റെ സാരിയുടുക്കൽ ഇപ്പോളും തീർന്നിട്ടില്ലെന്ന് കണ്ട് ഫോൺ സംസാരത്തിനിടയിലും മാർട്ടിൻ ചിരിച്ചു. കസിൻ നിമ്മി സാരിയുടെ ഞൊറിവ് ശരിയാക്കിക്കൊണ്ടിരിക്കുന്നു. ശരിയാക്കിയിട്ടും ശരിയാക്കിയിട്ടും ശരിയാവാത്ത ഞൊറിവെന്ന് മേരിക്കുഞ്ഞ് അക്ഷമയോടെ. നിമ്മിയുടെ കുലുങ്ങിക്കുലുങ്ങിച്ചിരി.

പെണ്ണിനും ചെറുക്കനും പള്ളിയിൽ പ്രവേശിക്കുവാൻ അനുവാദം കിട്ടിയപ്പോൾ പള്ളിയുടെ ഇരുവശങ്ങളിലും നിന്നിരുന്ന ജനക്കൂട്ടം പരസ്പരം ഒഴുകിച്ചേർന്ന് ഒറ്റക്കൂട്ടമായി. തിരിച്ചറിയാനാവാത്ത വിധം ഇഴുകിച്ചേർന്നൊഴുകിയ മനുഷ്യനദിയുടെ ഏറ്റവും മുന്നിൽ മേരിക്കുഞ്ഞും മാർട്ടിനും നിന്നു.

പള്ളിക്കുള്ളിലേക്കുള്ള വെളുത്ത ഗ്രാനൈറ്റ് ചവിട്ടുപടികൾ കയറുന്ന സമയത്ത് അത്തിമരത്തിന്റെ തണലിൽ ഇന്നോവക്കരികിൽ നങ്കൂരമിട്ട ഒരു ജീപ്പ് മേരിക്കുഞ്ഞ് കൺകോണിലൂടെ കണ്ടു. പച്ചയും വെള്ളയും നിറങ്ങളുള്ള സേവിയുടെ ജീപ്പ്. മേരിക്കുഞ്ഞിന്റെ അകമനസ് പെരുമഴയിൽ ജലത്തുള്ളികൾ ചൂടിനിന്ന മരം പോലെ ഒന്നുലഞ്ഞു.

ശക്തമായ കാറ്റേറ്റപ്പോൾ ചാഞ്ഞു പോയതുപോലെ അവൾ ഒന്ന് നിലം മുട്ടിത്തിരിച്ചുവന്നു. തിരിഞ്ഞു നോക്കാൻ അതിയായ പ്രേരണ പിടിച്ചുവച്ചെങ്കിലും തിരിഞ്ഞു നോക്കിയില്ല. തന്നെ പുറത്തേക്ക് വലിക്കുന്ന ശക്തിയെ എതിരിട്ട് അവൾ പള്ളിയിലേക്ക്

കയറി. കൊടുങ്കാറ്റിനെതിരെ നടക്കുന്നത് പോലെ അവൾ വിഷമിച്ചു.

എന്നാൽ, മേരിക്കുഞ്ഞിന്റെ കൺകോണുകളിൽ ഇതുവരെ ഇല്ലാതിരുന്ന തിളക്കം കണ്ടില്ലെന്ന് വെക്കാൻ മാർട്ടിന് കഴിയുമായിരുന്നില്ല. അയാൾ തിരിഞ്ഞുനോക്കുക തന്നെ ചെയ്തു. വെള്ള ഷർട്ടും വെളുത്ത പാന്റ്സും ധരിച്ച ചെറുപ്പക്കാരൻ. അയാൾ തന്നെ. സേവി!

വെള്ളയും കറുപ്പും ടൈലുകൾ പാകിയ വിശാലമായ പള്ളിയുടെ അകത്തളത്തിൽ അൾത്താരയുടെ രണ്ടാമത്തെ പടിയിൽ ഇടംകയ്യിൽ പ്രാർത്ഥനാ പുസ്തകവും വലം കയ്യിൽ മൈക്കുമായി ജോർജ് വള്ളിക്കാടനച്ചൻ നിന്നിരുന്നു. അരികിൽ സഹായിയും. തൂങ്ങപ്പെട്ട രൂപത്തിന്റെ കറുത്ത കുരിശിന്റെ താഴ്ഭാഗം അച്ഛന്റെ മുടിയില്ലാത്ത നിറുകയിൽ കുത്തിവച്ചിരിക്കുന്നത് പോലെ തോന്നിച്ചു. മുകളിൽ നിന്ന് വെളിച്ചം കുത്തിവീണ് അച്ഛന്റെ കഷണ്ടി തിളങ്ങി. കരിമഷിയെഴുതിയ പോലെ നിറയെ കൺപീലികളുള്ള വള്ളിക്കാടനച്ചന്റെ കണ്ണുകൾ. ശബ്ദമില്ലാതെ കറങ്ങുന്ന ഫാൻ അച്ഛന്റെ തിരുവസ്ത്രങ്ങളെ വലിയ പക്ഷിയുടെ ചിറകുകൾ പോലെ പറപ്പിച്ചു.

സ്വർഗത്തിലേക്കുള്ള പാത പോലെ വെളുത്ത ടൈലുകൾ പാകിയ വള്ളിക്കാടനച്ചന്റെ ളോഹയുടെ അടിവശം വരെ നീണ്ടു കിടന്ന പാതയിലൂടെ നടന്ന് വധൂവരന്മാർ അച്ചന് മുന്നിലെത്തി നിന്നു. കട്ടിക്കണ്ണടവെച്ച, ടൂത്ബ്രഷ് മീശയുള്ള അച്ചന്റെ സഹായി അല്പംകൂടി അച്ചന്റെ മുന്നിലേക്ക് നീങ്ങിനിൽക്കാൻ നിർദ്ദേശിച്ചത് മേരിക്കുഞ്ഞും മാർട്ടിനും അനുസരിച്ചു.

വള്ളിക്കാടനച്ചൻ ചൊല്ലിക്കൊടുത്ത പ്രാർത്ഥനകൾ ഒരുകൂട്ടം ചുണ്ടുകൾ വിശ്വാസത്തോടെ ഏറ്റുപറഞ്ഞു.

വള്ളിക്കാടനച്ചൻ മാർട്ടിന്റെയും മേരിക്കുഞ്ഞിന്റെയും നെറ്റിയിൽ തള്ളവിരൽ കൊണ്ട് കുരിശു വരച്ചു.

ഒരു കുടുംബം രൂപപ്പെടുകയാണ്. പ്രതീക്ഷയുടെ മെഴുതിരി വെളിച്ചം കത്തിച്ചുവച്ച കുറെ മിഴികൾ അച്ചനെ നോക്കി. ദൈവത്തിന്റെ അഗാധമായ കാരുണ്യം ഓർമിപ്പിക്കുന്ന ഗാംഭീര്യം നിറഞ്ഞ ശബ്ദത്തിൽ അച്ചൻ ചോദിച്ചു.

'മാർട്ടിൻ, ഈ നിൽക്കുന്ന ആൻ മരിയയെ നിന്റെ ഭാര്യയായി സ്വീകരിക്കാൻ നിനക്ക് സമ്മതമാണോ?'

'സമ്മതമാണ്'

മാർട്ടിന്റെ ശങ്കയേതുമില്ലാത്ത ശബ്ദം.

വള്ളിക്കാടനച്ചന്റെ കണ്ണുകൾ മേരിക്കുഞ്ഞിനു നേർക്ക്

തിരിഞ്ഞു. അച്ചന്റെ കണ്ണുകളിൽ അവളുടെ നോട്ടം വന്നുമുട്ടിയപ്പോൾ എന്തുകൊണ്ടെന്നറിയില്ല, അവൾ ചെറുതായി വിറച്ചു. അച്ചന്റെ ചോദ്യം പള്ളിയിൽ ഉറങ്ങുകയായിരുന്ന നിശബ്ദതയെ പുറത്തേക്കോടിച്ചു.

'ആൻ മരിയ, ഈ നിൽക്കുന്ന മാർട്ടിനെ നിന്റെ ഭർത്താവായി സ്വീകരിക്കാൻ നിനക്ക് സമ്മതമാണോ?'

മേരിക്കുഞ്ഞ് മറുപടി പറഞ്ഞില്ല. ചോദ്യം കേൾക്കാത്തതു പോലെ തലകുനിച്ചുനിൽക്കുക മാത്രം ചെയ്തു.

ആ നിമിഷം താൻ പള്ളിയിലല്ല, ജീവിതത്തിനും മരണത്തിനും നടുവിലാണ് നിൽക്കുന്നതെന്ന് മേരിക്കുഞ്ഞിന് തോന്നിപ്പോയി. അപ്പോൾ അവളുടെയുള്ളിൽ ഒരു യുദ്ധം അരങ്ങേറുകയായിരുന്നു. പള്ളിയിലേക്ക് കയറുന്ന സമയത്ത് സേവിയുടെ ജീപ്പ് അത്തിമരത്തിന്റെ തണലിൽ നിറുത്തിയിട്ടപ്പോൾ മുതൽ ആരംഭിച്ച ശരിതെറ്റുകളുടെ ഘോരയുദ്ധം.

തന്റെ ഉള്ളിൽ നിന്ന് ആരോ പിന്നോട്ട് എണ്ണുന്നത് പോലെ മേരിക്കുഞ്ഞിന് അനുഭവപ്പെടാൻ തുടങ്ങി. പത്ത്. ഒൻപത്. എട്ട്. ഏഴ്. കവിതയുടെ ശബ്ദമാണോ? അതോ തന്റെ തന്നെ മനസിന്റെ ശബ്ദമോ? ജാൻസിയുടെയും മാത്തച്ചന്റെയും ഹൃദയം നെടുകെപ്പിളർന്ന് ഒരു വാൾ കടന്നുപോയി. തിരുരൂപത്തിലേക്ക് നോക്കിയപ്പോൾ ഉള്ളിൽ നിന്ന് വേദനയുടെ ചോരയിറ്റി. പള്ളിയിൽ കൂടിയവരൊക്കെ ഒറ്റനിമിഷം കൊണ്ട് ബധിരരായതുപോലെ തോന്നി. കുറേക്കൂടി വ്യക്തമായി കേൾക്കാൻ അവർ മുന്നോട്ട് കയറിക്കയറി വരുന്നു.

വീണ്ടും വള്ളിക്കാടനച്ചന്റെ ചോദ്യം. രണ്ടാമത്തെ തവണ ചോദിച്ചപ്പോൾ അച്ചന്റെ ശബ്ദം അല്പം കൂടി ഉയർന്നു. അച്ചന്റെ ഒച്ചയിലും അടച്ചുവെച്ചിട്ടും തുറന്നുപോകുന്ന ആകാംക്ഷ.

'ആൻ മരിയ, ഈ നിൽക്കുന്ന മാർട്ടിനെ ഭർത്താവായി സ്വീകരിക്കാൻ നിനക്ക് സമ്മതമാണോ?'

ആൾക്കൂട്ടത്തിനു വളരെ പിന്നിൽ ആനവാതിലിനരികിൽ കൈകൾ കെട്ടിനിന്ന് മനസമ്മതച്ചടങ്ങു വീക്ഷിച്ചു കൊണ്ടിരുന്ന സേവിയുടെ ഹൃദയം അതിശക്തിയോടെ മിടിച്ചു. അകത്തേക്ക് കയറിവന്ന കാറ്റിന്റെ കൈകൾ വാതിലിന്റെ അരികിലെ ജാലകപ്പാളികളെ ചെവിക്കല്ല് തകർക്കുന്ന ഒച്ചയിൽ കൊട്ടിയടച്ചു. സേവി ഉണ്ണീശോയെ കയ്യിലെടുത്തു നിൽക്കുന്ന വിശുദ്ധ അന്തോണിയെ നോക്കി. പുണ്യാളാ, ഇവളെന്താണ് നിശബ്ദയായി നിൽക്കുന്നത്.

'പറയൂ.. മേരിക്കുഞ്ഞേ, സമ്മതമാണെന്ന് പറയൂ വേഗം

പറയൂ...'

സേവി മനസ്സിൽ ഉറക്കെ പറഞ്ഞു.

ചെന്നിയിൽ നിന്ന് ഒഴുകിയിറങ്ങിയ വിയർപ്പു ചാലുകൾ തൂവാല കൊണ്ട് തുടക്കുകയായിരുന്നു മാർട്ടിൻ. പള്ളിക്കകത്ത് കൂടിനിന്നവരുടെ മുറുമുറുപ്പുകൾക്ക് മുകളിലേക്ക് വള്ളിക്കാടനച്ചന്റെ മൂന്നാമത്തെയും അവസാനത്തെയും ചോദ്യം ഹുങ്കാരത്തോടെ ചെന്നുവീണു. അച്ചന്റെ വാക്കുകൾക്ക് ഇത്തവണ അധികാരത്തിന്റെ ഭാഷയായിരുന്നു.

'ആൻ മരിയ, മാർട്ടിനെ ഭർത്താവായി സ്വീകരിക്കാൻ നിനക്ക് സമ്മതമാണോ?'

എന്നാൽ, വള്ളിക്കാടനച്ചന്റെ ചോദ്യം കേൾക്കാനാവാത്ത വിധത്തിൽ, ഓർമ്മകൾ മേരിക്കുഞ്ഞിന്റെ ചെവികളെ മൂടിക്കളഞ്ഞിരുന്നു. മാർട്ടിനുമൊത്തുണ്ടായ കൊടിയ വഴക്കും അയാളുടെ ഫ്ളാറ്റിന്റെ ബാൽക്കണിയിൽ ഇരുന്നാൽ കാണാവുന്ന ഒരാൾ പൊക്കത്തിൽ തിരയടിക്കുന്ന കടലും അവളുടെ ചിന്തകളിലൂടെ ഒഴുകിപ്പോയി. മരണത്തിൽ നിന്ന് കഷ്ടിച്ച് രക്ഷപ്പെട്ട ദിവസം ഓർത്ത് അവൾ കുടഞ്ഞുണർന്നു. ആരൊക്കെയോ അവളുടെ പിന്നിൽ പിച്ചുകയും പിടിച്ചു വലിക്കുകയും സമ്മതമെന്നു പറയാൻ നിർബന്ധിക്കുകയും ചെയ്യുന്നുണ്ടായിരുന്നു.

മേരിക്കുഞ്ഞിന്റെ ചുവന്ന ചായം പൂശിയ ചുണ്ടുകൾ അച്ചന്റെ ചോദ്യത്തിന് മറുപടി പറയുവാനായി വിടർന്നു. അക്ഷരമറിയാത്ത കുട്ടിയെ വാക്കുകൾ പഠിപ്പിക്കുന്ന ക്ഷമാശീലനായ അദ്ധ്യാപകനെപ്പോലെ വള്ളിക്കാടനച്ചൻ അവളുടെ വിടർന്ന ചുണ്ടുകളിൽ പ്രതീക്ഷയോടെ നോക്കി നിന്നു. അവളെ കേൾക്കാൻ പള്ളി മുഴുവൻ സൂചി താഴെ വീണാൽ കേൾക്കുന്ന നിശബ്ദതയോടെ കാതോർത്തു. മെല്ലെ തലയുയർത്തി അച്ചന്റെ പീലികൾ നിറഞ്ഞ കണ്ണുകളിൽ നോക്കി മേരിക്കുഞ്ഞ് ചിതറിപ്പോയ ഒച്ചയിൽ പറഞ്ഞു.

'സമ്മതമല്ല.'

മുന്തിരിവൈനിന്റെ നിറമുള്ള വള്ളിക്കാടനച്ചന്റെ മുഖം കരിക്കട്ട പോലെ കറുത്തുവന്നു.

ലോകം ഒരു നിമിഷം നിന്നുപോയതു പോലെ മാത്തച്ചന് അനുഭവപ്പെട്ടു. ഭൂമിയിലെ എല്ലാ വിളക്കുകളും സ്വിച്ചിട്ട പോലെ അണഞ്ഞു പോകുന്നതും. കണ്ണിൽ ഇരുട്ട് ഇടിച്ചുകയറുന്നതു പോലെ ജാൻസിക്ക് തോന്നി. അവർ ആരുടെയൊക്കെയോ കൈകളിലേക്ക് മറിഞ്ഞു വീണു.

ഇരുപത്തിയഞ്ച്

കാറിൽ നിന്നും ഇറങ്ങി വീടിന്റെ പൂമുഖത്തേക്ക് തളർന്ന ചുവടുകൾ വെക്കുമ്പോൾ മേരിക്കുഞ്ഞിന് ഹൃദയത്തിനു മേൽ വലിയൊരു കരിങ്കല്ലു കയറ്റിവെച്ചത് പോലൊരു ഭാരം തോന്നിത്തുടങ്ങി. അനുനിമിഷം വർദ്ധിച്ചു വന്ന ഭാരം താങ്ങാനാവാതെ അവൾ കരഞ്ഞു. വീട്ടിലേക്കെത്തുന്നതിനു മുൻപേ തന്നെ കരിങ്കല്ലുകൾക്കിടയിൽ പുല്ലുകൾ പാകിയ മുറ്റത്ത് താൻ കുഴഞ്ഞു വീണേക്കുമെന്നവൾക്ക് തോന്നി.

പള്ളിയിൽ നിന്ന് വീട്ടിലേക്ക് കാറിൽ മേരിക്കുഞ്ഞിനെ അനുഗമിച്ച അവളെക്കാൾ നാലഞ്ചു വയസിന് ഇളയ കസിൻ നിമ്മി അവളെക്കാൾ തിടുക്കത്തിൽ കാറിൽ നിന്നിറങ്ങി പൂമുഖപ്പടികൾ ഓടിക്കയറിച്ചെന്ന് വാതിലിന്റെ കൊളുത്ത് തിരിച്ചു. നിമ്മിയുടെ ഉലഞ്ഞ വസ്ത്രങ്ങളും രക്തം ഒഴുകിപ്പോയ മുഖവും താൻ മൂലമാണല്ലോയെന്ന കുറ്റബോധം മേരിക്കുഞ്ഞിന്റെ ഉള്ളിന്നുള്ളിൽ ആഴത്തിലുള്ള വിള്ളലുണ്ടാക്കി.

ഇന്ന് രാവിലെ എന്തൊരു ഉത്സാഹം ആയിരുന്നു നിമ്മിക്ക്. പ്രിയപ്പെട്ട കുഞ്ഞേച്ചിയുടെ മനസുചോദ്യത്തിന്റെ ആഹ്ലാദങ്ങൾ.

എന്നാൽ ഇപ്പോളവൾ പരിപൂർണ്ണ നിശ്ശബ്ദയാണ്.

സദാസമയവും മേരിക്കുഞ്ഞിന്റെ ചെവിയിൽ കിളിയെപ്പോലെ ചിലച്ചു കൊണ്ടിരുന്ന കുഞ്ഞനിയത്തി പള്ളിമുറ്റത്തുനിന്ന് കാറിൽ കയറിയതിനുശേഷം ഇതേവരെ അവളോടൊരക്ഷരം മിണ്ടിയിട്ടില്ല. മനസുചോദ്യത്തിന്റെ ആഹ്ലാദാരവങ്ങൾ അവളിൽ നിന്നും അഴിഞ്ഞു പോയിരിക്കുന്നു.

മേരിക്കുഞ്ഞ് പൂമുഖത്തെ തൂണിൽ കുഴഞ്ഞുവീഴാതിരിക്കാനെന്ന പോലെ വിരലുകളമർത്തി നിന്നു.

വീടും പരിസരവും തനിക്കപരിചിതമായ സ്ഥലമായി മാറിപ്പോയിരിക്കുന്നത് പോലെ. അവളിതുവരെ കണ്ടിട്ടേയില്ലാത്ത ഇത്രനാൾ പരിചയിച്ചിട്ടേയില്ലാത്ത ഒരിടം. അന്യഗ്രഹജീവിയെ പകച്ചു നോക്കുന്ന കണ്ണുകളോടെ വീടും വീട്ടുമുറ്റത്തെ മരങ്ങളും ചെടികളുമൊക്കെ അവളെ നോക്കി. അബദ്ധത്തിലെങ്ങോ വഴി തെറ്റി വീട്ടിൽ വന്നുപെട്ട ഒരാളെപ്പോലെ അവൾ പൂമുഖത്ത് പകച്ചുനിന്നു.

ഇന്നു പ്രഭാതത്തിൽ, അനുഗ്രഹാശിസുകളോടെ അവളെ

യാത്രയാക്കിയ വീടല്ല ഇത്. നേരിയ മുഖപരിചയം പോലുമില്ലാത്ത വീട്. ഇപ്പോൾ ഈ വീട്ടിൽ മനുഷ്യരാരും ജീവിച്ചിരിക്കുന്നില്ല. മരിച്ചവരുടെ സിമിത്തേരിയാണിത്.

മുൻവാതിൽ തുറയുന്ന കരകരാ ശബ്ദം കേട്ടപ്പോൾ മേരിക്കുഞ്ഞ് തലയുയർത്തി നിമ്മിയെ നോക്കി. വാതിൽ മലർക്കെ തുറന്നിട്ട് അവൾ മേരിക്കുഞ്ഞിനെ നിസ്സഹായയായി നോക്കിക്കൊണ്ട് നിൽക്കുകയാണ്. പൊട്ടക്കിണറ്റിലെ അമ്പിളിക്കല പോലെ നിമ്മിയുടെ വലിപ്പമേറിയ കണ്ണുകൾ. വലിയ കണ്ണുകളിൽ അമർത്തി വെക്കാൻ ശ്രമിച്ചിട്ടും കുളത്തിലെ ഓളം പോലെ ഇളകുന്ന പരിഭ്രമം.

നിമ്മി തുറന്നിട്ട വാതിലിലൂടെ ഭൂഗർഭ അറയിലൂടെ രഹസ്യമായി സഞ്ചരിക്കുന്ന ഒരാളെപ്പോലെ മേരിക്കുഞ്ഞ് വീടിനകത്തേക്ക് ഒളിച്ചു കടന്നു. മുറിയിൽ കടന്ന് വാതിലടച്ച് ലോകത്തെ പുറത്താക്കി തന്നെ അകത്താക്കി വാടിയ ചീരത്തണ്ടുപോലെ കട്ടിലിലേക്ക് കുഴഞ്ഞു വീഴുമ്പോൾ ഒരു മകളെന്നനിലക്കു മാത്രമല്ല, വ്യക്തിയെന്ന നിലയിൽ പോലും താൻ ഈ ലോകത്തെ അർഹിക്കുന്നില്ലെന്ന് അവൾ പരിതപിച്ചു.

അല്പനേരത്തിനു ശേഷം പൂമുഖത്ത് വന്നുനിന്ന കാറിൽ നിന്ന് മാത്തച്ചൻ വാതിൽ തുറന്ന് ഇറങ്ങി. അയാളുടെ ആഗമനം പ്രതീക്ഷിച്ചിരുന്ന പോലെ നിമ്മി മുറ്റത്തേക്കിറങ്ങിച്ചെന്ന് മാത്തച്ചന്റെ കൈപിടിച്ചു. അങ്കിളിന്റെ കൈ വാടിപ്പോയൊരു പപ്പായത്തണ്ടുപോലെ അകം പൊള്ളയാണെന്ന് നിമ്മിക്ക് തോന്നി അവളുടെ നെഞ്ചിനുള്ളിൽ നിന്ന് ഈശോയെ എന്നൊരു പതിഞ്ഞ കരച്ചിലുയർന്ന് മേഘങ്ങളെ തൊട്ടു.

ഒറ്റ മനസും ഒറ്റ ശരീരവുമായി രാവിലെ വീട്ടിൽ നിന്നിറങ്ങിയവർ ഇന്ന് പള്ളിക്കുള്ളിലുണ്ടായ ഉഗ്രസ്ഫോടനത്തിൽ ചിതറി പല കഷണങ്ങളായി മടങ്ങിവരുന്നു.

അകത്തെ മുറിയിലെ കട്ടിലിൽ മാത്തച്ചനെ കിടത്തി പുറത്തിറങ്ങി മുറിയുടെ വാതിൽ ചാരുമ്പോൾ നിമ്മി ഓർത്തു. ചിതറിയപ്പോയ ഈ ചില്ലുപാത്രങ്ങളെ ആർക്ക്, ഇനി എങ്ങിനെ കൂട്ടിച്ചേർക്കാനാവും?

*　　　　*　　　　*

എത്രനേരം കുറ്റബോധത്തിന്റെ കരകാണാക്കടലിൽ ഊയലാടി കിടന്നുവെന്ന് മേരിക്കുഞ്ഞിന് ഒരോർമയുമില്ല. ജോണപ്പാപ്പന്റെ ശബ്ദം കേട്ടാണ് ഉണർന്നത്. മമ്മിയെ ആശുപത്രിയിൽ നിന്ന് കൂട്ടിക്കൊണ്ട് വരുന്നതാകണം. മമ്മിയുടെ ഓരോ കാൽവയ്പിലും

ജോണപ്പാപ്പന്റെ നിർദ്ദേശങ്ങൾ. ഇടക്ക് ചിലപ്പോൾ നിമ്മിയുടെയും മേഴ്സിയമ്മയുടെയും ഇടകലർന്ന ശബ്ദങ്ങൾ.

'സൂക്ഷിച്ച്..പതുക്കെ ..'

കാറിൽ നിന്നിറക്കി അകത്തേക്ക് നടത്തുന്നതാവണം. പള്ളിയിൽ വച്ച് ബോധം മറഞ്ഞതാണ് ജാൻസിക്ക്. ഉടൻ തന്നെ എല്ലാരും ചേർന്ന് ആശുപത്രിയിലേക്ക് കൊണ്ടുപോയി. മമ്മിയെക്കുറിച്ച് ഓർത്തപ്പോൾ മേരിക്കുഞ്ഞിന് മുറിവിൽ മുളകു പുരട്ടിയ നീറ്റൽ. അപാര വേദനയിൽ ആത്മാവിന്റെ പിടച്ചിൽ.

മമ്മി ഇതുവരെ മമ്മിക്ക് വേണ്ടി ജീവിച്ചിട്ടില്ല. ജീവിക്കാൻ മറന്നു പോയ സ്ത്രീ. മമ്മിയുടേതായിട്ട് ഒരു സന്തോഷവും ഇല്ല. മകളുടെയും ഭർത്താവിന്റെയും ഇഷ്ടത്തിനപ്പുറം അവർക്ക് സ്വന്തമായി ഒന്നുമില്ല. വാങ്ങുന്നതെല്ലാം എന്റെ മോൾക്ക്. ഉണ്ടാക്കുന്നതെല്ലാം മോൾക്ക്.

ചിന്തിക്കുന്നതും പറയുന്നതുമെല്ലാം മകളെക്കുറിച്ചു മാത്രം. ഡാഡി വിദേശത്തായിരുന്നപ്പോൾ മമ്മി അനുഭവിച്ച ഏകാന്തതകളെയും വേദനകളെയും കുറിച്ച് അവൾക്ക് നല്ല ബോദ്ധ്യമുണ്ട്. പക്ഷെ ജീവിതത്തിന്റെ ഏറ്റവും നിർണ്ണായകമായ ഒരു സന്ധിയിൽ വച്ച് ഒരു രാജകുമാരിയെപ്പോലെ അവർ കൊണ്ടുനടന്ന അവരുടെ മകൾ തന്നെ അവരെ കൈവിട്ടു. കണ്ണടച്ച് തുറക്കുന്ന വേഗത്തിൽ ചാരിനിന്ന മതിൽ ഇല്ലാതായി അവർ പിന്നിലെ അടികാണാത്ത കൊക്കയിലേക്ക് മറിഞ്ഞുപോയിരിക്കുന്നു.

ജാൻസി വരുന്ന ശബ്ദം അകത്തെ മുറിയിൽ കിടന്നിരുന്ന മാത്തച്ചനും അവ്യക്തമായി കേട്ടു. പള്ളിയിൽ നിന്ന് വന്നു കിടന്നതിനു ശേഷം അയാൾ ഇതേവരെ കട്ടിലിൽ നിന്ന് അനങ്ങിയിട്ടുണ്ടായിരുന്നില്ല. നാട്ടുകാരുടെയും വീട്ടുകാരുടെയും, അയാൾ പരിപൂർണ്ണമായി തന്നെ സമർപ്പിച്ച ദൈവപിതാവിന്റെയും മുന്നിൽ വച്ച് മാത്തച്ചൻ ക്രൂരമായി അപമാനിക്കപ്പെട്ടിരിക്കുന്നു. ഇത്രനാൾ അയാൾ മുറിക്കാതെ കാത്തുസൂക്ഷിച്ച പ്രമാണങ്ങൾ ലംഘിക്കപ്പെട്ടിരിക്കുന്നു. സ്വന്തം മകളാൽ അതികഠിനമായി മുറിവേറ്റയാളെന്ന് അയാളുടെ ചരിത്രം അയാളെ രേഖപ്പെടുത്തും.

രക്തസമ്മർദ്ദത്തിന്റെ തിരമാലകൾ തന്റെ സിരകളിലൂടെ വെട്ടിവെട്ടി കയറിവരുന്നതിന്റെ പിടച്ചിൽ മാത്തച്ചൻ അറിഞ്ഞു. അയാൾ ഒരു പരാജിതനെപ്പോലെ പുലമ്പി.

എല്ലാം കഴിഞ്ഞു. ഇനിയൊരു ഉയിർപ്പ് ഉണ്ടാവുകയില്ല. പക്ഷെ, ജാൻസിയുടെ ശബ്ദം കേട്ടപ്പോൾ എങ്ങിനെയെങ്കിലും എഴുന്നേറ്റു ചെന്ന് അവളെ കാണാൻ മാത്തച്ചൻ അതിയായി ആഗ്രഹിച്ചു.

അവളുടെ അല്പം മുന്നോട്ടു കുനിഞ്ഞ ചുമലുകളിൽ സാന്ത്വനത്തോടെ തലോടാനും. പക്ഷെ, തലപൊന്തിക്കുന്തോറും ചുറ്റികക്കടിക്കുന്നതു പോലെ അയാളെ പ്രഹരിച്ച കടുത്ത ക്ഷീണം കട്ടിലിൽ നിന്ന് എഴുന്നേൽക്കാൻ മാത്തച്ചനെ അനുവദിച്ചില്ല. ഒരു മയക്കത്തിലേക്ക്, ഭൂമിയുടെ ഇരുണ്ട അറ്റത്തേക്കെന്നപോലെ മാത്തച്ചൻ നടന്നു പോവുകയായിരുന്നു, പതുക്കെപ്പതുക്കെ.

സിമിത്തേരിപ്പള്ളി പോലെ താഴത്തേൽ വീട്. ഉള്ളിൽ മൂന്നു ശവക്കല്ലറകളിൽ മൂന്ന് മൃതദേഹങ്ങൾ. മേരിക്കുഞ്ഞ് കണ്ണുകൾ ഇറുക്കിയടച്ചു. അവൾ വെളിച്ചത്തെ ഭയപ്പെടാൻ തുടങ്ങിയിരിക്കുന്നു. ചെവിയുടെ തൊട്ടടുത്ത് നിമ്മിയുടെ പതിഞ്ഞ ശബ്ദം കേട്ടപ്പോൾ മേരിക്കുഞ്ഞ് കണ്ണുകൾ തുറക്കാതെ മനസ് തുറന്നു.

'ഞാൻ പോകുവാ കുഞ്ഞേച്ചീ. എല്ലാരും പോയി. കഴിക്കാൻ ഉണ്ടാക്കി വെച്ചിട്ടുണ്ട്.'

തിരിഞ്ഞപ്പോൾ വാതിലിനപ്പുറത്ത് ഒരു മഞ്ഞപ്പട്ടുസാരിത്തുമ്പു കണ്ടു. ഹൈ ഹീൽഡ് ചെരിപ്പ് പുറത്തേക്ക് നടന്നുപോകുന്ന ശബ്ദം.

എത്രനേരം ആലോചിച്ചിട്ടും ഇന്ന് പള്ളിക്കുള്ളിൽ സംഭവിച്ചതെന്തെന്ന് മേരിക്കുഞ്ഞിന് തിരിഞ്ഞു കിട്ടിയില്ല. മനസിനെ മൂടൽമഞ്ഞ് മൂടിയതു പോലെ അവ്യക്തമായ ഒരനുഭവം. ഒട്ടും തെളിച്ചമില്ലാത്ത കാഴ്ചകൾ. അസ്പഷ്ടങ്ങളായ ശബ്ദങ്ങൾ. പൂർണ്ണമായും അനവസരത്തിലുള്ള ഒരു വാക്ക്, മനസുകൊണ്ടു പോലും വിചാരിക്കാത്ത ഒരു വാക്ക് തന്റെ നാവിൽ നിന്ന് പുറപ്പെട്ടു പോയെന്ന് മാത്രം ഓർമയുണ്ട്. എയ്തുപോയ അസ്ത്രംപോലെ ഇനിയൊരിക്കലും തിരിച്ചെടുക്കാനാവാത്ത വാക്ക്.

നാവിൽ നിന്ന് പുറത്തെത്തിയ ഒരു വാക്ക് അതിനുശേഷം പറഞ്ഞ ആളുടെയല്ല. കേട്ടവരുടെ മാത്രമാണ്. പറഞ്ഞവർ ചിലപ്പോൾ മറന്നുപോയാലും ആ വാക്ക് കേട്ടവരുടെയുള്ളിൽ ഒരു ഹുങ്കാരം പോലെ മുഴങ്ങിക്കൊണ്ടിരിക്കും.

മേരിക്കുഞ്ഞ് ചിന്തിക്കുകയായിരുന്നു.

താൻ ഉച്ചരിച്ച സമ്മതമല്ലെന്ന ഒറ്റ വാക്ക് എത്രപേരെ ആഴങ്ങളിൽ മുറിപ്പെടുത്തിക്കാണണം. കൈവിട്ടു പോയ ആ വാക്കുണ്ടാക്കിയ, ഇനി ഭാവിയിൽ നിർമ്മിക്കാൻ പോകുന്ന അതിഭീകരങ്ങളായ ആഘാതങ്ങൾ എന്തൊക്കെയായിരിക്കും.

ആരാണ് ആ നശിച്ച നിമിഷത്തിൽ നാക്കിൽ കയറിയിരുന്ന് പ്രകൃതിവിരുദ്ധമായ വാക്ക് പറയിപ്പിച്ചതെന്ന് അവൾ തലയിണയിൽ മുഖമമർത്തി തേങ്ങി.

തീർച്ചയായും മാർട്ടിനോടുള്ള വൈരാഗ്യമോ വഴക്കോ ഒന്നുമല്ല. അയാളൊരിക്കൽ തന്നെ കൊല്ലാൻ ശ്രമിച്ചതിന് പ്രതികാരവുമല്ല. പിന്നെ എന്തടിസ്ഥാനത്തിലാണ് അങ്ങിനെ ഒരു വാക്ക് പിറന്നത്?

ചില നേരങ്ങളിൽ നമ്മൾ നമ്മളല്ല തന്നെ. മേരിക്കുഞ്ഞിനോട് അവളുടെ മനസ് പറഞ്ഞു. നമ്മുടെ മുഖവും ശരീരവും വസ്ത്രങ്ങളും ധരിച്ച വേറൊരാൾ. നമുക്ക് ഒരു പരിചയവും ഇല്ലാത്ത ഒരാൾ. നമ്മളാണെന്ന് തെറ്റിദ്ധരിപ്പിക്കുന്ന മറ്റൊരാൾ. ചില നശിച്ച നേരങ്ങളിൽ നമുക്ക് ഒന്നിനു മേലും ഒരു നിയന്ത്രണവുമില്ല. വാക്കുകൾക്ക് അല്പം പോലും.

പാംഗിൽ നിന്ന് കവിത വിളിച്ചപ്പോൾ മേരിക്കുഞ്ഞ് കുറെയേറെ കരഞ്ഞു.

'അങ്ങിനെയൊന്നും പറയാൻ വിചാരിച്ചിരുന്നതല്ല. എന്തോ സംഭവിച്ചു... തിരുത്താൻ വയ്യാത്ത തെറ്റ്...'

നന്നായെന്ന് കവിത. ഇപ്പൊ കുറച്ചു ദിവസങ്ങളുടെ വിഷമം മാത്രമേ ഉണ്ടാവൂ എന്നവൾ ചിരിക്കുന്നു.

'ജീവിതകാലം മുഴുവൻ വിഷമിക്കുന്നതിലും എത്രയോ നന്നായെടീ... കമോൺ ചീർ അപ്പ്.'

വീട്ടിലെത്തിയിട്ട് നമുക്കൊരുമിച്ച് അടിച്ചുപൊളിക്കണമെന്ന് പറഞ്ഞ് അവൾ ഫോൺ അവസാനിപ്പിച്ചു.

പക്ഷെ, കവിതയുടെ സാന്ത്വന വാക്കുകൾക്കൊന്നും മേരിക്കുഞ്ഞിന്റെ ഉള്ളിൽ കത്തുന്ന അഗ്നി കെടുത്താനായില്ല. ഓരോ നിമിഷവും ഉള്ളിൽ നിന്നുയർന്നു വന്ന അഗ്നി തന്നെ അടിമുടി ദഹിപ്പിക്കുന്നത് അവളറിഞ്ഞു.

വീട്ടിൽ പലരും വന്നുപോകുന്നത് കാലടിശബ്ദം കൊണ്ടു മാത്രം മേരിക്കുഞ്ഞ് അറിഞ്ഞു. അടക്കിപ്പിടിച്ച പിറുപിറുക്കലുകൾ. വാതിലുകൾ കരയുന്ന ഒച്ചകൾ.

എന്നാൽ ഒരാൾ പോലും അവളെ തേടിയെത്തിയില്ല. അവൾക്ക് മുഖം കൊടുക്കുവാൻ പോലും ആരും തയ്യാറായില്ല. കുഷ്ഠരോഗിയിൽ നിന്ന് അകലം പാലിക്കുന്നതു പോലെ അവളെ ജീവനേക്കാൾ സ്നേഹിച്ച ജോണപ്പാപ്പനും മേഴ്സിയമ്മയും പോലും അവളിൽ നിന്നകന്ന് നിന്നു. ആരോടെങ്കിലും ഒന്ന് മിണ്ടാൻ, വെറുതെ ഒന്ന് മാപ്പ് പറയാൻ, എല്ലാം പറഞ്ഞ് കരയാനെങ്കിലും ആരും അവൾക്ക് ഒരവസരം കൊടുത്തില്ല.

ഒരു കുറ്റവാളിക്ക് അയാളുടെ ന്യായം പറയാനുള്ള അവസരം കോടതി നൽകാറുണ്ട്. പക്ഷെ, പൊതുസമൂഹത്തിന്റെ നീതി

ഓടിക്കുവാൻ അവൾ കഴിയാവുന്നത്ര ശ്രമിച്ചു.

രാത്രിയിൽ വീട്ടിൽ വച്ച് മരണമെന്ന ഭീമാകാരനായ പക്ഷി മാത്തച്ചനെ അതിന്റെ മൂർച്ചയുള്ള കൊക്കുകൾ കൊണ്ട് കൊത്തി വലിക്കാൻ തുടങ്ങിയപ്പോൾ മേരിക്കുഞ്ഞ് എന്തു ചെയ്യണമെന്ന റിയാതെ പരിഭ്രമിച്ചു.

പ്രതിസന്ധിഘട്ടങ്ങളിൽ ആദ്യം ഓർക്കുന്നത് കവിയെയാണ്. ഏതു പാതിരാത്രിയിൽ വിളിച്ചാലും ആദ്യം ഓടിവരുന്നതും അവളാണ്. പക്ഷെ, അവൾ രണ്ടുദിവസത്തിനു ശേഷമേ വീട്ടിൽ എത്തുകയുള്ളൂ.

'ഇനി?'

ഇനിയാരെ വിളിക്കാനാണ്? അവൾ പ്രതിസന്ധിയുടെ പടു കുഴിയിലേക്ക് ഒറ്റനിമിഷം കൊണ്ട് തെന്നിവീണു. ഇത്രനാൾ കൊണ്ട് മേരിക്കുഞ്ഞ് ഉണ്ടാക്കിയെടുത്ത ബന്ധങ്ങൾ ഒരു ദുർബല നിമിഷത്തിൽ കൈവിട്ട വാക്കിനാൽ ചിതറിപ്പോയിരിക്കുന്നു.

ആരെ വിളിക്കുമെന്ന് ഉള്ളിലൊന്ന് പെട്ടെന്ന് പരതിനോക്കി അവൾ. എന്തുകൊണ്ടോ അവൾക്കപ്പോൾ സേവിയെ വിളിക്കാൻ തോന്നി. ഇപ്പോളും തന്നെ തള്ളിക്കളയാത്ത ഒരേ ഒരാൾ അവൻ മാത്രമേ കാണൂവെന്ന് അവൾക്ക് തോന്നി. ഒറ്റ റിങ്ങിൽ തന്നെ അവനെ കിട്ടി. ആശ്വാസം.

'മേരിക്കുഞ്ഞേ.. ഞാൻ ആംബുലൻസ് വിളിച്ചു പറയാം. നീ ആശുപത്രിയിലേക്ക് പോന്നോളൂ. ഞാൻ അങ്ങോട്ട് വന്നോളാം'

പ്രതിസന്ധികൾ വീണ്ടും ചിന്തയിൽ വന്നുമുട്ടി ഭയപ്പെടുത്തി. ഇനിയും മയക്കത്തിൽ നിന്നുണർന്നിട്ടില്ലാത്ത മമ്മിയെ എന്തു ചെയ്യും? അതിനും പ്രായോഗികതയിലൂന്നി നിന്ന മറുപടി സേവിയിൽ നിന്നു തന്നെ ലഭിച്ചു.

മമ്മിയെ നോക്കാൻ വടക്കേതിലെ ഗീതാന്റിയെ ഏല്പിച്ച് ഡാഡിയെ അപ്പോളേക്കും ആശുപത്രിയിൽ നിന്നും കുതിച്ചെത്തി ക്കഴിഞ്ഞിരുന്ന ആംബുലൻസിൽ കയറ്റി.

വിണ്ണോളം പ്രതീക്ഷയുണ്ടായിരുന്നു. ഡാഡിക്കൊന്നുമുണ്ടാ വില്ല. ഡാഡി കൂടുതൽ ഊർജത്തോടെ വീട്ടിലേക്ക് തിരിച്ചുവരും.

ആംബുലൻസ് ആശുപത്രിയിലേക്ക് കുതിച്ചുപാഞ്ഞു. തുളുമ്പിവീഴാൻ വെമ്പിക്കൊണ്ടിരിക്കുന്ന കണ്ണുകൾ തുടച്ച് മേരി ക്കുഞ്ഞ് ഡാഡിയുടെ അരികിൽ ഇരുന്നു. തന്നിൽ നിന്ന് വിട്ടു പോകാതിരിക്കാനെന്ന വണ്ണം അവൾ ഡാഡിയുടെ ശരീരത്തിൽ കൈകൾ അമർത്തി ചുറ്റിപ്പിടിച്ചു.

ആംബുലൻസിനുള്ളിലെ വെളുത്ത സ്ട്രെച്ചറിൽ ഒരു മരത്തടി

പോലെ കിടക്കുകയായിരുന്നു മാത്തച്ചൻ. തന്റെ അനുവാദമില്ലാതെ, തന്നെ പിടിച്ചുവലിച്ചു കൊണ്ടുപോകുന്ന മയക്കത്തിനെതിരെ ദുർബലമായ പ്രതിരോധം തീർത്ത്. അടഞ്ഞു പോകുന്തോറും അയാൾ കണ്ണുകൾ തുറന്നുപിടിക്കാൻ നന്നേ വിഷമിച്ചു.

തന്റെ മകളെ നന്നായൊന്നു കാണാൻ ശ്രമിക്കുകയായിരുന്നു മാത്തച്ചൻ. ഇതുവരെ കണ്ടതിൽ നിന്ന് വേറിട്ടൊരു നോട്ടം. മരണത്തിന്റെ വിളുമ്പിൽ നിൽക്കുമ്പോൾ കിട്ടുന്ന തിരിച്ചറിവിൽ നിന്നു കൊണ്ടൊരു നോട്ടം.

ആത്യന്തികമായി ശരിയോ തെറ്റോ ഇല്ലെന്ന ശാശ്വത സത്യം പറയാൻ മാത്തച്ചൻ രണ്ടു വട്ടം ചുണ്ടുകൾ പിളർത്തി.

സൂക്ഷ്മമായി ചെവിയോർത്തിട്ടും ഡാഡിയിൽ നിന്നും പുറപ്പെട്ട അവ്യക്തങ്ങളായ സ്വരങ്ങളെ അർത്ഥമുള്ള വാക്കുകളിലേക്ക് മൊഴിമാറ്റം ചെയ്യാൻ അവൾക്ക് കഴിഞ്ഞതുമില്ല.

ഡാഡിയുടെ കണ്ണുകളിലേക്ക് നോക്കിയപ്പോൾ കണ്ണുകളിൽ നിന്ന് കൃഷ്ണമണികൾ വേർപെട്ടുപോയി ആ സ്ഥാനത്ത് അഗാധമായൊരു ഗർത്തം രൂപപ്പെട്ടിരിക്കുന്ന പോലെ മേരിക്കുഞ്ഞിന് അനുഭവപ്പെട്ടു. അലർച്ചകൊണ്ടും ശക്തിയിലുള്ള കുലുക്കൽ കൊണ്ടും ഡാഡിയെ തിരികെ കൊണ്ടുവരാൻ അവൾ ശ്രമിച്ചു.

മുൻപിൽ കുമിഞ്ഞുകൂടി കിടന്ന ഇരുട്ടിനെ വെളിച്ചം കൊണ്ടും ശബ്ദം കൊണ്ടും രണ്ടായി പിളർത്തി ആംബുലൻസ് കുറേക്കൂടി വേഗത്തിൽ ആശുപത്രിയിലേക്ക് കുതിച്ചു. ആംബുലൻസിന്റെ ചുവപ്പു നിറമുള്ള ഒറ്റക്കണ്ണ് ഉറക്കെ മുരണ്ടു കൊണ്ട് ഇരുട്ടിന്റെ നെഞ്ചിലേക്ക് തുളച്ചു കയറുന്ന നോട്ടങ്ങൾ അയച്ചു.

ആംബുലൻസിനുള്ളിൽ ജീവന്റെ ചൂടൊഴിഞ്ഞു കൊണ്ടിരിക്കുന്ന പിതാവിന്റെ ശരീരത്തെ തന്റെ നെഞ്ചിനോട് മുറുക്കെ ചേർത്തു പിടിച്ച് മേരിക്കുഞ്ഞ് ഇരുന്നു. കൈവിട്ടാൽ ഡാഡിയുടെ ആത്മാവ് തന്നിൽ നിന്ന് പറന്നു പോകുമെന്ന് അവൾ ഭയപ്പെടുന്നതു പോലെ.

എന്നാൽ, നിമിഷങ്ങൾ പറന്നു പോകുമ്പോൾ ഈച്ചകൾ പോലെ ആർത്തിരമ്പി വന്ന അവളുടെ ഭയം ഒട്ടും തെറ്റിയില്ല. ആംബുലൻസ് റെയിൽവേ മേൽപ്പാലം ഇറങ്ങുന്ന നേരത്ത് മേരിക്കുഞ്ഞിനെ കബളിപ്പിച്ചു കൊണ്ട് മരണദേവൻ മാത്തച്ചനെ കൊണ്ടുപോവുക തന്നെ ചെയ്തു.

ആംബുലൻസ് ആശുപത്രി വളപ്പിലേക്കെത്താൻ ഏതാനും നിമിഷങ്ങൾക്കു മുൻപ്. ഡാഡിയുടെ ദേഹി അയാളുടെ ദേഹത്തെ ആംബുലൻസിനുള്ളിൽ കുടഞ്ഞു കളഞ്ഞ് ചെറുകിളിയായി

പറന്നു പോകുന്ന കാഴ്ച്ച മരച്ച നെഞ്ചോടെ മേരിക്കുഞ്ഞ് കണ്ടു. അവൾ വാവിട്ടുകരഞ്ഞു.

'എനിക്കിത് വേണം. എന്റെ തെറ്റിനുള്ള കൊടിയ ശിക്ഷ....'

* * *

ആശുപത്രി മുറ്റത്ത് വന്നു നിന്ന ഏതോ വാഹനത്തിന്റെ ചിലക്കൽ മേരിക്കുഞ്ഞിനെ മോർച്ചറിയുടെ പരിസരങ്ങളിലേക്ക് തിരികെ കൊണ്ടുവന്നു. അവൾ തലതിരിച്ച് സേവിയെ നോക്കി. അവനവിടെ ഇരിക്കുന്നുണ്ടോ എന്ന് പെട്ടെന്ന് സംശയം തോന്നി യതു പോലെ. ആകാശത്തിൽ വിളറിനിന്ന ഒറ്റനക്ഷത്രത്തിലേക്ക് കണ്ണുകൾ തറച്ച് ഇരിക്കുകയായിരുന്നു സേവി. നോക്കിയിരിക്കെ, ഒറ്റനക്ഷത്രം മെല്ലെ മാഞ്ഞുപോകുന്നു.

മോർച്ചറിക്ക് പിന്നിലെ പറമ്പിൽ മോർച്ചറിയുടെ പുകക്കുഴൽ പോലെ ഉയർന്നുനിൽക്കുന്ന തലപോയ തെങ്ങ്. ഇടിവെട്ടേറ്റു തല കരിഞ്ഞു പോയ ഒരു തെങ്ങ്.

മേരിക്കുഞ്ഞ് പടിക്കെട്ടിൽ നിന്ന് എഴുന്നേൽക്കുന്നത് സേവി കണ്ടു. അവൾ രണ്ടുചുവട് മുന്നോട്ട് നടന്ന് മോർച്ചറിയുടെ വാതി ലിനുമേലുള്ള കിളിവാതിലിൽ നിന്ന് പ്രസരിക്കുന്ന ചതുരവെട്ടം വീണുകിടക്കുന്നിടത്ത് കൈകൾ കെട്ടി നിന്നു. അപ്പോൾ മേരിക്കു ഞ്ഞിനെ നാടകസ്റ്റേജിലെ സ്പോട്ട് ലൈറ്റിന്റെ വെളിച്ചത്തിൽ നിൽക്കുന്ന നടിയെപ്പോലെ തോന്നി.

ജീവിതനാടകത്തിലെ അരങ്ങിൽ ആരും കൂട്ടിനില്ലാതെ അവൾ.

സേവി അനുകമ്പയോടെ അവളെ നോക്കി. മനസമ്മത ച്ചടങ്ങിന് ഉടുത്ത സാരി തന്നെയാണ് അവൾ ഇപ്പോളും ധരിച്ചിരി ക്കുന്നതെന്നത് കണ്ട് സേവിയിൽ പെട്ടെന്നൊരു നടുക്കമുണ്ടായി. മേരിക്കുഞ്ഞിന്റെ ക്ഷീണിച്ചുവിളർത്ത പിൻകഴുത്തിൽ മോർച്ചറി കിളിവാതിലിന്റെ വെട്ടം ഏങ്കോണിച്ച ചതുരമുണ്ടാക്കി.

സേവിയും എഴുന്നേറ്റുനിന്ന് അവളെ നോക്കി. മേരിക്കുഞ്ഞ് ആശുപത്രി മതിലിന്റെ പുറത്തേക്ക് നോക്കി നിൽക്കുകയാണ് എന്ന് തോന്നി. മതിലിനപ്പുറം കനത്ത ഇരുട്ടിൽ വെളിച്ചത്തിന്റെ നേർരേഖ വരച്ചതു പോലെ നീണ്ടുകിടന്ന പാതയിൽ അർദ്ധ രാത്രിയിലും നിലക്കാത്ത വാഹനങ്ങളുടെ സീൽക്കാരങ്ങൾ.

അപമാനഭാരം താങ്ങാനാവാതെ ആത്മാവ് പിണങ്ങിപ്പോയ ഒരു പിതാവ് അകത്ത് മോർച്ചറിയിൽ. കുറ്റബോധത്തിന്റെ കടും വെട്ടേറ്റ് കത്തിക്കരിഞ്ഞുപോയ ഒരു മകൾ മോർച്ചറിയുടെ വാതിലിനു പുറത്ത്.

സേവി മനസ്സിൽ പറഞ്ഞു. ചില സന്ദർഭങ്ങളിൽ മനുഷ്യർ

പുറപ്പെടുവിക്കുന്ന ശബ്ദങ്ങളുടെ പ്രഹരശേഷി ഊഹിക്കാവുന്നതിലും അപ്പുറമാണ് മേരിക്കുഞ്ഞേ.

സേവി മനസ്സിൽ പറഞ്ഞത് തന്റെ ഉള്ളിൽ മുഴങ്ങിക്കേട്ടതു പോലെ മേരിക്കുഞ്ഞ് പെട്ടെന്ന് തിരിഞ്ഞു അവനെ നോക്കി. ഇപ്പോൾ അവൾ ചതുരവെളിച്ചത്തിൽ നിന്ന് പുറത്തായിരിക്കുന്നു.

കൈകൾ മാറിൽ കെട്ടിക്കൊണ്ടു തന്നെ തിരികെ നടന്നുവന്ന് അവൾ സേവിയുടെ മുന്നിൽ നിന്നു.

'വിശക്കുന്നുണ്ടോ? അവിടെയൊരു തട്ടുകടയുണ്ട് വാങ്ങി കൊണ്ടുവരട്ടെ?'

സേവി റോഡിനപ്പുറത്തെ പെട്രോമാക്സ് വെളിച്ചത്തിലേക്ക് കൈ വീശി. പക്ഷെ അവന്റെ ചോദ്യം മേരിക്കുഞ്ഞ് പൂർണ്ണമായും അവഗണിക്കുകയാണ് ചെയ്തത്.

കുഴഞ്ഞു വീഴുന്നതുപോലെ അവൾ പടിക്കെട്ടിൽ ഇരുന്നു. കണ്ണുകൾ ഉയർത്തി അവനെ നോക്കി തന്റെ അരികിലിരിക്കാൻ ആംഗ്യം കാട്ടി. സമീപമിരുന്ന അവന്റെ തോളിൽ തലചായ്ച്ച് അവൾ ഒരു കുഞ്ഞിനെപ്പോലെ കണ്ണുകളടച്ചു.

ശരിയാണ് സേവി നീ പറഞ്ഞത്. അവൾ മനസ്സിൽ പറഞ്ഞു. സമ്മതമല്ല എന്ന ഒറ്റവാക്ക് എന്നെ മോർച്ചറിയുടെ വാതിൽക്കൽ വരെ എത്തിച്ചിരിക്കുന്നു. പേരിനൊരു വെളിച്ചം പോലുമില്ലാത്ത രാത്രിയിൽ എനിക്കേറ്റവും പ്രിയപ്പെട്ടയാളുടെ ചേതനയറ്റ ശരീരത്തിനരികിൽ എന്നെ നിറുത്തിയിരിക്കുന്നു വികാരങ്ങളില്ലാത്ത കല്ലു പ്രതിമ പോലെ ഞാനിരിക്കുന്നു.

മോർച്ചറിയുടെ പഴയ മരവാതിൽ കരച്ചിലോടെ തുറന്നു. തലമൂടിയ, മുഖാവരണം ധരിച്ച ഒരാൾ വാതിൽ തുറന്നു കട്ടിളപ്പടിയിൽ വന്നുനിന്നു. അയാളുടെ മുഖം പള്ളിക്കൂടക്കാലം പിന്നിടാത്ത കുട്ടിയുടേത് പോലെ തോന്നിച്ചു.

സേവി വേഗം എഴുന്നേറ്റ് അയാളുടെ അടുത്തേക്ക് ചെന്നു. പിന്നാലെ മേരിക്കുഞ്ഞും. സേവിയോട് സംസാരിക്കാനായി പച്ച നിറമുള്ള മുഖാവരണം താഴ്ത്തിയപ്പോൾ അയാളുടെ നരച്ച മീശരോമങ്ങൾ പുറത്തുകണ്ടു. സേവിയുടെ കയ്യിൽ ഒരു കടലാസ്സ് കഷണം ഏൽപ്പിച്ച് അയാൾ വലിയ ശബ്ദത്തോടെ വാതിൽ കൊട്ടിയടച്ചു.

കടലാസിൽ എഴുതിയത് വായിച്ചു നിൽക്കുന്നതിനിടയിൽ വാതിൽ ഒന്നുകൂടി തുറന്നടച്ച് അയാൾ സേവിയോട് പറഞ്ഞു.

'വേഗം വേണം.'

സേവി ശരിയെന്ന് തലയാട്ടി. കുഞ്ഞുജാലകത്തിന്റെ ഇത്തിരി

വെട്ടത്തിലേക്ക് നീങ്ങി കടലാസിൽ ഒന്നുകൂടി വിശദമായി കണ്ണോടിച്ച് സേവി മേരിക്കുഞ്ഞിനെ നോക്കി.

'വാങ്ങിക്കാനുള്ള സാധനങ്ങളാണ്.. സോക്സ്, ഗ്ലൗസ്, കുരിശ്... വാ മേരിക്കുഞ്ഞേ...'

മേരിക്കുഞ്ഞിനെ ഇടതുവശത്ത് ഇരുത്തി സേവിയുടെ ജീപ്പ് അർദ്ധരാത്രിയുടെ അപരിചിതത്വം ഒട്ടുമില്ലാതെ മഹാനഗരത്തിന്റെ ഊടുവഴികളിലൂടെ സഞ്ചരിച്ചു.

റോഡരികിൽ നിന്നിരുന്ന വീടുകൾ ഉറക്കം തൂങ്ങി വീഴുന്നതു പോലെ തോന്നിച്ചു. മുതുകു കുനിഞ്ഞ വൃദ്ധരെപ്പോലെ തെരുവു വിളക്കുകൾ റോഡരികിൽ നിന്ന് അവരെ നോക്കി.

മേരിക്കുഞ്ഞിന് അജ്ഞാതമായ ഏതൊക്കെയോ ഊടുവഴികളിലൂടെ സഞ്ചരിക്കുകയായിരുന്നു അപ്പോൾ ജീപ്പ്. ഇരുട്ടു വീണുകിടന്ന കറുത്ത ടാർ റോഡ് ജീപ്പിന്റെ വെളിച്ചം വീണ് ഉറക്കത്തിൽ നിന്ന് ഞെട്ടിയുണർന്നു. പുക തള്ളുന്നതു പോലെ ജീപ്പ് പിന്നിൽ തള്ളിയ വഴികൾ അവൾ കുട്ടിക്കാലത്തു കണ്ട അധോലോക സിനിമകളിലെ ഭയപ്പെടുത്തുന്ന ഇരുണ്ട ഗലികളെ ഓർമിപ്പിച്ചു.

വഴിയരികിൽ, ഗേറ്റും വാതിലും മലർക്കെ തുറന്നിട്ടിരുന്ന ഒരു വീടിനു മുന്നിൽ നിന്ന് ജീപ്പ് അൽപനേരം കിതച്ചു. അർദ്ധരാത്രിയിലും തുറന്നു കിടക്കുന്ന വാതിലുള്ള വീടെന്നവൾ അത്ഭുതപ്പെട്ടു. ജീപ്പിന്റെ ശബ്ദം കേട്ടിട്ടാവണം കറുപ്പിൽ നരയുടെ നീളൻ വെള്ളവരത്താടിയുള്ള, വിയർപ്പിന്റെ മഞ്ഞക്കറ നെഞ്ചിൽ ഏതോ രാജ്യത്തിന്റെ ഭൂപടം വരച്ചു ചേർത്ത വെളുത്ത ബനിയനു മേൽ കൊന്തയണിഞ്ഞ മധ്യവയസ്കൻ വാതിൽക്കൽ എത്തിനോക്കി കട്ടിളപ്പടിയിൽ തൂങ്ങുന്നതു പോലെ കൈകളുയർത്തി നിന്നു. വീടിന്റെ മുൻവശത്തെ മതിലിൽ ചാരി വച്ച മൂടിയില്ലാത്ത ശവപ്പെട്ടി പുറത്തേക്ക് നടന്നു നീങ്ങാൻ ഭാവിക്കുന്ന ഒരു മനുഷ്യനെപ്പോലെ തോന്നിച്ചു.

മനുഷ്യൻ അപ്പം കൊണ്ട് മാത്രമല്ല, മരണം കൊണ്ടും ജീവിക്കുന്നുണ്ട്.

മേരിക്കുഞ്ഞിനെ ജീപ്പിൽ ഇരുത്തി സേവി അയാളുടെയടുത്തേക്ക് ചെന്നു. അവർ തമ്മിൽ എന്തോ സംസാരിച്ചതിനു ശേഷം അയാൾ അകത്തേക്കു പോയി ഒരുകിറ്റുമായി തിരികെവന്നു കിറ്റ് സേവിക്കു നൽകി. ആവശ്യ സാധനങ്ങളടങ്ങിയ കിറ്റുമായി സേവി ജീപ്പിലേക്ക്.

വീണ്ടും മോർച്ചറിയുടെ മുന്നിൽ മണിക്കൂറുകളുടെ കഠിന

തപസ്സ്. ഇരുന്നും, നിന്നും, നടന്നും. ആ സമയമത്രയും മേരിക്കുഞ്ഞ് ഡാഡിയുടെ മരണവുമായി പൊരുത്തപ്പെടാൻ ശ്രമിക്കുകയായിരുന്നു.

ഉറക്കമില്ലാത്ത വീടുകണക്ക് പത്തു നിലയുള്ള ആശുപത്രി കെട്ടിടം. സമൃദ്ധമായി വളർന്ന കറുത്ത മുടിപോലെ കെട്ടിടത്തിന്റെ നിറുകയിൽ മേഘങ്ങൾ. വിമാനത്തിന്റേതുപോലെ കാണപ്പെട്ട ആകാശ ജനാലകൾക്കുള്ളിൽ നിന്ന് വെളിച്ചം താഴേക്കെത്തി നോക്കി.

സേവിയും മേരിക്കുഞ്ഞും ഒരേ ഇരിപ്പിരിക്കുകയായിരുന്നു, പടിക്കെട്ടിൽ. തങ്ങളിൽത്തങ്ങളിൽ സ്വയം നഷ്ടപ്പെട്ട്. ഉറക്കം നഷ്ടപ്പെട്ട ഒരു പല്ലി പടിക്കെട്ടിന്റെ വിള്ളലിൽ നിന്ന് അവരെ എത്തിനോക്കി. അവരുടെ നിശബ്ദ ധ്യാനത്തെ പെട്ടെന്ന് തട്ടിത്തെറിപ്പിച്ചു കൊണ്ട് മോർച്ചറിയുടെ വാതിൽ വലിയ ഞരക്കത്തോടെ തുറക്കപ്പെട്ടു.

ദേവാലയവാതിൽ തുറക്കപ്പെട്ടു ദൈവത്തെ നോക്കുന്നതു പോലെ മേരിക്കുഞ്ഞ് ചാടിയെഴുന്നേറ്റു മോർച്ചറിക്കുള്ളിലേക്ക് പാളി നോക്കി. കുട്ടിയുടെ മുഖമുള്ളയാൾ പുറത്തേക്ക് തലയിട്ടു.

'കഴിഞ്ഞു. കാണണ്ടവർക്ക് കാണാം...'

കാണുന്നില്ലേയെന്ന് സേവി മേരിക്കുഞ്ഞിനെ നോക്കി. അവളുടെ മുഖം കാർമേഘം പോലെ പെയ്യാനോങ്ങിനിന്നു. അവനെ ദയനീയമായി നോക്കി അവൾ കാണേണ്ടെന്ന് തലയാട്ടി. മോർച്ചറി വാതിൽക്കൽ നിന്ന് അക്ഷമ വടുകെട്ടിയ മുഖത്തോടെ അയാൾ ഒരിക്കൽ കൂടി ചോദിച്ചു.

'കാണാനാരുമില്ലേ?'

മേരിക്കുഞ്ഞ് ഭയന്ന് പിന്നോട്ട് മാറുന്നത് കണ്ടുകൊണ്ട് സേവി വാതിലിന്റെ വെളിച്ചത്തിലേക്ക് നീങ്ങിനിന്നു. കുട്ടിയുടെ മുഖമുള്ളയാൾ പിന്നോട്ട് നീങ്ങി വഴിയുണ്ടാക്കിക്കൊടുത്തു.

സേവി അകത്തേക്കു കയറി.

മാത്തച്ചന്റെ ഭൗതിക ശരീരം വീട്ടിൽ എത്തുമ്പോൾ പുലർച്ചെ അഞ്ച് മണി കഴിഞ്ഞു. അപ്പോഴേക്കും വീട്ടു മുറ്റത്തുയർന്നിരുന്ന പന്തലിൽ മാത്തച്ചൻ പുതുമണവാളനെപ്പോലെ കിടന്നു. കരഞ്ഞു തളർന്ന് നടക്കാൻ ആവാത്ത ജാൻസിയെ മേഴ്സിയമ്മ അകത്തു നിന്ന് താങ്ങിക്കൊണ്ട് വരുന്നത് കണ്ടു. ജാൻസി മാത്തച്ചന്റെ മിടിപ്പില്ലാത്ത നെഞ്ചിലേക്ക് കുഴഞ്ഞുവീണ് ഉറക്കെ കരഞ്ഞു.

മൂന്നുമണിക്കുശേഷം മാത്തച്ചനെ സിമിത്തേരിയിലേക്ക് കൊണ്ടു വന്നു. പുഷ്പകിരീടമണിഞ്ഞ രാജാവിനെപ്പോലെ അയാൾ. അസംഖ്യം പരിചാരകരുടെ അകമ്പടിയോടെ മഞ്ചലിൽ സഞ്ചരിക്കുന്ന പൊന്നുതമ്പുരാൻ.

സിമിത്തേരിപ്പള്ളിയുടെ വാതിൽക്കൽ നിന്ന് സേവി മാത്തച്ചന്റെ അന്ത്യകർമങ്ങൾ വീക്ഷിച്ചു. കുഴിക്കൽ നിന്നു വന്ന പുരോഹിതന്റെ പ്രാർത്ഥനയുടെ വളരെ നേർത്ത ശബ്ദം അവന്റെ ചെവികൾ പിടിച്ചെടുത്തു. കുഴിക്കു ചുറ്റും വട്ടം കൂടിനിന്നവർക്കിടയിൽ അവന്റെ മിഴികൾ മേരിക്കുഞ്ഞിനെ തിരഞ്ഞു. കുഴിമാടത്തിനരികിൽ തന്നെ അവൾ നിൽക്കുന്നത് കണ്ടു.

അവളെ നോക്കുന്ന ആൾക്കൂട്ടത്തിന്റെ കണ്ണുകളിൽ തിളച്ചുമറിയുന്ന പകയും രോഷവും.

'തന്തേനെക്കൊന്നവൾ..'

സേവിക്കു മുന്നിൽനിന്ന് രണ്ടുപേർ പിറുപിറുക്കുന്നു. അവൻ കുറ്റബോധത്താൽ തലകുനിച്ചു.

അവസാന പ്രാർത്ഥനകൾക്കു ശേഷം അച്ചൻ പിന്തിരിയുന്നു. അവിടവിടെ ഉറവ പൊട്ടുന്ന ഒറ്റക്കരച്ചിലുകളുടെ നദികൾ ഒന്നുചേർന്ന് അലയടിക്കുന്ന കടലാവുന്നു.

എണ്ണക്കറുപ്പുള്ള മുഖത്ത് വെളുത്ത താടിരോമങ്ങൾ നീട്ടിവളർത്തിയ കുഴിവെട്ടുകാരൻ ഷിബു ഒരുകാൽ കുഴിയിലേക്കും മറുകാൽ കരയിലേക്ക് കയറ്റിവെച്ചും നിന്ന് മാത്തച്ചന്റെ ശവപേടകത്തെ തന്റെ സ്വന്തമെന്ന പോലെ സ്വീകരിച്ചു. അപ്പോളയാൾക്ക് ജീവിതത്തിനും മരണത്തിനും ഇടയിൽ നിൽക്കുന്ന മദ്ധ്യസ്ഥന്റെ മുഖമായിരുന്നു.

ആളുകൾ പിൻവാങ്ങിത്തുടങ്ങിയപ്പോൾ സേവിയും കുഴിക്കരികിലേക്ക് ചെന്ന് മാത്തച്ചന് മേൽ ഒരു പിടി പൂക്കളെറിഞ്ഞു സിമിത്തേരി മതിലിനരികിലേക്ക് നീങ്ങിനിന്നു.

ജാൻസി സിമിത്തേരിക്കു പുറത്ത് മാവിനു ചുറ്റും ചതുരത്തിൽ കെട്ടിയ സിമന്റുപടവിൽ വിറക്കുന്ന ശരീരവും പിടക്കുന്ന ഹൃദയവുമായി ഇരിക്കുന്നത് കണ്ടു. അവർക്ക് ചുറ്റും അനുശോചനക്കാരുടെ തിക്കും തിരക്കും. കവിളത്ത് തട്ടിയും കൈകളിൽ പിടിച്ചും സങ്കടപ്പെട്ട് തിരക്കിട്ട് യാത്രപറച്ചിൽ. ആരോ ഒരു ഗ്ലാസ് വെള്ളം കൊടുത്തത് അവർ കയ്യുയർത്തി നിരസിച്ചു.

സേവി മേരിക്കുഞ്ഞിനെ തിരഞ്ഞു. ശവങ്ങളുടെ എല്ലുകളും റീത്തുകളും തലയോട്ടിയും കൂട്ടിയിട്ടിരുന്നിടത്ത് നിന്ന് അവൾ ഇറങ്ങിവന്ന്, നടന്ന് മമ്മിയുടെ അരികിൽ ഇരുന്നു.

സമയം മേഘങ്ങളെപ്പോലെ പറന്നു പോയിരിക്കുന്നു. സിമിത്തേരിയിൽ ആളൊഴിഞ്ഞിരിക്കുന്നു. ഒരു വേലിയേറ്റത്തിൽ കയറിവന്നവർ വേലിയിറക്കത്തിൽ തിരിച്ചിറങ്ങി പോയിരിക്കുന്നുവെന്ന് സേവി കണ്ടു. താനൊരു കൃഷിസ്ഥലത്തിൽ നിൽക്കുന്നത്

പോലെ. കുരിശുകൾ കൃഷി ചെയ്യുന്ന സ്ഥലം.

അവൻ യാത്ര പറയാൻ അടുത്തെത്തിയപ്പോൾ മമ്മിയുടെ അരികിൽ ഇരിക്കുകയായിരുന്ന മേരിക്കുഞ്ഞ് എഴുന്നേറ്റു. സേവി പറഞ്ഞു.

'മമ്മിയെ സൂക്ഷിച്ചു കൊണ്ടുപോകൂ. ഭക്ഷണം കൊടുക്കൂ. ഞാൻ പിന്നെ വീട്ടിലേക്ക് വരാം.'

മേരിക്കുഞ്ഞ് ഒരു പാവയെപ്പോലെ തലയാട്ടി. സേവി ജാൻസിയെ നോക്കി.

'പോട്ടെ ജാൻസിയമ്മേ.'.

അവർ കണ്ണുകൾ മണ്ണിലേക്ക് തറച്ച് ഇരിക്കുകയായിരുന്നു. അവന്റെ ശബ്ദം കേട്ടിട്ടും നിലത്തുനിന്ന് കണ്ണുകൾ പറിച്ചില്ല. ദേഷ്യവും വിഷമവും കൂടിക്കലർന്ന ഒരു വികാരം അവരുടെ കണ്ണുകളിൽ തിളങ്ങി.

മറുപടിക്കു കാത്തുനിൽക്കാതെ സേവി തിരിഞ്ഞു. പള്ളിക്കു പുറത്തു നിർത്തിയിട്ടിരുന്ന ജീപ്പിനരികിലേക്ക് അവൻ നടന്നു പോകുന്നത് നോക്കി നിൽക്കുമ്പോൾ മേരിക്കുഞ്ഞിന്റെ കണ്ണുകൾ നിറഞ്ഞ് കാഴ്ചകൾ വികലമായി.

ഇവൻ എനിക്കാരാണ്? രാവെന്നോ പകലെന്നോ ഇല്ലാതെ ഒറ്റ വിളിപ്പുറത്തുള്ള ഇവൻ. എന്റെ ജീവിതത്തിന് തണലും തണുപ്പും കരുത്തും നൽകുന്ന ഇവൻ എനിക്കാരാണ്?

പെട്ടെന്ന് പിന്നിൽ നിന്ന് ജാൻസിയുടെ ഉറക്കെയുള്ള വിളി കേട്ടു. അത് ചിതറിയും ചിലമ്പിച്ചും അന്തരീക്ഷത്തിൽ ഉയർന്നു.

'സേവ്യർ...'

മേരിക്കുഞ്ഞ് ഞെട്ടി പിന്നിലേക്ക് തിരിഞ്ഞുനോക്കി. ഇരുന്നിടത്ത് നിന്ന് എഴുന്നേറ്റ് നിൽക്കുകയാണ് ജാൻസി. ഉറച്ചു നിൽക്കാനാവാതെ വിറക്കുന്ന കാലുകൾ. മമ്മിയുടെ ശബ്ദത്തിലെ ആക്രോശം അവളെ വല്ലാതെ ഭയപ്പെടുത്തി. കണ്ണുകളിൽ നിന്ന് ചിതറിയ അഗ്നിസ്ഫുലിംഗങ്ങളേറ്റ് അവൾക്ക് പൊള്ളി.

'ഇവിടെ വാടാ..'

ജാൻസി വിളിച്ചു. അപ്പോളേക്കും ജീപ്പിനടുത്തേക്ക് എത്തിയിരുന്ന സേവി ജാൻസിയുടെ വിറക്കുന്നതെങ്കിലും തീക്ഷ്ണമായ ശബ്ദം കേട്ട് ഒരുനിമിഷം നിന്ന് പിന്നിലേക്ക് തിരിഞ്ഞുനോക്കി.

ഇരുപത്തിയേഴ്

ക്ഷീണിച്ചതെങ്കിലും ദൃഢസ്വരത്തിൽ ജാൻസി തന്നെ വിളിക്കുന്നത് കേട്ട് ജീപ്പിന്റെ പടിയിലേക്കുയർത്തിവച്ച വലതുകാൽ പള്ളിയുടെ ഗേറ്റ് വരെ നീണ്ടുകിടന്ന കറുപ്പും വെളുപ്പും ടൈൽ പാകിയ നടപ്പാതയിലേക്ക് തിരികെ വച്ച് സേവി തിരിഞ്ഞു നോക്കി.

സിമിത്തേരിമതിലിനുപുറത്ത് അടുത്തൂൺ പറ്റിയ ഭൃത്യനെപ്പോലെ ഇന്നു ഞാൻ നാളെ നീയെന്ന് നെറ്റിയിൽ എഴുതിവച്ച കിഴവൻ ശവവണ്ടി വിശ്രമിക്കുന്ന പഴഞ്ചൻ കെട്ടിടത്തിനരികിൽ മേരിക്കുഞ്ഞിന്റെ മമ്മി, കാറ്റു വീശുമ്പോൾ ഇത്തിരിത്തണൽ ഇരുവശത്തേക്കും തെന്നിപ്പോകുന്ന അത്തിമരത്തണലിൽ അഴിഞ്ഞു പോയ ജീവിതവും വാരിപ്പിടിച്ചു നിൽക്കുന്നു. മമ്മിക്ക് കുറച്ചു മുന്നിലായി നടപ്പാത പള്ളിയെ ചുറ്റി നാലുവശത്തേക്കും വഴി പിരിയുന്ന സന്ധിയിൽ നിസ്സഹായത നിറഞ്ഞ മിഴികളോടെ മേരിക്കുഞ്ഞ്.

ജീപ്പിന്റെ പിച്ചള നിറമുള്ള ഡോർ ഹാന്റിലിൽ പിടിച്ച വലതു കൈ തിരികെയെടുത്ത് സേവി ജാൻസിയുടെ മുന്നിലേക്ക് നടന്നു.

തന്റെ സമീപത്തേക്ക് നടന്നു വരുന്ന സേവിയെ കടലിൽ മുങ്ങിച്ചാകാൻ തുടങ്ങുന്നയാൾ രക്ഷകനെ കാണുന്ന കണ്ണുകളാൽ നോക്കുന്നതു പോലെ മേരിക്കുഞ്ഞ് നോക്കി നിന്നു.

സേവിയുടെ കണ്ണുകൾ അത്യന്തം പുതുമ നിറഞ്ഞതും തിളങ്ങുന്നതും ആയിരുന്നു. തലേദിവസം ഉറക്കമോ ഭക്ഷണമോ വെള്ളമോ ഇല്ലാതെ കടന്നുപോയ ഭീകരമായ രാത്രിയുടെ നേർത്തൊരു ലാഞ്ചന പോലും അവൾക്കവനിൽ കണ്ടെത്താൻ കഴിഞ്ഞില്ല. നീണ്ട വിശ്രമത്തിനു ശേഷം കുളിച്ചൊരുങ്ങി വരുന്നതു പോലെ അവന്റെ ചുവന്ന മുഖം പ്രസരിപ്പാർന്നതും ജീവസ്സുറ്റതും ആയിരുന്നു. അല്പം പോലും പതർച്ച ഇല്ലാത്ത ശക്തവും കൃത്യവുമായ ചുവടുകൾ.

സേവി അടുത്തേക്ക് വരുന്നതിൽ ആശ്വാസം കൊണ്ട നിമിഷം തന്നെ മേരിക്കുഞ്ഞിന്റെ ഉള്ളിലേക്ക് മറിച്ചൊരു ചിന്ത തിക്കിക്കയറി വന്നു.

'എന്തിനാണ് മമ്മി അവനെ വിളിക്കുന്നത്?'

മേരിക്കുഞ്ഞ് ഉൾക്കിടിലത്തോടെ പിന്നിലേക്ക് തിരിഞ്ഞ് മമ്മിയെ നോക്കി. ജോണപ്പാപ്പന്റെയും മേഴ്സിയമ്മയുടെയും ദുർബലമായ

കൈത്താങ്ങിന്റെ ബലത്തിൽ മമ്മി സേവിയെ കാത്തുനിൽക്കുക യാണ്. ആ നിമിഷത്തിൽ മമ്മിയെ ആറു കാലുകളും ആറു കൈകളും മൂന്നു തലയുമുള്ള ഒരു വിചിത്ര ജീവിയെപ്പോലെ തോന്നിച്ചു. ജോണപ്പാപ്പനും മേഴ്സിയമ്മയും തങ്ങളാലാവുന്നത്ര ശ്രമിച്ചിട്ടും നിവർന്നുനിൽക്കാനാവാത്തൊരു നിലയിൽ മമ്മി നിൽക്കുന്നു. നെഞ്ച് അകത്തേക്ക് കുഴിഞ്ഞുപോയ ഒരാൾ.

സേവിയെ നോക്കി നിൽക്കുമ്പോൾ മമ്മിയുടെ മിഴികളിൽ ഉരുണ്ടുകൂടിയ കോപത്തിന്റെ അഗ്നിനാളങ്ങൾ കണ്ടപ്പോൾ മേരി ക്കുഞ്ഞിന്റെ ശരീരം ഭയം മൂലം വിറച്ചു.

മമ്മി ഇതെന്തിനുള്ള പുറപ്പാടാണ്? താനുണ്ടാക്കിയ പ്രശ്ന ങ്ങൾക്ക് കാരണക്കാരൻ സേവിയാണെന്ന് കരുതിയിട്ടുണ്ടാവുമോ? പള്ളിയിൽ വച്ചുള്ള എടുത്തു ചാടിയുള്ള തീരുമാനത്തിന് പിന്നിൽ അവന്റെ ബുദ്ധിയാണെന്ന് മമ്മി വിചാരിക്കുന്നുണ്ടാവുമോ? അങ്ങിനെയാണെങ്കിൽ അത് ഒരിക്കലും അനുവദിച്ചുകൂടാ. മനസോ പ്രവർത്തിയോ കൊണ്ട് ഒരു തെറ്റും ചെയ്തിട്ടില്ലാത്ത ഒരാൾ ഇവിടെ വച്ച്, ഇത്രയും ആളുകളുടെ മുന്നിൽ വെച്ച് അപമാനി ക്കപ്പെടാൻ പാടില്ല.

സേവി അവളുടെ അടുത്തെത്തി. മേരിക്കുഞ്ഞ് താൻ നിൽ ക്കുന്ന പരിസരം ഒരു നിമിഷം പാടേ മറന്നു പോയെന്നു തോന്നി. യാചനാപൂർവം കൈകൾ കൂട്ടിപ്പിടിച്ച് മുന്നിലേക്കു ചാടി അവൾ അവനെ തടഞ്ഞു. അവളുടെ അംഗവിക്ഷേപങ്ങൾ ഒരു നാടക ത്തിലെ കഥാപാത്രത്തെ പോലെ അമിതാഭിനയം കാഴ്ചവച്ചു. ആളുകൾ കാണുന്നുവെന്ന് സേവി ലജ്ജയോടെ മേരിക്കുഞ്ഞിനെ നോക്കി. അവളുടെ കണ്ണുകളിൽ നിന്ന് ജലകുംഭങ്ങളിൽ നിന്നെന്ന പോലെ കണ്ണുനീർ പുറത്തുചാടി.

'മേരിക്കുഞ്ഞേ..'

സേവി വിളിച്ചു. സ്നേഹവും അനുകമ്പയും ഒഴുകിപ്പരന്ന വിളി. മേരിക്കുഞ്ഞ് വിക്കിവിക്കി യാചിച്ചു.

'മമ്മിയുടെ മൂഡ് ശരിയല്ല. നീ തിരിച്ചുപോ... സേവീ... വേറൊരു ദിവസം... ഇപ്പൊ പോ... പൊക്കോ... പ്ലീസ്...'

അവൾ കരഞ്ഞുകൊണ്ട് അവനെ തള്ളി. സേവി പോകാ മെന്നോ പോകില്ലെന്നോ പറഞ്ഞില്ല. അവളുടെ കണ്ണുകളിലേക്ക് ഒരു ശിശുവിന്റെ നിഷ്കളങ്കതയോടെ നോക്കി നിൽക്കുക മാത്രം ചെയ്തു. മേരിക്കുഞ്ഞ് കെഞ്ചി.

'പ്ലീസ്... സേവീ...'

അവൻ അവളെക്കടന്ന് പോകാൻ ഭാവിച്ചു. മേരിക്കുഞ്ഞ്

സേവിയുടെ നീലഞരമ്പുകൾ തിണർത്തുനിന്ന കൈത്തണ്ടയിൽ പിടുത്തമിട്ടു. അവനെ ശക്തിയായി പിന്നിലേക്കു തള്ളുകയും ഉന്തുകയും ചെയ്തു.

'പോ... പോടാ..'

പക്ഷെ മേരിക്കുഞ്ഞിന്റെ കരച്ചിലും പിന്തിരിപ്പിക്കലുകളും സേവിയെ തടയാൻ പര്യാപ്തമായിരുന്നില്ല. ഒരു നിമിഷം അവളെ നിശബ്ദനായി നോക്കിനിന്നതിനു ശേഷം തുമ്പിയെ ദേഹത്തുനിന്ന് എടുത്ത് മാറ്റുന്ന ലാഘവത്തോടെ അവളുടെ ദുർബല വിരലുകൾ വിടുവിച്ച് സേവി ജാൻസിയുടെ അടുത്തേക്ക് നടന്നു. തന്റെ പ്രതിരോധം ഭേദിച്ച് തികച്ചും അക്ഷോഭ്യനായി അവൻ മുന്നോട്ട് നീങ്ങുന്നത് മേരിക്കുഞ്ഞ് നിസ്സഹായയായി നോക്കിനിന്നു.

സേവി അടുത്തെത്തിക്കഴിഞ്ഞു. അത്തിയിലകളെ തൊട്ടിലാട്ടി കടന്നുവന്ന ഇളംകാറ്റ് ശ്വാസമടക്കിപ്പിടിച്ച് ശവവണ്ടിയുടെ വായുവൊഴിഞ്ഞ ചക്രങ്ങൾക്കിടയിൽ പതുങ്ങിനിന്നു. ആരെങ്കിലും കണ്ടുപിടിച്ചാലോ എന്ന് ഭയന്നതുപോലെ.

സൂര്യൻ മേഘങ്ങൾക്കു പിന്നിലേക്ക് പാതി മറഞ്ഞു നിൽക്കുകയും സിമിത്തേരി മതിലിനരികിലെ മഞ്ഞക്കോളാമ്പി പൂവുകളുടെ തുടുത്ത കവിളുകൾ വാടുകയും ചെയ്തു.

കലാപം തുടങ്ങുന്ന വീട്ടിലേക്കെത്തി നോക്കുന്ന കുശുമ്പുള്ള അയൽക്കാരെപ്പോലെ കുരിശുകൾ സിമിത്തേരി മതിലിനു മുകളിലൂടെ തലയുയർത്തി നോക്കി.

അൽപനേരം നിന്നപ്പോൾ ജാൻസിയുടെ തളർന്ന കാലുകൾ വേദന കൊണ്ട് വിറളിപിടിച്ചുവെന്നു തോന്നി. താഴേക്കൂർന്നു വീഴാൻ ഭാവിച്ച ജാൻസിയെ ജോണപ്പാപ്പനും മേഴ്സിയമ്മയും ചേർന്ന് താങ്ങി നിറുത്തി. അപ്പോളും ജാൻസിയുടെ കണ്ണുകൾ ലക്ഷ്യം തെറ്റാത്ത ശരം പോലെ സേവിയിൽതന്നെ തറച്ചു നിന്നിരുന്നു. ജോണപ്പാപ്പന്റെയും മേഴ്സിയമ്മയുടെയും കൈകളുടെ ബലത്തിൽ നിന്നുകൊണ്ട് ജാൻസി അക്ഷമയോടെ സേവിയെ കാത്തു. അവൻ ഓരോ ചുവട് തന്നോട് അടുക്കുന്തോറും മമ്മിയുടെ കണ്ണുകളിൽ നുരഞ്ഞു പൊന്തുന്ന കോപം കണ്ട് മേരിക്കുഞ്ഞ് നടുങ്ങി.

സേവി അരികിലെത്തി. ജാൻസിക്ക് മുന്നിൽ നടത്തം അവസാനിപ്പിച്ച് വിധേയനെപ്പോലെ നിന്നു.

'മമ്മീ...'

സേവി ക്ഷമാപണശബ്ദത്തിൽ ജാൻസിയെ വിളിച്ചു.

ജാൻസി അവനെ തലയുയർത്തി നോക്കി. അവരുടെ

കണ്ണുകൾ തീ തുപ്പി. മുഖം പൊള്ളിയതു പോലെ സേവി മുഖം കുനിച്ചു. മേരിക്കുഞ്ഞ് സിമിത്തേരിയുടെ എതിർവശത്ത് സ്ഥാപിച്ചിരുന്ന പരിശുദ്ധാമ്മയുടെ രൂപത്തെ അടിവയറ്റിൽ നിന്ന് തികട്ടി വന്ന കരച്ചിലോടെ നോക്കി.

എന്നാൽ, ആ നിമിഷം അവിടെ വലിയൊരു അത്ഭുതം സംഭവിക്കുന്നത് മേരിക്കുഞ്ഞ് വിസ്മയത്തോടെ കണ്ടു.

മമ്മിയുടെ കണ്ണുകളിൽ തിളച്ചുനിന്ന കോപം ഇളംവെയിലേൽക്കുമ്പോൾ മഞ്ഞുതുള്ളിയെന്നപോലെ മെല്ലെമെല്ലെ അലിഞ്ഞലിഞ്ഞ് ഇല്ലാതാവുന്നു.

സൂര്യൻ വീണ്ടും വിരിയുകയും കോളാമ്പിപ്പൂവുകൾ ഉദിക്കുകയും ചെയ്തു. വെള്ളക്കടലാസു പോലെ വിളറിയിരുന്ന ജാൻസിയുടെ മുഖത്ത് പുത്രവാത്സല്യത്തിന്റെ പ്രകാശരേണുക്കൾ തിരികെ വരുന്നതും സ്നേഹത്തിന്റെ വമ്പൻ തിരയടിച്ച് അവരെ മൂടുന്നതും അവൾ അവിശ്വസനീയതയോടെ നോക്കിക്കണ്ടു.

സേവിയെ നോക്കി നിൽക്കുമ്പോൾ ജാൻസി കയറ്റത്തിൽ നിന്ന് പിന്നോട്ടിറങ്ങിപ്പോകുന്ന വണ്ടിയിൽ എന്ന പോലെ അവനിലൂടെ തന്റെ യൗവനത്തിലേക്ക് കുറേയേറെ ദൂരം സഞ്ചരിച്ചു കഴിഞ്ഞിരുന്നു.

ഇത്രയും സമയം ജാൻസി അവനെ സൂക്ഷിച്ചു നോക്കുകയായിരുന്നു. സ്ഥൂലത്തെയല്ല അവനിലെ സൂക്ഷ്മത്തെ തിരയുന്ന നോട്ടം.

സാറയുടെ അതേ തിളങ്ങുന്ന കണ്ണുകൾ. അവളുടേതു പോലെ തന്നെ വീതിയുള്ള നെറ്റിത്തടം. അലക്സിന്റെ നീണ്ടമൂക്ക്.

ജാൻസി എല്ലാം രണ്ടാമതൊരിക്കൽ കൂടി കാണുകയായിരുന്നു സേവിയിലൂടെ. സാറയെ. അലക്സിനെ. മാത്തച്ചനെ. വിവാഹിതയായി വലതുകാൽ വച്ചു കയറിയ താഴത്തേൽ വീടിനെ. ഗ്രാമത്തെ. ഒടുവിലായി തന്നെത്തന്നെ.

ജാൻസി സേവിയുടെ മുഖം തന്റെ വിരലുകൾ കൊണ്ട് ഉയർത്തി. അവരുടെ കണ്ണുകൾ തമ്മിൽ ഒരേ നേർരേഖയിൽ കൂട്ടിമുട്ടി. അവന്റെ മിഴികളിൽ കുറ്റബോധത്തിന്റെ പക്ഷി ചിറകടിക്കുന്നത് ജാൻസി കണ്ടു. മമ്മിയുടെ ഹൃദയത്തിലുണ്ടായ ഉണങ്ങാ മുറിവുകൾക്ക് അറിഞ്ഞു കൊണ്ടല്ലെങ്കിലും താൻ കൂടി ഉത്തരവാദിയാണെന്ന ചിന്ത അവന്റെ മനസിയെും വല്ലാതെ കൊത്തിപ്പറിക്കാൻ ആരംഭിച്ചിരുന്നു.

ജാൻസി ആന്തരികമായ ക്ഷീണം കൊണ്ട് വല്ലാതെ തളർന്നതായി കാണപ്പെട്ടു. അവർ ശക്തിയായി രണ്ടുവട്ടം ചുമച്ചു.

തങ്ങളുടെ പിടിയിൽനിന്ന് കുതറാൻ ശ്രമിച്ച ജാൻസിയുടെ ശരീരത്തെ പിടിച്ചു നിറുത്താൻ ജോണപ്പാപ്പനും മേഴ്സിയമ്മയും വളരെ വിഷമിച്ചു.

ജാൻസിയെ താങ്ങിപ്പിടിച്ച് അത്തിമരത്തിന്റെ ചുറ്റുപടിയിൽ ഇരുത്താൻ സേവിയും സഹായിച്ചു. കിതച്ചുകൊണ്ട് പോക്കറ്റിൽ നിന്ന് തൂവാലയെടുത്ത് മുഖത്തെ വിയർപ്പുതുള്ളികളൊപ്പിക്കൊണ്ട് ജോണപ്പാപ്പൻ സേവിയെ നോക്കി. മുഴുവനും നരച്ച കൺപീലി കളുള്ള കണ്ണുകളിൽ മകനോടെന്ന പോലെ സ്നേഹവും നന്ദിയും.

ജാൻസി മരച്ചുവട്ടിൽ തലകുനിച്ച് ഇരുന്നു. സേവി കണ്ണുകൾ കൊണ്ട് മേരിക്കുഞ്ഞിനെ തിരഞ്ഞു. അവൾ നിന്നിടത്തുതന്നെ നി ൽക്കുകയാണ്. നാലുപാതകൾ കൂടിച്ചേരുന്നിടത്ത് അതേ കറുത്ത ടൈലിന്റെ കുഞ്ഞു ചതുരത്തിനുള്ളിൽ തന്നെ. ചതുരത്തിൽ നിന്ന് പുറത്തേക്ക് ചുവടുവയ്ക്കാൻ അവൾ വല്ലാതെ ഭയപ്പെടുന്നതു പോലെ കാണപ്പെട്ടു. സേവി അവളെ നോക്കി. അവളുടെ കണ്ണു കളിൽ നിന്ന് ആശങ്കയുടെ കാർമേഘം ഒഴുകിപോയിരിക്കുന്നു. പകരം ആശ്വാസത്തിന്റെ മിന്നലാട്ടം.

'നീയെന്താ അവിടെ നിൽക്കുന്നത്? ഇവിടെ വാ മോളെ....'

മേഴ്സിയമ്മ സ്നേഹത്തോടെ വിളിച്ചിട്ടും മേരിക്കുഞ്ഞ് അവരുടെ അരികിലേക്ക് ചെല്ലാൻ മടിച്ചുനിന്നു. ജോണപ്പാപ്പൻ അടുത്തേക്ക് ചെന്ന് അവളുടെ കയ്യിൽ പിടിച്ചു.

'വാ മോളേ,,,'

'ജോണപ്പാപ്പാ... എനിക്കൊരു തെറ്റുപറ്റി...'

അവൾ ജോണപ്പാപ്പന്റെ ഷർട്ടിനു പുറത്തേക്ക് നീണ്ടുനിന്ന നെഞ്ചിലെ നരച്ച രോമങ്ങളിൽ തല ചായ്ച്ച് തേങ്ങി.

'സാരമില്ല മോളേ... എല്ലാ തെറ്റിനും കാലത്തിന്റേതായ ഒരു ശരിയുണ്ട്.'

അയാൾ അവളെ തന്നോട് ചേർത്തുനിറുത്തി പിന്നിൽ തട്ടി സാന്ത്വനിപ്പിച്ചു. ചേർത്തുപിടിച്ചു കൊണ്ടുതന്നെ ജാൻസിയുടെ അരികിൽ കൊണ്ടുവന്ന് ഇരുത്തി.

കുറ്റബോധം കൊണ്ട് കുനിഞ്ഞ ശിരസ്സുമായി മേരിക്കുഞ്ഞ് മമ്മിയുടെ അരികിൽ കണ്ണുകൾ ഇറുക്കിയടച്ച് ഇരുന്നു. പുറത്തെ വെളിച്ചത്തെ സ്വീകരിക്കാൻ അവൾ വല്ലാതെ ഭയപ്പെട്ടു. ബലം നഷ്ടപ്പെട്ട ഒരു കൈ തോളിലൂടെ കയ്യിട്ട് തന്നെ ചേർത്തു പിടിക്കുന്നത് അവൾ അറിഞ്ഞു.

മമ്മിയുടെ കൈ!

അവളുടെ കണ്ണുകൾ ഒന്നുകൂടി ഇറുകിയടഞ്ഞു. കരഞ്ഞു

കരഞ്ഞു മൂക്കടഞ്ഞ ജാൻസിയുടെ ശബ്ദം.

'ഡാഡി പോയി...'

മേരിക്കുഞ്ഞ് കണ്ണുകൾ തുറന്നില്ല. സേവി മമ്മീ എന്ന് വിളിക്കുന്നത് കേട്ടു. മേഴ്സിയമ്മ അതിദീർഘമായി നെടുവീർപ്പിട്ടു.

ജാൻസി, തന്നെ മുറുക്കെ വരിഞ്ഞു പിടിച്ചിരുന്ന മേഴ്സിയമ്മയുടെ കൈകൾ സ്വയം അഴിച്ചു. ഒരുപാട് വർഷങ്ങൾ തന്നെ ബന്ധിച്ചിരുന്ന ചങ്ങലയിൽ നിന്ന് മോചിതയായതു പോലെ നടുവു നിവർത്തി.

'ഇവൾക്കും ഇനി ആരുമില്ല....'

മൂന്നു വാക്കുകൾ മാത്രമുള്ള ഒറ്റ വാചകത്തിൽ സേവി ചില്ലു പാത്രം പോലെ തരിപ്പണമായി. ഇത്തവണ മേരിക്കുഞ്ഞിനും സങ്കടം പിടിച്ചു നിർത്താനായില്ല. അവൾ മമ്മിയുടെ തോളിൽ തല ചായ്ച്ച് പൊട്ടിക്കരഞ്ഞു. കടൽവെള്ളം എല്ലാ തടസ്സങ്ങളും തകർത്ത് കുതിക്കുന്നതു പോലെ അവൾ സങ്കടത്തിന്റെ കടലായി ഒഴുകി.

സേവി ജാൻസിയുടെ തോളിൽ വീണു തേങ്ങുന്ന മേരിക്കുഞ്ഞിനെ നോക്കി നിന്നു. പള്ളിമതിലിൽ പടർന്നുകിടന്ന കടലാസുപൂക്കൾ സംഭവിച്ചതെല്ലാം നല്ലതിനെന്ന് പരസ്പരം തലയാട്ടി. മണിഗോപുരത്തിനു മുകളിലിരുന്ന് ഒരു കാക്ക എല്ലാം നിശബ്ദമായി കേട്ടു.

ജാൻസിയുടെ തളർച്ച അല്പം കുറഞ്ഞെന്ന് തോന്നിയപ്പോൾ മേഴ്സിയമ്മ അവരുടെ കൈകളിൽ പിടിച്ച് എഴുന്നേറ്റു.

'പോകാം.'.

'എങ്ങിനെ പോകാനാണ് നാത്തൂനേ. എന്റെ ജീവൻ അവിടെ കിടക്കുവല്ലേ...'

ജാൻസി തളർന്നു തൂങ്ങിയ, പാതി കീറിപ്പോയ ഒച്ചയിൽ സിമിത്തേരിയിലേക്ക് കാണിച്ചു. നാത്തൂന്റെ വേദനയിൽ മേഴ്സിയമ്മയും അവർ പോലുമറിയാതെ ഇരുന്നുപോയി. ജാൻസിയുടെ കൈ കയ്യിലെടുത്ത് വിരലുകളിൽ തടവി ആശ്വസിപ്പിച്ചു.

ജാൻസിയുടെ അരികിലിരിക്കുന്ന മേരിക്കുഞ്ഞിനോടും അവളുടെ സമീപം നിൽക്കുന്ന സേവിയോടും ജോണപ്പാപ്പൻ സംസാരിക്കുകയാണ് കയ്യും കലാശവുമെടുത്ത് ഒരു പ്രാസംഗികന്റെ മുഖഭാവത്തോടെ. മാത്തച്ചനുമൊത്തുള്ള ഓർമകളുടെ കെട്ടുകൾ പലയിടങ്ങളിലായി ചിതറി വീഴുന്നു. ഇടക്ക് ഗദ്ഗദകണ്ഠനും ചിലപ്പോൾ മൗനിയുമാകുന്നു അയാൾ.

മേഴ്സിയമ്മ രണ്ടാമതും എഴുന്നേറ്റ് ജാൻസിയെ നോക്കി.

'പോകാം'

ഇത്തവണ മേഴ്സിയമ്മയുടെ വാക്കിന് സ്നേഹപൂർണമായ ആജ്ഞാസ്വരം.

പ്രിയപ്പെട്ടവരുടെ സ്നേഹപൂർണ്ണ നിർബന്ധത്തിന് വഴങ്ങി ജാൻസി പോകാനെഴുന്നേറ്റു. ഒളിച്ചുനിന്നിരുന്ന കാറ്റ് ഓടിവന്ന് ജാൻസിയുടെ സാരിത്തുമ്പിൽ പിടിച്ചുവലിച്ചു.

സിമിത്തേരിയിലേക്ക് കണ്ണുകൾ നീങ്ങിയപ്പോൾ ജാൻസിയുടെ കണ്ണുകൾ നിറഞ്ഞൊഴുകി കാഴ്ച അവ്യക്തമായി. കുഴിവെട്ടുകാരൻ ഷിബുവിന്റെ, പിൻവശത്ത് ചന്ദ്രക്കലയുടെ ആകൃതിയിൽ കഷണ്ടിയുള്ള തല മതിലിനു മുകളിൽ ഉയരുകയും താഴുകയും ചെയ്തു.

ജാൻസി മേരിക്കുഞ്ഞിന്റെ നേരെ കൈനീട്ടി. അവൾ മമ്മിയുടെ കയ്യിൽ പിടിച്ച് മുന്നോട്ടു നടന്നു.

എല്ലാവരും ചേർന്ന് ജാൻസിയെ കാറിലേക്ക് നടത്തുന്നത് സേവി നോക്കിനിന്നു. ഇടക്ക് എന്തോ മറന്നുപോയതുപോലെ തിരിഞ്ഞു നിന്ന് ജാൻസി സേവിയെ നോക്കി.

'വീട്ടിലേക്ക് വരണേ മോനെ....'

പിരിയാനാവാത്ത മിഴികളോടെ മേരിക്കുഞ്ഞ് തന്നെ നോക്കുന്നത് സേവി കണ്ടില്ല. അവൻ ഒരു കരിങ്കൽശിലപോലെ മരവിച്ചു നിൽക്കുകയായിരുന്നു. വലിയൊരു കൊടുങ്കാറ്റിന് പോലും അവനെ അവിടന്ന് തെറിപ്പിക്കാനാവില്ലെന്ന് തോന്നി.

ഒരമ്മയുടെ മനസിനെക്കുറിച്ചാണ് ആ സമയത്ത് സേവി ചിന്തിച്ചത്. അമ്മയുടെ സർവവും ക്ഷമിക്കുന്ന സ്നേഹത്തെക്കുറിച്ച്. ജീവന്റെ പാതിയുടെ ശവക്കുഴിയോളം തന്നെ കൊണ്ടുവന്നു നിറുത്തിയ മകൾക്ക് ഒരമ്മ തീർത്തും നിഷ്കളങ്കമായി മാപ്പു നല്കിയിരിക്കുന്നു. എല്ലാം പൊറുത്ത് മകളെ ചേർത്തു പിടിച്ച് നടന്നു പോവുന്നു. വേറെ ആർക്കു കഴിയും അമ്മക്കല്ലാതെ?

കാർ സ്റ്റാർട്ട് ചെയ്യുന്ന ശബ്ദം കേട്ടപ്പോൾ അവർ നീങ്ങുകയാണെന്നവൻ ഊഹിച്ചു. കാറിന്റെ ശബ്ദം അന്തരീക്ഷത്തിൽ അലിഞ്ഞില്ലാതാവുന്നത് വരെ അവിടെത്തന്നെ നിന്നു. ലോകത്തിലെ എല്ലാ അമ്മമാരെയും മനസാ നമിച്ചു.

സമീപത്ത് ഒരു സ്കൂട്ടർ വന്നുനിന്നു. രണ്ടു പെൺകുട്ടികൾ അത്തിമരത്തിന്റെ കീഴിൽ സ്കൂട്ടർ ഉപേക്ഷിച്ച് സിമിത്തേരിയിലേക്ക് കയറിപ്പോയി. പിന്നിൽ നടന്ന കുട്ടി മെഴുകുതിരിയുടെയും ചന്ദനത്തിരിയുടെയും കൂടുകൾ കയ്യിൽ പിടിച്ചിരുന്നു.

കുറച്ചുനേരം കൂടി അവൻ ജീവിതത്തെക്കുറിച്ചും മരണത്തെക്കുറിച്ചുമൊക്കെ ആലോചിച്ച് അവിടെത്തന്നെ നിന്നു. താനിപ്പോൾ

ജീവിതത്തിലാണോ? അതോ മരണത്തിലോ? വെളുത്ത കുമ്മായം തേച്ച മതിലിന്റെ അപ്പുറം മരണവും ഇപ്പുറം ജീവിതവും.

ചന്ദനത്തിരികൾ പുകയുന്ന ഗന്ധം സിമിത്തേരിയിൽ നിന്ന് വന്ന കാറ്റ് കൊണ്ടുവന്നു. സിമിത്തേരിയുടെ പടിയിൽ കയറിനിന്ന് സേവി ചുറ്റും കണ്ണോടിച്ചു. കുഴി നിവർന്നു കഴിഞ്ഞിരിക്കുന്നു. മുകളിലേക്ക് മണ്ണ് വെട്ടിക്കയറ്റുകയാണ് കുഴിക്കാരൻ ഷിബു. അയാളുടെ ചുണ്ടിൽ എരിയുന്ന ബീഡി.

മേരിക്കുഞ്ഞിന്റെ ഡാഡിയുടെ ശരീരത്തെ മണ്ണ് ആത്യന്തികമായി കീഴ്പ്പെടുത്തിയിരിക്കുന്നു. ഒരിക്കൽ മണ്ണിനെ തോല്പിച്ചവന്റെ മേൽ ഒടുവിൽ മണ്ണ് ആധികാരികമായ വിജയം നേടിയിരിക്കുന്നു.

നാലു കുഴിക്കപ്പുറത്ത് അമ്മയുടേയോ അമ്മൂമ്മയുടെയോ കുഴിക്കു മുന്നിൽ മെഴുതിരി കത്തിക്കുന്ന, ചന്ദനത്തിരി കത്തിച്ച് മണ്ണിൽ ഉറപ്പിക്കുന്ന പെൺകുട്ടികൾ. മുട്ടുകുത്തി നിൽക്കുന്ന കുട്ടിയുടെ തലയിലെ ഹെൽമെറ്റ് അവൾ സിമിത്തേരിയുടെ ഭാഗമല്ലെന്ന് ഓർമിപ്പിച്ചു.

സിമിത്തേരിയുടെ അകത്തേക്ക് കയറി മാത്തച്ചന്റെ കുഴിക്കൽ മുട്ടുകുത്തി കണ്ണുകൾ അടച്ച് കൈകൾ വിടർത്തി അൽപനേരം പ്രാർത്ഥിച്ചു. കണ്ണുകൾ തുറന്നപ്പോൾ തലേക്കെട്ടഴിച്ച് തോർത്തിലെ മണ്ണുകുടഞ്ഞു കളഞ്ഞ് സേവിയെ നോക്കി നിൽക്കുകയായിരുന്നു ഷിബു. അയാളുടെ കാലുകളിൽ മണ്ണിന്റെ പാദരക്ഷകൾ. ഊറ്റിയെടുക്കുന്നത് പോലെ അവസാനത്തെ പുകയും വലിച്ചെടുത്ത് ബീഡികുറ്റി അപ്പുറത്തെ കല്ലറയിലേക്ക് അലസമായി വലിച്ചെറിഞ്ഞ് ഷിബു ചോദിച്ചു.

'മാത്തച്ചൻ സാറിന്റെ ആരാ?'

'അറിയില്ല. '

ഷിബുവിന്റെ കണ്ണുകളിൽ അത്ഭുതം. ഉത്തരത്തിൽ ഒട്ടും തന്നെ തൃപ്തനാകാത്ത പോലെ സേവിയെ തലയുയർത്തി നോക്കി ഷിബു ജോലിയിലേക്ക് മടങ്ങിപ്പോയി.

ഉണക്കമണ്ണിൽ തൂമ്പാ വീഴുന്നതു നോക്കി അൽപനേരം നിന്നതിനു ശേഷം പോക്കറ്റിൽ നിന്ന് കുറച്ചു പൈസ എടുത്തു ഷിബുവിന് നീട്ടി. ഷിബു തൂമ്പാ നിലത്തേക്കെറിഞ്ഞ് ആദരവോടെ പണം വാങ്ങി.

സേവി സിമിത്തേരിക്ക് പുറത്തേക്കിറങ്ങി ജീപ്പിലേക്ക് നടന്നു.

* * *

മേരിക്കുഞ്ഞ് ഓടിച്ച കാർ അപ്പോളേക്കും സ്കൂളിന്റെ വളവ് തിരിഞ്ഞിരുന്നു.

പിൻസീറ്റിൽ ജോണപ്പാപ്പന്റെയും മേഴ്സിയമ്മയുടെയും നടുവിൽ ഇരിക്കുകയായിരുന്നു ജാൻസി.

ആ നിമിഷം ജോണപ്പാപ്പൻ മേരിക്കുഞ്ഞിനോട് ഒരു വലിയ സത്യം വെളിപ്പെടുത്താൻ മനസ്സിൽ വട്ടം കൂട്ടുകയായിരുന്നു.

മേരിക്കുഞ്ഞിനെ ഞെട്ടിക്കുന്ന ഒരു സ്വകാര്യം!

ഇരുപത്തിയെട്ട്

മേരിക്കുഞ്ഞ് ഓർക്കുകയായിരുന്നു.

രണ്ടു ദിവസങ്ങളിലായി തുടരെത്തുടരെ താനുണ്ടാക്കിയ ഭൂകമ്പങ്ങളിൽ ചിതറിയ മനസോടെ മൂന്നു വയോധികർ. പ്രായത്തിന്റെ അവശതകളിലും മാനസിക സമ്മർദ്ദത്തിന്റെ കയറ്റിറക്കങ്ങളിലും തിരമാലയിൽ എന്നപോലെ അവർ വട്ടംകറങ്ങുകയാണ്.

റിജോ ബേക്കറി പിന്നിട്ടപ്പോൾ അവൾ വേഗം കുറച്ചു. ഇനി കഷ്ടിച്ച് പത്തുമിനിട്ടേയുള്ളു വീട്ടിലേക്ക്. മേരിക്കുഞ്ഞ് പിന്നിലേക്ക് തിരിഞ്ഞു നോക്കി.

ജോണപ്പാപ്പനും മേഴ്സിയമ്മയും തങ്ങളുടെ വശങ്ങളിലെ വിൻഡോ ഗ്ലാസുകളിലൂടെ പുറത്തേക്ക് നോക്കിയിരിക്കുകയാണ്. മമ്മിയാവട്ടെ കണ്ണുകളടച്ച് സ്വന്തം അഗാധതകളിലേക്ക് ചുരുങ്ങിയും.

ഉറുമ്പു നുരക്കുന്ന വേഗതയിലാണ് മേരിക്കുഞ്ഞ് കാറോടിച്ചത്. എങ്ങും എത്തുവാൻ ഒരു താല്പര്യവുമില്ലാത്ത പോലെ. ഒരുവേള വഴിയിൽ എവിടെയെങ്കിലും കുറെ നേരം നിറുത്തിയിട്ടാലോ എന്നുപോലും അവൾ ആലോചിക്കാതിരുന്നില്ല.

സത്യത്തിൽ വീട്ടിലേക്ക് പോകാൻ മേരിക്കുഞ്ഞിന് ഒട്ടും ഇഷ്ടം ഉണ്ടായിരുന്നില്ല. ഡാഡിയില്ലാത്ത വീടെന്ന ചിന്ത തന്നെ ശിരസ്സുപിളർക്കുന്ന വേദന അവൾക്ക് സമ്മാനിച്ചിരുന്നു.

എങ്ങിനെയാണ് ഡാഡിയെ സിമിത്തേരിയിൽ ഉപേക്ഷിച്ച് കയറി വരുന്ന തങ്ങളെ വീട് സ്വീകരിക്കുക? ഡാഡി കൂടെയില്ലാത്ത ഞങ്ങളെ വീട് തിരിച്ചറിയുമോ എന്ന് പോലും അറിയില്ല. ഡാഡിയില്ലാത്ത വീട് വെറും ഇഷ്ടികക്കെട്ടുകൾ മാത്രമാണ്.

ഇടതുവശത്തേക്ക് തോൾ ഒതുക്കി സീറ്റിലേക്ക് ചാരിയിരിക്കാൻ ജാൻസിയെ അനുവദിച്ചുകൊണ്ട് ജോണപ്പാപ്പൻ മേരിക്കുഞ്ഞിനെ വിളിച്ചു.

'മോളെ...'

അല്പംപോലും ജലാംശമില്ലാത്ത ശബ്ദം. മേരിക്കുഞ്ഞ് അപ്പാപ്പനു നേർക്ക് തിരിഞ്ഞുനോക്കി.

'കവിത വിളിച്ചിരുന്നു. അവൾ നടന്നതെല്ലാം പറഞ്ഞു മോളേ.'

മേരിക്കുഞ്ഞ് ഒരു കുട്ടിയുടെ നിഷ്കളങ്കതയാർന്ന കണ്ണുകളോടെ ജോണപ്പാപ്പനെ ഒരിക്കൽക്കൂടി തിരിഞ്ഞു നോക്കി. എന്താണ് ഉദ്ദേശിച്ചതെന്ന ചോദ്യം അവളുടെ കണ്ണുകളിലൂടെ

ജോണപ്പാപ്പന് നേർക്ക് തെറിച്ചു ചെന്നു. എന്നാൽ അതിനെക്കുറിച്ച് കൂടുതൽ വിശദീകരിച്ചത് മേഴ്സിയമ്മയായിരുന്നു.

'മാർട്ടിനുമായുണ്ടായ വഴക്കിനെക്കുറിച്ചും കവിത എല്ലാം പറഞ്ഞു.'

മേരിക്കുഞ്ഞിന്റെ നെഞ്ചിനുള്ളിൽ ചോരയിറ്റു. കണ്ണുകളിൽ പെട്ടെന്ന് ഇരുട്ടു വീണു. കാഴ്ച നഷ്ടപ്പെട്ട് സ്റ്റിയറിംഗ് പാളുന്നതു പോലെ അവൾ പരിഭ്രമിച്ചു.

കവിത എല്ലാം അറിയിച്ചിരിക്കുന്നു. അന്നത്തെ ദിവസം മാർട്ടിന്റെ ഫ്ളാറ്റിൽ വച്ച് സംഭവിച്ചതെല്ലാം. മരണത്തിനും ജീവിതത്തിനും ഇടയിൽ തൂങ്ങിയാടിയ ഭീകര നിമിഷങ്ങളെക്കുറിച്ച് ഓർത്തപ്പോൾ മേരിക്കുഞ്ഞിന്റെ ശരീരം തകർത്ത് ഒരു വിറയൽ കടന്നുപോയി.

'വൈകിയിട്ടാണെങ്കിലും നന്നായി മോളേ... പക്ഷെ നീയത് നേരത്തെ പറഞ്ഞിരുന്നെങ്കിൽ...'

വാക്കുകൾ പാതിയിൽ നിറുത്തി ജോണപ്പാപ്പൻ വിൻഡോ ഗ്ളാസ് അല്പം താഴ്ത്തി പുറത്തെ വായു ശ്വസിച്ച് നിശബ്ദനായി ഇരുന്നു. പക്ഷെ അപ്പാപ്പന്റെ നിശ്ശബ്ദതക്കുപോലും ശക്തമായ അർഥങ്ങൾ ഉണ്ടായിരുന്നു. ബാക്കി പൂരിപ്പിച്ചത് മേഴ്സിയമ്മ ആയിരുന്നു.

'സാരമില്ല, കുട്ടീ.'

മേഴ്സിയമ്മയുടെ വാക്കുകൾ മേരിക്കുഞ്ഞിനെ അട്ടയെ പ്പോലെ ചുരുട്ടി. അതിദീർഘമായ ഒരു നെടുവീർപ്പ് പുറത്തുവിട്ട് ആഴമുള്ള കിണറിലേക്ക് നോക്കുന്നത്പോലെ മേഴ്സിയമ്മ പുറത്തേക്കു നോക്കിയിരുന്നു. ജോണപ്പാപ്പൻ തുറന്നിട്ട ഗ്ളാസിലൂടെ കയറിവന്ന കാറ്റ് മേഴ്സിയമ്മയുടെ നരച്ച മുടിയിഴകളെ പറപ്പിച്ചു.

കുറ്റബോധം കരിനാഗത്തെപ്പോലെ കരളിൽ ആഞ്ഞുകൊത്തി യപ്പോൾ മേരിക്കുഞ്ഞ് തലകുനിച്ചു. ചീത്തപറയുന്നതിനേക്കാൾ എത്രയോ മൂർച്ചയുള്ള കഠാരിയാണ് സാരമില്ല എന്ന വാക്ക്. ചില നിമിഷങ്ങളിൽ തല്ലുന്നതിനേക്കാൾ വേദനിക്കും ചേർത്തു പിടിക്കുമ്പോൾ.

എല്ലാവരും ഇത്ര പെട്ടെന്ന് എല്ലാം ക്ഷമിച്ചിരിക്കുന്നുവെന്ന്. വളരെ എളുപ്പത്തിൽ ക്ഷമിക്കാനാവുന്ന തെറ്റാണോ താൻ ചെയ്തത്?

കണ്ണീരടർന്ന് അവൾക്ക് മുന്നോട്ടുള്ള വഴി കാണാതെയായി. ആർക്കു കഴിയും തന്നോട് പൊറുക്കാൻ. കാറിന്റെ ഒച്ചക്കും മീതെ കുറ്റബോധത്തിന്റെ വിമാനമിരമ്പൽ.

*　　　*　　　*

മനസമ്മതചടങ്ങിൽ ഗംഭീരമായി തോറ്റ് പള്ളിയിൽ നിന്ന് ഫ്ളാറ്റിൽ തിരിച്ചെത്തിയതു മുതൽ മാർട്ടിൻ വർത്തമാനകാലത്തിൽ നിന്ന് മുഴുവനായും കടപറിഞ്ഞു പോന്ന ഒരാളായി മാറിയിരുന്നു. ഒരേസമയം തന്നെ അയാൾ ഭൂതകാലക്കുളിരിൽ നനയുകയും വർത്തമാനകാല മരുഭൂമിയിൽ അലയുകയും ഭാവിയുടെ ചിതാഗ്നിയിൽ ചന്ദനമുട്ടി പോലെ എരിയുകയും ചെയ്തു.

വർഷങ്ങൾക്കു മുൻപ് കോളേജിൽ വച്ച് മേരിക്കുഞ്ഞിനെ ആദ്യമായി കണ്ടുമുട്ടിയ നിമിഷം മുതൽ ഇന്നലെ പള്ളിയിൽ വച്ചുണ്ടായ, അയാളുടെ ഹൃദയം ആയിരമായിരം കഷണങ്ങളാക്കി ചീന്തിയെറിഞ്ഞ നിമിഷത്തിന്റെ വരെ രേഖയിലൂടെ മാർട്ടിൻ ഒരു ഉന്മാദിയെപ്പോലെ കടന്നുപോയി. തീവണ്ടിയെപ്പോലെ കൂക്കിവിളിച്ചു. കടുവയെപ്പോലെ കലിപൂണ്ടു മുരണ്ടു.

പരസ്പരം പങ്കിട്ട പ്രണയത്തിന്റെ അതിന്ദ്രിയസ്ഥലികളിൽ അയാൾ കരളുലഞ്ഞു നിന്നു. മേരിക്കുഞ്ഞ് അയാൾക്ക് സമ്മാനിച്ച വിശുദ്ധ പ്രണയത്തിന്റെ സീമയില്ലാത്ത നീല സാഗരതീരങ്ങൾ അടിത്തട്ടുകാണും വിധം വറ്റിവരണ്ടു പോയിരിക്കുന്നത് നുറുങ്ങിയ ഹൃദയത്തോടെ കണ്ടു. ഒരുമിച്ചു നെയ്തുകൂട്ടിയ കാല്പനിക സ്വപ്നങ്ങളുടെ വർണ്ണനൂലിഴകൾ വേർപെട്ടു കിടക്കുന്നതറിഞ്ഞു. തന്നിൽ നിന്നാരംഭിച്ച ആദിമവന്യരതികാമനകൾ തന്നിൽ തന്നെ എരിഞ്ഞടങ്ങുന്നത് അനുഭവിച്ചു.

വികാരങ്ങളുടെ തിരപ്പെരുക്കം പക ഊതിക്കത്താനുള്ള ഇന്ധനമായി പരിണമിച്ചു. ലോകത്തോട് മുഴുവനുമുള്ള വൈരാഗ്യത്തിന്റെ കടൽക്കാറ്റടിച്ച് മാർട്ടിന്റെ ഉള്ളിൽ വരണ്ടുണങ്ങിക്കിടന്ന പകയുടെ കനലുകൾ കത്തി. കോപത്തിന്റെ ഉണക്കപ്പുല്ലുകളിൽ അഗ്നി ആർത്തിയോടെ ആളിപ്പിടിച്ചു. അഗ്നിക്കുമേൽ പൂർണ്ണനഗ്നനായി മാർട്ടിൻ മലർന്ന് കിടന്നു. വെണ്ണീറ് പോലെ നീറിനീറി ഉരുകി. ഉടലിൽ തീ പടർന്നവനെ പോലെ ദിക്കറിയാതെ പരക്കം പാഞ്ഞു നടന്നു. ഒരിടത്തും അഭയം ലഭിക്കാതെ ഉപ്പുതൂണു പോലെ അയാൾ നിന്നു കത്തി.

ജനമധ്യത്തിൽവച്ച് താൻ ക്രൂരമായി അപമാനിക്കപ്പെട്ടിരിക്കുന്നുവെന്ന തോന്നൽ അയാളെ സമൂഹത്തിൽ നിന്നുതന്നെ സമൂലം പിഴുതെറിഞ്ഞു കളഞ്ഞിരിക്കുന്നു.

അറിയപ്പെടുന്ന കായിക താരമെന്ന നിലയിൽ മാത്രമല്ല, മനുഷ്യനെന്ന നിലയിൽ പോലും അയാൾ ദാക്ഷിണ്യമില്ലാതെ തോല്പിക്കപ്പെട്ടിരിക്കുന്നു.

ബോക്സിങ്ങ് റിംഗിൽ പോലും അതിന്റേതായ സത്യവും

നീതിയും ന്യായവുമുണ്ട്.

വാട്ട്സ്ആപ്പിലും ടിറ്ററിലും ലോകത്തിന്റെ വിവിധ ഇടങ്ങളിലുള്ള സുഹൃത്തുക്കളുടെ, ഇടവപ്പാതിയിൽ പെയ്ത മഴപോലെ ഇടമുറിയാതെ പെയ്തു കൂട്ടിയ അനുമോദന സന്ദേശങ്ങൾ അയാളെ ഭ്രാന്തിന്റെ മുനമ്പിൽ കൊണ്ടുചെന്ന് നിറുത്തി. അൻപതിനായിരം രൂപക്കുമേൽ വിലയുള്ള ഫോൺ നിലത്തെറിഞ്ഞു പൊട്ടിച്ച് അയാൾ ഉറക്കെ ആക്രോശിച്ചു.

*   *   *

അർദ്ധമയക്കത്തിലായ മമ്മിയുടെ അനുസരണയില്ലാതെ ചിതറിക്കിടന്നിരുന്ന തലമുടിയിൽ തലോടിക്കൊണ്ട് മമ്മിയുടെ അരികിൽ ഇരിക്കുകയായിരുന്നു മേരിക്കുഞ്ഞ്, രണ്ടു ദിവസത്തെ ദുരന്തപൂരിതമായ സംഭവങ്ങളിൽ ചിക്കിചികഞ്ഞ്.

ജനാലക്കപ്പുറത്ത് വേപ്പുമരത്തിൽ ഇരുട്ടുവീഴുന്നു. മേഴ്സിയമ്മ അടുക്കളയിൽ മിക്സിയടിക്കുന്ന ശബ്ദം മുറിയിലേക്ക് അരിച്ചരിച്ചു വരുന്നത് കേട്ടുകൊണ്ട് അവൾ എഴുന്നേറ്റ് അടുക്കളയിലേക്ക് നടന്നു.

അപ്പുറത്തെ തുറന്നു കിടക്കുന്ന മുറിയിൽ നിന്ന് ജോണപ്പാപ്പൻ ഉറക്കെ കൂർക്കം വലിക്കുന്നത് കേട്ടുകൊണ്ട് മേരിക്കുഞ്ഞ് ഭക്ഷണമുറിയിലേക്ക് പ്രവേശിച്ചു. നടക്കുന്തോറും മുറുകി വരുന്ന ഭയപ്പാടിന്റെ കയർ തന്റെ കാലുകളെ പിന്നോട്ടു പിന്നോട്ടു വലിക്കുന്നതായി മേരിക്കുഞ്ഞിന് അനുഭവപ്പെടാൻ തുടങ്ങി. വീടിന്റെ പതുപതുത്ത സുരക്ഷിതത്വത്തിൽ നിന്ന് പെട്ടെന്നൊരു നിമിഷത്തിൽ തെരുവിന്റെ അരക്ഷിതാവസ്ഥയിൽ നിൽക്കുന്നതുപോലെ അവളുടെ കാലുകൾ നിയന്ത്രണമില്ലാതെ വിറക്കാൻ തുടങ്ങി. തനിക്കിനി ആരുമില്ലെന്ന തിരിച്ചറിവിന്റെ ഭയം കരിമ്പടം പോലെ അവളെ മൂടി. ആരുമറിയാതെ പതുങ്ങിവന്ന അനാഥത്വത്തിന്റെ ധൃതരാഷ്ട്രാലിംഗനത്തിൽ എല്ലുകൾ ഞെരിഞ്ഞമർന്നു.

അവൾക്കിത് ഡാഡി കൂട്ടിനില്ലാത്ത ആദ്യത്തെ അനുഭവം. വീടിനും ഇത് ആദ്യത്തെ അനുഭവം. വീട്ടുമുറ്റം ഇരുട്ടിന്റെ കറുത്ത രോമങ്ങളുള്ള കരങ്ങളിൽ ഉറങ്ങിക്കഴിഞ്ഞു. താഴത്തേൽ വീട് ഡാഡിയില്ലാത്ത ആദ്യത്തെ രാത്രിയിലേക്ക് പ്രവേശിക്കുന്നു. അകത്തും പുറത്തും കനത്ത ഇരുട്ട്. ഇരുട്ടു കൊണ്ട് നിർമ്മിച്ച വീട്. ഇരുട്ടു കൊണ്ട് ഓട്ടയടക്കാൻ ശ്രമിച്ച ഒരു പെൺകുട്ടിയും.

*   *   *

കുറെയധികം മണിക്കൂറുകളായി പരിശീലനമുറിയിലെ പഞ്ചിംഗ് ബാഗിനോട് ഘോരയുദ്ധത്തിൽ ഏർപ്പെട്ടിരിക്കുകയായിരുന്നു

മാർട്ടിൻ.

താനൊരു ബോക്സിങ്ങ് റിംഗിൽ നിൽക്കുകയാണെന്നും എതിരാളിയുമായി ഒരു ജീവന്മരണ പോരാട്ടം നടക്കുകയാണെന്നും അയാൾ വിഭാവനം ചെയ്തു. ചുവന്ന ഗ്ലൗസണിഞ്ഞ മുഷ്ടികളിൽ ആയിരം കുതിരശക്തി ആവാഹിച്ച് എത്ര മണിക്കൂറുകളാണ് പഞ്ചിംഗ് ബാഗുമായി യുദ്ധം ചെയ്തതെന്ന് അയാൾക്ക് ഒരു നിശ്ചയവുമില്ല.

ത്രിസന്ധ്യ ഒരു പക്ഷിയെപ്പോലെ പറന്നുപോയതും തമസ്സ് ഒരു വവ്വാലിനെപ്പോലെ പ്രവേശിച്ചതും അയാളറിഞ്ഞില്ല.

മകനു കുടിക്കാൻ ആവിപറക്കുന്ന കാപ്പിയുമായി അയാളുടെ അമ്മ അന്നേരമെത്തിയില്ലായിരുന്നെങ്കിൽ മാർട്ടിൻ പഞ്ചിംഗ് ബാഗിനോടുള്ള മരണക്കളി അർദ്ധരാത്രിയോളവും തുടർന്നേനെ. ചിലപ്പോൾ പുലർച്ച വരെ.

തന്റെയുള്ളിലെ അടങ്ങാത്ത കലി പഞ്ചിംഗ് ബാഗിനോട് പോരടിച്ച് തീർത്തില്ലായിരുന്നെങ്കിൽ ഒരുപക്ഷെ, അയാളുടെ സമനില തന്നെ തെറ്റിപ്പോകുമായിരുന്നു. ഭ്രാന്തിന്റെയും ബോധത്തിന്റെയും അതിർവരമ്പിൽ നിന്ന് പഞ്ചിംഗ് ബാഗിനോട് പൊരുതിപ്പൊരുതി മാർട്ടിൻ സമചിത്തത തിരികെപ്പിടിക്കാൻ ശ്രമിച്ചുകൊണ്ടിരുന്നു.

'മാർട്ടീ...'

പിന്നിൽ അമ്മയുടെ ചിതലരിച്ച ശബ്ദം. അയാൾ പഞ്ചിംഗ് താൽക്കാലികമായി നിറുത്തിവച്ച് എഴുന്നേറ്റു. കാപ്പിക്കപ്പും കുറച്ചു കശുവണ്ടിയും ബദാമുമുള്ള പാത്രം വച്ച ട്രേ അമ്മ ടീപ്പോയിമേൽ വെക്കുന്നത് മാർട്ടിൻ കൺകോണു കൊണ്ട് കണ്ടു. പറ്റെവെട്ടിയ മുടിത്തുമ്പുകളിൽ നിന്ന് കുതിച്ചൊഴുകുന്ന വിയർപ്പു തുള്ളികളെ സ്വയം ഒഴുകാൻ വിട്ട് ആദ്യം ഗ്ലൗസുകളും പിന്നാലെ ഹാൻഡ് റാപ്പുകളും അഴിച്ച് ബെഞ്ചിലേക്ക് അലക്ഷ്യമായി എറിഞ്ഞു. ലക്ഷ്യം നഷ്ടപ്പെട്ട ഒരു ഗ്ലൗസ് ബെഞ്ചിന്റെ അറ്റത്ത് തൂങ്ങിക്കിടക്കാൻ ശ്രമിച്ച് താഴേക്ക് കൂപ്പുകുത്തി. അമ്മ നിലത്തുവീണ ഗ്ലൗസ് കുനിഞ്ഞെടുക്കുന്നതുകണ്ട് മാർട്ടിൻ ബെഞ്ചിന്റെ അരികിൽ ഇരുന്നു. നിശ്ശബ്ദയായ ഒരു പക്ഷി ചിറകുകളൊതുക്കി ഇരിക്കുന്നത് പോലെ സാരിത്തുമ്പ് ഒതുക്കി മടിയിൽ ചേർത്തുവച്ച് അമ്മയും മകന്റെ അരികിൽ ഇരുന്നു.

മകന്റെ സ്വപ്നങ്ങൾ പറന്നുപോയ കണ്ണുകളിൽ നോക്കാൻ ഭയന്നത് പോലെ അമ്മ തറയിലേക്ക് നോക്കി നെടുവീർപ്പിട്ടു. അമ്മയെ നോക്കാൻ മകനും ധൈര്യം വന്നില്ല. ഏതുനിമിഷവും പൊട്ടിയൊഴുകാൻ നിൽക്കുന്ന ജലസംഭരണികളാണ് തങ്ങളെന്ന്

അവർ അറിഞ്ഞു. മറ്റേയാളുടെ മുഖത്തേക്കുള്ള ചെറിയൊരു പാളി നോട്ടം പോലും ആത്മസംയമനത്തിന്റെ തടയണ പൊട്ടിച്ചെറിയുമെന്ന് ഇരുവരും ഭയന്നു

അമ്മ ട്രേയിൽ നിന്ന് കാപ്പിക്കപ്പും ബദാമും എടുത്ത് മാർട്ടിന് നേർക്ക് നീട്ടി.

'കോഫി കുടിക്കൂ...'

കാപ്പിക്കപ്പ് കയ്യിൽ വാങ്ങി അയാൾ നീലയും വെള്ളയും ചായമടിച്ച ബെഞ്ചിൽ മനസ് കളഞ്ഞുപോയ ഒരാളെപ്പോലെ ഇരുന്നു.

മാർട്ടിൻ അയാളുടെ ജീവിതത്തിൽ ഇതുവരെ കണ്ടിട്ടുള്ളതിൽ ഏറ്റവും ഉല്ലാസവതിയായ സ്ത്രീയായിരുന്നു അയാളുടെ അമ്മ. അയാളുടെ ഏറ്റവും വലിയ മോട്ടിവേറ്റർ. സ്നേഹസമ്പന്ന. കരുണാവാരിധി. അമ്മ അയാളുടെ ജീവിതത്തിൽ സ്വാധീനിച്ചിട്ടുള്ളത്രയും അയാളെ മറ്റാരും സ്വാധീനിച്ചിട്ടില്ല.

'കുടിക്കൂ മകനേ..'

വാത്സല്യം തുളുമ്പുന്ന അമ്മയുടെ ശബ്ദം. പെട്ടെന്നൊരു ഉൾവിളിയിൽ തല ചെരിച്ച് അയാൾ അമ്മയെ നോക്കി. അല്പം മുന്നോട്ടാഞ്ഞ് ഇരിക്കുകയാണ് അമ്മ. ചൈതന്യം തുളുമ്പുന്ന മുഖം മണിക്കൂറുകൾ കൊണ്ട് വെള്ളക്കടലാസ് പോലെ വിളറി വെളുത്തിരിക്കുന്നു. ഒരു ദിവസം കൊണ്ട് വൃദ്ധയായപോലെ. മുഖത്ത് ഇന്നലെവരെ ഇല്ലാതിരുന്ന ചുളിവുകൾ മാർട്ടിന്റെ പ്രാണനിൽ കത്തികൊണ്ട് വരഞ്ഞതുപോലെ ആഴമുള്ള പോറലുകളുണ്ടാക്കി.

കടുംമൗനത്തിന്റെ ഭാരം താങ്ങാൻ കഴിയാത്തതു കൊണ്ടാവണം അമ്മ എഴുന്നേറ്റ് വേഗത്തിൽ നടന്നുപോയി. പാതിവഴിയിൽ തിരിഞ്ഞുനിന്ന് ഇത്രയും പറഞ്ഞു.

'കുളിച്ചിട്ടുവാ. കഴിക്കാൻ എടുത്തുവെക്കാം. നന്നായൊന്നു കിടന്നുറങ്ങൂ...'

മാർട്ടിന് ഒന്നും തോന്നിയില്ല.

കഴിക്കാനെടുത്ത കശുവണ്ടിയും രണ്ടിറക്കുകുടിച്ച കാപ്പിയും ട്രേയിൽ തിരികെ വച്ച് ബെഞ്ചിൽ നിവർന്നുകിടന്നു.

ഉറക്കമില്ലാത്ത രാത്രിയുടെ ഘനം ശരീരത്തെ തളർത്തിക്കളഞ്ഞ പുലർച്ച മയക്കത്തിന്റെ ഏതോ ആന്ദോളനങ്ങളിലാണ് മാർട്ടിന് സേവിയുടെ വാട്ട്സ്ആപ്പ് സന്ദേശം വരുന്നത്. മേരിക്കുഞ്ഞിന് മാത്രം അറിയാവുന്ന അയാളുടെ രഹസ്യ നമ്പറിൽ. വാട്ട്സ്ആപ്പ് തുറന്ന് ഒരു താല്പര്യവുമില്ലാതെ മാർട്ടിൻ സേവിയുടെ സന്ദേശം വായിച്ചു.

'മേരിക്കുഞ്ഞിന്റെ ഡാഡി മരിച്ചു. സേവ്യർ അലക്സ്'

പരിചയമില്ലാത്ത ആരുടെയോ മരണവാർത്ത വായിക്കുന്ന ലാഘവത്തോടെ സന്ദേശം വായിച്ച് മാർട്ടിൻ വാട്ട്സ്ആപ്പ് അടച്ചു വച്ചു. മേരിക്കുഞ്ഞിന്റെ ഡാഡിയുടെ മരണവാർത്ത അയാളിൽ ഒരു വേദനയും ഉളവാക്കിയില്ല. പകരം ക്രൂരമായ ഒരു പ്രതികാരത്തിന്റെ നേർത്ത സുഖം അനുഭവിക്കുകയും ചെയ്തു.

'എന്നെ ചതിച്ചതിന് ദൈവം കൊടുത്ത ശിക്ഷയാണ്....'

അയാൾ പല്ലുഞെരിച്ചുകൊണ്ട് കിടക്കയിൽ നിന്ന് ചാടിയെ ണീറ്റു. മാത്തച്ചനെ അവസാനമായി കാണാൻ പോകേണ്ട ആവ ശ്യമില്ല എന്നു തീരുമാനിച്ചു. അതേസമയം തന്നെ പോകാതിരി ക്കുന്നത് ശരിയാണോയെന്ന ചോദ്യം അയാളുടെ മനഃസാക്ഷി യിലേക്ക് പുഴുവിനെപ്പോലെ ഇഴഞ്ഞുകയറി.

പക്ഷെ, വളരെ പെട്ടെന്നുതന്നെ പോകാതിരിക്കാനുള്ള ന്യായീകരണം അയാൾ സൃഷ്ടിച്ചു.

അയാൾ എനിക്കാരാണ്? ഈ ലോകത്ത് എത്രയോ പേര് മരി ക്കുന്നു. ഒരു മാത്തച്ചനും മരിച്ചു. എല്ലാവരും അറിഞ്ഞുകൊണ്ടുള്ള കളിയാണ് ഇതെല്ലാം. അനുഭവിക്കട്ടെ.

അയാൾ ബെഞ്ചിൽ കിടന്നുകൊണ്ടുതന്നെ കയ്യെത്തിച്ച് മേശ യിൽ നിന്ന് ഫോണെടുത്ത് സേവിയുടെ സന്ദേശത്തിന്റെ സമയം നോക്കി. അത് അതിരാവിലെ 05:33 എന്ന് കാണിച്ചു. വാട്ട്സ്ആപ്പ് അടക്കുമ്പോൾ അസുഖകരമായ ഒരു ചോദ്യം അയാളെ വട്ടമിട്ടു പറന്നു.

ഈ നമ്പർ എങ്ങിനെ അവനു കിട്ടി? അവൾക്കു മാത്രം അറി യാവുന്ന നമ്പർ. എനിക്കിപ്പോൾ എല്ലാം തെളിഞ്ഞുവരുന്നു.

ചുഴിഞ്ഞ് ആലോചിച്ചപ്പോൾ അയാൾ പകയുടെ ആകാശ ഗോപുരമായി. മേരിക്കുഞ്ഞിന്റെയും സേവിയുടെയും അവിശുദ്ധ കൂട്ടുകെട്ടിന്റെ തെളിവുകൾ അയാളുടെ ഓർമ്മഞരമ്പുകളിൽ കൂറ്റൻ ബുൾഡോസർ പോലെ വന്നടിച്ചു. ചുറ്റുമുള്ളതൊന്നും കേൾക്കാനാവാത്ത രീതിയിൽ അവ അയാളുടെ കേൾവിശക്തി തകർത്തുകളഞ്ഞു.

അയാൾ കണ്ണുകളമർത്തിയടച്ചു. പക്ഷെ അടക്കുന്തോറും കൂടുതൽ തുറന്നുവരുന്ന അകക്കണ്ണുകൾ. ഒരു മനസമ്മതക്കാഴ്ച്ച. ഒരു ചോദ്യം. ഒറ്റ ഉത്തരം.

അവനും അവളും ചേർന്ന് എന്റെ ജീവിതം തുലച്ചു.

വേഗത്തിൽ എഴുന്നേറ്റ് അയാൾ കടൽക്കാഴ്ചയിലേക്കുള്ള വാതിൽ തുറന്നു. കടൽ അയാളെ നോക്കി. അർത്ഥഗർഭമായ നോട്ടം.

സൂര്യനെ ഭക്ഷിച്ച് ഉദരം ചുവന്ന കടൽ. ചൂണ്ടക്കൊളുത്ത് എറിയുന്നതു പോലെ കടൽ ഒരുചോദ്യമെറിഞ്ഞു.

'ഇനി?'

ചോദ്യത്തിന് ഉത്തരമില്ലാത്തവനെ പോലെ അയാൾ ബാൽക്കണിയിലെ കസേരയിൽ ഇരുന്നു. കടലിൽ നിന്നുതന്നെ ഉത്തരം പ്രതീക്ഷിച്ചെന്ന പോലെ നിർന്നിമേഷനായി കടലിനെ നോക്കി. രണ്ട് ആത്മാർത്ഥ സുഹൃത്തുക്കൾ തമ്മിൽ രഹസ്യങ്ങൾ കൈമാറുന്നത് പോലെ അവർ പരസ്പരം മൗനമായി സംസാരിച്ചു.

അൽപനേരത്തിനുശേഷം എന്തോ തീരുമാനത്തിൽ എത്തി അയാൾ എഴുന്നേറ്റു.

അയാൾ പരിശീലനമുറിയിലെ അലമാര തുറന്നു. ടൂർണമെന്റിന് പോകുമ്പോൾ ഉപയോഗിക്കുന്ന വസ്ത്രങ്ങൾ അലമാരയിൽ അട്ടിയട്ടിയായി അടുക്കിവെച്ചിരുന്നു. ദേശീയ ചാമ്പ്യനെ തറപറ്റിച്ചപ്പോൾ ധരിച്ച ചുവപ്പിൽ വശങ്ങളിൽ വെള്ള വരയുള്ള ട്രങ്ക് ധരിച്ചു. കറുത്ത നിറമുള്ള ക്രൊക്കിംഗ് ടേപ്പുകൾ എടുത്ത് ഇരുകൈകളിലും ചുറ്റി. പല നിറത്തിലുള്ള ബോക്സിങ്ങ് ഗ്ലൗസുകൾ നിരത്തിവെച്ചതിൽ നിന്ന് ഇതുവരെ നേരിട്ടതിൽ ഏറ്റവും കരുത്തനായ എതിരാളിയെ നേരിട്ടപ്പോൾ ധരിച്ച നീല നിറമുള്ള ഗ്ലൗസുകൾ ക്രൊക്കിംഗ് ടേപ്പുകൾക്ക് മേൽ ധരിച്ചു. അയാൾക്ക് ഏറ്റവും പ്രിയപ്പെട്ട കറുത്ത ബോക്സിങ്ങ് ഷൂവുകൾ എടുത്തു. മൗത്ത് ഗാർഡ് എടുത്തു. ഹെഡ് ഗാർഡും എടുത്തുവച്ചു. ഓരോന്നും നവവധു വിവാഹത്തിന് അണിഞ്ഞൊരുങ്ങുന്ന ശ്രദ്ധയോടെ ധരിച്ചു.

രാത്രി പന്ത്രണ്ട് മണിയാവാൻ പതിനഞ്ചു മിനിട്ടുമുൻപ് പഞ്ചിംഗ് ബാഗിനോടുള്ള യുദ്ധം അവസാനിപ്പിച്ച് വാതിലടച്ച് ലിഫ്റ്റിലൂടെ താഴേക്കിറങ്ങി. ലിഫ്റ്റ് ഓപ്പറേറ്റർ നേപ്പാളിപ്പയ്യൻ ഉറക്കം തൂങ്ങിയ കണ്ണുകൾ കൊണ്ട് അയാളെ തള്ളവിരൽ ഉയർത്തിക്കാണിച്ചു.

'ആൾ ദ ബെസ്റ്റ് സർ..'

അർദ്ധരാത്രിയിൽ, വിജനമായ വഴികളെ പിന്നോട്ടുതള്ളി നൂറ്റിയമ്പത് കിലോമീറ്റർ സ്പീഡിൽ താഴാതെ മാർട്ടിൻ തന്റെ സിൽവർ കളർ ബുള്ളറ്റ് പായിച്ചു. അയാളുടെ കറുത്ത ജാക്കറ്റ് പരുന്തിന്റെ ചിറകുകൾ പോലെ പിന്നിലേക്ക് വിരിഞ്ഞുനിന്നു. വഴിയരികിലെ നിയോൺ വിളക്കുകൾ ഇരുട്ടിൽ ഒറ്റപ്പെട്ടുപോയ മനുഷ്യരെപ്പോലെ കാണപ്പെട്ടു.

അകത്തെ മുറിയിലെ വെളിച്ചം ഇനിയും അണഞ്ഞിട്ടില്ലാത്ത,

ചുറ്റുമതിലില്ലാത്ത, മതിലിനു പകരം മയിലാഞ്ചിച്ചെടികളും മണിപ്ലാന്റും പടർത്തിയ ഒരു വീടിന്റെ മുന്നിൽ മാർട്ടിൻ ബുള്ളറ്റ് ഒതുക്കി. ഹെൽമെറ്റ് അഴിച്ച് ഹെഡ്ഗാർഡ് തലയിൽ വച്ചു. പല്ലിനിടയിൽ മൗത്ത്ഗാർഡ് ധരിച്ചു. ബുള്ളറ്റിന്റെ കണ്ണാടിയിൽ നോക്കി ഇപ്പോൾ താൻ പൂർണ്ണമായും മത്സരത്തിന് തയ്യാറായിക്കഴിഞ്ഞെന്ന് സ്വയം വിലയിരുത്തി.

വീട്ടുമുറ്റത്തേക്ക് കയറുന്നതിനു മുൻപ് സ്പോർട്സ് വാച്ചിൽ നോക്കി സമയം ഉറപ്പുവരുത്തി. അകത്തെ മുറിയിൽ നിന്ന് ചതുര ജനാലയിലൂടെ പുറത്തേക്ക് നീണ്ടു കിടന്ന വെളിച്ചം അയാൾക്ക് പ്രധാനവാതിലിലേക്കുള്ള പാത കൃത്യമായി കാണിച്ചുകൊടുത്തു.

അയാൾ നീല ഗ്ലൗസുകൾ ധരിച്ച വിരലുകൾ കൊണ്ട് കോളിങ് ബെല്ലിൽ വിരൽ അമർത്തി.

വീടിന്റെ ഇരട്ടപ്പാളി വാതിലിൽ ഒരെണ്ണം തുറക്കപ്പെട്ടു. വാച്ചിൽ സമയം 01:44 എന്ന് കാണിച്ചു.

ഇരുപത്തിയൊൻപത്

വാതിൽ തുറന്നു പുറത്തേക്കു നോക്കിയപ്പോൾ ബോക്സിങ്ങ് കളിക്കാരന്റെ വേഷം ധരിച്ച ഒരാൾ മുന്നിൽ നിൽക്കുന്നത് പൂമുഖത്ത് ഉദിച്ചു നിന്ന വൈദ്യുതദീപത്തിന്റെ പ്രകാശത്തിൽ കണ്ട് സേവി അതിശയിച്ചു.

'ഇതാരാണ് ?'

പാതിരാത്രി പിന്നിട്ട നേരത്ത് തന്റെ വീട്ടുവാതിൽക്കൽ വിചിത്ര വേഷം കെട്ടി നിൽക്കുന്ന വ്യക്തിയെ സേവി അത്ഭുതത്തോടെ നോക്കി.

ആഗതൻ പിടിച്ചുവെക്കാനാവാത്ത കലിയാൽ ജ്വരബാധിതനെപ്പോലെ വിറകൊള്ളുന്നുണ്ടായിരുന്നു. ബോക്സിങ്ങ് ഉപകരണങ്ങൾ നിർമ്മിക്കുന്ന ലോകപ്രശസ്തമായ ഒരു കമ്പനിയുടെ ലോഗോ മധ്യത്തിൽ എഴുതിവച്ച, ഉണങ്ങിയ ചോരയുടെ നിറമുള്ള ഹെഡ് ഗാർഡ് അയാൾ തലയിൽ ധരിച്ചിരുന്നു. കടൽനീല നിറമുള്ള ബോക്സിങ്ങ് ഗ്ലൗസുകളിട്ട, ഉരങ്ങളിൽ ഉറച്ച മസിലുകളുള്ള തടിയൻ കൈകൾ ആനയുടെ തുമ്പിക്കൈ പോലെ മുട്ടിനു താഴേക്ക് നീണ്ടുകിടന്നു. ചുവപ്പിൽ വെള്ള വരയുള്ള ട്രങ്കിന്റെ അടിവശത്ത് ജമന്തിപ്പൂ നിറം കൊണ്ട് എം എന്ന് കലാ ചാതുരിയോടെ പ്രിന്റ് ചെയ്തിരിക്കുന്നു. അത് അയാളുടെ പേരിന്റെ ആദ്യ അക്ഷരമായിരിക്കാമെന്ന് സേവി ഊഹിച്ചെടുത്തു.

തെക്കുനിന്നൊരു കാറ്റ് വീശിയടിച്ച് ഉണങ്ങിയ രണ്ടു മാവിലകളെ നിലം പരിശാക്കി. കാറ്റിൽ കറങ്ങിക്കറങ്ങി നിലത്തുവീണ് മാവിലകൾ മണ്ണിൽ പരസ്പരം പുണർന്ന് ചത്തുകിടന്നു. തച്ചൻ കോഴി മൂന്നുവട്ടം കരഞ്ഞു. വരാന്തയിൽ സുഷുപ്തിയിലായിരുന്ന പൂച്ചകൾ ഞെട്ടിയുണർന്നു. ഉണർന്നപ്പോൾ അമ്മയെ കാണാതായതുപോലെ അവ ഉറക്കെ കരഞ്ഞു.

ഒറ്റൊരു പ്രാവശ്യം, മേരിക്കുഞ്ഞിന്റെ മനസമ്മതദിവസത്തിൽ മാത്രമേ കണ്ടിട്ടുള്ളൂവെങ്കിലും ആദ്യത്തെ നോട്ടത്തിൽത്തന്നെ സേവി തന്റെ മുന്നിൽ നിൽക്കുന്ന മനുഷ്യനെ തിരിച്ചറിഞ്ഞു. മാർട്ടിൻ!

കായികതാരത്തിന്റെ ദൃഢതയാർന്ന മാംസപേശികൾ. കാടു ഭരിക്കുന്ന ഒറ്റക്കൊമ്പന്റെ ശരീരഭാഷ. തീക്ഷ്ണങ്ങളായ കണ്ണുകൾ.

ഒട്ടും പ്രതീക്ഷിക്കാത്ത ഒരതിഥിയെ അർദ്ധരാത്രിയിൽ

വാതിൽക്കൽ കണ്ടതിന്റെ വെപ്രാളം സേവിയുടെ ശരീരചലനങ്ങളിൽ കാണപ്പെട്ടു.

എന്തിനാണ് മാർട്ടിൻ ഈ അർദ്ധ രാത്രിയിൽ തന്റെ വീട്ടുമുറ്റത്ത്? അതും ഇങ്ങനെയൊരു വിചിത്ര വേഷത്തിൽ?

ആലോചിച്ചിട്ട് സേവിക്ക് ഒരെത്തും പിടിയും കിട്ടിയില്ല. ഒരുവേള ഇയാൾ എവിടെയെങ്കിലും മത്സരം കഴിഞ്ഞ് വരുന്നതാവുമോ? അല്ലെങ്കിൽ മത്സരത്തിന് പോകുന്ന വഴി?

എന്തായാലും, അർദ്ധരാത്രിയിൽ ഒരാളെ സന്ദർശിക്കുന്നയാൾ അനാവശ്യ കാര്യങ്ങൾക്കു വേണ്ടി വരുന്ന വ്യക്തിയല്ല. സേവി തന്നോട് തന്നെ പറഞ്ഞു.

അടുത്ത നിമിഷത്തിൽ, വീട്ടിൽ ഒരു അതിഥി വന്നിട്ട് ഇത്ര നേരമായിട്ടും താൻ അയാളെ അകത്തേക്ക് ക്ഷണിച്ചില്ലല്ലോയെന്ന് സേവി ലജ്ജിച്ചു. മാർട്ടിനെ ആദരപൂർവം വീട്ടിനകത്തേക്ക് സ്വീകരിക്കാൻ തിടുക്കപ്പെട്ടു.

'സോറി മാർട്ടിൻ? എന്താണ് ഈ സമയത്ത്? അകത്തേക്ക് വരൂ'

സ്നേഹസമ്പന്നനായ ഒരു ആതിഥേയന്റെ പുഞ്ചിരിയോടെ അടഞ്ഞുകിടന്ന വാതിൽപ്പാളിയുടെ ടവർബോൾട്ട് നീക്കാനായി സേവി കയ്യുയർത്തി.

പക്ഷെ സേവിയുടെ വിരലുകൾ വാതിൽപ്പാളിയുടെ ടവർ ബോൾട്ടിലേക്ക് എത്തുന്നതിനു മുൻപേതന്നെ മാർട്ടിന്റെ വലതു മുഷ്ടി കൊടുംകാറ്റിനേക്കാൾ വേഗത്തിൽ അയാളുടെ മുഖത്ത് ആഞ്ഞുപതിച്ചു. അഞ്ചൂറോ അതിനേക്കാൾ മുകളിലോ കിലോ ഭാരമുള്ള ഇരുമ്പുകൂടം കൊണ്ട് തലക്കടിയേറ്റതു പോലെ സേവി പിന്നിലേക്ക് തെറിച്ചു പോയി.

സ്വീകരണമുറിയിൽ, വെളുത്ത വിരിയിട്ട സോഫയുടെ അരികിലെ ടേബിളിൽ വച്ചിരുന്ന അപ്പന്റെയും അമ്മച്ചിയുടെയും ചിത്രത്തിനു മേലേക്ക് സേവി മൂക്കുകുത്തി വീഴുന്നത് കണ്ടുകൊണ്ട് മാർട്ടിൻ പാതി തുറന്നുകിടന്ന വാതിലിലൂടെ ഒരു കാളക്കൂറ്റനെപ്പോലെ മുറിയുടെ അകത്തേക്ക് ഇടിച്ചുകയറി. അയാളുടെ ശരീരം കൊണ്ടുള്ള താഡനമേറ്റ് വാതിൽ ഞരങ്ങി.

അമൂല്യനിധി പോലെ സൂക്ഷിച്ച അപ്പനമ്മമാരുടെ വിവാഹ ഫോട്ടോ നിലത്തുവീണ് ചില്ലടർന്ന് അതിനു മേലെ വീണ സേവിയുടെ നെഞ്ചിനു താഴെ ഞെരിഞ്ഞമർന്നു.

ചെവിക്കല്ലുകൾ പൊട്ടിപ്പോവുന്ന ഒച്ചയിൽ വാതിൽ കൊട്ടിയടച്ച് കുറ്റിയിട്ട് മാർട്ടിൻ ആക്രമണകാരിയായ ഒരു സിംഹത്തെ പോലെ സേവിയുടെ നേരെ തിരിഞ്ഞു.

കണ്ണുകളിൽ പ്രതികാരത്തിന്റെ ചുവപ്പൻ കനൽ അടുപ്പിലെന്ന പോലെ തിളങ്ങി. റെഡ് ഓക്സൈഡ് പാകിയ തറയിൽ, ചിതറിയ ഫോട്ടോയ്ക്ക് മേൽ കമിഴ്ന്നു കിടക്കുന്ന സേവിയെ ചുവടുകൾക്കടിയിൽ നുരക്കുന്ന പുഴുവിനെ നോക്കുന്ന അറപ്പോടെ നോക്കി. അയാളുടെ സർപ്പക്കണ്ണുകളിൽ സംഹാരാഗ്നി പത്തി വിടർത്തിയാടി.

ഇരു കൈകളും തറയിൽ കുത്തി എഴുന്നേൽക്കാൻ കഠിന ശ്രമം നടത്തുകയായിരുന്നു അപ്പോൾ സേവി. നടക്കാൻ പഠിക്കുന്ന ഒരു കൊച്ചുകുട്ടിയാണ് അയാളെന്ന് തോന്നി.

എന്താണ് സംഭവിച്ചതെന്ന് മനസിലാവും മുന്നേ ഇടതു വശത്തെ ചെന്നിയിൽ ലഭിച്ച അതിശക്തമായ പ്രഹരം അയാളെ നിലം പൊത്തിച്ചിരിക്കുന്നു.

തുടരെത്തുടരെ വിഫലങ്ങളാവുന്ന എഴുന്നേൽക്കാനുള്ള ശ്രമങ്ങൾ. തല പൊട്ടിപ്പിളരുന്ന കൊടുംവേദന. കരയിൽ പിടിച്ചിട്ട മീനിനെപ്പോലെ സേവി ഏറെനേരം പിടഞ്ഞു. തുറക്കാൻ ശ്രമിച്ചിട്ടും അടഞ്ഞു പോവുന്ന കണ്ണുകൾ. ബോധത്തിനും അബോധത്തിനും ഇടയിലെ കഷ്ടിച്ചൊരാൾക്ക് നടക്കാവുന്ന നടവരമ്പ്.

ഹൃദയമിടിപ്പ് രേഖപ്പെടുത്തുന്ന യന്ത്രത്തിലെ രേഖയെന്ന പോലെ നീലനിറമുള്ള ഒരു പ്രകാശരശ്മി തന്റെ അബോധത്തിലൂടെ തെന്നി നീങ്ങുന്നത് മാത്രം അയാളറിഞ്ഞു.

സേവിയെ നോക്കിനിൽക്കുമ്പോൾ ഓർമയിലെ ഏതോ കാലഘട്ടത്തിൽ നിൽക്കുന്നതായി മാർട്ടിന് അനുഭവപ്പെടാൻ ആരംഭിച്ചു. ജീവിതത്തിൽ പിന്നിട്ടു പോന്ന ഒരു ദിവസത്തിലെ ഒരു സെക്കൻഡിൽ. ഭൂതകാലത്തിലെ റെസ്റ്റോറേഷൻ പോയിന്റിലേക്ക് തിരിച്ചു വെക്കപ്പെട്ട കമ്പ്യൂട്ടർസിസ്റ്റം പോലെ അയാളുടെ തലച്ചോർ വർഷങ്ങൾക്ക് മുൻപുള്ള ഒരു സമയ സൂചികയിലേക്ക് സെറ്റ് ചെയ്യപ്പെട്ടു.

അനേകായിരം ആരാധകരുടെ ആർപ്പുവിളികളാൽ ചുറ്റുമതിലുകൾ നിർമിക്കപ്പെട്ട പനാജിയിലെ ഇൻഡോർ സ്റ്റേഡിയത്തിൽ മാർട്ടിൻ നിൽക്കുന്നു. തറയിൽ നിന്ന് മൂന്നടി ഉയരത്തിലുള്ള, ചുവപ്പു ചായം പൂശിയ നാലു തടിയൻ കയറുകൾ അതിരിട്ട, ഒരു സ്വിമ്മിങ് പൂളിന്റെ മിനിയേച്ചർ പോലെ നീലനിറമുള്ള ബോക്സിങ്ങ് തട്ടിൽ. ദേശീയ ബോക്സിങ്ങ് ചാമ്പ്യൻ സർവേഷ് ഷായും മാർട്ടിനും തമ്മിലുള്ള മത്സരം നടക്കുകയാണ്. കടും മഞ്ഞ നിറമുള്ള ട്രങ്കും ചുവന്ന ഗ്ലൗസും അണിഞ്ഞു നിൽക്കുന്ന സർവേഷ് ഷാ. അയാളുടെ തടിയൻ കൂട്ടുപുരികത്തിനു പിന്നിലെ

അഹങ്കാരം തുളുമ്പുന്ന കണ്ണുകൾ.

ഒന്നാം റൗണ്ടിലെ അത്യാവേശകരമായ പോരാട്ടത്തിൽ മാർട്ടിന്റെ ഇടിയേറ്റ് റിംഗിൽ വീണുപോയ സർവേഷ് ഷാ എഴുന്നേൽക്കാൻ ശ്രമിക്കുന്നത് കണ്ടുകൊണ്ട് പിന്നിലെ റോപ്പിൽ കൈകൾ പിണച്ചുപിടിച്ച് ഒരു കയർക്കസേരയിൽ എന്നവണ്ണം കോച്ചിന്റെ നിർദ്ദേശങ്ങൾ അയാൾ സശ്രദ്ധം കേട്ടു.

ഈശോയെ എന്നൊരു വിളി സേവിയിൽ നിന്നു മുഴങ്ങിക്കേട്ടു. വിളിയെന്നു പറയാനാവില്ല, ഒരു രോദനം. മാർട്ടിൻ ഓർമയിൽ നിന്നുണർന്ന് സേവിയെ നോക്കി. അയാളുടെ കണ്ണുകളിൽ എഴുന്നേറ്റു വരുന്ന സർവേഷ് ഷായുടെ പ്രതികാരദാഹം വടുകെട്ടിയ മുഖം. ഭൂതവും വർത്തമാനവും തമ്മിൽ പുസ്തകത്തിലെ രണ്ടിതളുകൾ പോലെ ഒട്ടിച്ചേർന്ന് പനാജിയിലെ കാംപൽ ഇൻഡോർ സ്റ്റേഡിയവും സേവിയുടെ വീടും ഒന്നായിമാറുന്നു. സർവേഷ് ഷായുടെയും സേവിയുടെയും ശരീരങ്ങൾ പരസ്പരം തിരിച്ചറിയാനാവാത്ത വിധത്തിൽ ഇഴുകിച്ചേർന്ന് ഒറ്റ ശരീരമാകുന്നു.

ചെറുവിരലിൽ നിന്ന് ശിരസുവരെ തള്ളിക്കയറിവന്ന സ്ഥലകാല വിഭ്രമത്തിന്റെ കടൽച്ചൊരുക്കിൽ മാർട്ടിൻ ചുവടുകൾ പിഴച്ച് ആടിയുലഞ്ഞു.

ബോക്സിങ്ങ് തട്ടിൽ വീണുകിടന്ന സർവേഷ് ഷായുടെ നേർക്ക് കുനിഞ്ഞുനിന്ന് റഫറി അമർസിംഗ് നേഗി ഓരോ സെക്കൻഡുകളും എണ്ണുകയാണ്. കടന്നുപോകുന്ന ഓരോ സെക്കൻഡുകളും ഓരോ പക്ഷികൾ പോലെ കൂടുവിടുന്നു

'വൺ ടു...'

നീല ഓക്സ്ഫോർഡ് ഷർട്ടും കറുത്ത പാന്റുമണിഞ്ഞ് കഴുത്തിൽ കറുത്ത ബോ ടൈ കെട്ടിയ ചുറുചുറുക്കുള്ള നേഗി. ഇന്ത്യയിലെ അറിയപ്പെടുന്ന റഫറിയാണയാൾ. ഇരുവശത്തേക്കും ചാഞ്ഞു കിടക്കുന്ന ചെമ്പൻ മുടി. ഓരോ സെക്കന്റിലും ശരീരത്തിലേക്ക് കയറിവരുന്ന ആവേശം.

'ത്രീ...ഫോർ...'

ഇരുപത് സെക്കൻഡ് ആണ് സർവേഷ് ഷായ്ക്ക് അടുത്ത റൗണ്ടിനായി തയ്യാറാകുവാൻ റഫറി അനുവദിച്ചിട്ടുള്ള സമയം. അനുവദിച്ച സമയത്തിനുള്ളിൽ എഴുന്നേൽക്കുവാനായില്ലെങ്കിൽ മാർട്ടിനെ വിജയിയായി പ്രഖ്യാപിക്കും.

മാർട്ടിൻ അക്ഷമയോടെ വാച്ചിൽ നോക്കി. പതിനൊന്ന് സെക്കൻഡ് പിന്നിടുന്നു. എന്താണ് സംഭവിച്ചത് എന്ന് ഇനിയും മനസിലാകാത്ത ആളെപ്പോലെ കണ്ണുകൾ അടച്ചും തുറന്നും

സേവി തറയിൽ ഇരിക്കുന്നതു കണ്ടു. പാതിതുറന്ന കണ്ണുകളാൽ അയാൾ മാർട്ടിനെ നോക്കി. അപ്പോളയാളെ ബോധിവൃക്ഷച്ചോട്ടിൽ അർദ്ധനിമീലിത മിഴികളാൽ നോക്കുന്ന ബുദ്ധനെപ്പോലെ തോന്നിച്ചു.

പാഞ്ഞുചെന്ന് സേവിയെ ഇടിച്ചു തെറിപ്പിക്കാൻ അയാളുടെ കൈകൾ തരിച്ചു. എന്നാൽ, പൂർണ്ണമായും സജ്ജനാകുന്നതു വരെ എതിരാളിയെ ആക്രമിക്കുന്നത് ബോക്സിങ്ങ് നിയമങ്ങൾക്കു വിരുദ്ധമാണെന്ന കോച്ച് ഹൈദർ സാറിന്റെ വാക്കുകൾ അയാളെ പിന്തിരിപ്പിച്ചു.

മഴനീങ്ങി വെയിൽ പരക്കുന്നതു പോലെ സേവിയുടെ മുഖം മാഞ്ഞ് ആ സ്ഥാനത്ത് സർവേഷ് ഷായുടെ മുഖം തെളിഞ്ഞു. വെയിൽ മാറി മഴ കനക്കുന്നത് പോലെ ചിലപ്പോൾ സർവേഷിന്റെ മുഖം മാഞ്ഞ് സേവിയുടെ മുഖവും. അമർസിംഗ് നേഗിയുടെ കണിശതയോടെ മാർട്ടിന്റെ വാച്ചിലെ കുഞ്ഞുസൂചി ഒന്നിൽ നിന്ന് അടുത്ത സെക്കന്റിലേക്ക് പുൽച്ചാടിയെപ്പോലെ ചാടി. മാർട്ടിൻ ഉറക്കെ അലറി.

'ഒന്ന്, രണ്ട്,....കമോൺ ..മൂന്ന് നാല്...'

പതിനഞ്ചാമത്തെ സെക്കൻഡ് എണ്ണുമ്പോൾ സേവി എഴുന്നേറ്റു നിൽക്കുന്നത് മാർട്ടിൻ കണ്ടു. മുഖത്തേറ്റ പ്രഹരത്തിൽ നിന്ന് ഇനിയും മുക്തനായിട്ടില്ലെന്ന് അയാളുടെ ശരീരഭാഷ മാർട്ടിനെ അറിയിച്ചു. അയാളുടെ മുഖം അതീവ വിവശതയാർന്നതായിരുന്നു. ചുവടുകൾ വൃദ്ധരുടെയെന്നപോലെ വശങ്ങളിലേക്ക് കുഴഞ്ഞും ശിരസ്സ് താഴ്ന്നും കാണപ്പെട്ടു. തറയുമായി ശക്തിയായി ഏറ്റുമുട്ടിയത് മൂലം നെറ്റി പേരക്കയുടെ വലിപ്പത്തിൽ മുഴച്ചിരുന്നു. മൂക്കിൽ നിന്ന് രക്തം ഒഴുകി മീശരോമങ്ങളിൽ തടഞ്ഞു നിന്നു.

'കമോൺ..'

കുതിച്ചുചാടിക്കൊണ്ട് മാർട്ടിൻ കൂടുതൽ ഉറക്കെ അലറി. അയാളുടെ അലർച്ചയോട് ഒരു ബധിരനെപ്പോലെ തലതിരിച്ച് സേവി തറയിൽ ചില്ലുടർന്നു കിടന്ന മാതാപിതാക്കന്മാരുടെ ചിത്രത്തിൽ നോക്കി. അത് കണ്ടപ്പോൾ അവന്റെ മുഖം കൂടുതൽ ദൈന്യതയാർന്നു.

അപ്പനും അമ്മച്ചിയും വിവാഹ വേഷത്തിൽ പുഞ്ചിരിച്ചു നിൽക്കുന്ന ബ്ളാക്ക് ആൻഡ് വൈറ്റ് ചിത്രം. അമ്മച്ചിയുടെ കയ്യിലൊരു പൂച്ചെണ്ട്. സേവി വിഷമിച്ചു കൈകൾ നീട്ടി ആ ചിത്രം എടുത്തു. ചില്ലിൻതരികൾ തട്ടിക്കളഞ്ഞ് നെഞ്ചോട് ചേർത്തു പിടിച്ചു.

മാർട്ടിൻ ദിക്കുപൊട്ടുമാറുച്ചത്തിൽ അലറി രണ്ടാം റൗണ്ടിനായി

തയ്യാറെടുത്തു. അയാളുടെ അലർച്ച മുറിയുടെ നാലുചുമരുകൾ ഏറ്റെടുത്ത് ശബ്ദത്തിന്റെ നാലോ അഞ്ചോ അടരുകളായി പുറത്തു വിട്ടത് സേവി കേട്ടില്ലെന്ന് തോന്നി. അയാളപ്പോഴും അപ്പനമ്മ മാരുടെ ഫോട്ടോയിൽ വിരലുകൾ കൊണ്ട് പൂവിതളിൽ തലോടുന്നത്ര മൃദുവായി വിരലോടിക്കുകയായിരുന്നു.

പെട്ടെന്നെന്തോ ഓർത്തതു പോലെ തലോടൽ നിറുത്തി നിഷ്കളങ്കനായ ഒരു കുട്ടിയുടെ കണ്ണുകളോടെ കുരിശിൽ കിടക്കുന്ന ക്രിസ്തുവിനെപ്പോലെ തലചെരിച്ച് സേവി മാർട്ടിനെ നോക്കി.

'കമോൺ..'

നീല ഗ്ലൗസുകൾ ധരിച്ച, വിരലുകൾ അപ്രത്യക്ഷമായ രണ്ടു കൈകൾ സേവിയെ കൈകാട്ടി മുന്നോട്ടു വരാൻ ആംഗ്യം കാട്ടി. കറുത്ത ഷൂവിട്ട ഉറച്ച മസിലുകളുള്ള രണ്ടു കാലുകൾ അയാൾക്കുനേരെ വെട്ടിവെട്ടി കയറി. സേവിയാവട്ടെ മുറിയിൽ സ്ഥാപിക്കപ്പെട്ട മണ്ണിന്റെ പ്രതിമ പോലെ നിശ്ചലനായി നിന്നു. അരികിലേക്ക് കുതിച്ചുവരുന്ന എതിരാളിയെ പേരിനുപോലും തടയാൻ ശ്രമിക്കാതെ.

ഇപ്പോൾ മാർട്ടിൻ അയാളുടെ മനസമ്മതദിവസത്തിൽ പള്ളിയിലേക്കുള്ള പടവുകൾ കയറുകയാണ്. അയാളുടെ അരികിൽ നീല സാരിയുടുത്ത മനസമ്മതപെണ്ണ്. പിന്നിൽ ബന്ധുക്കളും സുഹൃത്തുക്കളും. ആഹ്ലാദം കൊണ്ട് പെരുമ്പറ കൊട്ടുന്ന മാർട്ടിന്റെ മനസ്. ഒരുപാട് വർഷത്തെ കാത്തിരിപ്പിന്റെ ആനന്ദ നിമിഷം.

അവർക്ക് പിന്നിൽ പള്ളിയുടെ പറമ്പിൽ മരത്തിനുകീഴെ വന്നുനിന്ന തത്തപ്പച്ച നിറമുള്ള ഒരു ജീപ്പ്. പിന്നിലേക്ക് തിരിഞ്ഞു നോക്കുന്ന മാർട്ടിൻ. ജീപ്പിൽ നിന്നിറങ്ങി പടികൾ കയറുന്ന സുന്ദരനായ ചെറുപ്പക്കാരൻ.

പെട്ടെന്ന് അരികിൽ നിന്നിരുന്ന മേരിക്കുഞ്ഞ് അപ്രത്യക്ഷയായത് പോലെ. ചുറ്റുമുള്ള ലോകം അപ്രത്യക്ഷമായ പോലെ അയാൾ വിരണ്ടു.

മാർട്ടിൻ സേവിയുടെ മുഖത്ത് തലങ്ങും വിലങ്ങും ഇടിച്ചു. മനസമ്മതദിവസത്തെ ഓരോ നിമിഷവും ഓർത്തെടുത്ത് ഇടിച്ചു. മൂന്നു മിനിറ്റിനുള്ളിൽ നൂറ് മിന്നൽ ഇടികൾ.

ബോക്സിങ്ങ് റിംഗിന് പുറത്ത് ഹൈദർ സാർ ഉറക്കെ അലറുന്ന ഒച്ച മാർട്ടിന്റെ കാതിൽ വന്നലച്ചു. ആവേശത്തോടെ വീണ്ടും വീണ്ടും ഇടിച്ചു.

സേവി അവശനായി മതിലിൽ ചാരി നിൽക്കുകയായിരുന്നു. റോപ്പിൽ വീണു കിടക്കുന്നതു പോലെ. വീണു കിടക്കുന്ന

എതിരാളിയെ വീണ്ടും ഇടിക്കാൻ പാടില്ല എന്ന നിയമം മാർട്ടിനെ പിന്നിലേക്ക് നീക്കി നിറുത്തി.

മൂന്നാം റൗണ്ടിന് മത്സരിക്കാൻ സേവി എഴുന്നേൽക്കുന്നതും കാത്ത് മാർട്ടിൻ സെക്കൻഡുകൾ എണ്ണി കാത്തുനിന്നു.

പക്ഷെ ഇത്തവണ സേവി എഴുന്നേറ്റില്ല. പകരം അയാൾ മതിലിൽ ഉരഞ്ഞ് താഴെ വീഴുകയാണുണ്ടായത്. ഇരുപത് സെക്കൻഡുകൾ കഴിഞ്ഞിട്ടും എഴുന്നേൽക്കാനാവാതെ കിടന്ന സേവിയെ നോക്കി മാർട്ടിൻ കൈകൾ ഉയർത്തി. അയാൾ വിജയിച്ചിരിക്കുന്നു.

സേവിയെ കവച്ചുവെച്ച് അയാൾ പുറത്തെ ഇരുട്ടിലേക്കിറങ്ങി. സേവിക്ക് ശ്വാസം എടുക്കാൻ ബുദ്ധിമുട്ടനുഭവപ്പെട്ടു. താൻ മരണത്തിന്റെ കിണറിലേക്ക് ആഴ്ന്നാഴ്ന്നു പോകുന്നതായി സേവിക്ക് അനുഭവപ്പെട്ടു.

വെളിച്ചം. വെളിച്ചം. സ്വർഗ്ഗത്തിന്റെ വെളിച്ചം.

മുപ്പത്

സേവി ഇപ്പോൾ നഗരത്തിലെ സൂപ്പർ സ്പെഷ്യാലിറ്റി ആശുപത്രിയിലെ തീവ്രപരിചരണ വിഭാഗത്തിൽ അപ്പുറത്തേക്കോ ഇപ്പുറത്തേക്കോ എന്ന് ഉറപ്പില്ലാതെ കിടക്കുകയാണ്. അയാളുടെ കട്ടിലിന്റെ ഇടതുവശത്ത് മരണവും വലതുവശത്ത് ജീവിതവും പ്രതീക്ഷയോടെ കാത്തിരിക്കുന്നു. ജീവിതദേവന്റെ പ്രതീക്ഷകളെ തല്ലിക്കെടുത്തി മരണദൂതനുമായി സേവി പലവട്ടം ചേർന്നു നിൽക്കുകയും പിൻവാങ്ങുകയും ചെയ്തുകൊണ്ടിരിക്കുന്നു. കുട്ടികൾ കളിക്കുന്ന കുളംകര കളി പോലെ സേവിയും മരണവും.

സൂര്യൻ വിരിയുകയും വാടുകയും ചെയ്തു. രാത്രി ഉദിക്കുകയും അസ്തമിക്കുകയും ചെയ്തു. മൂന്നു പകലിരവുകൾ എരിഞ്ഞടങ്ങിയിട്ടും സേവി അപകടാവസ്ഥ തരണം ചെയ്തിട്ടില്ല.

അയാളുടെ ബോധമനസ് അയാളെ ഉപേക്ഷിച്ച് അപ്പൂപ്പൻ താടി പോലെ പറന്നുപോയിരിക്കുന്നു. അബോധ മനസെന്ന ആഴമുള്ള സമുദ്രത്തിൽ കുട്ടിക്കാലത്തെ ഓർമകളിൽ സേവി നീന്തിത്തുടിച്ചു. കൊതുമ്പു വള്ളം പോലെ ബാല്യത്തിലൂടെ തീർത്തും അലസമായി ഒഴുകിപ്പോയി.

അമ്മച്ചിയും അപ്പനുമൊത്തുള്ള കുട്ടിക്കാലമെന്ന സ്വർഗ്ഗത്തിലാണ് ഇപ്പോൾ സേവി. താഴേക്കൂർന്നിറങ്ങി പോകുന്ന ട്രൗസർ വലിച്ചുകയറ്റി മരങ്ങളുടെ നിഴലുകൾക്കിടയിലൂടെ പാറിപ്പറന്നു നടക്കുന്ന അഞ്ചു വയസുകാരൻ.

അവന്റെ അമ്മച്ചിയോ, വളരെ ചെറുപ്പം. വാലിട്ടെഴുതിയ കരിമീൻ കണ്ണുകളിൽ യൗവനത്തിന്റെ തിളക്കവും പ്രസരിപ്പും. അപ്പനും മീശ നരച്ചുതുടങ്ങിയിട്ടില്ല. തോളറ്റം വരെ നീണ്ടു കിടക്കുന്ന മുടി. ഒത്ത ഉറപ്പുള്ള ശരീരം. സേവിയേയും മേരിക്കുഞ്ഞിനെയും പിന്നിലിരുത്തി വീടിനുമുന്നിലെ ഒറ്റയടിപ്പാതയിലൂടെ ബുള്ളറ്റ് പായിക്കുകയാണ് അപ്പൻ. പിന്നിൽ അപ്പന്റെ ശരീരത്തോട് ചേർന്നിരിക്കുന്ന സേവിയും മരത്തിൽ ചുറ്റിയ പൂവള്ളി പോലെ അവന്റെ ദേഹത്ത് ചുറ്റിപ്പിടിച്ച് മേരിക്കുഞ്ഞും.

ബുള്ളറ്റിന്റെ ശ്രുതിമധുരമായ ആലാപനം. പെട്രോളിന്റെ വശ്യമായ ഗന്ധം. ബുള്ളറ്റിലിരുന്നുകൊണ്ട് തൂവെള്ള വസ്ത്രമിട്ട തുമ്പപ്പൂവിന്റെ കവിളിൽ സ്പർശിക്കാൻ വിരൽ നീട്ടുന്ന മേരിക്കുഞ്ഞ്. അവളുടെ പൂമൊട്ടു പോലുള്ള മൃദുവിരലുകൾ.

ആശുപത്രിയിലെ ചീഫ് ന്യൂറോസർജൻ ഡോക്ടർ ഹേമ സാഗർ രോഗികളെ പരിശോധിച്ചതിനു ശേഷം തീവ്രപരിചരണമുറിയുടെ ഗ്ലാസ് ഡോർ തുറന്ന് പുറത്തെ ഇടനാഴിയിലേക്ക് പ്രവേശിച്ചു. അവരെ കണ്ടപ്പോൾ ഇടനാഴിയിൽ തെന്നിത്തെറിച്ചുനിന്ന ആൾ ക്കൂട്ടം കുളത്തിലെ ജലം പോലെ അനങ്ങി. ഒരിറ്റു കാരുണ്യം യാചിക്കുന്ന മുഖങ്ങളോടെ തനിക്കു മുന്നിൽ തടഞ്ഞുനിന്ന രോഗികളുടെ കൂട്ടിരിപ്പുകാരോട് വിശദമായ വിവരങ്ങൾ പറഞ്ഞ് ഡോക്ടർ മുന്നോട്ടു നടക്കാൻ ശ്രമിച്ചു. എത്ര ചോദിച്ചിട്ടും കൂട്ടി രിപ്പുകാരുടെ ചോദ്യങ്ങൾ തീരുന്നില്ല. സംശയങ്ങൾ ഒഴിയുന്നില്ല

മേരിക്കുഞ്ഞ് ഇടനാഴി മതിലിൽ ചാരി ഡോക്ടറുടെ മുന്നിലെ തിരക്കൊഴിയുന്നതും കാത്തുനിന്നു. കഴുത്തിൽ കിടന്ന സ്റ്റെതസ് കോപ്പ് അഴിച്ച് വെളുത്ത കോട്ടിന്റെ ഉള്ളിൽ തിരുകിവെച്ച് ചോദ്യ ങ്ങൾക്കെല്ലാം ക്ഷമയോടെ മറുപടി പറയുകയാണ് ഡോക്ടർ ഹേമ. സൂര്യനെപ്പോലെ പ്രകാശം പ്രസരിപ്പിക്കുന്ന മുഖം. ആഴ മുള്ള കറുത്ത കണ്ണുകൾ.

തിരക്കൊഴിഞ്ഞപ്പോൾ മുന്നിലേക്ക് നീങ്ങിനിന്ന മേരി ക്കുഞ്ഞിനെ കണ്ട് ഡോക്ടർ ഒരുനിമിഷം നിന്നു. അവളെ നോക്കി ചെറിയൊരു ദീർഘശ്വാസം ഉള്ളിലേക്കെടുത്തു.

'നേരിയ പുരോഗതി ഉണ്ട്. പക്ഷെ കൂടുതലൊന്നും പറയാ റായിട്ടുമില്ല. 24 അവർ കഴിയട്ടെ.'

മേരിക്കുഞ്ഞിന് വേറൊന്നും അറിയാനുണ്ടായിരുന്നില്ല. പുരോ ഗതി ഉണ്ട്. അത് കേട്ടാൽ മാത്രം മതി. മേരിക്കുഞ്ഞ് തലയാട്ടി. അതിനു പകരമായി പിന്നെ കാണാം എന്ന് തലയാട്ടി രണ്ടുമൂന്നു ചുവട് മുന്നോട്ടുവച്ച് ഡോക്ടർ ഹേമ ഒന്നു തിരിഞ്ഞു. അവരുടെ കണ്ണുകളിൽ എന്തോ ഒരു സംശയം.

'ആരാ ഈ മേരിക്കുഞ്ഞ്? '

മേരിക്കുഞ്ഞിന് പെട്ടെന്ന് ഉത്തരം പറയാൻ കഴിഞ്ഞില്ല. അര സെക്കൻഡ് ഉത്തരത്തിനായി കാത്തുനിന്നതിനുശേഷം അവളുടെ തോളിൽ മൃദുവായി തട്ടി ഡോക്ടർ ഇടനാഴിയിലെ തിരക്കിലേക്ക് അലിഞ്ഞുചേർന്നു.

ആ നിൽപ് മേരിക്കുഞ്ഞ് എത്ര നേരം നിന്നുവെന്നറിയില്ല. ചില തോളുകളും കൈകളും ഇടയ്ക്കിടെ തന്നെ വന്നുമുട്ടിപ്പോവുന്നത് മാത്രം അവൾ അറിഞ്ഞു.

'എന്തായിരിക്കും സേവി എന്നെപ്പറ്റി പറഞ്ഞിട്ടുണ്ടാവുക?'

ആരോ ഇടനാഴിയുടെ നടുവിൽ നിന്ന് മതിലിന്റെ അരികിലേക്ക് പിടിച്ചുമാറ്റി നിറുത്തുന്നതുവരെ മേരിക്കുഞ്ഞ് ഒരു ശിലാപ്രതിമ

പോലെ അവിടെ നിന്നു.

തീവ്രപരിചരണവിഭാഗത്തിൽനിന്നും പുറത്തേക്കിറക്കിയ ഒരു ജഡത്തിനു കടന്നുപോകുവാൻ വേണ്ടിയാണ് അജ്ഞാതമായ രണ്ടു കൈകൾ തന്നെ ഇടനാഴിയുടെ അരികിലേക്ക് പിടിച്ചുമാറ്റിയതെന്ന് അവൾ മനസിലാക്കി. അവൾക്കു മുന്നിലൂടെ സ്ട്രെച്ചറിൽ വെള്ള പുതച്ച ഒരു പുരുഷന്റെ ജഡവും പിന്നാലെ അലമുറയിട്ട് ഒരു സ്ത്രീയും ഒഴുകിപ്പോയി. ആശുപത്രി ഇടനാഴിയെ അപ്പോൾ ഇരുവശവും ഉയരത്തിൽ തടയണ കെട്ടിയ നദി പോലെ തോന്നിച്ചു. മടിയനായ കാളയെ നിലമുഴാൻ നിർബന്ധിക്കുന്നത് പോലെ സ്ത്രീ ഉറക്കെ അലമുറയിട്ടുകൊണ്ടിരുന്നു.

അവളപ്പോൾ ഡാഡിയെ ഓർത്തു. ഡാഡിയുടെ ജഡവും കെട്ടിപ്പിടിച്ച് ആംബുലൻസിൽ ഇരുന്നത് ഓർത്തു. ശീതീകരണിയുടെ കൊടും തണുപ്പിലെന്നതു പോലെ തണുത്തു മരവിച്ച, ചലിക്കാൻ കൂട്ടാക്കാത്ത ഡാഡിയുടെ കൈകൾ തന്നെ വന്നു മുട്ടിയതുപോലെ കിടുകിടുത്തു.

ജഡത്തിന്റെ യാത്ര വരാന്തയിൽ ഇരിക്കുകയായിരുന്ന മനുഷ്യരുടെ മേൽ ഭയത്തിന്റെ കനത്ത കാർമേഘം വലിച്ചിടുന്നത് അവൾ കണ്ടു. രോഗികളുടെ കൂട്ടിരിപ്പുകാർ ഒളിച്ചുകളിക്കിടെ കട്ടിലിനടിയിൽ ഒളിച്ചിരിക്കുന്ന കുട്ടികളെപ്പോലെ ശ്വാസമടക്കിപ്പിടിച്ചു. എത്ര തിടുക്കത്തിലാണ് ആളുകൾ മരിക്കുന്നത്. അതിനേക്കാൾ എത്ര വേഗത്തിലാണ് അവരുടെ ഉറ്റവർ മരിച്ചവരിൽ നിന്ന് പുറത്തു കടക്കുന്നത്.

മുന്നിലൂടെ നീങ്ങിപ്പോയ ജഡത്തെ കണ്ടപ്പോൾ ഒരു നിമിഷം ഹൃദയം നിലച്ച് മരിച്ചുപോയവർ മുമ്പത്തേതിനേക്കാൾ തീവ്രതയിൽ തങ്ങളുടെ ജീവിതത്തിലേക്ക് തിരിച്ചു വന്നിരിക്കുന്നു. പാതിയിൽ നിറുത്തിവച്ച വാക്കുകളിൽ നിന്ന് അവർ വിശേഷങ്ങൾ പുനരാരംഭിച്ചിരിക്കുന്നു. ലോകത്തു നിന്ന് മരണമെന്ന പ്രതിഭാസംതന്നെ ഒഴിഞ്ഞു പോയതുപോലെ ചിരിയും കളിയും തുടരുന്നു. എങ്കിലും അവരുടെ നിറം കെട്ട കണ്ണുകളിൽ ഗുരുതരാവസ്ഥയിൽ കഴിയുന്ന പ്രിയപ്പെട്ടവരെക്കുറിച്ചുള്ള ആകുലതയുടെ ഒറ്റഞരമ്പ് തുടിച്ചു നിൽക്കുന്നു.

വരാന്തയിൽ പെരുകിവരുന്ന തിരക്കിൽ നിന്ന് മാറി മേരിക്കുഞ്ഞ് മതിലിൽ ചാരി സ്വയം നഷ്ടപ്പെട്ടു നിന്നു.

സേവി എങ്ങിനെയാണ് ഇവിടെ എത്തിയതെന്ന് മേരിക്കുഞ്ഞിന് ഇതുവരെ മനസിലായിട്ടില്ല. എന്തു സംഭവിച്ചെന്നോ ആരാണവനെ ആശുപത്രിയിൽ എത്തിച്ചതെന്നോ ഒട്ടും വ്യക്തതയില്ല.നേഴ്സുമാർക്കും

കൃത്യമായി അറിയില്ല. അത്യാഹിത വാർഡിൽ ഡ്യൂട്ടിയിൽ ഉണ്ടായിരുന്ന നേഴ്സിനോട് അന്വേഷിച്ചപ്പോൾ ആറടി പൊക്കമുള്ള ഒരു ആജാനുബാഹുവാണെന്ന് മാത്രം ഉത്തരം കിട്ടി.

'ബ്രദറാണെന്നാണ് പറഞ്ഞത്.'

കൂടുതൽ വിശദീകരിക്കുന്നതിനു മുൻപ് നേഴ്സിനെ തിരക്കിന്റെ വലിയൊരു തിര വന്ന് വലിച്ചു കൊണ്ടുപോയി. മേരിക്കുഞ്ഞ് പിന്നെയും ഊഹാപോഹങ്ങളുടെ കവലകളിൽ ചുറ്റിത്തിരിഞ്ഞു.

'എവിടുന്നാണിപ്പോൾ അവന്റെ ഇത്രനാൾ ഇല്ലാതിരുന്ന ബ്രദർ?'

ചില ആളുകളിൽ തങ്ങിനിന്ന്. ചില സംശയങ്ങളിൽ ചൂണ്ടക്കൊളുത്ത് പോലെ ഉടക്കിവലിച്ച് അവളുടെ ചിന്തകൾ അടുക്കും ചിട്ടയുമില്ലാതെ കടലാസ് കഷണങ്ങൾ പോലെ ചിതറി വീണു.

'ആറടി പൊക്കമുള്ള ആജാനുബാഹു... ഇനി... മാർട്ടിൻ?...'

വലിയൊരു ഉയരത്തിൽനിന്നു വീണതുപോലെ മേരിക്കുഞ്ഞ് ഒന്ന് നടുങ്ങി.

ആശുപത്രിയിൽ എത്തിച്ചപ്പോൾ സേവിയുടെ മുഖത്തെ അസ്ഥികൾ ഒടിഞ്ഞിട്ടുണ്ടായിരുന്നുവെന്നാണ് ഡോക്ടർ ഹേമ അറിയിച്ചത്. ഒടിഞ്ഞ താടിയെല്ലിന് അപ്പോൾ തന്നെ ഓപ്പറേഷൻ ചെയ്യേണ്ടി വന്നു.

മുഖം മാത്രം ലക്ഷ്യമാക്കിയുള്ള ആക്രമണം. ശരീരത്തിന്റെ വേറെ ഒരു ഭാഗത്തും പൊട്ടലോ പോറലോ ഇല്ല. പ്രൊഫഷണൽ ബോക്സറുടെ പഞ്ചിംഗ് പോലെ. ആ ഒരു വാചകം മനസ്സിൽ വന്നപ്പോൾ അവളിൽ ഒരു സംശയത്തിന്റെ മുളപൊട്ടി. പക്ഷെ എത്ര ആലോചിച്ചിട്ടും അവൾക്ക് ആ ചിന്തയിൽ മുന്നോട്ടുപോകാൻ കഴിഞ്ഞില്ല.

ഇന്നലെ ഓപ്പറേഷനുള്ള പണം കെട്ടാൻ ചെന്നപ്പോൾ മറ്റൊരു അവിശ്വസനീയത. സേവിയെ ആശുപത്രിയിലേക്ക് കൊണ്ടുവന്ന അജ്ഞാതൻ, അയാളാരായാലും സേവിയുടെ തുടർചികിത്സക്കുള്ള മുഴുവൻ പണവും മുൻകൂറായി കെട്ടിയിരിക്കുന്നുവെന്ന്.

അത്ഭുതങ്ങൾ ഒരിക്കലും അവസാനിക്കുന്നില്ലല്ലോ.

കാഷ് കൗണ്ടറിലിരുന്ന പെണ്ണിന്റെ ചാരനിറമുള്ള കണ്ണുകളിലേക്ക് നോക്കി മേരിക്കുഞ്ഞ് വിശ്വാസം വരാതെ പിറുപിറുത്തു. മേരിക്കുഞ്ഞിനു നേരെ അവളുടെ കിളിശബ്ദം.

'ഇനി ഒന്നും പേ ചെയ്യാനില്ല മാഡം.'

അവൾക്ക് നന്ദി പറഞ്ഞ് തിരികെ നടന്നു.

പക്ഷെ ആരായിരിക്കും? സേവിയെ പരിക്കേൽപ്പിച്ചയാളും അവന്റെ ആശുപത്രി ബില്ല് അടച്ചയാളും.

അത്ഭുതം തന്നെ. എന്നും അത്ഭുതങ്ങളിലേക്കായിരുന്നു അവൻ ഓരോ ദിവസവും അവളെ നയിച്ചത്. കണ്ണും മനസും നിറച്ച മാന്ത്രികതയിലേക്ക്. ഇപ്പോൾ ആശുപത്രിയിൽ ബോധമില്ലാതെ കിടക്കുമ്പോളും അവൻ സൃഷ്ടിച്ച അത്ഭുതങ്ങൾ അവസാനിക്കുന്നില്ല. വിസ്മയങ്ങൾ വീണ്ടും അവളെ തേടി വരുന്നു.

നീളൻ വരാന്തയുടെ അറ്റത്ത് ഒരു ചുവന്ന പൊട്ടു പോലെ കവിത പ്രത്യക്ഷപ്പെടുന്നത് മേരിക്കുഞ്ഞ് കണ്ടു. അവളുടെ മുഖം കണ്ടപ്പോൾ ആശ്വാസത്തിന്റെ ചെറുതരി അവളുടെ ഉള്ളിൽ പാറിവീണു. വിചാരിച്ചതിനേക്കാൾ കൂടുതൽ പ്രശ്നങ്ങൾ താണ്ടി ലഡാക്കിൽ നിന്ന് രാവിലെ എത്തിയതേയുള്ളു അവൾ.

പുഴനീന്തി വരുന്നതുപോലെ, കൂട്ടംകൂടി നിൽക്കുന്ന ആളുകളെ വകഞ്ഞുമാറ്റി നടന്നുവരുന്ന കവിയെ കണ്ടപ്പോൾ മേരിക്കുഞ്ഞിന്റെ കണ്ണുകൾ അറിയാതെ നിറഞ്ഞുവന്നു. കവിതയുടെയും കണ്ണുകൾ നിറയുന്നതു കണ്ടു. ഒരു നിമിഷം ഇരുവരും പരിസരം മറന്നുപോയി. നെഞ്ചോട് ചേർന്ന് അൽപനേരം നിന്നു. പിരിഞ്ഞിരുന്നതിന്റെ വേദന ഡാഡിയുടെ അപ്രതീക്ഷിത വിയോഗത്തിന്റെ കയ്പ്പ് എല്ലാംകൂടി നെഞ്ചിലേക്ക് ഇരച്ചെത്തി. ആരോ വിങ്ങിപ്പൊട്ടി. പിന്നെ സ്വയം നിയന്ത്രിച്ചു.

അപ്പുറത്തെ ബ്ലോക്കിലേക്കുള്ള ചെറിയ പാലത്തിന്റെ കൈവരിയിൽ ചാരിനിന്ന് നടന്ന സംഭവങ്ങൾ കവിതയോട് വള്ളിപുള്ളി വിടാതെ അവതരിപ്പിച്ചു. ഇടനാഴിയുടെ മതിലിൽ ചാരിനിന്ന് നിശബ്ദമായി, അവൾ എല്ലാം കേട്ടു. ഇടയ്ക്കിടെ ദീർഘനിശ്വാസം വിട്ടു.

* * *

രണ്ടുദിവസങ്ങൾക്കു ശേഷം ഡോക്ടർ ഹേമ തീവ്രപരിചരണ വിഭാഗത്തിന്റെ ചില്ലുവാതിൽ തുറന്ന് പുറത്തേക്ക് തലയിട്ട് ഇടനാഴിയിലെ കസേരയിൽ കവിതയും ജാൻസിയുമായി സംസാരിച്ചിരിക്കുകയായിരുന്ന മേരിക്കുഞ്ഞിനെ കൈകാട്ടി വിളിച്ചു. കൊച്ചുകുട്ടിയെപ്പോലെ അവൾ ഡോക്ടറുടെ അടുത്തേക്ക് ഓടിച്ചെന്നു.

'സേവ്യർ കണ്ണുതുറന്നൂട്ടോ...'

ഡോക്ടറുടെ മനോഹരശബ്ദം. മേരിക്കുഞ്ഞിന്റെ ഹൃദയത്തിൽ ആയിരം പൂർണ്ണചന്ദ്രന്മാർ ഒരുമിച്ച് ഉദിച്ചു. ഡോക്ടർ ഹേമയുടെ കണ്ണുകളിലും പ്രത്യാശയുടെ വാൽ നക്ഷത്രം. മേരിക്കുഞ്ഞിനെ തള്ളവിരൽ ഉയർത്തിക്കാട്ടി ഡോക്ടർ ഹേമ തിടുക്കത്തിൽ അകത്തേക്കു മറഞ്ഞു. മുന്നിലെ ഗ്ലാസ്ഡോർ താനേ അടഞ്ഞു. അവൾ ആഹ്ലാദത്തോടെ മമ്മിയുടെയും കവിയുടെയും അടുത്തേക്ക് തിരിച്ചുനടന്നു.

വിവരമറിഞ്ഞപ്പോൾ ജാൻസി ആശ്വാസത്തിന്റെ നിശ്വാസ ശബ്ദം പുറപ്പെടുവിച്ചു. പുഞ്ചിരിയോടെ കവിത മേരിക്കുഞ്ഞിയെയും ജാൻസിയെയും മാറിമാറി നോക്കി. അവളുടെ നെറ്റിയിലെ ചുവന്ന പൊട്ടിന് കൂടുതൽ സൗന്ദര്യം കൈവന്നതു പോലെ.

കസേരയിൽ ഒന്നനങ്ങിയിരുന്ന് കുസൃതി നിറഞ്ഞ കണ്ണുകളാൽ കവിതയെ നോക്കി മേരിക്കുഞ്ഞ് ജാൻസിയോട് പറഞ്ഞു.

'മമ്മീ.. സേവി ആരോഗ്യം വീണ്ടെടുത്തുകഴിഞ്ഞ് എനിക്ക് ചില പ്ലാനുകൾ ഒക്കെ ഉണ്ട്.'

'എന്ത് പ്ലാൻ?'

വരാന്തയുടെ ഏറ്റവും അറ്റത്ത് ജനാലക്കരികിൽ കൂടുകൂട്ടുന്ന വെയിലിനെ നോക്കി നിശബ്ദയായി ഇരിക്കുകയായിരുന്ന കവിത മേരിക്കുഞ്ഞിനു നേരെ തിരിഞ്ഞു. അവളുടെ സ്വർണ്ണനിറമുള്ള നെറ്റിയിൽ ചോദ്യചിഹ്നങ്ങൾ തെളിഞ്ഞുനിന്നു.

മേരിക്കുഞ്ഞ് മമ്മിയെ നോക്കി അർത്ഥഗർഭമായി ചിരിച്ചതിനു ശേഷം കവിതയെ കാക്കനോട്ടം നോക്കി തീവ്രപരിചരണ വിഭാഗ ത്തിലേക്ക് കണ്ണുകൾ കാണിച്ചു. കല്യാണപ്പെണ്ണിന്റെ നാണം തുളുമ്പുന്ന ഭാവത്തോടെ കഴുത്തിൽ താലികെട്ടുന്നത് പോലെ അഭിനയിച്ചു കാണിച്ചു. ജാൻസിക്ക് കാര്യം പിടികിട്ടി. ജാൻസി ചിരിച്ചു.

'മനസിലായി.'

'അതൊരിക്കലും നടക്കാൻ പോകുന്നില്ലടീ... നീയാണവന് ഏറ്റവും യോജിച്ചത് എന്തൊരു പ്രണയമാണ് അവന്.. നിന്നോട്..'

കവിത ഒരു വാശിയെന്ന പോലെ പറഞ്ഞുകൊണ്ട് കുതിരയെ പ്പോലെ ചാടി എഴുന്നേറ്റു. മേരിക്കുഞ്ഞ് അവളെ കയ്യിൽ പിടിച്ചു വലിച്ച് ഇരുത്താൻ ശ്രമിച്ചുകൊണ്ട് പറഞ്ഞു.

'നടക്കില്ല മോളെ..'

'എനിക്ക് വേറെ കുറച്ച് ഉത്തരവാദിത്വങ്ങൾ ഉണ്ട്...'

മേരിക്കുഞ്ഞിന്റെ പിടിയിൽ നിന്ന് കുതറി ദേഷ്യത്തിൽ വരാ ന്തയുടെ അറ്റത്തേക്ക് നടക്കുമ്പോൾ പാതി തിരിഞ്ഞുനിന്ന് വെല്ലു വിളിക്കുന്നത് പോലെ കവി പറഞ്ഞു.

'ഉം നമുക്ക് നോക്കാടി'

'നീ ചെവിയിൽ നുള്ളിക്കോ കവിതേ...'

മേരിക്കുഞ്ഞും വിട്ടുകൊടുത്തില്ല. ആളുകൾക്കിടയിലൂടെ ചാട്ടുളി പോലെ പാഞ്ഞുപോകുന്ന കവിയെ നോക്കി മേരിക്കുഞ്ഞ് ചിരിച്ചു. ജാൻസി ആത്മഗതം പോലെ പറഞ്ഞു.

'പാവം...എന്തിനാ മേരിക്കുഞ്ഞേ'

'അവളെ പ്രാന്താക്കുന്നത് ഒരു പ്രത്യേക സുഖമാ മമ്മീ, അത് മമ്മിക്ക് മനസിലാകില്ല'

നാലഞ്ചു ദിവസങ്ങൾ കൊണ്ട് സേവി ജീവിതത്തിലേക്ക് തിരിച്ചുവന്നു. മരണത്തെ പോലും പരാജയപ്പെടുത്താൻ കഴിവുള്ള അപാരമായ മനഃശക്തിക്ക് ഉടമയാണ് സേവിയെന്ന് ഡോക്ടർ ഹേമ.

നേഴ്സുമാരിൽ പലരും ഇപ്പോൾ അവന്റെ ശിഷ്യരാണ്. വെറുമൊരു ഫൈവ് സ്റ്റാർ കൊണ്ട് നമ്മൾ ആഗ്രഹിക്കുന്നതെല്ലാം നേടാൻ കഴിയുമെന്ന് കുറച്ചുദിവസം മുൻപ് അവൻ അവരെ പഠിപ്പിച്ചു. Really, it works...

* * *

സ്വപ്നങ്ങൾ കണ്ടും തമാശകൾ പറഞ്ഞും പരസ്പരം കളിയാക്കിയും മേരിക്കുഞ്ഞും കവിയും ജാൻസിയും സേവിയുടെ തിരിച്ചുവരവിന് വേണ്ടി ക്ഷമയോടെ, പ്രതീക്ഷയോടെ കാത്തിരിക്കുകയാണ്.

തന്റെ നാട്ടിൽ വച്ചുനടക്കുന്ന ദേശീയ ബോക്സിങ്ങ് ചാമ്പ്യൻഷിപ്പിന്റെ ആദ്യറൗണ്ടിൽ തന്നെ മാർട്ടിൻ പുറത്തായിരിക്കുന്നുവെന്ന് വരാന്തയിലെ ടീവിയിൽ വാർത്ത കണ്ട് മേരിക്കുഞ്ഞ് കുറ്റബോധത്തോടെ തലകുനിച്ചു. മൻപ്രീത് സിംഗ് തന്നെ ഇത്തവണയും അയാളെ പരാജയപ്പെടുത്തിയിരിക്കുന്നു.

എന്തുകൊണ്ടോ മേരിക്കുഞ്ഞിന് പെട്ടെന്നു തന്നെ മാർട്ടിനെ കാണാൻ ആഗ്രഹം തോന്നി. ആഹ്ലാദകരമല്ലാത്ത എന്തോ ഒന്ന് സംഭവിക്കാൻ പോകുന്നുവെന്ന് അവളുടെ ആറാമിന്ദ്രിയം തുടിച്ചു.

പിറ്റേന്ന് ഉച്ചക്കുശേഷം ആശുപത്രിയിൽ കവിതയെ ഇരുത്തി മേരിക്കുഞ്ഞ് മാർട്ടിന്റെ വീട്ടിലേക്കിറങ്ങി.

* * *

ആശുപത്രിയുടെ പതിനാലാം നിലയിൽ നിന്ന് ലിഫ്റ്റിൽ താഴേക്കിറങ്ങുമ്പോൾ ഒരു യന്ത്രമനുഷ്യനെപ്പോലെ നിർവികാരയായിരുന്നു അവൾ.

ഞായറാഴ്ച്ച ആയിരുന്നു. തിരക്കില്ലാത്ത റോഡിലൂടെ തന്റെ സ്വിഫ്റ്റ് കാർ ഓടിക്കുമ്പോൾ അവൾ തന്നോട് തന്നെ പറഞ്ഞു. സ്വയം ബോദ്ധ്യപ്പെടുകയും ബോദ്ധ്യപ്പെടുത്തുകയും ചെയ്യുന്നത് പോലെ.

'വലിയൊരു കടം കിടക്കുന്നുണ്ട്. ഈ ജന്മത്തിൽ വീട്ടാനാവാത്ത വേദനയുടെ, സങ്കടത്തിന്റെ കടം'.

മേഘങ്ങൾക്കിടയിലിരുന്ന് ഡാഡി തന്നെ നോക്കി ചിരിക്കുന്നത് മേരിക്കുഞ്ഞ് കണ്ടു.

അതേ സമയത്ത് ജീവിതം കടൽത്തിര വന്ന് മൂടിപ്പോയ ഒരാൾ

9 789391 850142

Printed at Repro India Ltd.